A-TÌ-ĐẠT-MA
PHÁP UẨN TÚC LUẬN

GIÁO HỘI PHẬT GIÁO VIỆT NAM THỐNG NHẤT
HỘI ĐỒNG PHIÊN DỊCH TAM TẠNG LÂM THỜI

ĐẠI TẠNG KINH VIỆT NAM

THANH VĂN TẠNG
Tập 22

LUẬN BỘ V

A-TÌ-ĐẠT-MA PHÁP UẨN TÚC LUẬN
ABHIDHARMA-DHARMASKANDHAŚĀSTRA
阿毘達磨法蘊足論

Việt dịch & chú: **TUỆ SỸ & NGUYÊN AN**

HỘI ĐỒNG HOẰNG PHÁP

PL 2565 – DL 2022

ĐẠI TẠNG KINH VIỆT NAM
THANH VĂN TẠNG - Tập 22 – LUẬN BỘ V
A-TÌ-ĐẠT-MA PHÁP UẨN TÚC LUẬN
Việt dịch & chú: TUỆ SỸ & NGUYÊN AN

Ban Báo Chí & Xuất Bản Hội Đồng Hoằng Pháp
Ấn hành lần thứ nhất, quý III/2022

Trách nhiệm xuất bản: Thích Hạnh Viên
Sửa bản in: Tâm Quang, Nguyên Đạo
Trình bày: Quảng Hạnh Tuệ
Thiết kế bìa: Quảng Pháp, Nhuận Pháp

https://hoangphap.org

MỤC LỤC PHÂN TÍCH

GIỚI THIỆU CÔNG TRÌNH PHIÊN DỊCH
ĐẠI TẠNG KINH VIỆT NAM

Yo vo, ānanda,
mayā dhammo ca vinayo ca desito paññatto,
so vo mamaccayena satthā. *

I. SƠ LƯỢC QUÁ TRÌNH PHIÊN DỊCH

Trước khi nhập Niết-bàn, đức Phật có di giáo tối hậu cho các chúng đệ tử: "Pháp và Luật mà Ta đã thuyết và quy định, là Đạo Sư của các ngươi sau khi Ta diệt độ." Phụng hành di giáo của đức Thế Tôn, các vị Trưởng lão A-la-hán đã thực hiện cuộc kiết tập lần thứ nhất tại thành Vương Xá, cùng hòa hiệp phúng tụng tất cả những điều đã được Phật giảng dạy trong suốt bốn mươi lăm năm giáo hóa; nền tảng của văn hiến Phật giáo mà về sau được gọi là Tam tạng được thành lập từ đó.

Kể từ đó, giáo pháp của đức Thích Tôn theo bước chân du hóa của các Thánh đệ tử lan tỏa khắp bốn phương. Nơi nào Giáo pháp được truyền đến, nơi đó bốn chúng đệ tử học tập và hành trì theo phương ngôn của bản địa, như điều đã được đức Phật chỉ giáo: *anujānāmi, bhikkhave, sakāya niruttiyā buddhavacanaṃpariyāpuṇitun"ti.* "Này các tỳ-kheo, Ta cho phép các ngươi học Phật ngôn bằng chính phương ngữ của mình." Y cứ theo lời dạy này, ngay từ khởi thủy Phật ngôn đã được chuyển thể qua nhiều phương ngữ khác nhau. Khi các bộ phái Phật giáo phát triển, mỗi bộ phái cố gắng thành lập Tam tạng Thánh điển theo phương ngữ của địa phương được xem là căn cứ địa. Khi mà

---

* Này *Ānanda*! Pháp và Luật mà Ta đã thuyết và qui định, là Đạo Sư của các ngươi sau khi Ta diệt độ.

hệ thống văn tự tại cổ Ấn Độ chưa phổ biến, sự lưu truyền Thánh điển bằng khẩu truyền là phương tiện chính. Do khẩu truyền, những biến âm do khẩu âm của từng địa phương khác nhau thỉnh thoảng cũng ảnh hưởng đến một vài thay đổi nhỏ trong các văn bản. Những biến thiên âm vận ấy trong nhiều trường hợp dẫn đến những giải thích khác nhau về một điểm giáo nghĩa giữa các bộ phái. Tuy nhiên, nhìn từ đại thể, các giáo nghĩa trọng yếu vẫn được hiểu và hành trì như nhau giữa tất các các truyền thống, nam phương cũng như bắc phương. Điều có thể được khẳng định qua các công trình nghiên cứu tỉ giảo về văn bản trong hai nguồn văn hệ Phật giáo hiện tại: Pali và Hán tạng. Các bản Hán dịch xuất xứ từ A-hàm, và các bản văn Pali hiện đọc được, đại bộ phận đều tương ứng với nhau. Do đó, những điều được cho là dị biệt giữa hai truyền thống nam và bắc phương, mà thường hiểu lệch lạc là Tiểu thừa và Đại thừa, chỉ là sự khác biệt bởi môi trường lịch sử văn minh theo các địa phương và dân tộc. Đó là sự khác biệt giữa nguyên thủy và phát triển. Phật pháp truyền sang phương nam, đến các nước Nam Á, nơi đó sự phát triển văn minh và các định chế xã hội chưa đến mức phức tạp, nên giáo pháp của Phật được hiểu và hành gần với nguyên thủy. Về phương bắc, tại các vùng đông bắc Ấn, và tây bắc Trung Quốc, nhiều chủng tộc dị biệt, nhiều nền văn hóa khác nhau, và do đó cũng xuất hiện nhiều định chế xã hội khác nhau. Phật pháp được truyền vào đó, một thời đã trở thành quốc giáo của nhiều nước. Thích ứng theo sự phát triển của đất nước ấy, từ ngôn ngữ, phong tục, định chế xã hội, giáo pháp của đức Phật cũng dần dần được bản địa hóa.

Thánh điển Tam tạng là nguồn suối cho tất cả nhận thức về Phật pháp, để học tập và hành trì, cũng như để nghiên cứu. Kinh tạng và Luật tạng là tập đại thành Pháp và Luật do chính đức Phật giảng dạy và quy định, là sở y cho tri thức và hành trì của Thánh đệ tử để tiến tới thành tựu cứu cánh Minh và Hành. Kinh và Luật cũng bao gồm những diễn giải của các Thánh đệ tử được thân truyền từ kim khẩu của đức Phật. Luận tạng, theo truyền thống Thượng tọa bộ nam phương, và cũng theo truyền thống Hữu bộ, do chính đức Phật thuyết. Nhưng các đại luận sư như Thế Thân (*Vasubandhu*), cũng như hầu hết các nhà nghiên cứu Phật học trên thế giới hiện đại, đều không công nhận truyền thuyết này, mà cho rằng đó là tập đại thành các công trình phân tích, quảng diễn, và hệ thống hóa những điều đã được Phật thuyết trong Pháp và Luật. Kinh và Luật tạng được thành lập trong một khoảng thời gian nhất định, trực tiếp hoặc gián tiếp từ kim khẩu của Phật, và là sở y chung cho tất cả các bộ phái Phật giáo, bao gồm cả Phật giáo Đại thừa, mặc dù có những sai biệt do vấn đề truyền khẩu với các khẩu âm và phương ngữ khác nhau, theo thời gian và địa vức.

Luận tạng là bộ phận Thánh điển phản ánh lịch sử phát triển của Phật giáo, bao gồm các phương diện tín ngưỡng tôn giáo, tư duy triết học, nghiên cứu khoa học, định chế và tổ chức xã hội chính trị. Tổng quát mà nói, đó không chỉ là phản ánh lịch sử phát triển của nội bộ Phật giáo, mà trong đó cũng phản ánh toàn bộ văn minh tại những nơi mà giáo lý của đức Phật được truyền đến. Điều này cũng được chứng minh cụ thể bởi lịch sử Việt Nam.

Mỗi bộ phái Phật giáo tự xây dựng cho mình một nền văn hiến Luận tạng riêng biệt, tập hợp các luận giải giáo nghĩa, bảo vệ kiến giải Phật pháp của mình, bài trừ các quan điểm dị học. Đây là nền văn hiến đồ sộ, liên tục phát triển trên nhiều khu vực địa lý khác nhau. Cho đến khi Hồi giáo bành trướng tại Ấn Độ, Phật giáo bị đào thải. Một bộ phận văn hiến Phật giáo được chuyển sang Tây Tạng, qua các bản dịch Phạn Tạng, và một số lớn nguyên bản Phạn văn được bảo trì. Một bộ phận khác, lớn nhất, gần như hoàn chỉnh nhất, văn hiến Phật giáo được chuyển dịch sang Hán tạng, bao gồm hầu hết mọi xu hướng tư tưởng dị biệt của Phật giáo phát triển trong lịch sử Ấn Độ, từ Nguyên thủy, Bộ phái, Đại thừa, cho đến Mật giáo.

Truyền thuyết ghi rằng Phật giáo được truyền vào Trung Hoa dưới đời Hán Minh Đế, niên hiệu Vĩnh bình thứ 10 (Tl. 65), và bản kinh Phật đầu tiên được dịch sang Hán văn là Kinh Tứ thập nhị chương, do Ca-diếp Ma-đằng và Trúc Pháp Lan. Nhưng truyền thuyết này không được nhất trí hoàn toàn giữa các nhà nghiên cứu lịch sử Phật giáo Trung Quốc. Điều chắc chắn là Khương Tăng Hội, quê quán Việt Nam, xuất phát từ Giao Chỉ (Việt Nam), đã đưa Phật giáo vào Giang Tả, miền Nam Trung Hoa. Các công trình phiên dịch và chú giải của Khương Tăng Hội đã chứng tỏ rằng trước đó, tức từ năm thứ 247 kỷ nguyên Tây lịch, thời gian được nói là Tăng Hội vào đất Kiến nghiệp, quy y cho Tôn Quyền, Phật giáo đã phát triển đến một hình thái nhất định tại Việt Nam, cùng một số kinh Phật được phiên dịch. Điều này cũng được củng cố thêm bởi những điều được ghi chép trong Mâu Tử Lý Hoặc Luận. Có lẽ do hậu quả của thời kỳ Bắc thuộc, hầu hết những điều được tìm thấy trong hành trạng của Khương Tăng Hội và trong ghi chép của Mâu Tử đều bị xóa sạch. Chỉ tồn tại những gì được ghi nhận là truyền từ Trung Quốc.

Dịch giả Phạn Hán đầu tiên tại Trung Quốc được khẳng định là An Thế Cao (đến Trung Quốc trong khoảng Tl. 147 – 167). Tất nhiên trước đó hẳn cũng có các dịch giả khác mà tên tuổi không được ghi nhận. Lương Tăng Hựu căn cứ trên bản Kinh lục xưa nhất của Đạo An (Tl. 312 – 385) ghi nhận có chừng 134 kinh không rõ dịch giả; và do đó cũng không xác định trước hay sau An Thế Cao.

Sự nghiệp phiên dịch Phật kinh Phạn Hán liên tục từ An Thế Cao, cho đến các đời Minh, Thanh được tập thành trong 32 tập của Đại Chánh, bao gồm Thánh điển Nguyên thủy, Bộ phái, Đại thừa, Mật giáo, 1692 bộ. Những trước tác của Trung Hoa, từ sớ giải, luận giải, cho đến sử truyện, du ký, v.v., tập thành từ tập 33 đến 55 trong Đại Chánh, gồm 1492 tác phẩm. Số tác phẩm được ấn hành trong Tục tạng chữ Vạn còn nhiều hơn thế nữa. Đây là hai bản Hán tạng tương đối đầy đủ nhất, trong đó tạng Đại Chánh được sử dụng rộng rãi trên quy mô thế giới.

Sự nghiệp phiên dịch Kinh điển ở nước ta được bắt đầu rất sớm, có thể trước cả thời Khương Tăng Hội, mà dấu vết có thể tìm thấy trong *Lục độ tập kinh*. Ngôn ngữ phiên dịch của Khương Tăng Hội là Hán văn. Hiện chưa có phát hiện nào về các bản dịch Kinh Phật bằng tiếng quốc âm. Suốt trong thời kỳ Bắc thuộc, do nhu cầu tinh thông Hán văn như là sách lược cấp thời để đối phó sự đồng hóa của phương bắc, Hán văn trở thành ngôn ngữ thống trị. Vì vậy công trình phiên dịch Kinh điển thành quốc âm không thể thực hiện. Bởi vì, công trình phiên dịch Tam tạng tại Trung Hoa thành tựu đồ sộ được thấy ngay, chủ yếu do sự bảo trợ của triều đình. Quốc âm chỉ được dùng như là phương tiện hoằng pháp trong nhân gian.

Cho đến thời Pháp thuộc, trước tình trạng vong quốc và sự đe dọa bởi văn hóa xâm lược, văn hóa dân tộc có nguy cơ mất gốc, cho nên sơn môn phát động phong trào chấn hưng Phật giáo, phổ biến kinh điển bằng tiếng quốc ngữ qua ký tự La-tinh. Từ đó, lần lượt các Kinh điển quan trọng từ Hán tạng được phiên dịch theo nhu cầu học và tu của Tăng già và Phật tử tại gia. Phần lớn các Kinh điển này đều thuộc Đại thừa, chỉ một số rất ít được trích dịch từ các A-hàm. Dù Đại thừa hay A-hàm, các Kinh Luận được phiên dịch đều không theo một hệ thống nào cả. Do đó sự nghiên cứu Phật học Việt Nam vẫn chưa có cơ sở chắc chắn. Mặt khác, do ảnh hưởng ngữ pháp Phạn, các bản dịch Hán hàm chứa một số vấn đề ngữ pháp Phạn Hán khiến cho ngay cả các nhà chú giải Kinh điển lớn như Cát Tạng, Trí Khải cũng phạm phải rất nhiều sai lầm. Chính Ngạn Tông, người tổ chức dịch trường theo lệnh của Tùy Dạng đế đã nêu lên một số sai lầm này. Cho đến Huyền Trang, vì phát hiện nhiều sai lầm trong các bản Hán dịch nên quyết tâm nhập Trúc cầu pháp, bất chấp lệnh cấm của triều đình và các nguy hiểm trên lộ trình.

Ngày nay, do sự phát hiện nhiều bản Kinh Luận quan trọng bằng tiếng Sanskrit, cũng như sự phổ biến ngôn ngữ Tây Tạng, mà phần lớn Kinh điển Sanskrit được phiên dịch, nên nhiều công trình chỉnh lý được thực hiện cho các bản dịch Phạn Hán. Thêm vào đó, do sự phổ biến ngôn ngữ Pali, vốn được xem là ngôn ngữ Thánh điển gần với nguyên thuyết nhất, một số sai lầm trong các bản dịch A-hàm cũng được chỉnh lý, và tỉ giảo, khiến cho lời dạy của Đức Thích Tôn được thọ trì một cách trong sáng hơn.

Trên đây là những nhận thức cơ bản để Ban phiên dịch Đại Tạng Kinh Việt Nam y theo đó mà thực hiện các bản dịch. Trước hết, là bản dịch các kinh A-hàm đang được giới thiệu ở đây. Các kinh thuộc bộ A-hàm được dịch sang Hán rất sớm, kể từ thời Hậu Hán với An Thế Cao. Nhưng phần lớn các truyền bản này đều phát xuất từ Tây vực, từ các nước Phật giáo thịnh hành thời đó như Quy-tư, Vu-điền. Do khẩu âm và phương ngữ nên trong các truyền bản được nói là Phạn văn đã hàm chứa khá nhiều sai lạc. Điều này có thể thấy rõ qua sự so sánh các đoạn tương đương Pali, hay các dẫn chứng trong Đại Tì-bà-sa, Du-già sư địa. Thêm vào đó, các dịch giả hầu hết đều học Phật và học tiếng Sanskrit tại các nước Tây Vực chứ không trực tiếp tại Ấn Độ như La-thập và Huyền Trang, nên trình độ ngôn ngữ Phạn có hạn chế. Các vị ấy khi vừa đặt chân lên Trung Hoa, do khát vọng thâm thiết của các Phật tử Trung Hoa, muốn có thêm kinh Phật để học và tu, cho nên trong khi chưa tinh thông tiếng Hán, mà công trình phiên dịch lại được thôi thúc cần thực hiện. Vì không tinh thông Hán ngữ nên công tác phiên dịch luôn luôn qua trung gian một người chuyển ngữ. Quá trình phiên dịch đi qua nhiều giai đoạn mà chính người chủ dịch không thể quán triệt, cho nên trong các bản dịch hàm chứa những đoạn văn rất tối nghĩa, và nhiều khi nhầm lẫn. Trong tình hình như vậy, một bản dịch Việt từ Hán đòi hỏi rất nhiều tham khảo để hy vọng tiếp cận với nguyên bản Sanskrit đã thất lạc, và cũng từ đó mà hy vọng có thể tiếp cận với lời Phật dạy hơn, điều mà các bản Hán dịch do trở ngại ngôn ngữ đã không thể thực hiện được.

Đại Tạng Kinh Việt Nam chủ yếu căn cứ trên Đại Chánh Đại Tạng Kinh, Nhật Bản, gồm 100 tập, được biên tập khởi đầu từ niên hiệu Đại Chánh (Taisho) thứ 11, Tl. 1922, cho đến niên hiệu Chiêu Hòa (Showa) thứ 9, Tl. 1934, tập hợp trên 100 nhà nghiên cứu Phật học hàng đầu của Nhật Bản, dưới sự chủ trì của Cao Nam Thuận Thứ Lang (Takakusu Junjiro) và Độ Biên Hải Húc (Watanabe Kaigyoku). Để bản sử dụng là bản in của chùa Hải Ấn, Triều Tiên, được gọi là bản Cao-lệ. Công trình chỉnh lý văn bản căn cứ các khắc bản Tống, Nguyên, Minh, cùng một số khắc bản và thủ bản tại Hoa và Nhật khác như tả bản Thiên Bình, bản Liêu của Cung nội sảnh, bản chùa Đại Đức, bản chùa Vạn Đức, v.v. Một số bản văn được phát hiện tại các vùng trong Tây Vực như Vu Điền, Đôn Hoàng, Quy Tư, Cao Xương, cũng được dùng làm tham khảo. Nhiều đoạn văn từ Pali và Sanskrit cũng được dẫn dưới cước chú để đối chiếu đoạn Hán dịch mà người biên tập nghi ngờ là không chính xác hoặc thuộc về dị bản nào đó.

Nội dung Đại tạng Đại Chánh được phân làm ba phần chính: phần thứ nhất, gồm 32 tập, là các bản dịch Phạn Hán bao gồm Kinh, Luật, Luận, được thuyết bởi chính kim khẩu của Phật, hay được kiết tập bởi các Thánh đệ tử, hoặc được trước tác bởi các Luận sư. Phần thứ hai, từ Đại Chánh tập 33 đến tập 55, trước tác của Trung Hoa, bao gồm các sớ giải Kinh, Luật, Luận, và luận thuyết riêng biệt của các tông phái Phật giáo Trung Hoa, các sử truyện, truyện ký, du ký, truyền kỳ; các bản Hán dịch thuộc ngoại giáo như Thắng luận, Số luận, Ba tư giáo, Thiên chúa giáo, các tập ngữ vựng Phạn Hán, giáo khoa Phạn Hán, các Kinh lục. Phần thứ ba, từ tập 56 đến 85, tập họp các trước tác của Nhật Bản, gồm các sớ giải Kinh, Luật, Luận, phần lớn căn cứ trên các bản sớ giải Trung Hoa mà giải nghĩa rộng thêm, và các luận thuyết của các tông phái tại Nhật Bản. Còn lại 12 tập sưu tập các đồ tượng, tranh ảnh, phần lớn là các đồ hình mạn-đà-la của Mật tông. 3 tập cuối, tổng mục lục, liệt kê nội dung các bản Đại tạng lưu hành.

Ban phiên dịch Đại Tạng Kinh Việt Nam chọn Đại Chánh tạng làm để bản, phiên dịch tất cả tác phẩm được ấn hành trong đó. Phàm lệ để thực hiện bản dịch tạm thời được quy định như sau:

1. Đại Tạng Kinh Việt Nam bao gồm tất cả các bản dịch tiếng Việt của Tam Tạng Kinh Điển Phật giáo đã xuất hiện ở nước ta từ trước đến nay, qua các thời kỳ với nhiều dịch giả khác nhau, để cho thấy quá trình hình thành Đại Tạng Kinh Việt Nam qua lịch sử.

2. Về bản đáy, bản dịch Việt căn cứ trên ấn bản Đại Chánh Tân Tu Đại Tạng Kinh 100 tập, mỗi tập trên dưới 1000 trang chữ Hán cỡ 10pt và sẽ được đánh số theo thứ tự của số ghi trong bản in Đại Chánh. Mỗi trang của bản in Đại chính được chia làm ba cột: a, b, c. Số trang và cột này đều được ghi trong bản dịch để tiện tham khảo.

3. Vì thế, một bản kinh chữ Hán có thể có nhiều bản dịch tiếng Việt, nên sau số thứ tự của Đại Chánh, sẽ đánh thêm các mẫu tự A, B, C... để phân biệt các bản dịch tiếng Việt khác nhau của cùng một bản kinh chữ Hán đó.

4. Về xử lý văn bản trong khi phiên dịch, phần lớn căn cứ công trình hiệu đính và đối chiếu của bản Đại Chánh. Ngoài ra, tham khảo thêm các công trình hiệu đính và đối chiếu khác.

5. Giữa các ấn bản có những điểm khác nhau, bản Việt sẽ lựa chọn hoặc hiệu đính theo nhận thức của người dịch.

6. Trong bản Hán, nếu chỗ nào xét thấy văn dịch hay từ ngữ không phù hợp với giáo nghĩa truyền thống phổ biến, người dịch sẽ tham khảo các Kinh, Luật, Luận cần thiết để hiệu chính. Những hiệu chính này được giải thích ở phần cước chú.

7. Bản Hán dịch thực hiện căn cứ phần lớn trên sự truyền khẩu. Do đó những từ phát âm tương tự dễ đưa đến ngộ nhận, như *sam* Pāli hay *sama* và *samyak*; *cala* và *jala*; *muti* và *muṭṭhi*, v.v... Trong những trường hợp này, người dịch sẽ tham chiếu các kinh tương đương, các bản Hán biệt dịch, suy đoán tự dạng nguyên thủy có thể có trong Phạn bản để hiệu chính. Những hiệu chính này đều được ghi ở phần cước chú.

8. Do các truyền bản khác nhau giữa các bộ phái, để có nhận thức về giáo nghĩa nguyên thủy, chung cho tất cả, cần có những nghiên cứu đối chiếu sâu rộng. Công việc này ngoài khả năng hiện tại của các dịch giả. Tuy nhiên, trong trường hợp có thể, những điểm dị biệt giữa các truyền bản sẽ được ghi nhận và đối chiếu. Những ghi nhận này được nêu ở phần cước chú.

9. Bản Hán dịch được phân thành số quyển. Bản dịch Việt không chia số quyển như vậy, nhưng sẽ ghi ở phần cước chú mỗi khi bắt đầu một quyển khác.

10. Các từ Phật học trong một số bản Hán dịch nếu không phổ biến, do đó có thể gây khó khăn cho việc đọc và nghiên cứu, trong các trường hợp như vậy, tuy vẫn giữ nguyên dịch ngữ của bản Hán, nhưng dịch ngữ tương đương thông dụng hơn sẽ được ghi trong phần cước chú. Trong trường hợp có thể, sẽ ghi luôn dịch giả của những dịch ngữ này và xuất xứ của chúng từ bản dịch nào để tiện việc tham khảo.

11. Các kinh sách tham khảo trong cước chú đều được viết tắt theo quy định phổ thông của giới nghiên cứu quốc tế; xem quy định về viết tắt ở cuối mỗi tập của Đại tạng kinh Việt Nam.

II. PHƯƠNG ÁN THỰC HIỆN

Dự án thực hiện bao gồm các công trình phiên dịch, biên tập, và ấn hành, một Hội Đồng phiên dịch Đại Tạng Kinh Việt Nam được thành lập, được điều phối bởi Tổng biên tập, với các nhiệm vụ được phân phối như sau:

1. Ủy ban Phiên dịch. Để hoàn tất một bản dịch, các công tác sau đây cần được thực hiện:

a. Phiên dịch trực tiếp: Các văn bản lần lượt được phân phối đến các vị có trình độ Hán văn tương đối, kiến thức Phật học cơ bản, và khả năng ngôn ngữ cần thiết, phiên dịch trực tiếp từ Hán sang Việt.

b. Hiệu đính và chú thích: nhiệm vụ chủ yếu của phần hiệu chính là đọc lại bản dịch thô và bổ túc những sai lầm có thể có trong bản dịch. Trong thực tế, người hiệu đính còn phải làm nhiều hơn thế nữa.

Trước hết là phần chỉnh lý văn bản. Phần này đáng lý phải thực hiện trước khi phiên dịch. Việc chỉnh lý văn bản thoạt tiên có vẻ đơn giản, vì người dịch chỉ lưu ý một số nhầm lẫn trong việc khắc bản của để bản. Những điểm khác nhau giữa các bản khắc hầu hết được ghi ở cước chú trong ấn bản Đại Chánh, người dịch chỉ cần hiểu rõ nội dung đoạn dịch thì có thể lựa chọn những từ thích hợp trong cước chú. Tuy nhiên, do hạn chế về trình độ Phật pháp và khả năng tham khảo nên đa số người dịch không chọn được từ chính xác. Mặt khác, ngay cả các từ trong cước chú không phải hoàn toàn chính xác. Ngay cả Đại sư Ấn Thuận cũng phạm phải một số sai lầm khi chọn từ, vì không tìm ra các đoạn Pali hoặc Sanskrit tương đương nên phải dựa trên ức đoán. Những ức đoán phần nhiều là sai. Mặt khác, nhiều sai lầm không phải do tả bản hay khắc bản, mà do chính từ truyền bản. Bởi vì, kinh điển từ Ấn Độ truyền sang hầu hết đều do khẩu truyền. Những biến đổi trong khẩu âm, phát âm, khiến nhầm lẫn từ này với từ khác, làm cho ý nghĩa nguyên thủy của giáo lý sai lạc. Người dịch từ Hán văn mà không có trình độ Phạn văn nhất định thì không thể phát hiện những sai lầm này. Điều đáng lưu ý những sai lầm này xuất hiện rất nhiều và rất thường xuyên trong nhiều bản dịch Phạn Hán.

Phần hiệu đính tập trung trên cú pháp Phạn mà ảnh hưởng của nó trong các bản dịch khiến cho nhiều khi ngay cả những vị tinh thông Hán, ngay cả các nhà chú giải kinh điển nổi tiếng cũng phải nhầm lẫn. Để hiểu rõ nội dung bản dịch Hán, cần thiết phải tìm lại nguyên bản Phạn để đối chiếu. Đại sư Cát Tạng đã vấp phải sai lầm khi không có cơ sở để phân tích mệnh đề Hán dịch là năng động hay thụ động, do đó đã nhầm lẫn người giết với kẻ bị giết. Đó là một đoạn văn trong *Thắng man* mà nguyên bản Phạn của kinh này đã thất lạc, nhưng đoạn văn tương đương lại được tìm thấy trong trích dẫn của *Sikṣasamuccaya* của *Sāntideva*. Nếu không tìm thấy đoạn Sanskrit được trích dẫn này thì không ai có thể biết rằng Cát Tạng đã nhầm lẫn.

Rất nhiều kinh điển trong nguyên bản Phạn đã bị thất lạc. Ngay cả những tác phẩm quan trọng như Đại Tì-bà-sa chỉ tồn tại trong bản dịch của Huyền Trang. Nhiều đoạn được trích dẫn trong bản dịch *Câu-xá*, mà Phạn văn đã được phát hiện, cũng giúp người đọc Đại Tì-bà-sa có manh mối để đi sâu vào nội dung. Đọc một bản văn mà không nắm vững nội dung của nó, nghĩa là chính dịch giả cũng không hiểu, hoặc hiểu sai, sao có thể hy vọng người đọc hiểu được đoạn văn phiên dịch? Do đó, công tác hiệu đính không đơn giản chỉ bổ túc những khuyết điểm trong bản dịch về lối hành văn, mà đòi hỏi công phu tham khảo rất nhiều để nắm vững nội dung nguyên tác trong một giới hạn khả dĩ.

Đại Tạng Kinh Việt Nam là bản dịch Việt từ Hán tạng, do đó không thể tự tiện thay đổi nội dung dù phát hiện những sai lầm trong bản Hán. Những sai lầm mang tính lịch sử, do đó không được phép loại bỏ tùy tiện. Tuy vậy, bản dịch Việt cũng không thể bỏ qua những nhầm lẫn được phát hiện. Những phát hiện sai lầm cần được nêu lên, và những hiệu đính cũng cần được đề nghị. Những điểm này được ghi ở phần cước chú để cho bản Việt vẫn còn gần với bản Hán dịch.

Trên đây là một số điều kiện tất yếu để thực hiện một bản dịch tương đối khả dĩ chấp nhận. Trong tình hình hiện tại, chúng ta chỉ có rất ít vị có thể hội đủ điều kiện yêu cầu như trên. Do đó, dự án thực hiện hướng đến chương trình đào tạo, không đơn giản chỉ là đào tạo chuyên gia dịch thuật, mà là bồi dưỡng những vị có trình độ Phật học cao với khả năng đọc và hiểu các ngôn ngữ chuyển tải Thánh điển, chủ yếu các thứ tiếng Pali, Sanskrit, Tây Tạng và Hán. Trong tình hình nghiên cứu Phật học hiện tại trên thế giới, người muốn nghiên cứu Phật học mà không biết đến các ngôn ngữ này thì khó có thể nắm vững giáo nghĩa căn bản. Và đây cũng là điều mà Ngạn Tông đã nêu rõ trong các điều kiện tham gia dịch thuật trong viện phiên dịch bảo trợ bởi Tùy Dạng Đế, mặc dù Ngạn Tông chỉ yêu cầu hiểu biết Phạn văn nhưng đồng thời cũng yêu cầu kiến thức uyên bác, không chỉ tinh thông Phật điển mà còn cả thư tịch ngoại giáo.

Chi tiết chương trình đào tạo cần được trình bày trong một dịp khác.

2. Ủy ban Ấn hành. Công tác ấn hành gồm các phần:

a. Sửa lỗi chính tả của các bản dịch. Hiện tại lỗi chính tả trong các bản dịch do các Thầy, Cô, và Phật tử tự nguyện chỉnh sửa. Nhưng chỉ là công tác nghiệp dư, do không chuyên trách, và do đó cũng thiếu kinh nghiệm trong việc phát hiện lỗi, nên các bản in phổ biến tồn tại khá nhiều lỗi chính tả.

b. Trình bày bản in. Công tác này tùy thuộc điều kiện kỹ thuật vi tính. Sơ khởi, ban ấn hành chưa đủ điều kiện để có những vị thành thạo sử dụng kỹ thuật vi tính trong việc trình bày văn bản. Công việc này hiện tại do các Thầy, Cô phụ trách, với trình độ kỹ thuật do tự học, và tự phát. Vì vậy, trong nhiều trường hợp không khắc phục được lỗi kỹ thuật nên hình thức trình bày của bản văn chưa được hoàn hảo như mong đợi.

Sự nghiệp phiên dịch được định khoảng 15 năm, hoặc có thể lâu hơn nữa. Hình thức Đại Tạng Kinh do đó không thể được thiết kế một lần hoàn hảo. Trong diễn tiến như vậy, tất nhiên trình độ kỹ thuật được cải tiến theo thời gian, khiến cho hình thức trình bày cũng cần thay đổi cho phù hợp với thời đại. Hậu quả sẽ khó tránh khỏi là sự không đồng bộ giữa các tập Đại Tạng Kinh ấn hành trước và sau.

c. Ấn loát. Sau khi hình thức trình bày được chấp nhận, bản dịch được đưa đi nhà in. Trách nhiệm ấn loát được giao cho nhà in với các khoản được ghi thành hợp đồng. Vấn đề ấn loát như vậy tương đối ổn định. Tuy nhiên, cũng cần có người chuyên trách để theo dõi quá trình ấn loát, hầu tránh những sai sót kỹ thuật có thể có do nhà in.

d. Phát hành, phổ biến và vận động. Một nhiệm vụ không kém quan trọng là phát hành và phổ biến Đại Tạng Kinh. Công việc này đáng lý do một ban phát hành chuyên trách. Nhưng trong điều kiện nhân sự hiện tại, một Ban như vậy chưa thể thành lập, do đó ban ấn hành kiêm nhiệm. Thêm nữa, công trình phiên dịch là sự nghiệp chung của toàn thể Phật tử Việt Nam, không phân biệt Giáo hội, hệ phái, do đó cần có sự tham gia và cống hiến của chư Tăng Ni, Phật tử, bằng hằng sản và hằng tâm, bằng tâm nguyện cá nhân hay tập thể dưới các hình thức hỗ trợ và bảo trợ bằng vật chất hoặc tinh thần, cống hiến bằng tất cả khả năng vật chất và trí tuệ. Công việc vận động này để cho được hữu hiệu với sự tham gia tích cực của nhiều chúng đệ tử cũng cần được chuyên trách bởi một ban vận động. Trong điều kiện nhân sự hiện tại, ban ấn hành kiêm nhiệm.

HẬU TỪ

Trải qua trên dưới 2 nghìn năm du nhập, những giáo nghĩa căn bản mà đức Phật đã giảng được học và hành tại Việt Nam, đã đem lại nhiều an lạc cho nhiều cá nhân và xã hội, đã góp phần xây dựng tình cảm và tư duy của các cộng đồng cư dân trên đất nước Việt. Thế nhưng, sự nghiệp phiên dịch cũng như ấn hành để phổ biến Thánh điển, làm nền tảng sở y cho sự học và hành, chưa được thực hiện trên quy mô rộng lớn toàn quốc.

Sự nghiệp phiên dịch tại Trung Quốc trải qua gần hai nghìn năm, với thành tựu vĩ đại, tập đại thành và bảo tồn kho tàng Thánh điển thoát qua nhiều trận hủy diệt do những đức tin mù quáng, quàng tín. Sự nghiệp ấy đại bộ phận do các quốc vương Phật tử tích cực bảo trợ, đã là sự nghiệp chung của toàn thể nhân dân theo từng giai đoạn đặc biệt của lịch sử. Việt Nam tuy cũng có các minh quân Phật tử, nhưng do tác động bởi các yếu tố chính trị xã hội nên chưa từng được tổ chức quy mô dưới sự bảo trợ của triều đình. Chỉ do yêu cầu thực tế học và hành mà một số kinh điển được phiên dịch, nhưng chưa đủ để lập thành nền tảng tương đối hoàn bị cho sự nghiên cứu sâu giáo nghĩa.

Gần đây, vào năm 1973, một Hội đồng phiên dịch Tam tạng lần đầu tiên trong lịch sử được thành lập. Chủ tịch: Thượng tọa Thích Trí Tịnh, Tổng thư ký: Thượng tọa Thích Quảng Độ, với các thành viên quy tụ tất cả các Thượng tọa và Đại đức đã có công trình phiên dịch và có uy tín trên phương diện nghiên cứu Phật học, dưới sự chỉ đạo của Viện Tăng Thống, Giáo hội Phật giáo Việt Nam Thống nhất. Chương trình phiên dịch được soạn thảo trên quy mô rộng lớn, nhưng do bởi hoàn cảnh chiến tranh cho nên chỉ mới thực hiện được một phần nhỏ. Một phần của thành quả này về sau được ấn hành năm 1993 bởi Viện Nghiên cứu

Phật học Việt Nam, trực thuộc Giáo hội Phật giáo Việt Nam, dưới danh hiệu "Đại Tạng Kinh Việt Nam." Thành quả này là các Kinh thuộc bộ A-hàm được phân công bởi Hội đồng Phiên dịch Tam tạng, trong đó, *Trường A-hàm* và *Tạp A-hàm* do TT Thiện Siêu, TT Trí Thành và ĐĐ Tuệ Sỹ thuộc Viện Cao đẳng Phật học Hải đức Nha Trang; *Trung A-hàm* và *Tăng nhất A-hàm* do TT Thanh Từ, TT Bửu Huệ, TT Thiền Tâm thuộc Viện Cao đẳng Phật học Huệ Nghiêm Saigon.

Ngoài ra, một phần phân công khác cũng đã được hoàn thành như:

TT Trí Nghiêm: Đại Bát Nhã (Huyền Trang dịch, 600 cuốn) thuộc bộ Bát-nhã. TT Trí Tịnh: Kinh *Ma-ha Bát-nhã-ba-la-mật* (Đại phẩm) thuộc bộ Bát-nhã; Kinh *Diệu pháp Liên hoa* (La-thập dịch), thuộc bộ Pháp hoa; Kinh Đại phương Quảng Phật Hoa nghiêm (bản Bát thập) thuộc bộ Hoa nghiêm, và toàn bộ Đại bảo tích.

Các bản dịch này cũng đã được ấn hành nhưng do bởi đệ tử của các Ngài chứ chưa đưa vào Đại Tạng Kinh Việt Nam.

Những vị được phân công khác chưa thấy có thành quả được công bố.

Mặc dù với nỗ lực to lớn, nhưng do hoàn cảnh nhiễu nhương của đất nước nên thành tựu rất khiêm nhượng. Thêm nữa, các thành tựu này cũng chưa hội đủ điều kiện và thời gian thuận tiện được hiệu đính và biên tập theo tiêu chuẩn nghiên cứu và phiên dịch Phật điển trong trình độ nghiên cứu Phật giáo hiện đại của thế giới, do đó cũng chưa thể được dự phần trong sự nghiệp phiên dịch và nghiên cứu Phật học trên quy mô quốc tế, như cống hiến của Phật giáo Việt Nam cho cộng đồng nhân loại trong sự nghiệp hoằng dương Chánh pháp chung của toàn thể Phật tử thế giới vì lợi ích và an lạc của hết thảy mọi loài chúng sanh.

Sự nghiệp như vậy không thể là cống hiến cá biệt của một cá nhân hay tập thể, của một Giáo hội hay hệ phái, mà là sự nghiệp chung của toàn thể Tăng tín đồ Phật giáo Việt Nam, không chỉ một thế hệ, mà liên tục trong nhiều thế hệ, cùng tồn tại và tiến bộ theo đà thăng tiến của xã hội và nhân loại. Trên hết là báo đáp ân đức của Phật Tổ, đã vì an lạc của chúng sanh mà trải qua vô vàn khổ hành, qua vô số a-tăng-kỳ kiếp. Thứ đến, kế thừa sự nghiệp hoằng pháp lợi sanh của Thầy Tổ để cho ngọn đèn Chánh pháp luôn luôn được thắp sáng trong thế gian.

Vì vậy, chúng tôi khẩn thiết, trên nương nhờ uy thần nhiếp thọ của Chư Phật và Thánh Tăng, cùng với sự tán trợ của chư vị Trưởng lão hiện tiền trong hàng Tăng bảo, kêu gọi sự hỗ trợ cống hiến bằng tất cả tâm nguyện và trí lực, bằng tất cả hằng sản và hằng tâm, của bốn chúng đệ tử Phật, cho sự nghiệp hoằng pháp đệ nhất tối thắng này được tiến hành vững chắc và liên tục từ thế hệ này cho đến nhiều thế hệ tiếp theo, duy trì ngọn đèn Chánh pháp tồn tại lâu dài trong thế gian vì lợi ích và an lạc của hết thảy chúng sanh.

Mùa Phật đản Pl. 2552 – Mậu Tý 2008
Trí Siêu – Tuệ Sỹ
cẩn bạch

GIÁO HỘI PHẬT GIÁO VIỆT NAM THỐNG NHẤT
HỘI ĐỒNG PHIÊN DỊCH TAM TẠNG LÂM THỜI

DUYÊN KHỞI

Kể từ phong trào chấn hưng Phật giáo vào thập niên 1930, chư vị dịch giả đã cố gắng phiên âm và phiên dịch Kinh điển từ Hán văn hay chữ Nôm sang chữ quốc ngữ để sử dụng trong sinh hoạt thiền môn Việt Nam cũng như để đem giáo lý Phật đi vào quần chúng. Những nỗ lực như vậy rất đáng trân trọng, nhưng vẫn còn là những đóng góp từ cá nhân, mang tính cấp thời, chưa có sự phối hợp đồng bộ, và chưa đủ tầm mức học thuật để giới thiệu Thánh điển Phật giáo tiếng Việt đến với cộng đồng dân tộc.

Vài thập niên sau đó thì chữ quốc ngữ qua ký tự La-tinh mới được phổ cập trong thiền môn, và kinh sách Phật giáo bằng tiếng Việt, phiên dịch cũng như trước tác, mới được bừng khai, không những tạo nên các phong trào tu học của quần chúng khắp nước, mà còn là sự dẫn đạo tư tưởng của Phật giáo Việt Nam đối với các thế hệ trưởng thành trong chiến tranh qua sự thành lập Giáo Hội Phật Giáo Việt Nam Thống Nhất (GHPGVNTN), đồng thời kiến lập Đại Học Vạn Hạnh, một viện đại học tư thục Phật giáo đầu tiên tại Nam Việt Nam vào năm 1964.

Từ nguồn nhân lực dồi dào với nhiều vị pháp sư, học giả được đào tạo trong và ngoài nước, cũng như các cơ sở giáo dục Phật giáo được trải rộng khắp miền Trung và Nam Việt, Viện Tăng Thống GHPGVNTN đã có nền tảng vững chắc về học thuật để quyết định thành lập Hội Đồng Phiên Dịch Tam Tạng; và qua Hội nghị Toàn thể Hội đồng Phiên dịch Tam Tạng tổ chức tại Viện Đại Học Vạn Hạnh vào các ngày 20, 21, 22 tháng 10 năm 1973, hội nghị đã đưa ra dự án phiên dịch với mục lục tổng quát các Kinh điển truyền bản Hán tạng cần phiên dịch, phân chia công việc, cũng như giới thiệu thành viên của Hội đồng Phiên dịch Tam Tạng gồm 18 vị Pháp sư như sau:

HỘI ĐỒNG PHIÊN DỊCH TAM TẠNG 1973

A. *Ủy Ban Phiên Dịch:*

1. Hòa thượng Trưởng lão Thích Trí Tịnh   (1917 – 2014)
   Trưởng Ban

2. Hòa thượng Trưởng lão Thích Minh Châu   (1918 – 2012)
   Phó Trưởng Ban

3. Hòa thượng Trưởng lão Thích Quảng Độ   (1928 – 2020)
   Tổng Thư Ký

4. Hòa thượng Trưởng lão Thích Trí Quang   (1923 – 2019)

5. Hòa thượng Trưởng lão Thích Đức Nhuận (1924 – 2002)

6. Hòa thượng Trưởng lão Thích Bửu Huệ   (1914 – 1991)

7. Hòa thượng Trưởng lão Thích Trí Thành   (1921 – 1999)

8. Hòa thượng Trưởng lão Thích Nhật Liên   (1923 – 2010)

9. Hòa thượng Trưởng lão Thích Thiện Siêu   (1921 – 2001)

10. Hòa thượng Trưởng lão Thích Huyền Vi   (1926 – 2005)

B. *Thành Viên Bổ Sung:*

1. Hòa thượng Trưởng lão Thích Đức Tâm   (1928 – 1988)

2. Hòa thượng Trưởng lão Thích Huệ Hưng   (1917 – 1990)

3. Hòa thượng Trưởng lão Thích Thuyền Ấn   (1927 – 2010)

4. Hòa thượng Trưởng lão Thích Trí Nghiêm (1911 – 2003)

5. Hòa thượng Trưởng lão Thích Trung Quán (1918 – 2003)

6. Hòa thượng Trưởng lão Thích Thiền Tâm   (1925 – 1992)

7. Hòa thượng Trưởng lão Thích Thanh Từ   (1924 –)

8. Hòa thượng Thích Tuệ Sỹ   (1943 –)

Sau gần 50 năm kể từ khi Hội đồng Phiên dịch Tam Tạng được thành lập, nhiều Kinh điển đã được phiên dịch, góp phần đáng kể vào kho tàng Thánh điển Phật giáo Việt Nam, nhưng có thể nói rằng dự án phiên dịch đưa ra thời ấy, vẫn chưa hoàn tất. Lý do thứ nhất, do hoàn cảnh chiến tranh và bất toàn xã hội, các Kinh điển được dịch rồi vẫn không có đủ thời gian thuận tiện để được hiệu đính và nhuận sắc lại theo đúng tiêu chuẩn Phật điển hàn lâm. Thứ nữa, với nguồn tài liệu cổ ngữ, sinh ngữ dồi dào hiện nay cùng với phương tiện kỹ thuật vi tính, thông tin liên mạng, chư vị dịch giả có rất nhiều cơ hội để truy cập, tham khảo, đối chiếu các truyền bản khác nhau để có được định bản tiếng Việt đáng tin cậy, theo chuẩn mực quốc tế. Ngoài ra, chư vị thành viên Hội đồng Phiên dịch đã theo thời gian, tuần tự viên tịch khi công trình phiên dịch còn dang dở. Nay chỉ còn 2 trong số 18 vị dịch giả còn đương tiền, nhưng một vị đang trong tình trạng bất hoạt; vị duy nhất còn lại có thể tiếp tục đảm đương trọng nhiệm là Hòa thượng Thích Tuệ Sỹ. Xét thấy, đây cũng là phước duyên hy hữu cho Phật giáo Việt Nam cũng như cho công trình phiên dịch Tam Tạng do Viện Tăng Thống đề ra nửa thế kỷ trước:

a) Về phương diện học thuật, Hòa thượng Tuệ Sỹ là một trong số ít học giả uy tín trong việc nghiên tầm, phiên dịch, chú giải và giảng thuật về Tam Tạng Kinh điển từ nhiều thập niên qua; đã và đang đào tạo, nâng đỡ nhiều thế hệ Tăng Ni và Cư sĩ có trình độ Phật học và cổ ngữ có thể phụ trợ công trình phiên dịch;

b) Về phương diện điều hành, Hòa thượng Tuệ Sỹ chính thức tiếp nhận ấn tín Viện Tăng Thống từ Đức Đệ ngũ Tăng Thống, hàm nghĩa kế thừa sự nghiệp hoằng pháp của GHPGVNTN, đồng thời kế thừa công trình phiên dịch của Hội đồng Phiên dịch Tam Tạng được Hội đồng Giáo phẩm Trung ương Viện Tăng Thống thành lập năm 1973.

Từ những nhân duyên và điều kiện kể trên, công trình phiên dịch dang dở của chư vị tiền hiền tất yếu phải được Hòa thượng Tuệ Sỹ đưa vai gánh vác, không thể để cho gián đoạn. Đó là lý do, từ danh nghĩa Viện Tăng Thống GHPGVNTN, Hội Đồng Phiên Dịch Tam Tạng Lâm Thời (HĐPDTTLT) đã được thành lập vào ngày 03 tháng 12 năm 2021, theo Thông Bạch số 11/VTT/VP, nhằm kế thừa sự nghiệp phiên dịch Tam Tạng của chư vị Trưởng lão Hội Đồng Phiên Dịch Tam Tạng Viện Tăng Thống, với thành phần nhân sự như sau:

HỘI ĐỒNG PHIÊN DỊCH TAM TẠNG LÂM THỜI 2021*

Cố Vấn: Giáo sư Trí Siêu Lê Mạnh Thát (Việt Nam)
Chủ Tịch: Hòa thượng Thích Tuệ Sỹ (Việt Nam)
Chánh Thư Ký: Hòa thượng Thích Như Điển (Đức quốc)
Phó Thư Ký Quốc Nội: Hòa thượng Thích Thái Hòa (Việt Nam)
Phó Thư Ký Hải Ngoại: Hòa thượng Thích Nguyên Siêu (Hoa Kỳ)

Ủy Ban Duyệt Sách:

Hòa thượng Thích Tuệ Sỹ; Giáo sư Trí Siêu Lê Mạnh Thát.

Ủy Ban Phiên Dịch:

Hòa thượng Thích Đức Thắng (Việt Nam); Hòa thượng Thích Thái Hòa (Việt Nam); Thượng tọa Thích Nguyên Hiền (Việt Nam); Thượng tọa Thích Nhuận Châu (Việt Nam); Đại đức Thích Nhuận Thịnh (Việt Nam); Cư sĩ Đạo Sinh Phan Minh Trị (Việt Nam); Cư sĩ Trí Việt Đỗ Quốc Bảo (Đức quốc).

Ủy Ban Chứng Nghĩa Chuyết Văn:

Hòa thượng Thích Thiện Quang (Canada); Thượng tọa Thích Nguyên Tạng (Úc); Đại đức Thích Nhuận Thịnh (Việt Nam); Cư sĩ Tâm Huy Huỳnh Kim Quang (Hoa Kỳ); Cư sĩ Tâm Quang Vĩnh Hảo (Hoa Kỳ).

Những thành viên khác tùy theo nhu cầu sẽ được thỉnh cử sau.

Xét thấy công hạnh tu trì cũng như kiến văn của thành viên chưa thể sánh ngang với chư Tôn túc Trưởng lão Hội đồng Phiên dịch Tam Tạng 1973, do đó chỉ có thể thành lập Hội đồng Lâm thời để kế thừa việc phiên dịch Kinh-Luật-Luận theo khả năng. Trong điều kiện như thế, HĐPDTTLT sẽ không phiên dịch theo thứ tự lịch sử hình thành Thánh điển như Đại Chánh, mà theo phương pháp các Kinh Lục cổ điển, phân Thánh giáo thành Ba thừa: Thanh Văn Tạng, Bồ-tát Tạng và Mật Tạng. Cho đến khi nào sở học và đạo hạnh được nâng cao, đủ để xác định tín tâm trong hàng bốn chúng đệ tử, bấy giờ Hội đồng Phiên dịch Tam Tạng Lâm thời sẽ chuyển thành chính thức, và sẽ tuần tự thực hiện chương trình phiên dịch đúng theo đề xuất của Hội đồng Phiên dịch Tam Tạng 1973.

---

* Cập nhật ngày 08.05.2022.

Sự nghiệp phiên dịch Đại Tạng Kinh là sự nghiệp chung, hệ trọng và trường kỳ, của Tăng tín đồ Phật giáo Việt Nam trong và ngoài nước. Hình thành Đại Tạng Kinh tiếng Việt không những tạo điều kiện thuận lợi cho việc nghiên cứu và thực hành Phật Pháp đúng đắn cho tứ chúng đệ tử, khẳng định vị thế của Phật giáo Việt Nam đối với nhân loại và cộng đồng Phật giáo quốc tế, mà còn là sự phục hưng những giá trị văn hóa dân tộc nhằm góp phần vào việc xây dựng và phát triển đất nước. Nhận thức được tầm quan trọng này, chư vị lãnh đạo các Giáo hội Phật giáo Việt Nam Thống Nhất tại hải ngoại đã vận động thành lập Hội Đồng Hoằng Pháp vào ngày 08 tháng 5 năm 2021, với sự tán trợ của Viện Tăng Thống, nhằm mở rộng con đường hoằng pháp ngoài nước theo tiêu hướng của GHPGVNTN, cũng như để vận động yểm trợ và thúc đẩy công trình phiên dịch và ấn hành Đại Tạng Kinh Việt Nam tiến đến thành tựu viên mãn.

Để tri niệm ân sâu của chư lịch đại Tổ sư và chư vị Tôn túc trong Hội Đồng Phiên Dịch Tam Tạng 1973 trong sự nghiệp hoằng truyền chánh đạo, Hội Đồng Hoằng Pháp nguyện góp phần công đức, toàn tâm ủng hộ, cúng dường tâm lực, trí lực và tài lực để Đại Tạng Kinh Việt Nam chuẩn mực được lần lượt ấn hành, khởi đầu từ Thanh Văn Tạng, tháng 01 năm 2022, cho đến khi hoàn tất Bồ-tát Tạng và Mật Tạng trong thập niên tới.

Nguyện đem công đức Pháp thí này hồi hướng chánh pháp cửu trụ, tứ chúng an hòa, phát Bồ-đề tâm tiến tu đạo nghiệp; lại nguyện nhân loại được an vui, phúc lạc; sớm chấm dứt thiên tai dịch bệnh, khắp loài chúng sinh đều được lạc nghiệp an cư.

Ngưỡng vọng chư tôn Trưởng lão, chư Hòa thượng, Thượng tọa, Đại đức Tăng Ni cùng bốn chúng đệ tử trong và ngoài nước chứng minh và liễu tri.

Nam mô Công Đức Lâm Bồ-tát.

Phật lịch 2565, năm Tân Sửu
Ngày 01 tháng 01 năm 2022
Hội Đồng Phiên Dịch Tam Tạng Lâm Thời
Cẩn bạch

PHÀM LỆ

1. Đại Tạng Kinh Việt Nam bao gồm tất cả các bản dịch tiếng Việt của Tam Tạng Kinh Điển Phật giáo đã xuất hiện ở nước ta từ trước đến nay, qua các thời kỳ với nhiều dịch giả khác nhau, để cho thấy quá trình hình thành Đại Tạng Kinh Việt Nam qua lịch sử.

2. Về bản đáy, bản dịch Việt căn cứ trên ấn bản Đại Chánh Tân Tu Đại Tạng Kinh 100 tập, mỗi tập trên dưới 1000 trang chữ Hán cỡ 10pt và sẽ được đánh số theo thứ tự của số ghi trong bản in Đại Chánh. Mỗi trang của bản in Đại chính được chia làm ba cột: a, b, c. Số trang và cột này đều được ghi trong bản dịch để tiện tham khảo.

3. Vì thế, một bản Kinh chữ Hán có thể có nhiều bản dịch tiếng Việt, nên sau số thứ tự của Đại Chánh, sẽ đánh thêm các mẫu tự A, B, C... để phân biệt các bản dịch tiếng Việt khác nhau của cùng một bản Kinh chữ Hán đó.

4. Về xử lý văn bản trong khi phiên dịch, phần lớn căn cứ công trình hiệu đính và đối chiếu của bản Đại Chánh. Ngoài ra, tham khảo thêm các công trình hiệu đính và đối chiếu khác.

5. Giữa các ấn bản có những điểm khác nhau, bản Việt sẽ lựa chọn hoặc hiệu đính theo nhận thức của người dịch.

6. Trong bản Hán, nếu chỗ nào xét thấy văn dịch hay từ ngữ không phù hợp với giáo nghĩa truyền thống phổ biến, người dịch sẽ tham khảo các Kinh, Luật, Luận cần thiết để

hiệu chính. Những hiệu chính này được giải thích ở phần cước chú.

7. Bản Hán dịch thực hiện căn cứ phần lớn trên sự truyền khẩu. Do đó những từ phát âm tương tự dễ đưa đến ngộ nhận, như *sam* Pāli hay *sama* và *samyak*; *cala* và *jala*; *muti* và *muṭṭhi*, v.v... Trong những trường hợp này, người dịch sẽ tham chiếu các Kinh tương đương, các bản Hán biệt dịch, suy đoán tự dạng nguyên thủy có thể có trong Phạn bản để hiệu chính. Những hiệu chính này đều được ghi ở phần cước chú.

8. Do các truyền bản khác nhau giữa các bộ phái, để có nhận thức về giáo nghĩa nguyên thủy, chung cho tất cả, cần có những nghiên cứu đối chiếu sâu rộng. Công việc này ngoài khả năng hiện tại của các dịch giả. Tuy nhiên, trong trường hợp có thể, những điểm dị biệt giữa các truyền bản sẽ được ghi nhận và đối chiếu. Những ghi nhận này được nêu ở phần cước chú.

9. Bản Hán dịch được phân thành số quyển. Bản dịch Việt không chia số quyển như vậy, nhưng sẽ ghi ở phần cước chú mỗi khi bắt đầu một quyển khác.

10. Các từ Phật học trong một số bản Hán dịch nếu không phổ biến, do đó có thể gây khó khăn cho việc đọc và nghiên cứu, trong các trường hợp như vậy, tuy vẫn giữ nguyên dịch ngữ của bản Hán, nhưng dịch ngữ tương đương thông dụng hơn sẽ được ghi trong phần cước chú. Trong trường hợp có thể, sẽ ghi luôn dịch giả của những dịch ngữ này và xuất xứ của chúng từ bản dịch nào để tiện việc tham khảo.

11. Các Kinh sách tham khảo trong cước chú đều được viết tắt theo quy định phổ thông của giới nghiên cứu quốc tế; xem quy định về viết tắt ở cuối mỗi tập của Đại Tạng Kinh Việt nam.

12. Quy ước các danh từ viết hoa

Các từ gốc Sanskrit/Pāli:

a. Từ thường phiên âm: tất cả viết thường với gạch nối. Như *śūnyatā* = thuấn-nhã-đa tính, *kṣatriya* = sát-đế-lợi. Trừ các từ tôn kính, theo ngữ cảnh; như: *Nirvāṇa* = Niết-bàn; *Ācārya* = A-xà-lê; *Bhikṣu* = Tỳ-kheo v.v...

b. Từ đặc hữu (nhân danh, địa danh): Chữ đầu hoa, còn lại thường, với gạch nối. Như *Śariputra* = Xá-lợi-phất, *Śrāvastī* = Xá-vệ, *Kapilavastu* = Ca-tì-la-vệ.

c. Trường hợp vừa âm vừa nghĩa, phần phiên âm chữ đầu hoa, còn lại thường với gạch nối; phần nghĩa viết Hoa, như *Śariputra* = Xá-lợi Tử.

Các từ thuần Việt, chưa có quy tắc chính thức, nhưng theo cách viết phổ thông hiện nay:

a. Từ phổ thông: tất cả không hoa, trừ trường hợp tôn kính hay đặc biệt.

b. Từ đặc hữu, nhân danh, địa danh: tất cả viết hoa.

Vạn Hạnh, Pl. 2550 - Dl. 2006
Trí Siêu và **Tuệ Sỹ** cẩn chí

BẢNG VIẾT TẮT

A	*Aṅguttara-Nikāya* – Tăng chi bộ kinh
Câu-xá	A-tỳ-đạt-ma-câu-xá luận, T 29 No 1558
Cf.	*confer*, Tham chiếu, so sánh
Cđ., Chân Đế	bản dịch của Chân Đế
cht.	chú thích
CT.	Kinh Chúng tập, Trường A-hàm.
...cho đến	Lặp lại nguyên văn đoạn trên
D	*Dīgha-nikāya*, Trường bộ kinh
Đại.	Đại Chánh Tân Tu Đại Tạng Kinh, Taisho
đd	đã dẫn
ĐTKVN	Đại Tạng Kinh Việt Nam
Dh, Dhp	*Dhammapada*, kinh Pháp cú
DP.	*Dasuttarasuttantaṃ*
Du-già	Du-già sư địa luận, T 30 No 1579
Ht., Huyền Trang	bản dịch của Huyền Trang
ibid.	*ibidem*, cùng chỗ đã dẫn, đã dẫn, dẫn thượng
M	*Majjhima-Nikāya* – Trung bộ kinh
NM	bản in đời Nguyên Minh
nt	như trên
Pl.	Pāli
S	*Samyutta-Nikāya* – Tương ưng bộ kinh
Sdt.	sách dẫn trên
Sđd.	Sách đã dẫn
Skt.	Sanskrit

Sn	*Sutta-nipāta* – Kinh tập
SP.	*Saṅgītisuttanta*, bản Pāli.
SS.	*Saṅgītiparyāya*, bản Sanskrit.
TN	Taisho, bản Đại Chánh, theo số quyển
Tập dị	Tập dị môn túc luận
Th 1	*Theragātha* – Trưởng lão kệ
Th 2	*Therīgāthā* – Trưởng lão ni kệ
thc.	tham chiếu
thk.	tham khảo
Tht.	Kinh Thập thượng, Trường A-hàm
Tì-bà-sa	A-tì-đạt-ma Đại tì-bà-sa luận
Tl.	Tây lịch
TNM	bản in các đời Tống Nguyên Minh
tr.	Trang
TVT	Thanh Văn Tạng
vd.	ví dụ
Vin.	*Vinaya*, Luật tạng Pāli
Vsm.	*Visuddhimagga* – Thanh tịnh đạo luận
x.	xem
Wogihara	Phạn Hòa từ điển, Địch Nguyên Vân Lai (Wogihara Unrai)

Tổng luận

1. Luận thư và Luận sư

Các luận thư A-tì-đạt-ma đã được biết đến rất sớm tại Trung Hoa.[1]

Có thể kể luận thư được dịch sớm nhất là *A-tì-đàm tâm luận*,[2] dịch bởi Tăng-già-đề-bà (*Saṅghadeva*). Sư gốc người Kashmir, họ Cù-đàm (Gautama), có lẽ đồng tông với đức Thích Tôn; đến Lạc Dương Trung Hoa dưới thời Tấn, niên hiệu Thái Nguyên 10 (Tl. 385). Niên hiệu Thái Nguyên 16 (Tl. 391), theo lời mời của Tuệ Viễn, Sư đến Lô Sơn, cùng dịch *A-tì-đàm tâm luận* và *Tam pháp độ luận*. *A-tì-đàm tâm luận* (*Abhidharmahṛdaya-śāstra*) soạn bởi Pháp Thắng (*Dharmaśreṣṭhi*) mà Mộc Thôn Thái Hiền[3] phỏng định là nhân vật trước Tây kỷ 250 năm, và luận thư này được kể thuộc thời kỳ thứ tư trong lịch sử phát triển văn học A-tì-đạt-ma, thời kỳ các luận thư cương yếu, và là mẫu hình mà *Câu-xá* về sau phỏng theo tổ chức và hoàn chỉnh.[4] Các luận thư được phiên dịch tiếp theo, có thể kể: *Tôn giả Bà-tu-mật Bồ-tát sở tập luận*, dịch bởi Tăng-già-bạt-ma (*Saṅghavarma*), thời Diêu Tần, niên hiệu Hoàng Sơ 4 (Tl. 397).[5]

---

[1] Đại cương về ý nghĩa *Abhidharma/ Abhidhamma* đã được giới thiệu vắn tắt trong *A-tì-đạt-ma Câu-xá*, ở đây xin được phép không nhắc lại rườm rà. (ĐTKVN, TVT, tập 18, Luận bộ I, quyển 1, tiết II & III, phần *Tựa*; HĐHP, 2022; tr. 52-54).

[2] 阿毘曇心論 尊者法勝造 僧伽提婆共惠遠於廬山譯 Taisho 28 No. 1550.

[3] 木村泰賢阿毗達摩論の研究, Taiken Kimura, *Nghiên cứu A-tì-đạt-ma luận*, Toàn tập iv, tr. 58.

[4] Sách dẫn trên, trang 122.

[5] 尊婆須蜜菩薩所集論 符秦罽賓三藏僧伽跋澄等譯 Taisho 28 no. 1549. Về Bà-tu-mật Bồ-tát (*Vasumitra-bodhisattva*), được đồng nhất với 尊者

Thế nhưng, thông tin tương đối đầy đủ về các luận thư căn bản của Hữu bộ phải kể là được biết đến đầu tiên trong luận *Đại trí độ*, dịch bởi Cưu-ma-la-thập vào thời Hậu Tần, niên hiệu Hoằng Thỉ 4 (Tl. 402). Tường thuật về kết tập Vương Xá sau Phật Niết-bàn không lâu dưới sự chủ trì của Tôn giả Đại Ca-diếp, Luận này nói: "Hỏi: *A-tì-đàm tám kiền-độ* và *A-tì-đàm sáu phần*[6] xuất xứ từ đâu? – Đáp: Khi Phật còn tại thế, Chánh pháp không bị sai lạc. Sau Phật diệt độ, trong khi kết tập pháp tối sơ, Pháp cũng vẫn như khi Phật còn tại thế. Một trăm năm sau, vua A-thâu-ca (*Aśoka*) tổ chức đại hội Ban-xà-vu-sắt (*pañca-vārṣika-maha*)[7], do luận nghị dị biệt của các đại pháp sư mà xuất hiện danh hiệu các bộ phái khác nhau. Từ đó trải qua một thời gian sau, có đạo nhân dòng bà-la-môn, họ Ca-chiên-diên (*Kātyāyana*), trí tuệ nhạy bén, đọc thông Tam tạng, các kinh thư nội và ngoại giáo, vì muốn giải rõ lời Phật, bèn soạn *Phát trí kinh Bát kiền-độ*, phẩm thứ nhất nói về Thế gian đệ nhất pháp. Các đệ tử về sau vì cho rằng người đời sau không thể hiểu hết *Bát kiền-độ* bèn soạn *Bệ-bà-sa*. Có người nói: Trong sáu phần A-tì-đàm, phần thứ ba có 8 phẩm gọi là *Phân thế xứ phần*.[8] Phần này do Mục-kiền-liên soạn. Lại trong sáu phần, phần thứ nhất có 8 phẩm trong đó 4 phẩm đầu do Bồ-tát Bà-tu-mật (*Vasumitra*: Thế Hữu) soạn, 4 phẩm kia do A-la-hán Kế-tân (*Kashmira*) soạn. Năm phần còn lại được soạn tập bởi các luận nghị sư."[9]

世友 Tôn giả Thế Hữu (*Vasumitra*). Truyền thuyết nói, Bồ-tát Bà-tu-mật về sau tiếp theo Phật Di-lặc mà thành Phật hiệu Sư Tử Như Lai. Xem Ấn Thuận, 說一切有部為主的論書與論師之研究— 第三 項論主 婆須蜜考.

[6] 八犍度阿毘曇、六分阿毘曇

[7] 般闍于瑟大會, Skt. theo Wogihara; E. Lamotte, Skt.: *pañcavarṣapariṣad*.

[8] 分別世處分, E. Lamotte (*Le Traité*, p. 111, x. cht. 8) phỏng đoán nguyên hình Skt. *Lokadhātuprabheda*. Các nghiên cứu xác định đây là *Thi thiết luận*, vậy nguyên hình Skt. sẽ là: *Prajñapti*. Phụ chú trong bản Hán (70a15): "Đây là Kinh Lâu thán, kể là phần thứ ba trong sáu phần." Cf. 大樓炭經 西晉沙門法立共法炬譯 T01n0023, Hán biệt dịch, đồng nhất với "Kinh Thế ký", *Trường A-hàm 18*.

[9] *Đại trí độ luận 2*, T25n1509, tr. 70a06. Cf. E. Lamotte, *Le Traité de la Grande Vertu de Sagesse*, tome I, Louvain, 1981, p. 106.

Trong đoạn dẫn trên, nói "A-tì-đàm tám kiền độ", hẳn La-thập muốn nói đến *A-tì-đàm bát kiền-độ luận* (*Aṣṭaskandha-śāstra*)[10], do Tăng-già-đề-bà (*Saṅghadeva*) phiên dịch trước đó khoảng 20 năm. Đây là tên gọi khác của luận *Phát trí* (*Jñānaprasthāna-śāstra*)[11] do Huyền Trang dịch sau này. Theo truyền thuyết từ Huyền Trang, khoảng 400 năm sau Phật Niết-bàn, 500 vị A-la-hán tập hội tại Kashmir, dưới sự bảo trợ của Quốc vương *Gandhāra* bấy giờ là *Kaniṣka*, giải thích rộng rãi văn nghĩa của luận *Phát trí*, tập thành đại luận gọi là *Đại Tì-bà-sa* (*Mahāvibhāṣa*), mà La-thập nói là *Bệ-bà-sa (Vibhāṣa)*.[12] Đây cũng là tiêu đề của bản dịch được gán cho Tăng-già-bạt-trừng (*Saṅgabhūti*) thực hiện khoảng Tl. 383.

Phát trí hay *Bát kiền-độ*, cùng với sáu luận thư khác mà La-thập nói là "lục phần A-tì-đàm"[13] và Huyền Trang gọi là "lục túc luận" lập thành bảy luận thư căn bản của Thuyết nhất thiết hữu bộ.

Trong sáu "luận chân" (lục túc luận) này, nói theo các vị chú giải *Câu-xá*, vốn là các môn đệ thân truyền của Pháp sư Huyền Trang,[14] có ba luận thư được soạn tập trong thời Phật tại thế bởi các Thánh đệ tử:

- *Tập dị môn luận*, soạn bởi Tôn giả Xá-lợi-phất,

- *Pháp uẩn túc luận* bởi Tôn giả Mục-kiền-liên, và

- *Thi thiết luận* (*Prajñapti-śāstra*) bởi Tôn giả Đại Ca-chiên-diên (*Mahākātyāyana*).

Ba luận thư còn lại được nói là soạn tập bởi các luận sư về sau. Luận *Phát trí* (*Jñānaprasthāna-śāstra*), tuy được xem là luận thư căn bản,

---

10 阿毘曇八犍度論 迦旃延子造 僧伽提婆共竺佛念譯, Taisho 26 No 1543.
   Skt. E. Lamotte, dẫn trên, p. 106: *Aṣṭagranthābhidharma*.
11 阿毘達磨發智論 尊者迦多衍尼子造 三藏法師玄奘奉詔譯 Taisho 26 No 1544.
12 鞞婆沙論 阿羅漢尸陀槃尼撰 符秦罽賓三藏僧伽跋澄譯 Taisho 28 No 1547.
13 六分阿毘曇, E. Lamotte, dẫn trên: *saṭpādābhidharma*.
14 Phổ Quang, *Câu-xá luận ký 1*, tr. 8b24. Pháp Bảo, *Câu-xá luận 1*, tr. 466b9, v.v...

với tiêu danh là "luận thân" (*śarīra-śāstra*) nhưng là tác phẩm hậu kỳ, tác giả là Ca-đa-diễn-ni Tử (*Kātyāyaniputra*), trùng tên với một đại đệ tử của Phật mà truyền thuyết bởi Huyền Trang nói là tác giả của luận *Thi thiết*.[15]

Cơ sở văn hiến của Hữu bộ như vậy được biết khá đầy đủ với các nhà nghiên cứu *Câu-xá*, gọi là Câu-xá tông, phát triển tại Trung Hoa và truyền đến Nhật Bản. Tuy vậy, các nghiên cứu này chỉ có những thông tin từ các truyền thuyết của ngài Huyền Trang và các môn đệ. Đây cũng là điều mà Takakusu trong tác phẩm nghiên cứu về các luận thư của Hữu bộ nói rằng thông tin sớm nhất về sự tồn tại của bảy luận thư *Abhidharma* cùng với các tác giả của chúng bằng tiếng Sanskrit là do Burnouf,[16] thông qua bản dịch Pháp văn một đoạn trong *Abhidharmakośavyākhyā* (*Câu-xá giải minh*) của *Yaśomitra* (Xưng Hữu). Tên Phạn và Tạng của tiêu đề và tác giả bảy luận thư được biết như sau:

(1) *Jñānaprasthāna* bởi *Ārya Kātyāyanīputra* (Tạng: *Ye-śes-ḥjug*, Hán: *Phát trí luận*).

(2) *Prakaraṇapāda* bởi *Sthavira Vasumitra* (Tạng: *Rab-tu-byed-pa*; Hán: *Phẩm loại túc luận*).

---

[15] *Câu-xá luận số 1*, tr. 5b1, có 2 Ca-đa-diễn-ni Tử, một vị trong thời Phật, và vị khác sau thời Phật (không nói rõ năm), tập hợp nghĩa lý trong 6 túc luận tạo thành *Bát kiền độ A-tì-đàm* (*Aṣṭaskandha-abhidharma*), tên gọi khác của *Phát trí luận* (*Jñānaprasthāna*). Trong ba luận thư sau Phật, truyền thống Tây Tạng và Trung Hoa đều nói *Thức thân túc luận* soạn thuật bởi Đề-bà-thiết-ma (*Devaśarma*) sau Phật Niết-bàn 100 năm. *Tây vực ký 5* (鞞索迦国 ký sự về nước Bệ-sách-ca/ *Viśaka*) ghi chép khá kỹ về sự kiện này. *Giới thân* và *Phẩm loại*, theo Phổ Quang (*Câu-xá luận ký 1*, T41n1821, tr. 8c02, soạn tập bởi Thế Hữu (*Vasumitra*) sau Phật Niết-bàn 400 năm.

[16] Eugène Burnouf, *Introduction à l'Histoire du Bouddhisme indien* (1844); bản dịch Anh, *Introduction to the History of Indian Buddhism* by Katia Buffetrille & Donald S. Lopez Jr., London, 2010; p. 419.

(3) *Vijñānakāyapāda* bởi *Sthavira Devśarma* (Tạng: *Rnam-śes-tshogs*; Hán: *Thức thân túc luận*).

(4) *Dharmaskandhapāda* bởi *Ārya Śāriputra* (Tạng: *Chos-kyi-phuṅ-po*; Hán: *Pháp uẩn túc luận)*.

(5) *Prajñaptiśāstra* bởi *Ārya Maudgalyāyana* (Tạng: *Gdags-paḥi-bstan-bcos*; Hán: *Thi thiết luận)*.

(6) *Dhātukāyapāda* bởi *Pūrṇa* (Tạng: *Khams-kyi-tshogs*; Hán: *Giới thân túc luận)*.

(7) *Saṃgītiparyāyapāda* bởi *Mahā-kauṣṭhila* (Tạng: *Yaṅ-dag-ḥgro-baḥi- graṅs*; Hán: *Tập dị môn túc luận)*.[17]

Đây là đoạn văn của *Yaśomitra* trong phiên bản ký tự la-tinh biên tập bởi Unrai Wogihara (Địch Nguyên Vân Lai), chép y thứ tự nguyên điển, được thấy rõ một số tác giả không đồng nhất giữa hai truyền thống Hán và Tạng.[18]

Trong bảy luận thư liệt kê trên, hai luận thư quan trọng cần được nói đến ở đây: *Tập dị môn* và *Pháp uẩn*. Cả hai đều được dịch Hán bởi Huyền Trang, và ghi rõ tác giả là Xá-lợi-phất và Mục-kiền-liên. Lý do quy chiếu này có thể được suy luận, một là, y cứ theo văn hiến như được thấy trong Kinh "Chúng tập" *Trường A-hàm*, tương đương Pāli "*Saṅgītisuttaṃ*" trong *Dīghanikāya*, được Xá-lợi-phất, vâng theo chỉ giáo của Thế Tôn, kết tập các thể tài giáo nghĩa mà Phật đã thuyết thành một vựng tập. *Tập dị môn* là bản giải thích chi tiết các thể tài từ vựng tập này. Lý do thứ hai, có thể nói, như được Phật nói trong nhiều Kinh, đối với các tỳ-kheo mới nhập đạo, Xá-lợi-phất là sanh mẫu và Mục-kiền-liên là dưỡng mẫu.[19] Cho nên, luận đầu, *Tập dị môn*, như là vựng tập của giáo nghĩa được quy chiếu tác giả cho Xá-lợi-phất, và luận hai, *Pháp uẩn*, là tập hợp những giải thích các giáo nghĩa cơ bản

---

[17] Takakusu, *Abhidharma Literature of the Sarvāstivādins*, Journal of Pali Text Society (1905) tr. 74-5.

[18] *Sphuṭārtha Abhidharmakośavyākhyā* by *Yaśomitra*, edited by Unrai Wogihara 荻原雲來, Part I, Tokyo 1932-1936, tr. 9, 11.

[19] *Trung 7*, kinh 31. Phân biệt Thánh đế, tr. 467b13.

được quy chiếu cho Mục-kiền-liên.

Hai lý do nêu trên không được các nhà nghiên cứu *Abhidharma* đề cập; do đó giả thiết được nêu với sự dè dặt.

Tuy vậy, *Yaśomitra* và truyền thống Tây Tạng nói khác: *Tập dị môn* do Đại Câu-thi-la (*Mahākauṣṭhila*)[20] và *Pháp uẩn* do chính Xá-lợi-phất. Cả hai vị đều là đại đệ tử của Phật và cũng đồng thời. Mẩu đối đáp giữa Đại Câu-thi-la và Xá-lợi-phất như ghi trong *Trung A-hàm*[21] được xem là mẫu hình nguyên thủy của luận thư A-tì-đạt-ma. Đây là mẫu hình mà Mộc Thôn Thái Hiền đặt vào giai đoạn thứ nhất của lịch sử phát triển văn học A-tì-đạt-ma: giai đoạn A-tì-đạt-ma trong hình thái Khế kinh.[22] Thêm nữa, trong *Tăng chi bộ* Pāli, chúng ta được biết, các tỳ-kheo sau khi khất thực về và thọ thực xong, cũng tụ hội thảo luận về đề tài *Abhidhamma*, bấy giờ tỳ-kheo *Citto Hatthiputto* (Chất-đa Tượng Tử) liền chen vào và bị Đại Câu-thi-la khiển trách.[23] Điều này cho thấy vị trí của Đại Câu-thi-la trong các vấn đề liên hệ A-tì-đạt-ma.

Ý kiến của Đại sư Ấn Thuận cho rằng trong học hệ A-tì-đạt-ma thật khó phân biệt vị trí Đại Câu-thi-la và Xá-lợi-phất về khả năng phân biệt pháp tướng.[24]

---

[20] Truyền thuyết nói là cậu ruột của Tôn giả Xá-lợi-phất. Cf. *Căn bản thuyết nhất thiết hữu bộ Tì-nại-da sự*, Việt dịch, Tập I, truyện 俱瑟恥羅 Câu-sắt-sỉ-la (*Kauṣṭhila*: Câu-thi-la. Pāli: *Mahākoṭṭhika*), tr. 173. (Hương Tích ấn tống, 2016).

[21] *Trung 7*, kinh 29 Đại Câu-thi-la; Pāli, A. IX 13 *Koṭṭhikasuttaṃ*, PTS. iv. 383 ff. *Trung 58*, kinh 211 Đại Câu-thi-la; Pāli M 43 *Mahāvedallasuttaṃ*, PTS i 392 ff.

[22] 木村泰賢阿毗達摩論の研究, Taiken Kimura, *Nghiên cứu A-tì-đạt-ma luận*, Toàn tập iv, tr. 48.

[23] A. VI 60. *Hatthisāriputtasuttaṃ*, PTS. iii. 279. Hán dịch tương đương *Trung 20* kinh 82 Chi-li-di-lê, đại để nội dung tương đồng Pāli, nhưng trong đó nói các tỳ-kheo tranh luận về Pháp và Luật, không nêu rõ là tranh luận về *Abhidhamma* như Pāli.

[24] 印順法師 說一切有部為主的論書與論師之研究 tr. 134.

Pháp uẩn và *Tập dị môn*, trong số sáu túc luận, được xem là hình thành vào thời kỳ sớm nhất của các luận thư A-tì-đạt-ma. Nếu tin rằng cả hai đều đã xuất hiện trong thời Phật tại thế, thì không thể nói thứ tự trước sau của luận nào. Nhưng nếu đặt vào giai đoạn luận thư giải thích kinh, vấn đề được đặt ra là, luận thư nào xuất hiện trước?

Để có thể trả lời câu hỏi này, điều cần thiết là nghiên cứu quá trình phát triển luận thư A-tì-đạt-ma, về hình thức và nội dung. Nhưng trước hết không thể không biết đến mục đích xuất hiện A-tì-đạt-ma. Vấn đề đã được đề cập một cách vắn tắt trong phần "Tổng luận A-tì-đạt-ma", bản dịch Việt của luận *Câu-xá*, ĐTKVN, TVT tập 18, Luận bộ I, quyển 1,[25] trong đó cũng chỉ nhắc lại một cách toát yếu từ các nghiên cứu hiện đại.

Nói chung, sự hình thành và phát triển *Abhidharma* được nhận định bởi hai mục đích: Thứ nhất, hệ thống hóa những giáo pháp Phật đã dạy tản mác trong nhiều kinh dưới nhiều hoàn cảnh và đối tượng khác nhau. Mục đích là duy trì tính chính thống hay chính giáo như được Tôn giả Xá-lợi-phất nêu rõ khi kết tập các khoa mục giáo nghĩa bằng hình thức số mục, như được thấy trong kinh Chúng tập, Hán dịch *Trường A-hàm*, và *Saṅgītisutta* trong *Dīghi-nikāya*. Hình thức về sau được quảng diễn với những giải thích từng điểm giáo thuyết để tập thành luận *Tập dị môn*.

Thứ hai, hệ thống hóa giáo nghĩa theo thể tài, không theo số mục như trong kinh *Saṅgītisutta* hay *Chúng tập*. Những thể tài như uẩn (*skandha/khandha*), xứ (*āyatana*), giới (*dhātu*), duyên khởi (*pratītya-samutpāda/paṭicca-samuppāda*), 37 giác phần (*bodhyaṅga/bojjhaṅga*), v.v..., được tập hợp thành vựng tập dẫn từ những kinh được chọn lọc và rồi giải thích chi tiết ý nghĩa được xem là ẩn áo trong đó. Đây là phương pháp hệ thống hóa được triển khai lần lượt để tập thành luận *Pháp uẩn*.

---

[25] HĐHP, 2022.

Trong quá trình hệ thống hóa này, E. Lamotte, và Frauwallner, căn cứ nguồn tư liệu từ luật Căn bản thuyết nhất thiết hữu bộ[26] về cuộc kết tập Pháp tạng thứ nhất tại Vương Xá, theo đó, sau khi A-nan-đà kết tập Kinh tạng, Ưu-ba-li kết tập Luật tạng, cuối cùng Ca-diếp kết tập Ma-đắc-lặc-già, tức Sanskrit *mātṛkā* (Pāli: *mātṛkā*)[27]. Hình thức kết tập *mātṛkā* là hệ thống hóa giáo nghĩa theo số mục, nguyên thủy như được thấy trong *Saṅgītisutta* trong *Dīgha-nikāya*, Hán dịch tương đương, kinh Chúng tập trong *Trường A-hàm*, và phát triển về sau như được thấy trong *Dhammasaṅgaṇi* của Thượng tọa bộ Pāli, hoặc *Tập dị môn luận* Hán dịch của Hữu bộ.[28] Đây là cơ sở để Lamotte và Frauwallner nhận định luận thư sớm nhất của Hữu bộ chính là *Tập dị môn*. Frauwallner cho rằng *Abhidharma* của Hữu bộ phát triển cho đến *Pháp uẩn* thì không hoàn toàn vận dụng phương pháp hệ thống số mục như *Tập dị môn* nữa, mà vận dụng hệ thống khoa mục thể tài. So sánh khoa mục và thể tài trong *Pháp uẩn* với *Vibhaṅga*, do sự tương đồng giữa hai luận thư này khá lớn, để có thể dẫn đến kết luận là sách này từ sách kia, và ngược lại, hoặc cả hai cùng từ một nguồn chung, tất yếu tồn tại trước khi Hữu bộ tách rời Thượng tọa bộ, nghĩa là trước

---

[26] T1451, tr. 408b2-11, dẫn bởi E. Lamotte, *Histoire du Bouddhisme Indien, des origines à l'ère Śaka*, Louvain 1958; trans. from French by Sara Webb-Boin, under the supervision of Jean Dantinne, Louvain-La-Neuve, 1988; p. 180.

[27] *mātṛkā*, các phiên âm Hán: 摩窒里迦, 摩咀履迦, 摩得勒迦, 目得迦, 摩夷: ma-trất-lí-ca, ma-đát-lí-ca, ma-đắc-lặc-già, mục-đắc-ca, ma-di; dịch nghĩa: 母,本母,智母,行母: mẫu, bản mẫu, trí mẫu, hành mẫu.

[28] E. Frauwallner (1898-1974) nói về *mātṛkā* như sau: "Truyền thừa tối cổ của Phật giáo không có *Abhidharmapiṭaka* mà chỉ có *mātṛkā*. Điều này có nghĩa rằng ngoài một số nhỏ những định cú tuyên thuyết giáo lý cơ bản, các bài Pháp của Phật cũng hàm chứa một đại lượng giáo nghĩa. Hình thức thích hợp nhất để kết tập và bảo tồn những giáo nghĩa này phải là một vựng tập bao quát. Loại vựng tập này được gọi là *mātṛkā*." Cf. *Studies in Abhidharma literature and the origins of Buddhist philosophical systems*, transl. from the German by Sophie Francis Kidd under the supervision of Ernst Steinkellner, State University of New York, 1995; p. 3.

thời A-dục.

Nếu nhận định rằng *mātṛkā* là hình thức nguyên thủy của các luận thư *Abhidharma*, thì căn cứ theo đây phải nói trong 7 luận thư của Hữu bộ, *Tập dị môn* xuất hiện sớm nhất, tiếp đó là *Pháp uẩn*.[29]

Cũng vậy, Bình Xuyên Chương (Hirakawa Akira) đặt *Tập dị môn* lên vị trí hàng đầu, trước *Pháp uẩn*, cả hai phản ánh cùng giai đoạn phát triển luận thư song song với *Pāli*, từ khởi đầu cho đến thời kỳ giữa trong lịch sử phát triển và thành hình *Abhidharma*, khoảng từ 250-50 trước kỷ nguyên Cơ-đốc.[30]

Cũng đồng với các ý kiến nói trên, Độ Biên Mai Hùng (Watanabe Baiyū), trong phần giới thiệu bản dịch tiếng Nhật về *Pháp uẩn*, cũng cho rằng luận thư này xuất hiện sau *Tập dị môn*, mặc dầu ông cũng lưu ý *Pháp uẩn* được dẫn nhiều lần trong *Tập dị môn*. Dẫn chứng được nêu ở đây là sự nhất trí giữa *Tập dị môn* và kinh *Saṅgītisutta* (D.33), Hán dịch kinh Chúng tập (*Trường 8*), do Tôn giả Xá-lợi-phất thuyết; điều này cho thấy luận chính là giải thích kinh, mà quá trình hình thành cho đến hoàn chỉnh được ước định sau Phật Niết-bàn khoảng vài trăm năm; do kỉnh ý mà quy phụ cho tác giả là Xá-lợi-phất.[31]

Một số nghiên cứu khác không hoàn toàn nhất trí với Watanabe, như F. Greiner và K. H. Potter, trái lại, đặt vị trí *Pháp uẩn* lên hàng đầu với dẫn chứng tìm thấy 15 lần *Pháp uẩn* được dẫn trong *Tập dị môn*, và ước định luận thư này được soạn tập khoảng 300 trước kỷ nguyên Cơ-đốc.[32]

---

[29] E. Frauwallner (1898-1974), Studies in Abhidharma literature and the origins of Buddhist philosophical systems, dẫn trên; p. 20.

[30] 平川彰 Hirakawa Akira, *A History of Indian Buddhism*, transl. & edit. by Paul Groner, Hawaii 1990; tr. 129, 131.

[31] Watanabe Baiyū 渡邊楳雄, 阿毗達摩集異門足論 (Hòa dịch), 國譯一切經 毗曇部一, tr. 10c.

[32] *Dharmaskandha*, Summary by Fred Greiner and Karl H. Potter, *Encyclopedia of Indian Philosophies* Vol. VII, Abhidharma Buddhism to 150 AD, Delhi 1996; p. 180.

Về phía các nhà nghiên cứu Trung Hoa, trước hết phải kể Lữ Trưng. Ông cho rằng *Pháp uẩn* là luận thư xuất hiện sớm nhất trước các túc luận khác, thuộc thời kỳ thứ nhất cựu truyền của Hữu bộ, ước định khoảng sau Phật Niết-bàn từ 200 cho đến 400 năm. Luận định này được nêu với ba khảo chứng: (1) Căn cứ bài Tựa của Tĩnh Mại viết cho *Pháp uẩn*, cho thấy vị trí quyền uy của luận này trong Hữu bộ. (2) Tường thuật của luật *Thập tụng*, vốn là Luật tạng của Hữu bộ, về sự kiện kết tập Pháp tạng tại Vương xá, trong đó Luận tạng được kết tập bắt đầu với năm giới cận sự, cũng là phẩm thứ nhất của *Pháp uẩn*. (3) Truyền thuyết Ấn-Tạng đều nói do Xá-lợi-phất soạn. Hữu bộ tin tưởng rằng Xá-lợi-phất trong thời Phật và Ca-đa-diễn-ni Tử sau Phật là hai vị Đại Luận sư.[33]

Trong 3 luận chứng trên, bài Tựa của Tĩnh Mại không vững lắm, vì các nhà viết Tựa Kinh Luận thường khoa đại tầm quan trọng của tác phẩm giới thiệu cốt biện minh lý do tất yếu để viết Tựa. Luận cứ thứ 2 cũng không bảo đảm, vì *Tì-ni mẫu kinh*,[34] *A-dục vương truyện*,[35] khi chép về kết tập Vương Xá đều nói sau khi kết tập Kinh và Luật, Đại Ca-diếp kết tập tạng *ma-đắc-lặc-già* thay vì nói tạng A-tì-đàm, cho thấy *mātṛkā* là hình thức kết tập nguyên thủy của *Abhidharma*. Thêm nữa, luật *Căn bản Thuyết nhất thiết hữu bộ tì-nại-da* khi nói về ba tạng cũng nói Tô-đát-la (*Sūtra*), Tì-nại-da (*Vinaya*) và Ma-trất-lí-ca (*mātṛkā*) chứ không nói đến *Abhidharma*,[36] và nội dung của *mātṛkā* ở đây bao gồm các thể tài giáo nghĩa như 4 niệm xứ, 4 chánh cần, 4 thần túc, 5 căn, 5 lực, 7 bồ đề phần, 8 thánh đạo phần, 4 vô úy, 4 vô ngại giải, 4 sa-môn quả,...[37] Đây là những thể tài được thấy trong *Pháp uẩn* cũng như *Vibhaṅga*, và trong các luận thư căn bản khác. Các thể tài này được liệt kê theo số, mà E. Frauwallner cho rằng đây là hình thức liệt kê nguyên thủy của *mātṛkā*, do đó xem *Tập dị môn* xuất hiện trước *Pháp*

---

[33] 呂澂：阿毗達磨汎論現代佛教學術叢刊第95冊原刊內學第二輯 1978 年 11月出版 tr. 188.

[34] 毘尼母經 失譯 T24n1463, dịch giả khuyết danh.

[35] 阿育王傳 西晉安息三藏安法欽譯 T50n2042.

[36] 根本說一切有部毘奈耶雜事 義淨譯 T24n1451, tr. 402c11, 408b03.

[37] 根木說一切有部毘奈耶雜事 義淨譯.T24n1451, tr. 408b06.

uẩn, vì trong đó chỉ liệt kê theo cấp tăng một, không chú trọng mối liên hệ giữa các thể tài. Liệt kê thể tài theo nội dung như *Pháp uẩn* hay *Vibhaṅga* là hình thức *mātṛkā* phát triển chậm hơn, cũng kết cấu y trên *mātṛkā*, nhưng ở đây chú trọng đến nội dung quan hệ giữa các thể tài chứ không thuần là đếm số.

Gần đây, Pháp sư Ấn Thuận cũng cho rằng *Pháp uẩn* là luận thư đầu tiên và căn bản của Hữu bộ. Chứng cứ, từ tường thuật của Hữu bộ trong luật *Thập tụng*, theo đó, bộ luật này ghi chép về kết tập Vương Xá như sau, liên hệ đến *Abhidharma*:

"Trưởng lão Ma-ha Ca-diếp lại hỏi A-nan: 'Phật thuyết A-tì-đàm đầu tiên tại đâu?' A-nan đáp: 'Tôi nghe như vầy, một thời Phật tại Xá-bà-đề (*Śrāvasti*). Bấy giờ, Phật bảo các tỳ-kheo, nếu ai có năm điều kinh sợ, năm điều tội lỗi, năm điều oán thù, năm điều hủy diệt; người ấy do bởi năm kinh sợ, tội lỗi, oán thù, cho nên sau khi chết đọa địa ngục trong khoảnh khắc nhanh như lực sĩ co duỗi cánh tay.'"[38] Đây là bản kinh được giải thích trong phẩm thứ nhất của *Pháp uẩn*.

Cả hai thuyết đều có cơ sở đáng tin, vậy chúng ta tạm thời tổng hợp để nói rằng, cả hai luận thư, *Tập dị* và *Pháp uẩn*, có hai tác dụng khác nhau, một để nhớ và một để hiểu, có thể xuất hiện đồng thời hay trước sau không lâu, rồi trong khi lưu truyền, được cải biên cho đến lúc định hình như hiện tại.

Tuy các môn đệ trực tiếp của Huyền Trang như Phổ Quang, Pháp Bảo, đều đặt vị trí *Tập dị môn* trước *Pháp uẩn*, có lẽ căn cứ theo thứ bậc của tác giả; đấy là muốn nói đến thứ tự xuất hiện theo thời gian; nhưng nếu xét về nội dung luận giải giáo nghĩa, thì theo như ghi nhận bởi *Yaśomitra* (Xưng Hữu), vị trí hàng đầu có thể được dành cho *Phẩm loại túc luận* soạn bởi Thượng tọa Thế Hữu (*Prakaraṇapādasya sthavira-Vasumitraḥ*); *Pháp uẩn túc luận* soạn bởi Thánh giả Xá-lợi-phất (*Dharmaskandhasya ārya-Śāriputraḥ*) chiếm vị trí thứ ba. Vị trí tiếp theo là *Thi thiết luận* soạn bởi Thánh giả Mục-kiền-liên

---

[38] *Thập tụng luật 60*, tr. 449a19. Dẫn bởi Lữ Trưng, xem cht. 24 trên. Ấn Thuận, 印順法師 說一切有部為主的論書與論師之研究 中华书 局出版, 2101, tr. 124.

(*Prajñaptiśāstrasya ārya-Maudgalyāyanaḥ*), *Tập dị môn luận* soạn bởi Đại Câu-thi-la (*Saṃgītiparyāyasya Mahākauṣṭhilaḥ*) được kể sau cùng.[39] Như vậy, tuy chỉ là giả thiết, nó cũng cho thấy rằng thứ tự ưu tiên theo *Yaśomitra* không chuẩn theo vị trí và thời đại, mà gần như theo mức quan trọng của mỗi luận thư đối với Hữu bộ hậu kỳ, sau thời Huyền Trang Tây du. Nếu căn cứ nội dung, có thể nói *Pháp uẩn* và *Tập dị môn* là những luận thư đầu tiên định hình như trong Hán dịch.

Như đã thấy trên, trong liệt kê của Phổ Quang, ba luận thư căn bản xuất hiện trong thời Phật bởi các đại đệ tử trực tiếp. Tất nhiên đây là truyền thuyết từ Huyền Trang, mà nguồn xuất xứ không rõ, mặc dù *Abhidharma* trong hình thức nguyên thủy có thể đã xuất hiện ngay trong thời Phật. Chỉ trong hình thức nguyên thủy, chứ không phải được tập thành như luận thư được lưu hành cho đến nay. Đây là lập luận của các nhà nghiên cứu, mà tiên khởi có thể kể Mizuno Kōgen, Kimura Taiken; và phương Tây có thể kể Erich Frauwallner, Sophie Francis Kidd, Ernst Steinkellner, L. de la Vallée Poussin và E. Lamotte.

Nói tóm lại, *Pháp uẩn* được hình thành theo thứ tự thời gian xuất hiện các bộ phái, ước định trong khoảng sau Phật Niết-bàn 100 hoặc 200 năm cho đến 250 hoặc 400 năm, và là luận thư được hình thành sớm nhất trong các luận thư của Hữu bộ.

2. Pháp uẩn: danh và thể

"*A-tì-đạt-ma Pháp uẩn túc luận*, 12 quyển, Tôn giả Mục-kiền-liên tạo, Tam tạng pháp sư Huyền Trang phụng chiếu dịch": đây là tiêu đề của một trong sáu túc luận, cũng là một trong bảy luận thư căn bản của Thuyết nhất thiết hữu bộ, được phiên dịch vào niên hiệu Hiển Khánh thứ 4 (Tl. 659), trước *Tập dị môn luận* một năm, sau khi hồi hương 14 năm.

Tiêu đề gốc Phạn của luận thư được phục hồi y theo dẫn thuật bởi *Yaśomitra* trong *Kośavyākhyā* (*Câu-xá giải minh*): *Dharmaskandha*, cùng lúc với sáu luận thư khác lập thành cơ sở Thánh điển của Hữu

---

[39] Thứ tự liệt kê này được sử gia Tây Tạng Bu-ston lặp lại trong *Chos-'byung*, Obermiller (1931) p. 49.

bộ. Mặc dù trong sáu luận thư, chỉ có *Phẩm loại* được gọi đủ với tiêu đề *Phẩm loại túc luận* (*Prakaraṇa-pādaśāstra*), các luận thư khác không như vậy, nhưng trong khi giới thiệu, *Yaśomitra* dẫn một "thân luận" là *Phát trí* và "sáu túc luận" (*tasya śarīrabhūtasya śāṭ pādāḥ*)[40]. Bảy luận thư này, Thế Thân nói là một phần của thế tục A-tì-đạt-ma (*saṃketika*); nó là phương tiện, hay tùy hành, hỗ trợ chứng đắc tuệ vô lậu cùng với tùy hành của nó là năm uẩn vô lậu[41].

"Sáu túc luận" trước đã được La-thập đề cập trong luận *Đại trí độ*, gọi là "sáu phần A-tì-đàm". Căn cứ theo đây, điều mà La-thập nói là *phần* thay vì *túc*, Ấn Thuận suy rằng từ "túc luận" (*pādaśāstra*) – luận chân, và "thân luận" (*śarīraśāstra*) – luận thân, chỉ được thêm vào các thời đại sau do bởi tầm quan trọng của các luận thư này trong sự phát triển của Hữu bộ. Suy luận này có thể hợp lý, nhưng các từ Hán dịch của La-thập ít khi trung thành với các quy tắc ngữ nguyên của Sanskrit, như *saṃjñā* (tưởng) có khi dịch là *tướng*, rất dễ nhầm lẫn với *lakṣaṇa* là hàm nghĩa yếu tính hay đặc điểm, hoặc nhầm với *nimitta* hàm nghĩa dấu hiệu, tín hiệu thông tin. Do đó không thể căn cứ từ Hán dịch ấy mà dịch ngược lại Sanskrit để biết rõ ý nghĩa chính xác là gì. Trong trường hợp này cũng vậy. Trong nguyên nghĩa Sanskrit, *pāda* có nghĩa là "chân", là "gốc rễ", mà cũng có nghĩa là "phần", chính xác là "một phần tư" (Wogihara, Monier). Các học giả hiện đại đều hiểu như Huyền Trang mà Hán dịch sát nghĩa là "túc luận".[42]

Từ *skandha* (uẩn) trong *dharmaskandha* được Thế Thân giải thích đồng nghĩa với *skandha* trong *pañcaskandha* (năm uẩn). Từ này, cổ cựu dịch là 陰 ấm hay 眾 chúng. Trong đây, Hán dịch *ấm* được hiểu theo hai nghĩa: 蔭覆 *ấm phú* hay 陰蓋 *ấm cái*, che trùm, hay che đậy. *Ma-ha chỉ quán* giải thích: "(a) Nói là *ấm*, vì nó che trùm (*ấm cái*) thiện pháp. Đây là gọi tên theo nhân. (b) *Ấm* cũng có nghĩa *tích tụ*, sinh tử

---

[40] *Vyākhyā* (Wogihara), 9.

[41] *Kośa* i tụng 2ab: *prajñā 'malā sānucarā 'bhidharmaḥ tatprāptaye yāpi ca yacca śāstram.*/2ab/ Ht. 淨慧隨行名對法及能得此諸慧論.

[42] E. Lamotte (History) 184 & n. 71: *ṣaṭpādābhidharma*.

chồng chất. Đây là gọi tên theo quả."[43] Định nghĩa này một phần căn cứ theo Hán dịch của Chân Đế, và phần khác là căn theo nghĩa từ điển chữ Hán, không thấy trong *Câu-xá*.

Khuy Cơ giải thích ý nghĩa *uẩn* trong *Pháp uyển nghĩa chương* như sau: "Phạn nói là 塞建陀 tắc-kiến-đà (*skandha*), Đường (Trung Hoa) nói là *uẩn*. Cựu dịch là 陰 *ấm* (hoặc đọc là *âm*). Nếu đọc là *ấm*[44] theo nghĩa 蔭覆 *ấm phú* (bóng che) thì tiếng Phạn nói là *bát-la-bà-đa* (?).[45] Xét ra nên đọc là *âm*[46], tức từ trong *âm dương*."[47]

Trong định nghĩa của *Câu-xá*, *skandha* hay *uẩn* được giải thích như sau: 'Tụ hòa hợp của các pháp hữu vi, đó là nghĩa của uẩn. Như Khế kinh nói: Những gì là sắc, hoặc quá khứ, hoặc vị lai, hoặc hiện tại, hoặc trong, hoặc ngoài, hoặc thô, hoặc vi tế, hoặc thấp kém, hoặc vi diệu, hoặc xa, hoặc gần, tất cả được họp lại làm một tụ, và gọi đó là sắc uẩn.'[48] Điều đó chứng minh rằng, theo như trong kinh đó, *uẩn* có nghĩa là *tụ*."[49]

Trong ý nghĩa vừa dẫn, *pháp uẩn* được hiểu là "Phật ngôn" (*buddha-vacana*). Thể tính của Phật ngôn được bao hàm trong hai uẩn: sắc (*rūpa*) hoặc hành (*saṃskāra*). Trước hết, Phật ngôn, những điều Phật nói, cần được phát ngôn và nghe qua ngữ âm (*śabda*), tức tiếng nói, thuộc sắc uẩn. Ngữ âm ấy bao gồm những âm tiết, họp thành một từ

---

[43] *Ma-ha chỉ quán*, Thiên thai Trí Giả Đại sư thuyết, quyển 5, T46n1911, tr. 51c22.

[44] Phiên thiết 於禁反.

[45] 鉢羅婆陀, có thể chép nhầm từ 鉢羅娑陀 bạt-la-sa-đà, Skt. *pracchada*: "cái trùm kín."

[46] Đọc theo phiên thiết: 於今反

[47] *Đại thừa Pháp uyển nghĩa lâm chương*, quyển 5, T45n1861, tr. 333b23.

[48] Cf. *Tạp 2*, kinh số 58, tr. 15a7. Tham chiếu Pāli, S.iii., tr. 105: *yaṃ kiñci bhikkhave rūpaṃ atītānāgatapaccuppannaṃ ajjhattaṃ vā bahiddhā vā oḷārikaṃ vā sukhumaṃ vā hīnaṃ vā paṇītaṃ vā yaṃ dūre santike vā...*

[49] 聚; *rāśi*, đống, tụ, tích tụ. Cf. *Tì-bà-sa 74*, tr. 383c16: "Uẩn có nghĩa là tụ 聚, là hiệp 合, là tích 積, là lược 略." Cf.

để chỉ sự vật, hay sự kiện.[50] Hoặc bản thể của Phật ngôn là bộ phận danh (*nāma-kāya*: danh thân), thuộc hành không tương ưng tâm (*citta-viprayukta-saṃskāra*).[51] Toàn bộ Phật ngôn được kết tập thành Thánh giáo với số lượng 84.000. Đây là con số do chính A-nan đề xuất được ghi lại trong *Trưởng lão kệ*: "Từ chính Đức Phật, tôi học được 82.000 pháp; và 2.000 tôi học từ Bí-sô. Do đó, tôi ghi nhớ được 84.000 pháp."[52] Vị Bí-sô (*bhikkhuto*) mà A-nan nhắc đến đây, sớ giải Pāli chỉ rõ là Tôn giả Xá-lợi-phất và các Bí-sô khác (*dhammasenāpatiādīnaṃ bhikkhūnaṃ*). Và pháp (*dhamma*) mà Tôn giả A-nan học được đây với số lượng như thế được hiểu là pháp uẩn (*dhammakkhandha*).

Bài kệ của A-nan trong *Trưởng lão kệ* cũng được thấy trong luật *Ma-ha-tăng-kỳ*, và cũng được *Tì-bà-sa* trích dẫn với con số gần tương đương: 8 vạn pháp uẩn trực tiếp nghe từ Phật và 2 vạn từ các Bí-sô.[53] Các Bí-sô khác có thể là Đại Câu-thi-la (*Mahākauṣṭhila*), hoặc Mục-kiền-liên (*Maudgalyāyana*), hoặc Ca-đa-diễn-ni Tử (*Kātyāyaniputra*), được xem là các tác giả của các túc luận, theo truyền thuyết Tì-bà-sa. Số lượng pháp uẩn này cũng được *Buddhaghosa* nhắc đến trong

---

[50] *vāk*; Ht. 語 ngữ; Cđ. 言音 ngôn âm. *Vyākhyā*: đây là quan điểm của *Sautrāntika*, theo đó tự thể của chúng là ngữ biểu (*vāgvijñaptisvabhāva*), vì là thanh xứ (*śabdāyatana*) nên được bao hàm trong sắc uẩn.

[51] 名 danh; *nāma*; Cđ. văn cú 文句. *Vyākhyā*: các bộ phái khác ngoài Kinh bộ.

[52] *Ānandattheragāthā* 1027: *dvāsīti buddhato gaṇhiṃ, dve sahassāni bhikkhuto; caturāsītisahassāni, ye me dhammā pavattino.* Dẫn bởi Lamotte (History) 148.

[53] *Ma-ha-tăng-kỳ* luật 32, tr. 491c23: 所有八萬諸法藏如是等法從佛聞. *Tì-bà-sa* 74, tr. 385c11: 尊者阿難告諸苾芻作如是語。我親從佛邊受八萬法蘊。從諸苾芻所傳受得二千。*Câu-xá* i, tụng 25: *dharmaskandhasahasrāṇi yānyaśītiṃ jagau muniḥ/ tāni vāṅnāma vety eṣāṃ rūpasaṃskāra saṃgrahaḥ*, Ht. 牟尼說法蘊 數有八十千彼 體語 或名 此色行蘊攝. Bản Việt dịch, ĐTKVN, TVT tập 18, Luận bộ I, quyển 1; HĐHP, 2022; tr. 103.

Aṭṭhasālinī: dhammakkhandha-vasena caturāsītisahavidhan hoti.[54] Trong đó, *Buddhaghosa* định nghĩa mỗi pháp uẩn là một đoạn kinh văn kết tập một nghĩa lý. Số lượng của pháp uẩn là có vô số kết tập này. Như trong những nhóm kệ tụng (*gāthābandhesu*), mỗi một câu hỏi là một pháp uẩn (*pañhāpucchaṇaṃ eko dhammakkhandho*), và mỗi câu trả lời là một pháp uẩn (*vissajjanaṃ eko*). Trong *Abhidhamma*, mỗi một tụ phân biệt hai pháp là một pháp uẩn, mỗi tụ phân biệt ba pháp là một pháp uẩn (*tikadukabhājanaṃ ekamekañca eko dhammakkhandho*)... mỗi một bộ phận là một pháp uẩn (*ekameko koṭṭhāso dhammakkhandho*).[55]

Pháp uẩn mà Phật đã thuyết như vậy có tổng số là 8 vạn 4 nghìn, hay nói tròn là 8 vạn. Trong đó, *Tì-bà-sa* nêu vấn đề: mỗi một uẩn có độ lớn bao nhiêu? Trả lời: có thuyết nói, lượng của mỗi pháp uẩn được tập thành bởi 6 vạn tụng, như được tập thành trong luận *Pháp uẩn*.[56]

Thuyết khác nói, mỗi pháp uẩn là một thể tài Phật thuyết như uẩn. *Câu-xá* giải thích: "Tùy theo mỗi luận nghị là một pháp uẩn, sai biệt có đến 8 vạn.[57] Những luận nghị như: uẩn, xứ, giới, duyên khởi, Thánh đế, thực phẩm, thiền, vô lượng tâm, vô sắc, giải thoát, thắng xứ, biến xứ, bồ-đề phần, thắng trí, vô ngại giải, nguyện trí, vô tránh, v.v..., mỗi một luận nghị là một pháp uẩn."[58]

---

[54] *Aṭṭhasālinī*, PTS. 26.

[55] Sách dẫn trên.

[56] *Tì-bà-sa* 74, tr. 385c18. *Câu-xá* i, tụng 26a: *śāstrapramāṇa ity eke*| Ht. 有 言諸法蘊 量如彼論說. Luận: *eke tāvat āhuḥ dharmaskandhasaṃjñak asyaivābhidharma-śāstrasyā ya pramāṇam iti,* một số vị nói rằng – đó là lượng của luận A-tì-đạt-ma có tên là Pháp uẩn.

[57] *Câu-xá* i, tụng 26b: *skandhādīnāṃ kathaikaśaḥ*| Ht. 或隨蘊等言. *Vyākhyā:* có tám vạn pháp uẩn như vậy, như duyên khởi là một. Nhưng tám vạn pháp uẩn ấy đã mai một, chỉ một pháp uẩn còn lưu dư (*tāni tv aśītirdharmaskandhasahasrāṇy antarhitā, ekaṃ tv etad avaśiṣyata iti*). *Câu-xá* (bản Việt dịch), ĐTKVN, TVT tập 18, Luận bộ I, quyển 1; HĐHP, 2022; tr. 105.

[58] *kathā*: đề tài, luận nghị; Ht. 言 ngôn, 教門 giáo môn. Mỗi đề tài là một pháp uẩn. Các đề tài được dẫn điển hình: *skandh'āyatana-*

Thuyết thứ ba, Tôn giả Diệu Âm (*Ghoṣaka*) nói, mỗi pháp uẩn được tập thành bởi 50 vạn 5 nghìn 5 trăm 50 tụng văn. Luận sư khác nói, mỗi một pháp uẩn có 15 vạn 5.550 tụng văn. Luận sư khác nữa lại nói, 5.550 tụng văn. *Tì-bà-sa* bình luận: "Những thuyết ấy không nên nói như vậy. Nên nói thế này: Hữu tình cần được giáo hóa có 8 vạn xu hướng hành động (*carita: hành*, tập tính). Để đối trị 8 vạn hành này, Thế Tôn thuyết 8 vạn pháp uẩn. Các hữu tình ấy y theo 8 vạn pháp uẩn Phật thuyết mà thâm nhập Phật pháp. Nói như vậy mới rốt ráo."[59]

Thế Thân chấp nhận giải thích của *Tì-bà-sa*. *Câu-xá* nói: "Thế nhưng, nhận định một cách chính xác thì như vầy: Có tám mươi nghìn tập tính (*carita*, hành) của hữu tình cần giáo hóa được phân loại theo tập tính tham, sân, si, mạn, v.v... Để đối trị các tập tính ấy, Đức Thế Tôn đã nói tám mươi nghìn pháp uẩn."[60]

3. Pháp uẩn và *Vibhaṅga*

Trong các bộ phái Phật giáo, tạng *Abhidharma* tương đối đầy đủ lưu truyền cho đến hiện tại chỉ thấy của *Theravāda* (Nam phương Thượng tọa bộ) và *Sarvāstivāda* (Thuyết nhất thiết hữu bộ), với số luận thư căn bản tương đương: bảy luận. Trong 7 luận thư của Hữu bộ, ba tác phẩm được bộ phái này xem là soạn tập bởi các đại đệ tử của Phật trong thời Phật tại thế, ba luận còn lại được soạn thảo về sau; 6 túc luận này cùng với 1 thân luận, lập thành con số 7. Trong 7 luận của *Theravāda*, 6 luận được truyền thuyết là chính Phật thuyết trực tiếp trên Tam thập tam thiên (Pāli: *Tāvatiṃsa*), sau đó thuyết lại cho Tôn giả Xá-lợi-phất. Một luận thư được soạn tập bởi *Moggaliputta Tissa* (Mục-kiền-liên Tử Đế-tu) sau Phật Niết-bàn khoảng 300 năm, dưới

---

dhātu-pratītyasamutpāda-saty'āhāradhyān'āpramāṇa'ārūpya-vimokṣā'bhibhvāyatana-kṛtsnāyatana-bodhipākṣikā'bhijñā-pratisaṃvit-praṇidh-ijñānā'raṇādīnāṃ kathā pratyekaṃ dharmaskandha iti|

[59] *Tì-bà-sa 74*, tr. 385c26.

[60] *Câu-xá i*, tụng 26cd *caritapratipakṣas tu dharmaskandho 'nuvarṇitaḥ*| Ht. 或隨蘊等言 如實行對治. Bản Việt dịch, ĐTKVN, TVT tập 18, Luận bộ I, quyển 1; HĐHP, 2022; tr. 105.

thời vua A-dục (khoảng 240 tr. Tl): *Kāthavatthu* (*Luận sự*), tuy không đồng thời Phật nhưng đã được Phật dự báo. Nhìn qua mặt ngoài theo các con số, cả hai bộ thảy đều có tập hợp 6+1. Mặc dù trong bảng phân loại của Hữu bộ có 6 phụ và 1 chính, trong khi *Abhidhamma-Pāli* công nhận cả 7 đều là chính; dù vậy, ở đây vẫn có thể gợi lên vấn đề: Ý nghĩa của tập hợp 6+1 trùng hợp do ngẫu nhiên, hay do từ một nguồn gốc, sau đó phân nhánh thành khác nhau? Đây là điều chưa được xác định.

Ngoài số luận thư tương đương, nếu xét vào các đề mục trong các luận thư này, điều được thấy rõ là sự tương đồng khá lớn giữa *Pháp uẩn luận* (*Dharmaskandha*) của Hữu bộ, và *Phân biệt luận* (*Vibhaṅga*) của Thượng tọa bộ.

Mặc dù, *Pháp uẩn* được dẫn nhiều lần trong *Tập dị môn*, và Huyền Trang dịch *Pháp uẩn* trước *Tập dị môn* một năm; theo đây có thể suy ra vị trí quan trọng của luận thư này trong giáo thuyết của Hữu bộ, nhưng trong bảng xếp thứ tự của Takakusu, *Pháp uẩn* được đặt ở vị trí thứ năm trong sáu luận thư. Dù vậy, ông cho rằng, xét về thể tài cũng như hình thức, luận này không dưới luận *Phát trí* (*Jñānaprasthāna*), chỉ có điều *Phát trí* đề cập chi tiết hơn về những vấn đề mang tính siêu hình.[61] Không rõ Takakusu sắp thứ tự này căn cứ vào đâu. Nếu căn cứ theo *Yaśomitra* thì *Pháp uẩn* được đặt ở vị trí thứ ba trong sáu túc luận.[62] Tuy nhiên, trong Đại chánh Đại tạng kinh hiện hành do Takakusu chủ trì biên tập, *Pháp uẩn* đứng ở vị trí thứ hai sau *Tập dị môn*. Vị trí này được sắp theo Phổ Quang,[63] tương đương với vị trí của *Vibhaṅga* trong 7 luận thư của *Theravāda*.[64]

---

[61] J. Takakusu, *The Literature of Sarvāstivāda*, tr. 111.

[62] *Vyākhyā* (Wogihara), 9, 11.

[63] *Câu-xá luận ký 1*, tr. 8b28.

[64] Mizuno, dẫn trên, phân lịch sử phát triển luận thư của Thượng tọa bộ thành ba thời kỳ, đại ước sau Phật Niết-bàn 200 hoặc 300 năm. Trong đó, *Pháp tập luận* (*Dhammasaṅgaṇi*) và *Phân biệt luận* (*Vibhaṅga*) thuộc thời kỳ đầu. *Phân biệt luận* (*Vibhaṅga*) tương đồng với *Pháp uẩn*; nhưng trong khi *Pháp uẩn* vận dụng phương pháp sơ kỳ A-tì-đạt-ma, *Phân biệt luận* ngoại trừ vận dụng phương pháp Kinh phân biệt (*suttantavibhajanīya*) cũng vận dụng 122 Luận mẫu (*mātikā*)

Như vậy, nhận xét về vị trí luận thư, về thể tài cũng như hình thức, *Pháp uẩn* và *Vibhaṅga* có những điểm tương đồng khá lớn. Sự tương đồng giữa hai luận thư của hai bộ phái khác nhau này được các nhà nghiên cứu lưu ý và phân tích khá kỹ.

Trong tác phẩm nghiên cứu về văn hiến A-tì-đạt-ma và khởi nguyên của các hệ thống triết học Phật giáo, Erich Frauwallner phân tích chi tiết như sau:

Về khoa mục, cả hai luận thư đều phân làm ba phần, chỉ khác biệt về vị trí trước sau của mỗi phần. Ba phần cấu trúc này Frauwallner xem như sự khuếch trương của những đề mục từ *mātṛikā*, vốn được xem là mẫu hình nguyên thủy của *Abhidharma*.[65]

(I) Trong 21 chủ đề giáo lý được *Pháp uẩn* giải thích, 15 chủ đề được thuyết minh trong phần thứ nhất. 15 đề mục này tương đương 9 đề mục trong *Vibhaṅga*: P.1=V.14; 7=8; 8=9; 9=7; 10=4; 11&13=12; 12=13 15=10.

(II) Trong phần hai, *Pháp uẩn* chỉ có một chương: phẩm Tạp sự, tương đương *Vibhaṅga* chương 17: *Khuddakavatthu-vibhaṅgo*.

(III) *Pháp uẩn*, phần ba, với 5 chương: căn, xứ, uẩn, đa giới, và duyên khởi, tương đương *Vibhaṅga*, theo thứ tự: 5. *Indriya-vibhaṅgo*, 2. *Āyatana-vibhaṅgo*, 1. *Khandha-vibhaṅgo*, 3. *Dhātu-vibhaṅgo*, 6. *Paṭiccasamuppāda-vibhaṅgo*.

Nhìn chung, trong mỗi chương, *Pháp uẩn* cũng như *Vibhaṅga* đều bắt đầu dẫn kinh (1. *Suttantabhājanīyaṃ*), tiếp theo là phần giải thích của luận (2. *Abhidhammabhājanīyaṃ*), tất nhiên với những tiểu tiết khác nhau, theo phong cách riêng của mỗi bộ. Riêng phần thứ ba của *Vibhaṅga*: *pañhāpucchaka*, vấn đáp phần, không có tương đương trong *Pháp uẩn*. Về phần này, ông cố chứng minh nó vận dụng hình

---

bằng phương pháp Luận phân biệt (*abhidhamma-vibhajanīya*) và phương pháp vấn đáp (*pañhāpuccha*) thuộc thời kỳ thứ hai của phát triển luận thư.

[65] Frauwallner, *Studies in Abhidharma literature*, p. 45.

thức *mātṛkā* của *Dhammasaṅgaṇi*, và không những thế, các khái niệm trong đó cũng được thấy trong *Dhamasaṅgaṇi*; như vậy nó thuộc về thời đại tương đối trẻ hơn so với mẫu hình cổ của *Vibhaṅga*.

Căn cứ những đối chiếu lược dẫn như trên, Frauwallner kết kuận: "Sự kiện *Pháp uẩn* và *Vibhaṅga* có thể được thiết lập như là hai phiên bản của cùng một tác phẩm, điều này cũng cho thấy tầm quan trọng đối với diễn tiến của sự lưu truyền, và nó cũng cung cấp cho ta nhận định các bản văn này đại biểu cho tác phẩm nguyên thủy trong chừng mức nào..."[66] Watanabe có vẻ xác định hơn, theo đó, có thể *Pháp uẩn* được soạn tập đa phần với sự tái duyệt xét từ *Phân biệt luận* (*Vibhaṅga*).[67]

Nhìn vào bản đối chiếu *Pháp uẩn* và *Vibhaṅga*, chúng ta thấy 5 phẩm sau đây trong *Pháp uẩn* vắng mặt trong *Vibhaṅga*: P2. Dự lưu, P3. Chứng tịnh, P4. Sa-môn quả, P5. Thông hành, P6. Thánh chủng, P13. Vô sắc (luận chung với *Jhāna* trong V12), P14. Tu định. Ngược lại, *Pháp uẩn* cũng khuyết 4 phẩm có trong *Vibhaṅga*: V11. Magga, V15. *Paṭisambhidā*, V16. *Ñāṇa*, V18. *Dhammahadaya*.[68]

Trong đó, V18 *Dhammahadaya* bao gồm những thể tài mà phần lớn cũng được thấy trong *Pháp uẩn* cũng như trong *Vibhaṅga*;[69] vì vậy nó được xem là một tác phẩm biệt lập với độ dài không lớn để thành một tác phẩm độc lập. Tiêu đề của phẩm *Vibhaṅga* này khiến

---

[66] E. Frauwallner, *Studies in Abhidharma Literature and the Origins of Buddhist Philosophical Systems*, translated from the German by Sophie Francis Kidd, under the supervision of Ernst Steinkellner, 1995, State University of New York, tr. 20.

[67] Watanabe Baiyū, 渡邊楳雄,阿毗達摩法蘊足論 (Hòa dịch), 國譯 一切經 毗曇部三, Tokyo, 1976, tr. 6a.

[68] Tham chiếu, Độ Biên Mai Hùng, *Pháp uẩn luận* dịch Nhật, dẫn trên.

[69] Các thể tài trong *Dhammahadaya*: uẩn (*skandhā*), xứ (*āyatanāni*), giới (*dhātuyo*), đế (*saccāni*), căn (*indriyāni*), nhân (*hetū*), thực (*āhārā*), xúc (*phassā*), thọ (*vedanā*), tưởng (*saññā*), tư (*cetanā*) và tâm (*cittāni*).

ta liên hệ đến *A-tì-đàm tâm luận* (*Abhidharmahṛdaya*)[70] của Hữu bộ, nhưng chỉ nhất trí về tên gọi, chứ luận thư Hữu bộ này, xét về hình thức cũng như nội dung, được xác định là hậu kỳ, sau *Đại Tì-bà-sa* trong khi *Dhammahadaya* chỉ là tinh yếu của những thể tài kinh điển của *Abhidhamma*.

4. Pháp uẩn và Xá-lợi-phất A-tì-đàm

Đại phần các khảo cứu đều có khuynh hướng so sánh sự tương đồng giữa *Pháp uẩn* và *Vibhaṅga* để xác định nguồn gốc chung của hai luận thư này. Thêm vào đó, khi *Xá-lợi-phất A-tì-đàm* (*Śāriputrābhidharmaśāstra*) được phát hiện, nhiều khảo cứu xoay quanh luận thư này, đồng thời đối chiếu với các luận thư khác, hy vọng tiến gần hơn đến kết luận về nguồn gốc chung. Sự liên hệ khá mật thiết của luận này với *Vibhaṅga* và *Paññatti* về mặt tổ chức cũng cho phép hy vọng có thể tiến đến kết luận tương đối thỏa đáng.

Xá-lợi-phất A-tì-đàm được biết đến khá sớm tại Trung Quốc, với bản Hán dịch thực hiện dưới thời Diêu Tần, niên hiệu Hoằng Thỉ 16 (Tl. 414) bởi Đàm-ma-da-xá (*Dharmayaśa*) và Đàm-ma-cấp-đa (*Dharmagupta*).[71] Trước đó, năm Hoằng Thỉ 4 (Tl. 402), khi Cưu-ma-la-thập dịch *Đại Trí độ*, luận thư này cũng đã được biết đến. *Đại Trí độ* nói: "Có người nói, khi Phật còn tại thế, Xá-lợi-phất thâm hiểu lời Phật, soạn A-tì-đàm, về sau, đạo nhân Độc tử (*Vātsīputrīya*) đọc tụng, truyền đến nay với tên gọi là *Xá-lợi-phất A-tì-đàm*."[72]

Tuy đã được biết sớm như vậy, nhưng, như Đại sư Ấn Thuận than phiền rằng, "Giới Phật giáo Trung Quốc, trước có Tì-đàm sư, sau có Câu-xá học giả, nhưng đối với luận thư A-tì-đàm này hoàn toàn không có sự chú ý đáng lẽ phải có."[73]

---

[70] 阿毘曇心論 尊者法勝造 僧伽提婆 (*Saṅghadeva*) T28n1550. E. Lamotte dẫn Bagchi, nói trong khoảng 407-408.

[71] 舍利弗阿毘曇論曇摩耶舍&曇摩崛多譯, 30 quyển T28n1548.

[72] 大智度 quyển 2, T25n1509, tr. 70a18.

[73] Ấn Thuận Pháp sư, 說一切有部為主...dẫn trên, tr. 429.

Các học giả A-tì-đạt-ma (Nhật Bản) trước kia cũng không lưu ý nhiều đến luận thư này, do vậy rất ít hy vọng phát hiện một nhịp cầu nối liền hai truyền thống *Abhidharma* Nam Bắc để đi đến một nguồn gốc chung.[74] Khi phát hiện cấu hình gần với nguyên thủy, và những tương đồng giữa các luận thư Nam Bắc truyền xuyên qua *Xá-lợi-phất A-tì-đàm*, bấy giờ người học A-tì-đạt-ma mới có những khảo cứu khá chi tiết. Các khảo cứu chi tiết của Kimura Taiken, Hirakawa Akira, Mizuno Kogen, Lữ Trưng, Ấn Thuận, và E. Frauwallner, cung cấp nhiều luận cứ thuyết phục để có thể tin rằng cả hai truyền thống *Abhidharma* Bắc và Nam truyền đều khởi từ một nguồn gốc chung, mặc dầu chưa tìm thấy luận thư căn bản của nguồn gốc này.

Mọi người đều biết, như truyền thuyết kể bởi *Theravāda*, rằng Đức Phật thuyết *Abhidhamma* trên Tam thập tam thiên (*Tāvatiṃsa*), sau đó vào giờ chỉ tịnh trưa Phật đến ao Vô nhiệt (*Anotatta*), trùng tuyên lại cho Tôn giả Xá-lợi-phất, và Tôn giả truyền lại cho 500 đệ tử.[75] Trong Hữu bộ, Xá-lợi-phất cũng được truyền tụng là thuyết giả của *Tập dị môn*, hoặc *Pháp uẩn*. Vị trí quan trọng của hai luận thư này như đã biết.

Các hiểu biết về *Xá-lợi-phất A-tì-đàm* chỉ tìm thấy qua các truyền thuyết lưu hành tại Trung Hoa. Được biết sớm nhất là truyền thuyết từ Cưu-ma-la-thập, và sau đó từ Huyền Trang.

Truyền thuyết từ La-thập thì như đã thấy trên.[76] Tuy luận chủ trương thanh (*śabda*) thuộc dị thục (*vipāka*) là quan điểm của Độc tử bộ;[77] và cũng chủ trương chỉ có năm đạo như Hữu bộ, thay vì sáu

---

[74] 木村泰賢阿毗達摩論の研究, Taiken Kimura, *Nghiên cứu A-tì-đạt-ma luận*, Toàn tập iv, tr. 78.

[75] *Atthasālinī*, p. 16, dẫn bởi E. Lamotte, *Traité*, 1981, p. 112, n. 2.

[76] xem cht. 69.

[77] T28n1548, tr. 528b09: 云何聲入有報？若聲入報法，是名聲入 有 報。André Bareau, *Les Sectes Bouddhiques du Petit Véhicule*, điểm giáo nghĩa 22. Cf. *Câu-xá* i tụng 37a: *vipākajaḥ/ na śabdaḥ*. Ht. 聲無 異熟生.

đạo (luân hồi) như các bộ khác[78]; nhưng như thế cũng chưa đủ để xác định luận thuộc về bộ phái nào. Giáo nghĩa quan trọng của Độc tử bộ được biết là thuyết hữu ngã (*pudgalavāda*) và bị các bộ khác chỉ trích là phi Phật thuyết, trong khi luận này nói đến vô ngã. Cho nên, không thể liệt luận thư này thuộc về Độc tử bộ.[79] Mộc Thôn Thái Hiền khảo sát các điểm giáo nghĩa được đề cập trong *Xá-lợi-phất A-tì-đàm*, và những ghi chép trong *Đại Tì-bà-sa* và *Dị bộ tông luân luận* về giáo nghĩa các bộ phái, đoán định rằng luận thư này thuộc về Đại chúng bộ (*Mahāsaṅghika*).[80]

Ý kiến trên có vẻ như tìm thấy chứng cứ trong *Xuất tam tạng ký tập*. Trong đó, Tăng Hựu ghi rằng luật của những vị Bà-thô-phú-la được gọi là *Tăng-kì luật*.[81] Bà-thô-phú-la, chính xác phiên âm từ Sanskrit *Vātsīputra*, Hán dịch là Độc tử (bộ). Tăng Hựu chỉ rõ, những vị Bà-thô-phú-la thọ trì kinh điển đều nói có "ngã" (*pudgalavāda*) chứ không nói "không tướng" (*śūnyatā*), nói như trẻ con nên gọi là *bà-thô-phú-la*.[82] Quan điểm hữu ngã cố nhiên là giáo nghĩa trọng yếu của Độc tử bộ, và do bởi quan điểm ấu trĩ nên có tên như vậy. "Bà-thô", phiên âm từ *vatsa*: bò con, hay tiểu nhi (Wogihara); có thể Tăng Hựu nhầm nó với *Vṛji* (Pāli: *Vajjī*) vốn là tên gọi những bộ tộc theo chế độ cộng hòa thị tộc, trong đó bộ tộc rất hùng mạnh là Licchavi, thủ phủ là *Vaiśali/ Vesāli* (Tì-da-li). Sự hùng mạnh của bộ tộc này được Phật nói đến trong "kinh Du hành", *Trường A-hàm* (Pāli, *Dīgha-Nikāya Mahāparinibbānasuttaṃ*). Sau Phật Niết-bàn khoảng 100 năm, nhóm Tì-kheo Bạt-kỳ (*Vṛjiputraka/ Vajjīputtaka*) đề xuất 10 điều luật châm chước bị quy kết là phi pháp phi luật dẫn đến kết tập pháp lần thứ hai tại Tì-da-li (*Vaiśali*), kết quả Tăng-già bị phân làm hai: Thượng

---

[78] dẫn trên, tr. 601b2: 若業受業五道中受報地獄畜生餓鬼人天色受 想行識 是謂報。

[79] Kimura, đã dẫn, tr. 129.

[80] Kimura, dẫn trên, tr. 143-141 & notes.

[81] 摩訶僧祇律 佛陀跋陀羅共法顯譯, *Mahāsaṅghikavinaya*, T22n1425

[82] 出三藏記集 Tăng Hựu, *Xuất Tam tạng ký tập, quyển 3*, T55n2145, tr. 20c22: 婆麤富羅律(四十卷)婆麤富羅者。受持經典。皆說有我 不說空相。猶如小兒。故名為婆麤富羅。此一名僧祇律。

tọa bộ (*Sthavira*) và Đại chúng bộ (*Mahāsaṅghika*). *Đại Trí độ* nói "đạo nhân Độc tử" đọc tụng *Xá-lợi-phất A-tì-đàm*, có thể La-thập cũng nhầm *Vṛjiputra* với *Vātsīputra* nên nói như vậy, do bởi *Vṛji* phát âm hỗn chủng gần với Pāli *Vajjī*.[83]

Truyền thuyết từ Huyền Trang thì nói rằng *Xá-lợi-phất A-tì-đàm* thuộc hệ Chánh lượng bộ.[84] Mặt khác, căn cứ tường thuật của luật *Tứ phần* về kết tập Vương xá, một số học giả[85] cho nó thuộc về Pháp tạng bộ (*Dharmaguptaka*).[86]

Thế nhưng khi khảo sát nội dung giáo nghĩa được phô diễn trong luận này, cả hai truyền thuyết đều phiến diện.

Trên đây lược nêu một số ý kiến của các học giả về sở thuộc bộ phái của *Xá-lợi-phất A-tì-đàm*, nhưng nó không phải là chủ đề nghiên cứu trong phần tổng luận này. Vậy chúng ta nên đi vào nội dung của *Pháp uẩn*, về những liên hệ của luận thư này với *Xá-lợi-phất A-tì-đàm* và *Vibhaṅga* cũng như các luận thư khác của Hữu bộ và của Thượng tọa bộ.

Những liên hệ của *Pháp uẩn* với *Vibhaṅga* như đã nói trong đoạn trên. Những liên hệ với các luận thư khác cũng được nhiều học giả lưu ý. Những liên hệ này được lưu ý vì chủ tâm tìm đến nguồn gốc chung của các luận thư *Abhidharma*.

---

[83] Edgerton, BH Grammar 3.90. *a* for *ṛ*.

[84] 瑜伽師地論略纂 窺基撰, Khuy Cơ, *Du-già sư địa luận lược toản*, quyển 3, T43n1829, tr. 38b20 瑜伽論記 釋遁倫集撰. Thích Tuần Luân, *Du-già luận ký*, quyển 2, T42n1828, 348a12: 其梵網六十二見 經及舍利弗阿毘曇是正量部義。

[85] Bareau, *Les Origines du Śāriputrābhidharmaśāstra*, pp. 69-95; Mizuno, "*Shanhotsu abtdonron ni tsuite*" pp. 109 -134; dẫn bởi Akira Hirakawa, *A History of Indian buddhism*, transl. by Paul Groner, Hawaii, 1990, p. 133, & n.8. 平川彰 《印度佛教 史》第二章 部派佛教.

[86] *Tứ phần luật*, quyển 54, T22n1428, tr. 968b26: 難無難繫相應作 處，集為《阿毘曇藏》, đây là khoa mục các phần kết cấu thành *Xá-lợi-phất A-tì-đàm*: "Vấn phần, Phi vấn phần, Nhiếp và Tương ưng phần."

E. Frauwallner khi nghiên cứu về nguồn gốc chung này đã căn cứ trên sự phát triển của *mātṛkā/ mātikā*; đây được xem là hình thức nguyên thủy chung của các luận thư *Abhidharma*: *Tập dị môn, Pháp uẩn, Xá-lợi-phất A-tì-đàm*, cùng với các luận thư Pāli như *Vibhaṅga, Dhātukātha*, và bộ phận cổ của *Dhammasaṅgaṇi*. Mối liên hệ có thể thấy rõ là *Xá-lợi-phất A-tì-đàm* với *Dhātukathā*. Trong *Dhātukathā*, các thể tài *mātikā* được phối trí trong các phần *saṅgaho* và *sampayogo*,[87] tương đương với *saṅgraha* (nhiếp) và *saprayoga* (tương ưng) trong phần III và IV của *Xá-lợi-phất A-tì-đàm*, tất nhiên chỉ về mặt hình thức.[88] Trong phần I: Vấn phần (*sapraśnaka*) gồm 5 phẩm tương đương phần thứ nhất *mātikā* trong *Vibhaṅga*, và phần II: Phi vấn (*apraśnaka*) tương đương phần thứ hai *mātikā* trong *Vibhaṅga*.

Thêm nữa, so sánh 23 phẩm trong 3 phần đầu[89] của *Xá-lợi-phất A-tì-đàm* với 18 phẩm của *Vibhaṅga*, Mộc Thôn Thái Hiền cho thấy sự loại tợ đáng kinh ngạc giữa hai luận thư thuộc hai truyền thống dị biệt.[90]

Những khái thuật từ nghiên cứu của các học giả về những điểm tương đồng giữa các luận thư thuộc các truyền thống khác nhau kể trên chỉ với mục đích cung cấp một tầm nhìn tổng quát để phỏng định về nguồn gốc chung và riêng của các hệ *Abhidharma*. Tầm nhìn này

---

[87] *Dhātukathā Pāli, Uddeso 1. Nayamātikā: (1) Saṅgaho asaṅgaho (2) saṅgahitena asaṅgahitaṃ (3) asaṅgahitena saṅgahitaṃ[phi sở nhiếp sơ 4r nhiếp] (4) saṅgahitena saṅgahitaṃ (5) asaṅgahitena asaṅgahitaṃ (6) sampayogo vippayogo (7) sampayuttena vippayuttaṃ (8) vippayuttena sampayuttaṃ (9) sampayuttena sampayuttaṃ (10) vippayuttena vippayuttaṃ (11) saṅgahitena sampayuttaṃ vippayuttaṃ (12) sampayuttena saṅgahitaṃ asaṅgahitaṃ (13) asaṅgahitena sampayuttaṃ vippayuttaṃ (14) vippayuttena saṅgahitaṃ asaṅgahitaṃ.*

[88] 舍利弗阿毘曇論卷第二十一 T28n1548_p0661a17：攝相應分攝 品 ; 卷第二十三 28n1548_p0671c06：攝相應分 相應品.

[89] I. Vấn phần (*sapraśnaka*), II. Phi vấn phần (*apraśnaka*), III. Nhiếp-Tương ưng phần (*saṅgraha/ saṃprayoga*).

[90] *Kimura*, dẫn trên, tr. 91-93.

nếu được mở rộng sang các hệ kinh điển mệnh danh là Đại thừa sẽ cho phép chúng ta tiến đến thiết lập nền tảng chung cho các xu hướng tư tưởng Phật giáo trong dòng lịch sử phát triển, trong cái gọi là dị biệt trong đồng nhất, và từ đó, bằng kinh nghiệm tự thân mỗi người tự nhận thức về ý nghĩa thâm áo nhất trong di giáo của Đức Thích Tôn. ✿

Suối Đất sét,
Mùa An cư 2561

Tuệ Sỹ

THƯ MỤC TRÍCH DẪN

Trong bảng thư mục này chỉ ghi các sách được trích dẫn, với ký hiệu được ghi trong các chú thích; không bao gồm các sách được tham khảo khác.

Nguồn tư liệu chính,

* Từ Hán tạng, dẫn theo 大正新脩大藏經 *Đại Chánh tân tu Đại tạng kinh, Taisho,* dẫn theo số tập, số tác phẩm, số trang và số dòng. Tham chiếu **CBETA** 線上閱讀 **(CBETA Online Reader)** 上線: http://cbetaonline.dila.edu.tw

* Từ Pāli, http://www.tipitaka.org/roman/ dẫn và số trang theo bản PTS.

* HÁN

Trường, T01n0001_p0001b08：佛說長阿含經 後秦弘始年佛陀耶舍共竺佛念譯 [Việt dịch Tuệ Sỹ, Hương Tích ấn hành]

Trung, T01n0026_p0421a03：中阿含經 東晉孝武及安帝世隆安元年十一月至二年六月了於東亭寺罽賓三藏瞿曇僧伽提婆譯道祖筆受 [Việt dịch Tuệ Sỹ, Hương Tích ấn hành]

Tạp, T02n0099_p0001a03：雜阿含經 宋天竺三藏求那跋陀羅譯 [Việt dịch Thích Đức Thắng, Tuệ Sỹ hiệu chỉnh, Hương Tích ấn hành]

Tăng nhất, T02n0125_p0549a02 增壹阿含經 東晉罽賓三藏瞿曇僧伽提婆譯 [Việt dịch Thích Đức Thắng, Tuệ Sỹ hiệu chỉnh, Hương Tích ấn hành]

Đại trí độ, T25n1509_p0057c05：
大智度論 龍樹菩薩造 後秦龜茲國三藏法師鳩摩羅什奉詔譯

Ngũ phần luật, T22n1421_p0001a03：彌沙塞部和醯五分律 宋罽賓三藏佛陀什共竺道生等譯

Tăng-kỳ luật, T22n1425_p0227a03：摩訶僧祇律東晉天竺三 藏佛陀 跋陀羅共法顯譯

Tứ phần luật, T22n1428_p0567b22：四分律姚秦罽賓三 藏佛陀耶舍 共竺佛念等譯 [Việt dịch Thích Đồng Minh, Hiệu chính & chú thích: Thích Nguyên Chứng, Thích Đức Thắng. Hương Tích ấn hành 2010]

Căn bản Tì-nại-da tạp sự, T24n1451_p0207a03：根本說一切 有部毘 奈耶雜事 三藏法師義淨奉　制譯

Tập dị môn, T26n1536_p0367a03：阿毘達磨集異門足論尊 者舍利 子說 三藏法師玄奘奉　詔譯

Pháp uẩn, T26n1537_p0453b23：阿毘達磨法蘊足論尊者大 目乾連 造 三藏法師玄奘奉　詔譯

Phẩm loại, T26n1542_p0692b18：阿毘達磨品類足論尊者 世友造 三 藏法師玄奘奉　詔譯

Tì-bà-sa, T27n1545_p0001a03：阿毘達磨大毘婆沙論五百 大阿羅漢 等造 三藏法師玄奘奉　詔譯

Xá-lợi-phất A-tì-đàm, T28n1548_p0525c02：舍利弗阿毘曇論 姚秦罽 賓三藏曇摩耶舍共曇摩崛多等譯

Câu-xá, T29n1558_p0001a03：阿毘達磨俱舍論 尊者世親造 三藏法 師玄奘奉　詔譯, Việt dịch, ĐTKVN, TVT tập 18, 19 & 20, Luận bộ I, II & III, quyển 1, 2 & 3; HĐHP, 2022.

Câu-xá luận ký, T41n1821_p0001a03: 俱舍論記沙門釋普光述

* PĀLI

D.: *Dīgha-Nīkāya.*

M.: *Majjhima-Nikāya.*

S.: *Samyutta-Nikāya.*

A.: *Aṅguttara-Nikāya.*

Dhammasaṅgaṇi.

Vibhaṅga.

Dhātukathā.

* NGOẠI VĂN

平川彰 (Hirakawa Akira)：《印度佛教史》第二章　部 派佛教 第二 節　阿毗達磨 Cf. Hirakawa. 水野弘元阿毗 達磨文獻導論恒清譯 Cf. Mizuno Kogen 木村泰賢阿

毗達摩論の研究, 木村泰賢全集卷第四大法 輪閣 1968; Taiken Kimura, *Nghiên cứu A-tì-đạt-ma luận*, Toàn tập iv, 印順法師 說一

切有部為主的論書與論師之研究出版 社：中華書局出版日期：2011/10/01 呂澂：阿毗達磨汎 論現代佛教學術叢刊第95冊原刊內學第二輯 1978 年 11月出版 頁183-205.

高順次郎 Takakusu Junjiro, Takakusu, *Abhidharma Literature of the Sarvāstivādins*, Journal of Pāli Text Society (1905).

Eugène Burnouf, *Introduction à l'Histoire du Bouddhisme indien* (1844); English translation *Introduction to the History of Indian Buddhism* by Katia Buffetrille & Donald S. Lopez Jr., London, 2010.

Etienne Lamotte, *Le Traité de la Grande Vertue de Sagesse de Nāgārjuna*, Université de Louvain, Vol. 1981.

Etienne Lamotte, *Histoire du Bouddhisme Indien*, des origines à l'ère Śaka, Louvain 1958; Engl. *History of Indian Buddhism from the Origin to the Śaka Era*, transl. by Sara Webb-Boin, under the supervision of Jean Dantine, Université Catholique de Louvain, Louvain-la-neuve, 1988.

Hirakawa Akira, *A History of Indian Buddhism, from Sakyamuni to the Early Mahayana*, Asian Studies at Hawaii, No. 36, transl. and edited by Paul Groner, University of Hawaii, 1990.

André Bareau, *Les Sectes Bouddhiques du Petit Véhicule*, 1955; Engl. *The Buddhist Sects of the Lesser Vehicle*; transl. from French by Gelongma Migme Chodron, 2005.

Erich Frauwallner (1898-1974), *Studies in Abhidharma literature and the origins of Buddhist philosophical systems*; transl. from the German by Sophie Francis Kidd under the supervision of Ernst Steinkellner, 1995.

* TỪ ĐIỂN

Edgerton, Franklin, *Buddhist Hybrid Sanskrit Grammar and Dictionary*. Volume I: Grammar. Volume II: Dictionary, New Haven, 1952; Motilal, Delhi, 1993.

Wogihara, 荻原雲來梵和大辭典新文豐出 版公司 影印 1979.

Monier-Williams, Sir Monier, *Sanskrit-English Dictionary*, reprint Delhi 2005.

Hirakawa Akira, *Index to the Abhidharmakośabhāṣya*, Part I (P. Pradhan Edition): Sanskrit-Tibet-Chinese, Tokyo 1973; Part II (Taisho Edition): Chinese-Sanskrit.

Kumoi, 雲井昭善: パ-リ語佛教辞典山喜房佛教書林 1977.

T.W. Rhys Davids, and William Stede, *The Pāli Text Society's Pāli-English Dictionary*, London, Henley and Boston, 1979.

阿毘達磨法蘊足論
尊者大目乾連造
三藏法師玄奘奉詔

A - T Ì - Đ Ạ T - M A
PHÁP UẨN TÚC LUẬN

಄❀಄

Dịch Việt:

TUỆ SỸ - NGUYÊN AN

A-TÌ-ĐẠT-MA
PHÁP UẨN TÚC LUẬN

Tụng quy kỉnh

[453b28] *Kính lễ Phật-Pháp-Tăng*
Chơn tịnh, quí vô giá
Nay tập các pháp uẩn
Ban cho khắp quần sanh.
A-tì-đạt-ma như biển cả
Như núi lớn, đất lớn, như hư không
Thu hết vô biên Thánh pháp tài
Nay tôi cố gắng lược chỉ rõ.

Tụng Phẩm I

Tụng tóm tắt:

Học, chi, tịnh, quả, hành, thánh chủng,
Chánh thắng, túc, niệm, đế, tĩnh lự,
Vô lượng, vô sắc, định, giác chi,
Tạp, căn, xứ, uẩn, giới, duyên khởi.[1]

Trong tụng phẩm I này, bao gồm 21 đề mục: 1. Năm học xứ, 2. Bốn Dự lưu chi, 3. Bốn chứng tịnh, 4. Bốn Sa-môn quả, 5. Bốn thông hành, 6. Bốn Thánh chủng, 7. Bốn chánh thắng, 8. Bốn thần túc, 9. Bốn niệm trụ, 10. Bốn Thánh đế, 11. Bốn tĩnh lự, 12. Bốn vô lượng, 13. Bốn vô sắc, 14. Bốn tu định, 15. Bảy giác chi, 16. Tạp sự, 17, Căn, 18. Xứ, 19. Uẩn, 20. Đa giới, 21. Duyên khởi.

---

[1] Hán: 嗢拕南, ốt-đà-nam. **Skt.** *uddāna*, Hán dịch "nhiếp tụng", tụng tóm tắt các đề mục sẽ được thuyết minh.

PHẨM 1: HỌC XỨ[2]

A. KINH

Một thời, Bạc-già-phạm[3] trụ trong vườn Cấp Cô Độc,[4] rừng Thệ-đa,[5] thành Thất-la-phiệt.[6]

Bấy giờ, Đức Thế Tôn nói với chúng Bí-sô:[7] Các hữu tình mà không đình chỉ[8] năm điều sợ hãi, thù oán[9] thì ngay đời này, bị các Hiền Thánh đồng quở trách, gọi là phạm giới,[10] tự làm tổn thương mình, có tội,

---

[2] 學處 học xứ; **Skt.** *śikṣā-pada*, **Pl.** *sikkhāpada*, điều khoản học tập. Những điều khoản Phật chế, quy định những điều không nên làm, các đệ tử cần phải tu học trong đây.

[3] 薄伽梵, **Skt.** *Bhagavat*; **Pl.** *Bhagavā/ Bhagavant.* Hán dịch phổ thông: Thế Tôn; cũng có khi dịch 眾佑 "Chúng hựu"

[4] 孤獨園, **Skt.** *Anāthapiṇḍada*, **Pl.** *Anāthapiṇḍika.*

[5] 逝多林, Thệ-đa lâm, Kỳ-hoàn, Kỳ thọ, Kỳ viên. **Skt.**/**Pl.** *Jetavana.*

[6] 室羅筏, Thất-la-phiệt: Xá-vệ; **Skt.** *Śrāvasti*, **Pl.** *Sāvatthi.*

[7] 苾芻眾, Bí-sô chúng = Bí-sô Tăng-già, Tỳ-kheo Tăng, **Skt.** *bhikṣusaṅgha,* **Pl.** *bhikkhusaṅgha.*

[8] 寂靜, tịch tĩnh; **Pl.** *vūpasanta/vūpasammati*; **Skt.** *vyupaśāmyati*, làm tịch tĩnh, làm im lặng, chế ngự. Cf. S. 55. 29 (PTS. v. 388): *(na) pañca bhayāni verāni vūpasantāni honti.*

[9] 怖罪怨 bố, tội, oán: sợ hãi, tội lỗi và thù oán. **Pl. Skt.** *bhaya, vera.* Thập tụng 60, 五怖五罪五怨五滅: 5 điều sợ hãi, 5 điều tội, 5 điều thù oán, 5 điều hủy diệt.

[10] 犯戒, **Pl.** *dussīla*, **Skt.** *duḥśīla*: ác giới, phẩm chất xấu. A V.174 (PTS. 204): *pañca, gahapati, bhayāni verāni appahāya ' dussīlo ' iti vuccati,* "không đoạn trừ năm điều kinh sợ và thù oán, được gọi là ác giới."

đáng bị chê trách,[11] sanh nhiều phi phước; sau khi thân hoại mạng chung, đọa vào cõi xấu nguy hiểm, sanh trong địa ngục.

Năm điều đó là gì?

a. Sát sanh. Do duyên sát sanh mà phát sanh sự sợ hãi, thù oán. Không từ bỏ sát sanh, đây là điều thứ nhất.

b. Lấy của không cho. Do duyên trộm cướp mà phát sanh sự sợ hãi, tội lỗi, sai trái. Không từ bỏ trộm cướp, đây là điều thứ hai.

c. Dục tà hành. Do duyên tà hành mà phát sanh sự sợ hãi, thù oán. Không từ bỏ dục tà hành, đây là điều thứ ba.

d. Nói lời hư dối. Do duyên dối trá mà phát sanh sự sợ hãi, thù oán. Không từ bỏ nói lời hư dối, đây là điều thứ tư.

e. Uống các thứ rượu, nghiện ngập, buông lung. Do duyên uống các thứ rượu, nghiện ngập, buông lung mà phát sanh sự sợ hãi, thù oán. Không từ bỏ uống các thứ rượu, nghiện ngập, buông lung, đây là điều thứ năm.

Các hữu tình mà không đình chỉ năm điều sợ hãi, thù oán thì ngay đời này, bị các Hiền Thánh đồng quở trách, gọi là người phạm giới, tự làm tổn thương mình, có tội, đáng bị chê trách, sanh nhiều phi phước; sau khi thân hoại mạng chung, đọa vào cõi xấu nguy hiểm, sanh trong địa ngục.

Các hữu tình nào mà đình chỉ năm điều sợ hãi, thù oán, thì ngay đời này, được các Hiền Thánh đồng khen ngợi, gọi là trì giới,[12] tự phòng hộ, không bị chê trách, sanh nhiều phước thù thắng; sau khi thân hoại mạng chung, tái sinh vào cõi thiện, sanh trong thiên giới.

Năm điều đó là gì?

---

[11] 有罪有貶 hữu tội hữu biếm. **Skt.** *Avadya*; **Pāli:** *sāvajja*: đáng bị chê trách, đáng bị biếm nhẽ. <*avajja*: vô tội, không thể chê trách.

[12] 持戒, **Pl.** *sīlavant*, có giới, có phẩm chất đạo đức. S V 174 (PTS. iii 204): *pañca bhayāni verāni pahāya 'sīlavā' iti vuccati*, "đoạn trừ năm điều kinh sợ và thù oán, được gọi là *có giới*."

a. Từ bỏ sát sanh. Do duyên từ bỏ sát sanh mà diệt trừ sự sợ hãi, thù oán. Từ bỏ sát sanh, đây là điều thứ nhất.

b. Từ bỏ lấy của không cho. Do duyên từ bỏ trộm cướp mà diệt trừ sự sợ hãi, thù oán. Từ bỏ trộm cướp, đây là điều thứ hai.

c. Từ bỏ dục tà hành. Do duyên từ bỏ tà hành mà diệt trừ sự sợ hãi, thù oán. Từ bỏ dục tà hành, đây là điều thứ ba.

d. Từ bỏ nói lời hư dối. Do duyên từ bỏ nói lời hư dối mà diệt trừ sự sợ hãi, thù oán. Từ bỏ nói lời hư dối, đây là điều thứ tư.

e. Từ bỏ uống các thứ rượu, các chỗ phóng dật. [454a01] Do duyên từ bỏ uống các thứ rượu, nghiện ngập, buông lung, mà diệt trừ sự sợ hãi, thù oán. Từ bỏ uống các thứ rượu, nghiện ngập, buông lung, đây là điều thứ năm.

Các hữu tình nào mà đình chỉ năm điều sợ hãi, thù oán, thì ngay đời này, được các Hiền Thánh đồng khen ngợi, gọi là người trì giới, tự phòng hộ, không bị chê trách, sanh nhiều phước thù thắng; sau khi thân hoại mạng chung, tái sinh vào cõi thiện, sanh trong thiên giới.

Bấy giờ, Đức Thế Tôn tóm thu nghĩa trên bằng kệ tụng:

Ai giết, trộm, tà dâm,
Nói dối, mê say rượu,
Năm bố oán đe dọa,
Các Hiền Thánh chê trách:
Kẻ phạm giới, tự hại,
Gây tội, nhận tai họa;
Chết đọa cõi xấu ác,
Sanh trong các địa ngục.
Không giết, trộm, tà dâm,
Không nói dối, không rượu,
Thoát khỏi năm kinh sợ,
Được Hiền Thánh khen ngợi:
Người trì giới, tự hộ,
Vô tội, cảm thắng phước,

Chết sanh lên cõi lành,
Trong các cõi chư thiên.[13]

B. LUẬN

I. Cận sự và chi phần cận sự

1. Cho đến trình độ nào thì được gọi là Ô-ba-sách-ca?[14]

Đó là "... những người nam tại gia mặc áo trắng, nam căn thành tựu, qui y Phật-Pháp-Tăng, khởi tâm chí tín thanh tịnh, chí thành nói lên lời chơn thật, tự nói: 'Con là Ô-ba-sách-ca, ngưỡng mong Tôn giả từ bi thương tưởng, ghi nhận con là Ô-ba-sách-ca.' Cho đến mức ấy, gọi là Ô-ba-sách-ca."[15]

2. Thế nào gọi là Ô-ba-sách-ca học một phần?[16]

---

[13] Tham chiếu, *Tạp* 30 kinh số 845, tr. 215c24; *Thập tụng luật 60*, tr. 449a20. Pāli, S.55.29 *Bhayaverūpasantasuttaṃ* (1-2) (PTS.v.388), A. V. 174 *Verasuttaṃ* (PTS. iii. 204); *Vibhaṅga* xiv "*Sikkhāpada Vibhaṅga*" (PTS. 285).

[14] 鄔波索迦,優婆塞= ưu-bà-tắc; Skt./Pl. *upāsaka*; Hán dịch: cận sự nam; *upāsikā*: cận sự nữ.

[15] Cf. *Câu-xá* (Việt dịch), ĐTKVN, TVT tập 19, Luận bộ II, quyển 2, thiên iv, chương 2, Vô biểu nghiệp; HĐHP, 2022; tr. 417, cht. 157: *yataś ca, mahānāman, gṛhī avadātavasanaḥ puruṣaḥ puruṣendriyeṇa samanvāgato buddhaṃśaraṇaṃ gacchati, dharmam...., saṅghaṃ śaraṇaṃ gacchati, vācaṃ ca bhāṣate—'upavāsakaṃ ca māṃ dhāraya', ityatā upavāsako bhavati. Pāli, S.v. tr. 395 (Mahānāmasuttaṃ): kittāvatā nu kho bhante upāsako hoti. yato kho, mahānāma, buddhaṃ saraṇaṃ gato hoti, dhammaṃ saraṇaṃ gato hoti, saṅghaṃ saraṇaṃ gato hoti – ettāvatā kho, mahānāma, upāsako hoti.* Cf. *Tạp* 33 tr. 236b15. Dẫn bởi Tì-bà-sa 124 tr. 645c2. *Mahānāman*, trưởng tộc họ Thích, người Ca-tì-la-vệ.

[16] Cf. *Câu-xá* (Việt dịch), ĐTKVN, TVT tập 19, Luận bộ II, quyển 2, thiên iv, chương 2, Vô biểu nghiệp, tụng 31ac; HĐHP, 2022; tr. 419, cht. 166: 能學一分, Skt. *Ekadeśakārī*, nhất phần ô-ba-sách-ca/ ưu-bà-tắc: hộ trì một học xứ.

Ô-ba-sách-ca như được nói trên, sau khi phát lời chơn thật qui y Phật-Pháp-Tăng, từ bỏ sát sanh, nhưng không từ bỏ bốn điều kia. Như vậy gọi là học một phần.

3. Thế nào gọi là Ô-ba-sách-ca học ít phần?[17]

Ô-ba-sách-ca như được nói trên, sau khi phát lời chơn thật qui y Phật-Pháp-Tăng, từ bỏ sát sanh và trộm cướp, nhưng không từ bỏ ba điều kia. Như vậy gọi là học ít phần.

4. Thế nào gọi là Ô-ba-sách-ca học nhiều phần?[18]

Ô-ba-sách-ca như được nói trên, sau khi qui y Phật-Pháp-Tăng, phát lời chơn thật, từ bỏ sát sanh, trộm cướp và dâm dục, nhưng không từ bỏ hai điều kia. Như vậy gọi là học được nhiều phần.

5. Thế nào gọi là Ô-ba-sách-ca học mãn phần?[19]

Ô-ba-sách-ca như được nói trên, sau khi phát lời chơn thật qui y Phật-Pháp-Tăng, từ bỏ hết năm điều. Như vậy gọi là học mãn phần.

II. Sáu hạng cận sự

1. Ô-ba-sách-ca thành tựu năm pháp này, chỉ mới tự lợi nhưng chẳng thể làm lợi tha.

Năm pháp đó là gì? Ô-ba-sách-ca như được nói trên tự mình từ bỏ sát sanh **[454b01]** cho đến từ bỏ các thứ rượu, nghiện ngập, buông lung, nhưng không thể khuyến khích người khác từ bỏ sát sanh cho đến từ bỏ các thứ rượu, nghiện ngập, buông lung. Như vậy gọi là Ô-ba-sách-ca thành tựu năm pháp, chỉ mới tự lợi nhưng chẳng thể làm lợi tha.

2. Ô-ba-sách-ca thành tựu mười pháp này, có thể làm lợi mình lợi người, nhưng chẳng thể làm lợi tha rộng rãi.

---

[17] 能學少分, **Skt.** *Pradeśakārī*, thiểu phần ô-ba-sách-ca/ưu-bà-tắc: hộ trì hai học xứ.

[18] 能學多分, **Skt.** *yadbhūyaḥkārī*: đa phần ô-ba-sách-ca/ưu-bà-tắc. hộ trì ba hay bốn học xứ.

[19] 能學滿分, **Skt.** *paripūrṇakārī*: toàn phần ô-ba-sách-ca/ ưu-bà-tắc: hộ trì đủ năm học xứ.

Mười pháp ấy là gì? Ô-ba-sách-ca như được nói trên tự mình từ bỏ sát sanh *cho đến* từ bỏ các thứ rượu, nghiện ngập, buông lung, cũng có thể khuyến khích người khác từ bỏ sát sanh *cho đến* từ bỏ các thứ rượu, nghiện ngập, buông lung; thấy người khác từ bỏ sát sanh các thứ mà hoan hỷ, khích lệ. Như vậy gọi là Ô-ba-sách-ca thành tựu mười pháp, có thể làm lợi mình lợi người, nhưng chẳng thể làm lợi tha rộng rãi.

3. Ô-ba-sách-ca thành tựu mười lăm pháp này, làm lợi mình lợi người, cũng làm lợi tha rộng rãi.

Mười lăm pháp là gì? Ô-ba-sách-ca như được nói trên tự mình từ bỏ sát sanh *cho đến* từ bỏ các thứ rượu, nghiện ngập, buông lung, cũng có thể khuyến khích người khác từ bỏ sát sanh *cho đến* từ bỏ các thứ rượu nghiện ngập, buông lung; và thấy người khác từ bỏ sát sanh các thứ mà hoan hỷ, khích lệ. Như vậy gọi là Ô-ba-sách-ca thành tựu mười lăm pháp, có thể làm lợi mình lợi người, cũng làm lợi tha rộng rãi.

4. Ô-ba-sách-ca thành tựu tám pháp này, chỉ mới tự lợi nhưng chẳng thể làm lợi tha.

Tám pháp là gì? Ô-ba-sách-ca như được nói trên tự mình đầy đủ tịnh tín, nhưng không thể khuyến khích người khác đầy đủ tịnh tín; tự mình đầy đủ tịnh giới, nhưng không thể khuyến khích người khác đầy đủ tịnh giới; tự mình đầy đủ huệ xả,[20] nhưng không thể khuyến khích người khác đầy đủ huệ xả; tự mình siêng năng thường xuyên đến chùa, kính lễ hầu cận các chúng Bí-sô có đức, nhưng không thể khuyến khích người khác cũng siêng năng thường xuyên đến chùa, kính lễ hầu cận các chúng Bí-sô có đức; tự mình chí thành lắng nghe Chánh Pháp, nhưng không thể khuyến khích người khác chí thành lắng nghe Chánh Pháp; tự mình nghe pháp rồi có thể ghi nhớ không quên, nhưng không thể khuyến khích người khác ghi nhớ không quên; tự mình thọ trì pháp rồi, có thể tư duy phân tích nghĩa lí, nhưng không thể khuyến khích người khác tư duy phân tích nghĩa lí; tự mình tư duy phân tích rồi, vì để chứng đắc nghĩa của pháp, chơn chánh chuyên cần

---

[20] 惠捨, **Skt.** *Tyāga*; **Pl.** *cāga*: huệ xả, huệ thí, thí xả, xả, cho, xả bỏ, đối trị xan tham, keo kiệt.

tu pháp tùy pháp hành,[21] thành vị hòa kính hành,[22] tùy pháp hành,[23] nhưng không thể khuyến khích người khác chơn chánh chuyên cần tu pháp tùy pháp hành, thành vị hòa kính hành, tùy pháp hành. Như vậy gọi là Ô-ba-sách-ca thành tựu tám pháp, chỉ mới tự lợi nhưng chẳng thể làm lợi tha.

5. Ô-ba-sách-ca thành tựu mười sáu pháp này, có thể làm lợi mình lợi người, nhưng chẳng thể làm lợi tha rộng rãi. Mười sáu pháp là gì?

Ô-ba-sách-ca như được nói trên tự mình đầy đủ tịnh tín, cũng có thể khuyến khích người khác đầy đủ tịnh tín; *chi tiết như trên cho đến tự mình tư duy phân tích rồi,* vì để chứng đắc nghĩa của pháp, chơn chánh **[454c01]** chuyên cần tu pháp tùy pháp hành, thành vị hòa kính hành, tùy pháp hành, cũng có thể khuyến khích người khác chơn chánh chuyên cần tu pháp tùy pháp hành, thành vị hòa kính hành, tùy pháp hành; nhưng thấy người khác đầy đủ tịnh tín v.v... mà không hoan hỷ, khích lệ. Như vậy gọi là Ô-ba-sách-ca thành tựu mười sáu pháp, có thể làm lợi mình lợi người, nhưng chẳng thể làm lợi tha rộng rãi.

6. Ô-ba-sách-ca thành tựu hai mươi bốn pháp này, có thể làm lợi mình lợi người, cũng làm lợi tha rộng rãi.

Hai mươi bốn pháp là gì? Như trên đã nói, Ô-ba-sách-ca tự mình đầy đủ tịnh tín, cũng có thể khuyến khích người khác đầy đủ tịnh tín; *nói rộng cho đến* tự mình tư duy phân tích rồi, vì để chứng đắc nghĩa của pháp, chơn chánh chuyên cần tu pháp tùy pháp hành, thành vị hòa kính hành, tùy pháp hành, cũng có thể khuyến khích người khác khiến cho họ chơn chánh chuyên cần tu pháp tùy pháp hành, thành vị

---

[21] 法隨法行, **Pl.** *dhammānudhammapaṭipāda*; xem "phẩm 3 Chứng tịnh." *Pháp (dhamma),* đây chỉ Niết-bàn, *tùy pháp (anudhamma),* chỉ Thánh đạo tám chi. Chúng đệ tử Phật hành trong đây *(paṭipāda)* gọi là pháp tùy pháp hành. Cf. *Tì-bà-sa 181,* tr. 910c10: 云何法。答寂滅 涅槃。云何隨法。答八支聖道。云何法隨法行答若於此中隨義而行。所謂 為求涅槃故修習八支聖道故名法隨法行。

[22] 和敬行, **Pl.** *sāmīcippaṭipanno,* xem "phẩm 2 Dự lưu chi."

[23] 隨法行者, **Pl.** *anudhammacārī*: vị thực hành tùy pháp, sống tùy thuận theo pháp.

hòa kính hành, tùy pháp hành; lại thấy người khác đầy đủ tịnh tín v.v... mà hoan hỷ, khích lệ. Như vậy gọi là Ô-ba-sách-ca thành tựu hai mươi bốn pháp này, có thể làm lợi mình lợi người, cũng làm lợi tha rộng rãi.

III. Thành tựu bốn mươi pháp

1. *Mười pháp*

a. *Bất thiện*

Thành tựu mười pháp này, sau khi chết, đọa vào cõi xấu, sanh trong địa ngục.

Mười pháp đó là gì? 1. sát sanh, 2. trộm cắp, 3. tà dâm, 4. nói lời hư dối, 5. nói lời ly gián, 6. nói lời thô ác, 7. nói lời tạp nhạp vô ích, 8. tham dục, 9. sân hận, 10. tà kiến.

Những ai thành tựu mười pháp như vậy, sau khi chết, sẽ đọa vào cõi xấu ác nguy hiểm, sanh trong địa ngục.

b. *Thiện*

Thành tựu mười pháp này, sau khi chết, sanh lên cõi lành, trong các cõi trời.

Mười pháp đó là gì? 1. từ bỏ sát sanh, 2. từ bỏ trộm cắp, 3. từ bỏ tà dâm, 4. từ bỏ nói lời hư dối, 5. từ bỏ nói lời ly gián, 6. từ bỏ nói lời thô ác, 7. từ bỏ nói lời tạp nhạp vô ích, 8. không tham, 9. không sân hận, 10. chánh kiến.

Những ai thành tựu mười pháp như vậy, sau khi chết, sanh lên cõi lành, trong các cõi trời.

2. *Hai mươi pháp*

a. *Bất thiện*

Thành tựu hai mươi pháp này, sau khi chết, đọa vào cõi xấu ác nguy hiểm, sanh trong địa ngục.

Hai mươi pháp đó là gì? 1. tự mình sát sanh, 2. cũng khuyến khích người khác sát sanh, *chi tiết cho đến* 19. tự mình khởi tà kiến, 20. cũng khuyến khích người khác khởi tà kiến.

Nếu người nào thành tựu hai mươi pháp như vậy, sau khi chết, đọa vào cõi xấu ác nguy hiểm, sanh trong địa ngục.

b. *Thiện*

Thành tựu hai mươi pháp này, sau khi chết, sanh lên cõi lành, trong các cõi trời.

Hai mươi pháp đó là gì? 1. tự mình từ bỏ sát sanh, 2. cũng khuyến khích người khác khiến họ từ bỏ sát sanh, *chi tiết cho đến* 19. tự mình khởi chánh kiến, 20. cũng khuyến khích người khác khởi chánh kiến.

[455a01] Những ai thành tựu hai mươi pháp như vậy, sau khi chết, sanh lên cõi lành, trong các cõi trời.

3. *Ba mươi pháp*

a. *Bất thiện*

Thành tựu ba mươi pháp này, sau khi chết, đọa vào cõi xấu ác nguy hiểm, sanh trong địa ngục.

Ba mươi pháp đó là gì? 1. tự mình sát sanh, 2. cũng khuyến khích người khác sát sanh, 3. thấy người khác sát sanh mà hoan hỷ, khích lệ, *nói rộng cho đến* 28. tự mình khởi tà kiến, 29. cũng khuyến khích người khác khởi lên tà kiến, 30. thấy người khác khởi tà kiến mà hoan hỷ, khích lệ.

Những ai thành tựu ba mươi pháp như vậy, sau khi chết, đọa vào cõi xấu ác nguy hiểm, sanh trong địa ngục.

b. *Thiện*

Thành tựu ba mươi pháp này, sau khi chết, sanh lên cõi lành, trong các cõi trời.

Ba mươi pháp đó là gì? 1. tự mình từ bỏ sát sanh, 2. cũng khuyến khích người khác từ bỏ sát sanh, 3. thấy người khác từ bỏ sát sanh mà hoan hỷ, khích lệ, *chi tiết cho đến* 28. tự mình khởi chánh kiến, 29. cũng khuyến khích người khác khởi chánh kiến, 30. thấy người khác khởi lên chánh kiến mà hoan hỷ, khích lệ.

Nếu người nào thành tựu ba mươi pháp như vậy, sau khi chết, sanh lên cõi lành, trong các cõi trời.

4. Bốn mươi pháp

a. *Bất thiện*

Thành tựu bốn mươi pháp này, sau khi chết, đọa vào cõi xấu ác nguy hiểm, sanh trong địa ngục.

Bốn mươi pháp đó là gì? 1. tự mình sát sanh, 2. cũng khuyến khích người khác sát sanh, 3. thấy người khác sát sanh mà hoan hỷ, khích lệ, 4. biểu dương tán thán sát sanh, *chi tiết cho đến* 37. tự mình khởi tà kiến. 38. cũng khuyến khích người khác khởi tà kiến, 39. thấy người khác khởi tà kiến mà hoan hỷ, khích lệ, và 40. biểu dương tán thán việc ấy.

Những ai thành tựu bốn mươi pháp như vậy, sau khi chết, đọa vào cõi xấu ác nguy hiểm, sanh trong địa ngục.

b. *Thiện*

Thành tựu bốn mươi pháp này, sau khi chết, sanh lên cõi lành, trong các cõi trời.

Bốn mươi pháp đó là gì? 1. tự mình từ bỏ sát sanh, 2. cũng khuyến khích người khác từ bỏ sát sanh, 3. thấy người khác từ bỏ sát sanh mà hoan hỷ, khích lệ, và 4. xưng dương tán thán việc từ bỏ sát sanh, *chi tiết cho đến* 37. tự mình khởi chánh kiến, 38. cũng khuyến khích người khác khiến cho họ khởi chánh kiến, 39. thấy người khác khởi chánh kiến mà hoan hỷ, khích lệ, và 40. xưng dương tán thán việc ấy.

Nếu người nào thành tựu bốn mươi pháp như vậy, sau khi chết, sanh lên cõi lành, trong các cõi trời.

IV. Cận sự luật nghi

Ô-ba-sách-ca có năm học xứ. Năm học xứ đó là gì?

- Cho đến trọn đời, tránh xa sự sát sanh, đó là học xứ thứ nhất.

- Cho đến trọn đời, tránh xa sự trộm cướp, đó là học xứ thứ hai.

- Cho đến trọn đời, tránh xa sự tà dâm, đó là học xứ thứ ba.

- Cho đến trọn đời, tránh xa sự nói dối, đó là học xứ thứ tư.

- Cho đến trọn đời, tránh xa sự uống rượu, nghiện ngập, buông lung, đó là học xứ thứ năm.

1. *Học xứ thứ nhất*

Trong học xứ thứ nhất, thế nào gọi là người sát sanh? **[455b01]**

a. *Dẫn kinh*

Như Thế Tôn nói: *"Có một hạng sát sanh, bạo ác, bàn tay vấy máu, đam mê giết hại; đối với các hữu tình, chúng sanh, thắng loại, không hổ thẹn, không thương xót, cho đến các loài quấn-đa, tỉ-tất-lạc-ca.*[24] *Như vậy gọi là có một hạng sát sanh."*[25]

b. *Giải thích*

- Thế nào gọi là *có một hạng sát sanh?*[26] Đối với hành vi sát sanh, người này không nhàm chán, không tránh xa, không dứt bỏ, hình thành tập tính. Như vậy gọi là *có một hạng sát sanh.*

- Thế nào gọi là *bạo ác?* Đó là tích tập các loại khí cụ sát hại như: cung, đao, gậy v.v... Như vậy gọi là *bạo ác.*

- Thế nào gọi là *bàn tay vấy máu?* Đó là những người làm việc mổ giết dê, gà, heo; bắt chim, đánh cá, săn bắt, trộm cướp, đao phủ,[27] bắt

---

[24] 捃多比畢洛迦, Skt. *kunta-pipīlika*: các loại kiến, côn trùng.

[25] Cf. P. M.135. *CūḷakammaVibhaṅgasuttaṃ*, PTS. iii. 203: *ekacco itthī vā puriso vā pāṇātipātī hoti luddo lohitapāṇi hatapahate niviṭṭho adayāpanno pāṇabhūtesu.* "Ở đây, có một hạng sát sanh, hoặc nữ, hoặc nam, hung ác, bàn tay vấy máu, giết hại và quyết ý giết hại, không chút từ tâm đối với các sinh vật. Cf. Pāli M. 41 *Sāleyyakasuttaṃ*, i. 287.

[26] 有殺生者. Pl. *ekacco... pāṇātipātī*.

[27] 魁膾, Skt. *Vadhyaghātaka*: xử tử, thi hành hình phạt xử tử. Cf. *Câu-xá* (Việt dịch), *ĐTKVN, TVT tập 19, Luận bộ II, quyển 2, thiên iv, chương 2, Vô biểu nghiệp*; HĐHP, 2022; tr. 439, cht. 266.

rắn,[28] cai ngục, làm thịt chó, đặt bẫy... Đó gọi là *bàn tay vấy máu*.

Vì sao gọi người này là *bàn tay vấy máu*? Người đó dù cho thường xuyên tắm rửa, thoa ướp hương thơm, mặc y phục sạch đẹp, đội mũ, mang vòng hoa, thân thể trang điểm lộng lẫy, vẫn bị gọi là *bàn tay vấy máu*. Vì sao vậy? Vì họ không hoàn toàn nhàm chán, không tránh xa, không dứt bỏ việc ác ấy, khiến cho máu của hữu tình đã đổ lại đổ mãi, đã trào lại trào nữa, dồn chứa chảy mãi. Cho nên gọi là *bàn tay vấy máu*.

- Thế nào gọi là *đam mê giết hại?*[29] Đó là đối với chúng sanh, có khi hại nhưng chẳng giết,[30] hoặc vừa hại vừa giết.

Có hại nhưng chẳng giết, là dùng các loại khí cụ giết hại như: cung, dao, gậy... hành hạ chúng sanh, nhưng chưa giết chết. Như vậy gọi là có hại nhưng chẳng giết.

Vừa hại vừa giết, là dùng các loại khí cụ giết hại như: cung, dao, gậy... hành hạ chúng sanh, cho đến giết chết luôn. Như vậy gọi là vừa hại vừa giết.

Do say đắm, dính chặt việc giết hại như vậy, nên gọi là *đam mê giết hại*.

- Thế nào gọi là *không hổ thẹn, không thương xót*[31] các hữu tình chúng sanh và thắng loại?

---

28 縛龍, **skt.** *nāgabandha,* phược long (trói rồng, cũng hiểu là bắt rắn). Cf. *Câu-xá* (sách đã dẫn), cht. 267.

29 耽著殺害, **Pl.** *hatapahate niviṭṭho.*

30 害 Hại, **Skt.** *prahata/prahanti,* **Pl.** *pahata:* đánh đập, gây thương tích. Cũng thường dùng cho hành vi giết chết. 殺 Sát, **Skt. Pl.** *hata/ hanti:* giết chết, tàn sát. Cả hai từ cùng một động từ căn. Khi dùng riêng, tùy ngữ cảnh, hiểu là *hại* hoặc *sát*. Khi dùng chung, hành vi *pahata/ prahata* diễn ra trước *hata*. Tiền tố ~*pra:* "trước, hành vi xảy ra trước," chỉ giai đoạn đầu của quá trình hành vi.

31 無羞無愍. Bản Pl: *adayāpanno,* không có tâm từ ái.

Trước hết, phân biệt sự sai khác giữa *chúng sanh*[32] và *thắng loại*.[33] Các dị sanh[34] gọi là chúng sanh. Đệ tử Thế Tôn được gọi là *thắng loại*. Lại nữa, các hữu tình có tham-sân-si, gọi là *chúng sanh*. Nếu các hữu tình dứt trừ tham sân si, gọi là *thắng loại*. Lại nữa, các hữu tình có ái, có thủ,[35] gọi là *chúng sanh*. Nếu các hữu tình dứt trừ ái, dứt trừ thủ, gọi là *thắng loại*. Các hữu tình có thuận mà không nghịch,[36] gọi là *chúng sanh*. Nếu các hữu tình không thuận mà có nghịch, gọi là *thắng loại*. Các hữu tình không thông tuệ, vô minh, gọi là *chúng sanh*; các hữu tình thông tuệ, có minh, gọi là *thắng loại*. Các hữu tình chưa lìa dục tham, gọi là *chúng sanh*. Nếu các hữu tình đã lìa dục tham, gọi là *thắng loại*. Các hữu tình đã ly dục tham,[37] nhưng chẳng phải đệ tử Phật, gọi là *chúng sanh*. Nếu các hữu tình đã ly dục tham, [455c01] là đệ tử Phật, gọi là *thắng loại*.[38] Nay trong nghĩa này, các dị sanh, gọi là *chúng sanh*; đệ tử Thế Tôn, gọi là *thắng loại*. Vì sao? Vì *thắng* nghĩa là Niết-bàn. Vị

---

[32] 眾生, **Skt.** *prāṇa*, **Pl.** *pāṇa*: sinh vật, loài có hơi thở. Phân biệt với từ *sattva*, cũng thường dịch là "chúng sinh", Huyền Trang dịch là "hữu tình".

[33] 勝類, thắng loại, cũng hiểu là *thắng sinh*, **Skt.** *upapatti-viśeṣāśrita*, chỉ sự tái sinh trong thiên giới hoặc nhân gian; hoặc *abhyudaya-viśeṣa*, *thắng sinh sai biệt*, chỉ những chủng loại khác nhau của loài người và chư thiên trong Dục giới. Cf. *Câu-xá* (Việt dịch), ĐTKVN, TVT tập 19, *Luận bộ II, quyển 2, thiên iv, chương v, Luận thuyết về Nghiệp*; HĐHP, 2022; tr. 581, cht. 173.

[34] 異生, **Pl.** *puthujana*, **Skt.** *pṛthagjana*: cũng thường dịch là "phàm phu"; phân biệt đối lại với *ārya*: "thánh giả".

[35] **Skt.** *tṛṣṇā-upādāna*; **Pl.** *taṇhā-upādāna*: Ái và thủ (trong 12 chi duyên khởi).

[36] *Thuận và nghịch*: hiểu là thuận dòng sinh tử và nghịch dòng về Niết-bàn.

[37] 已離欲貪, tức đã ly nhiễm dục tham trong Dục giới, **Skt.** *kāma-vitarāga*, 欲: đây chỉ các Tiên nhân ngoại đạo đắc sơ thiền trở lên, đã ly nhiễm Dục giới, nhưng căn bản tùy miên chưa đoạn.

[38] *Vitarāga*, đệ tử Phật ly dục tham có hai hạng: (a) Chỉ ly nhiễm Dục giới (*kāma-vitarāga*), hạng Thánh giả Bất hoàn đã đắc sơ thiền trở lên, nhưng chưa hoàn toàn ly nhiễm ba giới. (b) Hạng đã hoàn toàn ly nhiễm (**Skt.** *vairāgya*) trong cả ba giới, đắc quả A-la-hán.

đó đã thu hoạch, chứng đắc, và thành tựu,[39] xúc chứng Niết-bàn, nên gọi là *thắng loại*. Như có tụng nói:

> *Tùy thuận khắp thế gian,*
> *Trải qua các thôn ấp,*
> *Muốn tìm cầu thắng ngã,[40]*
> *Không sở chứng, sở y.*

Do vậy, trong nghĩa này, các hạng dị sanh, gọi là *chúng sanh*. Đệ tử Thế Tôn, gọi là *thắng loại*.

Đối với các hữu tình, chúng sanh và thắng loại đây, lẽ ra nên hổ thẹn, thương xót. Song, không biết tự trọng, không có xấu hổ, không có từ mẫn, không nghĩ tưởng đến. Như vậy gọi là *không hổ thẹn, không thương xót* các hữu tình, chúng sanh và thắng loại.

Thế nào gọi là *cho đến giết cả các loài quấn-đa, tỉ-tất-lạc-ca?* Quấn-đa[41] là các loài côn trùng: muỗi, ve... Tỉ-tất-lạc-ca[42] là các loài kiến. Cho đến các loài chúng sanh nhỏ nhít như thế, đều khởi ác tâm muốn giết hại. Cho nên gọi là sát sanh.

Như vậy trong đây, thế nào gọi là *sanh*, thế nào gọi là *sát sanh*, thế nào gọi là *tránh xa sự sát sanh*, mà nói rằng: *"cho đến trọn đời tránh xa sự sát sanh"* là học xứ thứ nhất của Ô-ba-sách-ca?

---

[39] 獲得成就, Cf. *Câu-xá* (bản Việt dịch), ĐTKVN, TVT tập 18, Luận bộ I, *quyển 1;* tr. 213, "phẩm ii, Phân biệt Căn," tụng. 36a: *prāptir lābhaḥ samanvayaḥ,* đắc nghĩa là hoạch, thành tựu. Luận thích: đắc (*prāti*) có hai loại: 1. cái chưa được hay cái đã mất mà nay có được, gọi là thu hoạch (*lābha*); 2. có được cái đã được mà không mất gọi là thành tựu (*samānvaya*).

[40] 勝我, Skt. *Paramātman*: tự ngã tối cao, tuyệt đối. Tự ngã vốn bất thực, nên không phải là đối tượng có thể chứng đắc; vì bất thực, nên cũng không tồn tại bất cứ cái gì là sở y.

[41] 捃多, Pl. *kuntha*; Skt. *kunta*.

[42] 比畢洛迦, Pl; Skt. *pipīlika*.

Nói *sanh:*[43] chúng sanh, có ý tưởng đó là chúng sanh;[44] hữu tình, mà có ý tưởng đó là hữu tình; sinh mạng, mà có ý tưởng đó là sinh mạng;[45] các loài dưỡng dục, có ý tưởng dưỡng dục;[46] hoặc bổ-đặc-già-la, có ý tưởng bổ-đặc-già-la.[47] Đây gọi là *sanh.*

Nói *Sát sanh:* đó là đối với chúng sanh, mà khởi ý tưởng đó là chúng sanh; hữu tình mà khởi ý tưởng đó là hữu tình; sinh mạng mà khởi ý tưởng đó là sinh mạng; dưỡng dục mà khởi ý tưởng đó là dưỡng dục; bổ-đặc-già-la mà khởi ý tưởng đó là bổ-đặc-già-la, lại khởi tâm ác, tâm bất thiện, tâm gây tổn, tâm gây hại, tâm sát. Với nghiệp như vậy, gia hành như vậy, tư duy như vậy, nỗ lực như vậy, dũng mãnh như vậy, mà giết hại chúng sanh, cố ý đoạn mạng. Do nghiệp như vậy, gia hành như vậy, tư duy như vậy, nỗ lực như vậy, dũng mãnh như vậy, sát hại chúng sanh, cố ý[48] đoạn mạng, nên gọi là *sát sanh.*

---

[43] 生, Pl. *pāṇa*; Skt. *prāṇa.*

[44] 眾生想, Skt. *prāṇa-saṃjñā.*

[45] 命者, Skt. *Jīvita*: đang sống, có sự sống; thường chỉ ý niệm về linh hồn trong các tôn giáo. Phật giáo vì không nhận sự tồn tại của linh hồn hay tự ngã, nên trong A-tì-đạt-ma Hán dịch là *mạng căn* (*jīvitendriya*): cơ quan duy trì tuổi thọ của sự sống, một trong hai mươi hai căn, và một trong mười bốn hành không tương ưng tâm.

[46] 養育, Skt. *poṣa*: cái tồn tại bằng sự nuôi dưỡng, một trong những ý tưởng về tự ngã.

[47] 補特伽羅, Skt. *Pudgala*; Pl. *puggala*: nhân xưng, nhân cách, cá thể; tự ngã tồn tại như chủ thể của nhận thức và sự sống. Từ *sanh* cho đến *dưỡng dục*, các ý tưởng về tự ngã (*ātman*). *Thuận chính lý luận 26*, tr. 489a09: "Các xuất gia ngoại đạo trong lâu dài chấp có ngã, hữu tình, mạng giả, sanh giả, dưỡng dục giả, bổ-đặc-già-la..."

[48] 故思, cố tư, Skt. *cetanā*: nghiệp khởi đầu bằng ý chí hành động, với ý đồ, mục đích như sát hại v.v... Ý chí được tiếp tục huân tập, tạo thành chuỗi tiếp nối của tư, gọi là "tương tục tư" (*cetana-santāna*), cho đến khi đạt đến cao điểm của tư (*cetanā-viśeṣa*: tư sai biệt), bấy giờ thân hay ngữ được kích phát, tiến hành hoạt động nhắm đến mục đích, gọi là gia hành nghiệp đạo (*karmapatha-prayoga*). Cho đến khi đạt được mục đích, sinh vật mà nó muốn giết đã chết; trong sát-na mà sinh vật

Ô-ba-sách-ca như được nói trên, đối với sự sát sanh này mà tư duy phán đoán một cách thiện xảo, nhàm tởm, tránh xa, đình chỉ, phòng hộ, không tạo tác, không hành động, không làm, không phạm, xả bỏ, bít lấp, không chống không nghịch, không trái không vượt, như vậy gọi là [456a01] *tránh xa sát sanh*. Cho nên nói rằng, *"cho đến trọn đời tránh xa sự sát sanh"*, là học xứ thứ nhất của Ô-ba-sách-ca.

2. Học xứ thứ hai

Trong học xứ thứ hai, thế nào gọi là người lấy vật không cho?[49]

a. Dẫn Kinh

Như Thế Tôn nói: *"Có một hạng người lấy vật không được cho,[50] hoặc trong thành ấp, hoặc a-luyện-nhã,[51] các vật không được cho mà chiếm lấy với tâm trộm cướp, không từ bỏ trộm cướp, như vậy gọi là người lấy của không cho."*[52]

b. Giải thích

- Thế nào nói là *có một hạng người lấy vật không được cho?* Đó là đối với hành vi lấy của không cho, người này không nhàm chán, không tránh xa, không dứt bỏ, hình thành tập tính. Như vậy gọi là *người lấy vật không được cho.*

---

bị giết chết, nghiệp sát thành hình, gọi là căn bản nghiệp đạo (*maula-karmapatha*).

[49] 不與取, bất dữ thủ; Skt. *Adattādāna*; Pl. *adinnādāna*: lấy vật mà sở hữu chủ không cho.

[50] 不與物數, Skt. *Adattākhyata*: vật được kể thuộc loại không được cho.

[51] 阿練若, Skt. *araṇya*; Pl. *araññā*: cũng âm là a-lan-nhã, dịch: vô sự xứ, không nhàn xứ, chỉ rừng hoang, rừng vắng, nơi thuận lợi cho sự tu tập thiền.

[52] Cf. Pāli M. 41 *Sāleyyakasuttaṃ*, i. 287: *adinnādāyī kho pana hoti. yaṃ taṃ parassa paravittūpakaraṇaṃ, gāmagataṃ vā araññagataṃ vā, taṃ adinnaṃ theyyasaṅkhātaṃ ādātā hoti*, "người lấy vật không được cho, là người chiếm hữu với tâm trộm cướp tài sản, vật dụng của người khác thuộc về rừng hay thôn xóm mà không được sở hữu chủ cho."

- Thế nào nói là *hoặc trong thành ấp*? Đó là nơi có tường thành bao quanh.

- Thế nào nói là *hoặc a-luyện-nhã*? Đó là nơi không có tường thành bao quanh.

- Thế nào gọi là *không được cho*? Đó là người khác nắm giữ, mà người ấy không xả, không vứt bỏ, không biếu tặng, không thí cho.

- Thế nào gọi là *vật*? Đó là các vật dụng sinh hoạt thuộc loại hữu tình hay vô tình,[53] được người khác cất giữ. Đây gọi là các vật không được cho.

- Thế nào gọi là *lấy với tâm trộm cướp, không từ bỏ trộm cướp*? Những vật không được cho như nói trên, mà chiếm lấy với tâm trộm cướp, không nhàm chán, không từ bỏ. Như vậy gọi chiếm hữu những vật không được cho, với tâm trộm cướp, không từ bỏ trộm cướp. Cho nên gọi là người lấy vật không được cho.

Như vậy trong học xứ đây, thế nào gọi là *không được cho*, thế nào gọi là *lấy mà không được cho*, thế nào là *từ bỏ hành vi lấy vật không được cho*, mà nói rằng: *"cho đến trọn đời tránh xa sự lấy vật không được cho"*, là học xứ thứ hai của Ô-ba-sách-ca?

Nói *không được cho*, nghĩa là các vật dụng sinh hoạt thuộc loại hữu tình hay vô tình, được người khác cất giữ, mà người ấy không xả, không vứt bỏ, không biếu tặng, không thí cho. Đây gọi là *không được cho*.

Nói *lấy mà không được cho*, nghĩa là đối với các vật dụng sinh hoạt được người khác cất giữ, biết rằng được người khác cất giữ và không cho mà khởi tâm ác, tâm bất thiện, tâm trộm, tâm cướp, tâm cầm lấy, tâm nắm chặt lấy, tâm chiếm hữu hiện tiền. Với nghiệp như vậy, gia hành như vậy, tư duy như vậy, nỗ lực như vậy, dũng mãnh như vậy, phương tiện như vậy, đạo lộ như vậy,[54] đối với các vật dụng sinh hoạt được người khác cất giữ, mà cố ý cầm lấy, nắm chặt lấy, chiếm hữu lấy, với tâm trộm cướp, dời vật ra khỏi chỗ của nó. Do nghiệp như vậy, gia

---

[53] Thuộc loại hữu tình, như súc vật các thứ; loại vô tình như nhà cửa, xe cộ, cây cỏ các thứ.

[54] 如是門如是路. Pl./Skt. *Mukha* (môn), *magga/mārga* (lộ).

hành như vậy, tư duy như vậy, thúc giục như vậy, dũng mãnh như vậy, phương tiện như vậy, đạo lộ như vậy, đối với các vật dụng sinh hoạt được người khác cất giữ, cố ý cầm lấy, nắm chặt lấy, chiếm hữu lấy, với tâm trộm cướp, dời vật ra khỏi chỗ của nó, đó gọi là *không cho mà lấy*.

Ô-ba-sách-ca như được nói trên, đối với hành vi không cho mà lấy, tư duy phán đoán một cách thiện xảo, nhàm tởm, tránh xa, đình chỉ, phòng hộ, không tạo tác, không hành động, không làm, không phạm, xả bỏ, bít lấp, không chống không nghịch, không trái không vượt, như vậy gọi là **[456b01]** tránh xa sự lấy vật không được cho. Cho nên nói rằng, *"cho đến trọn đời tránh xa sự lấy vật không được cho"*, là học xứ thứ hai của Ô-ba-sách-ca.

3. Học xứ thứ ba

Trong điều học thứ ba, thế nào gọi là người *tà hành trong các dục*?

a. Dẫn Kinh

Như Thế Tôn nói: *"Có một hạng người tà hành trong các dục; người này đối với con gái, vợ của người khác, được người khác giám hộ; tức là được cha, mẹ, anh em, chị em, cô cậu, thân quyến, tộc họ giám hộ, có hình phạt, có ngăn cấm, có cả ngăn cấm và hình phạt, cho đến người nữ đã được trao, được ném tràng hoa các thứ để đính ước; với các loại tợ như vậy mà khởi dục phiền não, chiêu dụ, cưỡng chế, cùng làm các tà hành, không dứt bỏ tà hành. Như vậy gọi là người tà hành trong các dục."*[55]

b. Giải thích

Thế nào gọi là *người tà hành trong các dục*? Người mà không hoàn toàn nhàm tởm, không tránh xa, không dứt bỏ, hình thành tập tánh tà hành. Như vậy gọi là người tà hành trong các dục.

---

[55] Pāli, dẫn trên, *kāmesumicchācārī kho pana hoti. yā tā māturakkhitā piturakkhitā mātāpiturakkhitā bhāturakkhitā bhaginirakkhitāñātirakkhitā gottarakkhitā dhammarakkhitā sassāmikā saparidaṇḍā antamaso mālāguḷaparikkhittāpi, tathārūpāsu cārittaṃāpajjitā hoti. evaṃ kho, gahapatayo, tividhaṃ kāyena adhammacariyāvisamacariyā hoti.*

- Con gái, và vợ của người khác:

Vợ của người khác, có bảy loại. Bảy loại đó là gì? (1) Vợ do trao nước; (2) vợ do tài vật, (3) vợ do quân cướp đoạt, (4) vợ do ý thuận, (5) vợ do áo cơm, (6) vợ do chung sống, (7) Vợ trong chốc lát.[56]

(1) *Vợ do trao nước:* cha mẹ của người nữ đó trao nước cho người nam, đem con gái gả cho, làm chủ cho nhà kia. Gọi là *vợ do trao nước.*

(2) *Vợ do tài vật:* đàn ông dùng tiền của mua người nữ kia về làm vợ. Gọi là *vợ do tài vật.*

(3) *Vợ do quân cướp đoạt:* do người đàn ông chinh phạt nước khác, cướp đoạt con gái của người khác về làm vợ. Lại có quốc vương, do phá trừ địch quốc, lấy những cái mình muốn rồi, còn lại quăng bỏ; lại có những người đàn ông dùng sức chiếm đoạt con gái của người khác về làm vợ. Các loại vợ như vậy, gọi là *vợ do quân cướp đoạt.*

(4) *Vợ do ý thuận:* người nữ tin tưởng, yêu thích nhà người nam, tự nguyện ở làm vợ. Đây gọi là *vợ do ý thuận.*

(5) *Vợ do áo cơm:* người nữ vì cơm áo nên nguyện sống làm vợ cho nhà người nam. Đây gọi là *vợ do áo cơm.*

(6) *Vợ do chung sống:* người nữ đến nhà người nam nói với người nam rằng, "tôi xin giao thân này cho ông. Những gì đây có, kia có, cùng chung lại không chia hai, cùng giúp nhau sinh sống; cùng có con cái, về sau cho thừa kế." Đây gọi là *vợ do chung sống.*

---

[56] Pāli, *SuttaVibhaṅga,* Vin. (PTS) iii. 139: *dasa bhariyāyo:* 10 loại vợ, (1) *dhanakkītā:* vợ được mua bằng tiền; (2) *chandavāsinī:* vợ do hành dục; (3) *bhogavāsinī:* vợ do thọ dụng; (4) *paṭavāsinī:* vợ do y thực; (5) *odapattakinī:* vợ do nhận nước (hai người cùng nhúng tay vào bát nước mà thề); (6) *obhaṭacumbaṭā:* vợ do cất gánh (cất xuống ghè nước trên đầu hoặc cuộn vải người nữ đang đội trên đầu để xác nhận là vợ); (7) *dāsī ca bhariyā:* vợ là nô tì; (8) *kammakārī ca bhariyā:* vợ là người làm thuê; (9) *dhajāhaṭā:* vợ do quân binh cướp đoạt; (10) *muhuttikā:* vợ tạm thời, mua vui chốc lát. Cf. *The Book of the Discipline* vol. I (Horner, 1949), tr. 238.

(7) *Vợ trong chốc lát*: người nữ do yêu thích người nam mà làm vợ trong chốc lát. Đây gọi là *vợ trong chốc lát*.

- *Được người khác giám hộ*[57]:

(1) *Mẹ thủ hộ*: người nữ mà cha bị điên cuồng, hoặc tâm loạn, hoặc bị ưu khổ bức bách, hoặc đã xuất gia, hoặc đã trốn xa không về, hoặc đã chết; một mình mẹ nuôi dưỡng, che chở, ngăn giữ, răn dạy rằng, "Con có làm gì, trước phải thưa cho **[456c01]** mẹ biết, sau mới được làm." Đây gọi là *mẹ thủ hộ*.

(2) *Cha thủ hộ*: người nữ mà mẹ của cô ấy bị điên cuồng, hoặc tâm loạn,... *chi tiết cho đến* hoặc đã chết; một mình người cha nuôi dưỡng, che chở, phòng hộ... *như trên*. Đây gọi là *cha thủ hộ*.

(3) *Anh em thủ hộ*: người nữ mà cha và mẹ đều điên cuồng, tâm loạn, *chi tiết cho đến* đã qua đời; một mình anh em nuôi dưỡng, che chở, ngăn giữ,... *như trên*. Đây gọi là *anh em thủ hộ*.

(4) *Chị em thủ hộ*: người nữ mà cha và mẹ đều điên cuồng, tâm loạn, *chi tiết cho đến* đã qua đời; một mình chị em nuôi dưỡng, che chở, ngăn giữ,... *như trên*. Đây gọi là *chị em thủ hộ*.

(5) *Cậu cô*[58] *thủ hộ*: người nữ mà chồng bị điên cuồng, hoặc tâm loạn, *chi tiết cho đến* đã qua đời; sống nương tựa cậu cô. Cậu cô khuyến dụ: "Con chớ sầu não. Hãy cứ yên tâm. Cơm áo các thứ cậu cô sẽ cấp dưỡng. Ta thương con như con ta không khác." Cậu cô ân nghĩa lân tuất, che chở, phòng hộ, răn dạy rằng, "Con có làm gì, trước phải thưa

---

[57] Pāli, *SuttaVibhaṅga*, Vin. iii dẫn trên: *dasa itthiyo*: 10 loại nữ – (1) *māturakkhitā*: mẹ thủ hộ; (2) *piturakkhitā*: cha thủ hộ; (3) *mātāpiturakkhitā*: cha mẹ đồng thủ hộ; (4) *bhāturakkhitā*: anh (hoặc em trai) thủ hộ; (5) *bhaginirakkhitā*: chị (hoặc em gái) thủ hộ; (6) *ñātirakkhitā*: thân quyến thủ hộ; (7) *gottarakkhitā*: tông tộc thủ hộ; (8) *dhammarakkhitā*: pháp luật thủ hộ; (9) *sārakkhā*: có thủ hộ (bị chiếm hữu tuy đã mang thai, nói rằng: "Cô này thuộc về tôi."); (10) *saparidaṇḍā*: được thủ hộ bởi gậy (đã có người bảo vệ bằng đe dọa: "ai đụng đến sẽ bị đánh.")

[58] 舅姑: đây chỉ bố mẹ chồng.

hỏi, rồi mới được làm." Đây gọi là *cậu cô thủ hộ*.

(6) *Thân quyến thủ hộ*: người nữ, ngoài mẹ và chồng ra, những người thân quen khác họ gọi là thân quyến. Người nữ này được thân quyến đó che chở, ngăn giữ. Đây gọi là *thân quyến bảo hộ*.

(7) *Tông tộc thủ hộ*: người nữ, trừ cha và anh, em, v.v... những người thân quen cùng họ, gọi là tông tộc. Người nữ này được tông tộc đó che chở, ngăn giữ. Đây gọi là *tông tộc thủ hộ*.

(8) Nói *có hình phạt*: người nữ không có quyến thuộc, lại chẳng phải là dâm nữ, khi bị người ức hiếp, cưỡng bức, mà vua[59] biết được, người đó hoặc bị giết, hoặc bị trói, hoặc bị đuổi khỏi nước, hoặc bị thu tài sản. Đây gọi là *có hình phạt*.

(9) Nói *có ngăn cấm*: người nữ mà thân phận thấp hèn, tuy không có thân tộc nhưng có chủ ngăn ngại. Đây gọi là *có ngăn cấm*.

(10) *Có cả ngăn cấm và hình phạt*: người nữ không có quyến thuộc, lại chẳng phải là thấp hèn, nương tựa người khác mà sống, và được người đó ngăn cấm; nếu có người lăng nhục bức hiếp, người được nương tựa liền trừng phạt người kia. Đây gọi là *có cả ngăn cấm và hình phạt*.

Lại nữa, tất cả người nữ như được nói trên, bất cứ nương tựa chỗ nào cũng đều thủ hộ bằng hình phạt và ngăn cấm. Vì sao vậy? Do các người nữ có pháp luật câu thúc ngăn cấm, nếu ai có hành vi phi lễ sẽ bị giết, hoặc bị trói, hoặc bị tịch thu tài sản, hoặc bị đuổi khỏi nước. Cho nên tất cả người nữ đều được gọi là *có chướng và có phạt thủ hộ*.

Thế nào gọi là *cho đến người nữ đã được trao, được ném tràng hoa các thứ để đính ước*?

[457a01] Người nữ đã nhận từ người nam: hoa, hoặc tràng hoa, hoặc các chuỗi anh lạc, hoặc hương xoa, hương bột, hoặc một tín vật nào đó. Như vậy gọi là *cho đến người nữ đã được trao, được ném tràng hoa các thứ để đính ước*.

---

[59] 王, có bản chép là 主 chủ.

Thế nào gọi là đối với *các loại tợ như vậy?* Đó là những loại tợ nam,[60] những hạng bán-trạch-ca,[61] các người nữ tu phạm hạnh.

Trong đây, những hạng nào gọi là *người nữ tu phạm hạnh?* Đó là, các Bí-sô-ni, Chánh học, Cần sách nữ, và Ô-ba-tư-ca,[62] nữ ngoại đạo xuất gia,[63] cho đến nữ tại gia tu khổ hạnh, nghĩa là người nữ này là vợ hoặc nàng hầu của một nam tử, được nam tử này buông thả, nói rằng: "Này hiền nữ, nay ta buông thả cô, để cô tùy ý tu các phạm hạnh." Được bảo như vậy, cô ghi nhận, rồi khổ hành không biếng nhác.

Thế nào gọi là *khởi dục phiền não,* chi tiết cho đến *không dứt bỏ tà hành?* Hiện tiền khởi dâm tham trong Dục giới,[64] với những trường hợp không nên hành,[65] mà dụ dỗ, cưỡng bức cùng làm tà hành,[66] không nhàm tởm, không tránh xa. Như vậy gọi là *khởi dục phiền não,* nói rộng cho đến, *không dứt bỏ tà hạnh.* Cho nên gọi là *dục tà hành.*

---

[60] Nguyên Hán: 諸男子 chư nam tử, đây hiểu là những người ngoại hình như nam nhưng không đầy đủ nam căn, Hán gọi là *hoàng môn,* tức Skt. là *paṇḍaka.*

[61] 半擇迦, Skt. Pl. *paṇḍaka,* Hán dịch là *hoàng môn, bất năng nam* (nam bất lực). Có 5 loại hoàng môn, theo luật *Tứ phần* (Việt dịch), ĐTKVN, TVT tập 15, Luật bộ III, chương I: Thọ giới; HĐHP, 2022; tr. 205, cht. 273: sanh hoàng môn, kiền hoàng môn, đố hoàng môn, biến hoàng môn, bán nguyệt hoàng môn. Các bộ Luật khác, *Thập tụng, Tăng-kỳ* v.v… tương đồng. Pāli: *āsittakapaṇḍaka* (biến hoàng môn), *ussuyapaṇḍaka* (đố hoàng môn), *opakkamikapaṇḍaka* (kiền hoàng môn), *pakkha paṇḍaka* (bán nguyệt hoàng môn), *napumsaka paṇḍaka* (sanh hoàng môn).

[62] 苾芻尼, 正學, 勤策女, 鄔波斯迦, Pl./Skt. *bhikkhuṇī/ bhikṣuṇī, sikkhamānā/ śikṣamāṇā, sāmaṇerī/ śrāmaṇerikā, upāsikā.*

[63] 出家外道女; Pl. *paribbājikā;* Skt. *parivrajikā:* nữ du sĩ, nữ khổ hành giả.

[64] Giải thích từ *dục* trong "dục tà hành" (Pl. *kāmesu-micchācārī:* tà hành trong các dục).

[65] 不應行, Skt. *agamyāgamanaṃ.* Xem cht. 68 dưới.

[66] Thích từ "tà hành" (Pl. *micchācārī*): người có hành vi bất chính.

Như vậy trong học xứ đây, thế nào gọi là *dục*, thế nào gọi là *dục tà hành*, thế nào gọi là *lìa dục tà hành*, mà nói rằng "*cho đến trọn đời tránh xa dục tà hành*", là học xứ thứ ba của Ô-ba-sách-ca?

Điều được nói là *dục*,[67] đó là dâm tham, hoặc đối cảnh được tham.

Dục tà hành, nghĩa như trên đã nói, là hành không nên làm. Thậm chí đối với vợ của mình, phi phần, phi lễ, phi thời, phi xứ, dù giao hội trong chốc lát. Đều gọi là dục tà hành.[68]

Ô-ba-sách-ca như được nói trên, đối với tà hành trong các dục, tư duy phán đoán một cách thiện xảo, nhàm tởm, tránh xa, đình chỉ, phòng hộ, không tạo tác, không hành động, không làm, không phạm, xả bỏ, bít lấp, không chống không nghịch, không trái không vượt, như vậy gọi là *tránh xa dục tà hành*. Cho nên nói rằng, "*cho đến trọn đời tránh xa dục tà hành*," là học xứ thứ ba của Ô-ba-sách-ca.

4. Học xứ thứ tư

Trong học xứ thứ tư, thế nào gọi là người *nói lời hư dối?*[69]

a. Dẫn Kinh

Như Thế Tôn nói: "*Người nói hư dối là đối trước bình chánh, trước đại chúng, trước nhà vua, trước chỗ chấp lí, trước thân tộc, đồng kiểm vấn: 'Này nam tử, ngươi biết thì hãy nói, không biết thì chớ nói; ngươi*

---

[67] Dục, **Pl. Skt.** *kāma*: nói chung là năm dục, các đối tượng khởi tham trong Dục giới. Ở đây, đặc biệt chỉ dâm tham (**Pl.** *methuna*).

[68] Cf. *Câu-xá* (Việt dịch), *ĐTKVN, TVT tập 19, Luận bộ II, quyển 2, phẩm iv, Phân biệt Nghiệp, tụng 74ab*, tr. 426: bốn trường hợp gọi là tà hành: (1) hành phi cảnh (*agamyāmgacchati*), hành với người nữ được giám hộ, hoặc với mẹ, con gái, thân thuộc của cha mẹ. (2) Hành nơi phi đạo (*anaṅge gacchati*), với chính vợ của mình nhưng ở những nơi như miệng, hậu môn. (3) Hành nơi phi xứ (*adeśe gacchati*), hành nơi trống trải, hoặc trong tháp miếu, hoặc trong Tăng viện. (4) Hành phi thời (*akāle gacchati*). Vào lúc nào gọi là phi thời? Đó là khi người vợ mang thai, đang thời cho con bú, khi thọ trai giới. Có vị nói, thọ giới, nếu được chồng đồng ý.

[69] 虛誑語者, **Pl.** *musāvādī*.

thấy thì hãy nói, không thấy thì chớ nói.' Người đó đã được hỏi, không biết mà nói biết, biết mà nói không biết; thấy mà nói không thấy, không thấy mà nói thấy. Người kia hoặc vì mình, hoặc vì người khác, hoặc vì danh lợi nên cố ý nói lời hư dối, trái với điều mình biết. Không dứt bỏ hư dối, như vậy gọi là người nói hư dối."[70]

b. Giải thích

Thế nào gọi là *người nói lời hư dối?* Đối với việc nói dối, người này không nhàm [457b01] tởm, không dứt bỏ, hình thành tập tánh nói dối. Như vậy gọi là người nói lời hư dối.

Thế nào gọi là *đối trước bình chánh?*[71] Bình chánh có ba: thôn bình chánh, thành bình chánh, và quốc bình chánh. Đối trước sự tụ tập hiện tiền của ba bình chánh này, được mọi người đồng kiểm vấn, gọi là đối trước bình chánh.

Thế nào gọi là *đối trước đại chúng?*[72] Đại chúng có bốn: chúng sát-đế-lợi, chúng bà-la-môn, chúng cư sĩ, chúng sa-môn. Đối trước sự hiện tiền tụ tập của các đại chúng này, khi mọi người đồng kiểm vấn, gọi là đối trước đại chúng.

Thế nào gọi là *đối trước vương gia?*[73] Nghĩa là ở trước các quốc vương, phụ tá đại thần, những người thi hành công vụ, khi đối trước sự hiện tiền tụ tập này, được những người này đồng kiểm vấn, gọi là đối trước vương gia.

---

[70] Pāli, *Sāleyyakasuttaṃ*, dẫn trên, i. 287: *idha, gahapatayo, ekacco musāvādī hoti. sabhāgato vā parisāgato vā, ñātimajjhagato vā pūgamajjhagato vā rājakulamajjhagato vā, abhinīto sakkhiputṭho – 'ehambho purisa, yaṃ jānāsi taṃ vadehī' ti, so ajānaṃ vā āha – 'jānāmī' ti, jānaṃ vā āha – 'na jānāmī' ti, apassaṃ vā āha – 'passāmī' ti, passaṃ vā āha – 'na passāmī' ti. Iti attahetu vā parahetu vā āmisakiñcikkhahetu vā sampajānamusā bhāsitā hoti.*

[71] 對平正, Pāli dẫn trên: *sabhā-gato,* đi đến (*gata*) hội trường (*sabhā*). Wogihara: Skt. *sabhā-gata,* đi đến pháp đình.

[72] 對大眾, Pl. *parisāgato.*

[73] 對王家, Pl. *rājakulamajjhagato*: đến giữa gia tộc của vua, trong vương cung.

Thế nào gọi là *đối trước chấp lí?*[74] Đó là ở trước người chấp chưởng pháp luật, xét đoán công lí; trước sự hiện tiền tụ tập của những người chấp lí đồng kiểm vấn, gọi là đối trước chấp lí.

Thế nào gọi là *đối trước thân tộc?* Ở trước sự hiện tiền tụ tập của những người thân tộc, khi được đồng kiểm vấn, gọi là đối trước thân tộc.

Thế nào gọi là *đồng kiểm vấn?*[75] Đó là khi mình làm chứng, hoặc bản thân được cứu xét. Mọi người tập hợp, đắn đo suy tính, đồng kiểm vấn rằng, "Này nam tử, nay đối trước mọi người, ngươi nên thành thật trả lời. Đối với việc này, mà ngươi có thấy, có nghe, có hay, có biết, thì hãy tuyên bố, khai báo, chỉ điểm. Đối với việc này, nếu ngươi không thấy, không nghe... thì chớ có tuyên bố, khai báo... Như vậy gọi là đồng kiểm vấn.

Thế nào là *không biết mà nói biết?* Đó là điều mà nhĩ thức đã từng cảm thọ, đã từng liễu tri, gọi là điều đã được nghe. Người kia, điều mà nhĩ thức chưa từng nghe, cảm thọ, liễu tri, song che giấu ý tưởng, nhẫn khả, kiến giải, khoái lạc về sự thật như vậy, lại ưa thích nói: "Tôi đã nghe." Như vậy gọi là *không biết mà nói biết.*

Thế nào gọi là *biết mà nói không biết?* Đó là điều mà nhĩ thức đã từng cảm thọ, đã từng liễu tri, gọi là điều đã được nghe. Người kia, điều mà nhĩ thức đã từng nghe, cảm thọ, liễu tri, song che giấu ý tưởng, nhẫn khả, kiến giải, khoái lạc về sự thật như vậy, lại ưa thích nói: "Tôi đã không nghe." Như vậy gọi là *biết mà nói không biết.*

Thế nào gọi là *không thấy mà nói thấy?* Đó là điều mà nhãn thức đã từng cảm thọ, đã từng liễu tri, gọi là điều đã được thấy. Người kia, điều mà nhãn thức chưa từng thấy, cảm thọ, liễu tri, song che giấu ý tưởng, nhẫn khả, kiến giải, khoái lạc về sự thật như vậy, lại nói: "Tôi đã thấy." Như vậy gọi là *không thấy mà nói thấy.*

---

[74] 對執理, Pl. *pūgamajjhagato*: đến giữa công hội. Wogihara: Skt. *pūga*, đoàn thể, tổ hợp.

[75] 同檢問: hỏi để kiểm chứng sự thật. Pl. *abhinīto sakkhipuṭṭho*: được dẫn đến và được hỏi với tư cách nhân chứng.

Thế nào gọi là *thấy mà nói không thấy*? Đó là điều mà nhãn thức đã từng cảm thọ, đã từng liễu tri, gọi là điều đã được thấy. Người kia, điều mà nhãn thức từng thấy, cảm thọ, liễu tri, song che giấu ý tưởng, nhẫn khả, kiến giải, khoái lạc về sự thật như vậy, mà lại nói: "Tôi không thấy." Như vậy gọi là *thấy mà nói không thấy*.

Thế nào gọi là *vì mình*? Đó là trường hợp, tự thân trộm cướp, bị vua, quan v.v... bắt và hỏi: "Ngươi có phải là giặc cướp không?" **[457c01]** Nghe hỏi vậy, người kia thầm nghĩ: "Nếu mình nói sự thật thì sẽ bị vua, quan giết, hoặc trói, hoặc bị đuổi biệt xứ, hoặc bị tịch thu tài sản. Do vậy, ta nên ẩn, nên che, nên giấu kín sự thật này, cố nói lời hư dối trái điều mình biết." Nghĩ vậy rồi, người kia đáp vua, quan rằng: "Tôi thật sự chẳng làm việc lấy vật không được cho." Đây gọi là *vì mình*.

Thế nào gọi là *vì người khác*? Trường hợp người kia là thân hữu, thân tộc, làm việc trộm cướp. Vua, quan gọi đến làm chứng và hỏi: "Ngươi có biết người này làm việc trộm cướp không?" Nghe hỏi vậy, người kia thầm nghĩ: "Nếu mình nói sự thật thì các thân hữu của mình sẽ bị vua quan giết, hoặc trói, hoặc đuổi biệt xứ, hoặc tịch thu tài sản. Do vậy, ta nên ẩn, nên che, nên giấu kín cho các thân hữu, cố nói lời hư dối trái điều mình biết." Nghĩ vậy rồi, người kia đáp với vua quan rằng: "Tôi biết người này chắc chắn không làm việc lấy vật không được cho." Đây gọi là *vì người khác*.

Thế nào gọi là *vì danh lợi*? Đó là trường hợp, người đó có nhiều ham muốn, có nhiều tư dục, nhiều điều mong cầu, nên tư duy như vầy: "Ta nên đặt bày phương tiện hư dối như vậy như vậy, chắc chắn sẽ thu hoạch được những thứ sắc, thanh, hương, vị, xúc khả ý." Sau khi tư duy như vậy rồi, người đó truy cầu phương tiện, cố nói lời hư dối trái điều mình biết. Như vậy gọi là *vì danh lợi*.

Thế nào gọi là *cố ý nói lời hư dối trái điều mình biết*? Đó là tự thân che giấu ý tưởng, nhẫn khả, kiến giải, khoái lạc về sự thật như vậy, với cố ý một cách rõ ràng, nhiều lần tuyên bố, khai báo, chỉ điểm những việc trái với điều mình đã tưởng, đã nhẫn khả. Như vậy gọi là *cố ý nói lời hư dối trái điều mình biết*.

Trong học xứ này, thế nào gọi là *hư dối*, thế nào gọi là *nói lời hư dối*, thế nào gọi là dứt bỏ lời hư dối mà nói rằng: "Từ nay cho đến trọn đời tránh xa sự nói lời hư dối", là học xứ thứ tư của Ô-ba-sách-ca?

Hư dối: sự không thật gọi là hư; tưởng các thứ[76] mà không thật gọi là *dối* trá. Như vậy gọi là hư dối.

Lời hư dối: do bởi tham, sân, si, mà tuyên bố trái với tưởng của ta có về sự thật, làm cho người khác hiểu trái sự thật, gọi là *lời hư dối*.

Ô-ba-sách-ca như được nói trên, đối với sự nói lời hư dối, tư duy phán đoán một cách thiện xảo, nhàm tởm, tránh xa, đình chỉ, phòng hộ, không tạo tác, không hành động, không làm, không phạm, xả bỏ, bít lấp, không chống không nghịch, không trái không vượt, như vậy gọi là tránh xa sự nói lời hư dối. Cho nên nói rằng, *"cho đến trọn đời tránh xa sự nói lời hư dối"*, là học xứ thứ tư của Ô-ba-sách-ca.

5. *Học xứ thứ năm*

Trong học xứ thứ năm, thế nào gọi là *các loại rượu*,[77] thế nào gọi là *uống các thứ rượu*, thế nào gọi là *chất gây thác loạn*,[78] thế nào gọi là dứt bỏ uống các loại rượu, các chất gây thác loạn, mà nói rằng: "Từ nay đến trọn đời tránh xa sự uống các loại rượu, các chất gây thác loạn", là học xứ thứ năm của Ô-ba-sách-ca? **[458a01]**

Các loại rượu như: rượu *tốt-la, mê-lệ-da*, và *mạt-đà*.[79]

Rượu *tốt-la*, làm từ gạo, mạch các thứ, được chưng cất đúng cách, rồi trộn với nước men rượu và các loại thuốc, ủ lên men dần dần thành rượu có màu sắc, mùi hương và vị. Uống vào thì say mê, nên gọi

---

[76] Tưởng các thứ: *tưởng* (có ấn tượng về sự thật), *nhẫn khả* (chấp nhận đó là sự thật), *kiến* (có quan điểm đó là sự thật), *lạc* (có khoái lạc khi chấp nhận đó là sự thật).

[77] 諸酒. Xem cht. 79 dưới.

[78] 放逸處, Skt. *pramādasthāna* (Pl. *pamādaṭṭhāna*): môi trường gây buông lung, buông thả.

[79] 窣羅酒,迷麗耶酒及末沱酒, Pl. *surā* (=Skt.), *meraya* (Skt. *maireya*), *majja* (Skt. *madya*), *pamādaṭṭhānā* (*pramādasthāna*). Các thứ rượu: rượu ngũ cốc, rượu trái cây, các chất say, các chất gây thác loạn.

là rượu *tốt-la*.

Rượu *mê-lệ-da* là các loại nước cốt từ thân, rễ, lá, hoa, quả của cây, không có trộn men rượu và ủ lên men dần dần thành sắc, hương, vị của rượu. Uống vào thì say, nên gọi là rượu *mê-lệ-da*.

Rượu *mạt-đà*, đó là rượu nho, hoặc rượu *tốt-la*, *mê-lệ-da*. Uống vào thì say, gọi chung là *mạt-đà*.

Uống các loại rượu: uống, húp, nuốt, nếm các loại rượu trên. Gọi là uống các loại rượu.

Chất gây thác loạn: uống các loại rượu trên rồi, có thể làm cho tâm sanh kiêu ngạo, say sưa cuồng loạn, không biết trên dưới, phiền não nặng, nghiệp ác, đều do đây sanh khởi. Vì nó là môi trường phát sanh buông thả, nên gọi là *chất gây thác loạn*.

Ô-ba-sách-ca như được nói trên, đối với sự uống các thứ rượu, tư duy phán đoán một cách thiện xảo, nhàm tởm, tránh xa, đình chỉ, phòng hộ, không tạo tác, không hành động, không làm, không phạm, xả bỏ, bít lấp, không chống không nghịch, không trái không vượt, như vậy gọi là tránh xa sự uống các thứ rượu. Cho nên nói rằng, "*cho đến trọn đời tránh xa sự uống các thứ rượu*", là học xứ thứ năm của Ô-ba-sách-ca.

V. Học xứ và qui y

Năm học xứ như vậy, thế nào gọi là *học?*[80] Thế nào gọi là *xứ?*[81] Và thế nào gọi là *học xứ?*[82]

Nói *học*, là đối với năm điều trên chưa viên mãn, làm cho viên mãn, thường xuyên chuyên cần chơn chánh tu tập gia hành, nên gọi là học.

Nói *xứ* tức là sở y của học, lìa bỏ sát sanh, v.v... nên gọi là xứ.

Lại nữa, lìa bỏ sát sanh v.v... tức gọi là *học*, cũng gọi là *xứ*. Nên gọi là *học xứ*.

---

[80] 學, Skt. *śikṣā*; Pl. *sikkhā*.

[81] 處, Skt; Pl. *pada*.

[82] 學處, Skt. *śikṣāpada*; Pl. *sikkhāpada*.

Tất cả Ô-ba-sách-ca đều phải qui y Phật-Pháp-Tăng chăng? Trừ các Ô-ba-sách-ca thế tục,[83] tất cả đều qui y Tam bảo.

Có ai qui y Tam bảo mà chẳng phải là Ô-ba-sách-ca? Có. Đó là Bí-sô, Bí-sô-ni, Chánh học, Cần sách, Cần sách nữ, Ô-ba-tư-ca.

Tất cả Ô-ba-sách-ca đều là đệ tử của Thế Tôn chăng? Nên tác thành bốn trường hợp:

(1) Ô-ba-sách-ca, mà không phải là đệ tử của Thế Tôn: đó là Ô-ba-sách-ca chưa đắc kiến đế,[84] chưa hiện quán trong quả vị lai.

(2) Đệ tử của Thế Tôn, mà không phải là Ô-ba-sách-ca: [458b01] đó là Bí-sô, Bí-sô-ni, Chánh học, Cần sách, Cần sách nữ, Ô-ba-tư-ca, đã đắc kiến đế, đã hiện quán[85] trong quả vị lai.

(3) Ô-ba-sách-ca, cũng là đệ tử của Thế Tôn: đó là Ô-ba-sách-ca đã đắc kiến đế, đã hiện quán trong quả vị lai.

(4) Không phải Ô-ba-sách-ca, cũng không phải đệ tử của Thế Tôn: đó là Bí-sô, Bí-sô-ni, Chánh học, Cần sách, Cần sách nữ, Ô-ba-tư-ca, chưa đắc kiến đế, chưa hiện quán đối với quả vị lai; và các dị sanh khác chưa kiến đế.

Tất cả những vị được kể trong hàng Tăng bảo, đều là Tăng hòa kính chăng? Nên tác thành bốn trường hợp:

(1) Được kể trong hàng Tăng bảo, mà chẳng phải là Tăng hòa kính: đó là Chánh học, Cần sách, Cần sách nữ, Ô-ba-sách-ca, đã đắc kiến đế, đã hiện quán trong quả vị lai.

(2) Tăng hòa kính, mà không được kể trong hàng Tăng bảo: đó là Bí-sô, Bí-sô-ni chưa đắc kiến đế, chưa hiện quán trong quả vị lai.

(3) Được kể trong hàng Tăng bảo, cũng là Tăng hòa kính: đó là Bí-sô, Bí-sô-ni đã đắc kiến đế, đã hiện quán trong quả vị lai.

---

[83] Đệ tử tại gia, cận sự, của các ngoại đạo.

[84] 見諦, Skt. *Satyadarśana*: thấy rõ sự thật, chứng nghiệm bốn Thánh đế.

[85] 現觀, Skt., Pl.: *abhisamaya*: hiện quán, hiện chứng, chứng nghiệm hiện thực các Thánh đế.

(4) Không được kể trong hàng Tăng bảo, cũng không phải là Tăng hòa kính: đó là Chánh học, Cần sách, Cần sách nữ, Ô-ba-sách-ca, Ô-ba-tư-ca chưa đắc kiến đế, chưa hiện quán đối với quả vị lai; và các dị sanh khác chưa đắc kiến đế.[86]

---

[86] Bản Hán hết quyển 1.

PHẨM 2: DỰ LƯU CHI

A. KINH

[458b26] Một thời, Bạc-già-phạm trụ trong vườn Cấp Cô Độc, rừng Thệ-đa, thành Thất-la-phiệt.

Bấy giờ, Đức Thế Tôn nói với Chúng Bí-sô:

Có bốn pháp, những ai chuyên cần tu tập, người ấy được nói là có nhiều tác thành. Bốn pháp đó là gì?

Một là thân cận thiện sĩ, hai là lắng nghe Chánh Pháp, ba là như lý tác ý, bốn là pháp tùy pháp hành.

Này các Bí-sô! Các ông nên học [458c01] như vầy: Ta nên cung kính nhất tâm, thân cận cúng dường thiện sĩ, lắng nghe Chánh Pháp, như lý quán sát nghĩa lý thâm diệu sâu xa, tinh tấn tu tập pháp tùy pháp hành.

Bấy giờ, để tóm tắt nghĩa trên, Đức Thế Tôn nói lại bằng kệ tụng:

Lành thay, gặp thiện sĩ,
Đoạn trừ nghi, tăng tuệ,
Khiến người ngu thành trí;
Nên gần gũi bậc trí.
Thường nên gần bậc trí;
Vì gần gũi vị ấy,
Khiến nghi đoạn, tuệ tăng,
Ngu si thành hiền trí.[87]

---

[87] Dự lưu chi. **Skt.** *srotāpattyaṅga;* **Pāli:** *sotāpattyaṅga:* các chi phần của Dự lưu. Có hai cấp: (a) Bốn dự lưu chi được nói trong phẩm này; giai đoạn tu tập quán sát các hành tướng của bốn Thánh đế trong

B. LUẬN

I. Thân cận thiện sĩ

Thế nào gọi là *thiện sĩ?* [88]

Đó là Phật và đệ tử Phật, hay các Bổ-đặc-già-la[89] đầy đủ giới đức, không có tì vết, thành điều thiện pháp,[90] xứng đáng địa vị sư trưởng, thành tựu phẩm chất thù thắng, biết thẹn, hối lỗi, khéo gìn giữ các căn và học xứ, có tri có kiến, vui trong tư duy thẩm sát, thích tư lương phân biệt, ưa quán sát, bản tính thông mẫn, đủ các giác tuệ,[91] dứt truy cầu, có huệ loại,[92] lìa bỏ tham, hướng đến diệt tham; lìa bỏ sân, hướng đến diệt sân; lìa bỏ si, hướng đến diệt si; điều phục tùy thuận, hướng đến điều phục tùy thuận; tịch tĩnh, hướng đến tịch tĩnh; giải

---

thuận quyết trạch phần, để nhập kiến đạo, đắc quả Dự lưu. (b) Bốn bất hoại tín, các chi phần của Thánh quả Dự lưu, sẽ được nói trong phẩm "Bốn chứng tịnh." Phật nói về bốn Dự lưu chi này tản mạn trong nhiều kinh Pāli và Hán dịch A-hàm tương đương. *Trung A-hàm 38*, kinh 153 Man-nhan-đề, tr. 672c26: 鬚閑提有四種法未 淨 聖慧 眼而得清淨.云何為四? 親近善知識恭敬承事聞善法 善思惟 趣向 法次法. Pāli, D. 33. *Saṅgītisuttaṃ*, iii. 227: *cattāri sotāpattiyaṅgāni – sappurisasaṃsevo, saddhammassavanaṃ, yonisomanasikāro, dhammānudhammappaṭipatti.* M.75. *Māgandiyasuttaṃ*, PTS. i.512. S. 55. 5. *Sāriputtasuttaṃ*, v. 348. A. 4.249, ii.246.

88 善士, **Skt.** *satpuruṣa*. Có bảy lớp thiện sĩ trong quả Bất hoàn: 3 lớp trong Trung bát-niết-bàn (**Pāli**: *antarāparinibbāyī*), 3 lớp trong Sinh bát-niết-bàn (**Pāli**: *upahaccaparinibbāyī*), và 1 thượng lưu (**Pāli**: *uddhaṃsoto*). Pāli, A. 7.52 *Purisagatisuttaṃ*, iv.72: *Trung 2* kinh 6 "Thiện nhân vãng" tr. 427. *Câu-xá* vi tụng 40.

89 補特伽羅, **Skt.** *pudgala*; **Pāli**: *puggala*: (a) nhân cách, nhân xưng, cá nhân, ngã cá biệt; (b) Thánh nhân; có 8 bậc bổ-đặc-già-la: 4 hướng và 4 quả.

90 成調善法, **Skt.** *kalyāṇadharmā*: thiện xảo trong việc chế ngự các pháp bất thiện.

91 覺慧, **Skt.** *Buddhi*: trí năng phán đoán.

92 慧類: những pháp cùng loại với huệ.

thoát, hướng đến giải thoát; siêu việt, hướng đến siêu việt;[93] diệu giác, hướng đến diệu giác; Niết-bàn, hướng đến Niết-bàn; vui trong sự điều phục tùy thuận chân đế,[94] lìa bỏ kiêu mạn và phóng dật, hảo tuệ,[95] nhu hòa, nhẫn nhục, thẳng tiến trực đạo,[96] như kiến,[97] chuyên tự điều phục, chuyên tự tịch tĩnh, chuyên tự Niết-bàn. Vì nuôi thân thể này, mà đi qua thôn xóm, phố phường, thành đô của các nước để khất cầu y thực, với đầy đủ tính chất trực, đầy đủ chế ngự, đầy đủ chất trực và chế ngự; đầy đủ nhẫn nhục, đầy đủ nhu hòa, đầy đủ nhẫn nhục và nhu hòa; đầy đủ cúng dường, đầy đủ cung kính, đầy đủ cúng dường và cung kính; đầy đủ chánh hành, đầy đủ thủ căn, đầy đủ chánh hành và thủ căn;[98] đầy đủ quỹ phạm, đầy đủ sở hành, đầy đủ quỹ phạm và sở hành; đầy đủ tín, giới, văn, xả, tuệ; tự mình đầy đủ tịnh tín, cũng có thể khích lệ, làm cho hữu tình đồng đầy đủ tịnh tín; tự mình đầy đủ giới, văn, xả, tuệ, cũng khích lệ, làm cho hữu tình đồng đầy đủ giới, văn, xả, tuệ. Đây gọi là *thiện sĩ*.

Lại nữa, vì sao gọi là *thiện sĩ*?

Sở dĩ gọi là *thiện sĩ*, vì vị ấy lìa bỏ pháp bất thiện, thành tựu thiện pháp; thành tựu đầy đủ bốn niệm trụ, bốn chánh cần, bốn thần túc, năm căn, năm lực, bảy chi đẳng giác, tám chi thánh đạo, nên gọi là *thiện sĩ*.

Nếu người nào đối với các bậc thiện sĩ này, gần gũi phục vụ, cung kính cúng dường, như vậy gọi là thân cận thiện sĩ.

II. Thính văn Chánh Pháp

Thế nào gọi là *lắng nghe Chánh Pháp*?

---

[93] 越度: (a) siêu việt bộc lưu, vượt qua các dòng thác kết sử; (b) siêu việt nghi hoặc, đoạn trừ nghi hoặc đối với Thánh đế.

[94] 調順諦, *Câu-xá* vi tụng 41a: "hành chân thật, không hành theo sự không chân thật" (được gọi là thiện sĩ).

[95] 好慧: tuệ linh lợi.

[96] 直道: con đường thẳng đến Niết-bàn; đây muốn nói Thánh đạo tám chi.

[97] 如見: tri kiến như thực.

[98] 守根: thủ hộ các căn.

Vị thiện sĩ mà mình thân cận cúng dường sẽ làm cho mình hiểu rõ đúng đắn [459a01] điều mình chưa hiểu rõ; khai ngộ trực tiếp cho mình điều mình chưa được khai ngộ. Bằng trí tuệ thông đạt cú nghĩa thâm diệu, vị ấy khéo léo tuyên thuyết, thi thiết,[99] an lập, khai thị. Bằng vô lượng phương tiện, vị ấy khai thị cho biết: khổ thật là khổ, tập thật là tập, diệt thật là diệt, đạo thật là đạo.

1. *Thuyết Khổ đế*

Thế nào gọi là "bằng vô lượng phương tiện, khai thị: khổ thật là khổ"? Đó là chơn chánh khai thị: sanh khổ, già khổ, bệnh khổ, chết khổ, oán ghét gặp nhau là khổ, thương yêu mà phải xa lìa là khổ, cầu mong không được là khổ, tổng thuyết năm thủ uẩn là khổ. Như có bài tụng nói:

> *Các uẩn khởi là khổ*
> *Sanh và xuất cũng khổ*
> *Đã sanh có khổ già*
> *Khổ bệnh và khổ chết.*

> *Phiền não sanh là khổ;*
> *Sanh rồi, trụ cũng khổ;*
> *Không trí tuệ: hằng khổ*
> *Không chế ngự chết: khổ.*

> *Hữu tình vô trí: khổ*
> *Tăng thêm nấm mồ:[100] khổ*

---

[99] 施設, **Skt.** *prajñapti;* **Pāli:** *paññatti:* chỉ thị, chỉ điểm, bằng danh ngôn, khái niệm; chỉ điểm cho biết ý nghĩa vượt ngoài kinh nghiệm phổ thông.

[100] 羯吒私. **Skt.** *kaṭasī:* phần mộ, nghĩa trang, nơi thiêu xác. *Câu-xá* Chân Đế dịch: tham ái. **Pāli:** *Pathavīsuttaṃ,* S.15.1 *Tiṇakaṭṭhasuttaṃ,* ii. 129: *evaṃ dīgharattaṃ vo, bhikkhave, dukkhaṃ paccanubhūtaṃ tibbaṃ paccanubhūtaṃ byasanaṃ paccanubhūtaṃ, kaṭasī vaḍḍhitā,* "như vậy, này các tỳ-kheo, các người trong trường kỳ kinh nghiệm thống khổ, cực kỳ thống khổ, bất hạnh, chồng chất phần mộ."

Kẻ ngu sanh tử: khổ

Nhiều kiếp trôi lăn: khổ.

Những điều như vậy, gọi là bằng vô lượng phương tiện, khai thị: khổ thật là khổ.

2. Thuyết Tập đế

Thế nào gọi là "bằng vô lượng phương tiện khai thị: tập thật là tập"?

Đó là chơn chánh khai thị: ái, hậu hữu ái, hỷ câu hành ái, bỉ bỉ hỷ ái,[101] là nguyên nhân, là gốc rễ, là đạo lộ, là duyên do của khổ trong quá khứ, hiện tại, vị lai, là động lực của sanh, duyên, khởi, tập,[102] làm phát khởi tập, dẫn khởi khổ trong đời hiện tại, khổ sau khi thân này hủy hoại do đây mà xuất sanh. Như có bài tụng nói:

---

[101] 愛後有愛憙俱行愛彼彼憙愛: khát ái, và những hình thái của khát ái đối với tồn tại trong tương lai, đời sau. Pāli, S.22. 103 (PTS. iii.159): *katamo ca, bhikkhave, dukkhasamudayo? yāyaṃ taṇhā ponobhavikā nandīrāga-sahagatā tatratatrābhinandinī, seyyathidaṃ – kāmataṇhā, bhavataṇhā, vibhavataṇhā – ayaṃ vuccati, bhikkhave, dukkhasamudayo,* "Này các tỳ-kheo, thế nào là khổ tập? Đó là ái đương lai hữu, câu hành với hỷ tham, hoan hỷ nơi này nơi kia, như dục ái, hữu ái, phi hữu ái." Và tản mạn trong nhiều Kinh khác. Hán tương đương, *Tạp A-hàm* tập III, tr. 18b21. Xem *Câu-xá* (Việt dịch), ĐTKVN, TVT tập 20, Luận bộ III, quyển 3, phẩm Hiền Thánh; HĐHP, 2022; tr. 224, cht. 79.

[102] 生緣起集等起, bốn hành tướng của Tập đế, theo Hữu bộ: sanh, duyên, khởi, tập, về sau các từ này được chỉnh lại: nhân, tập, sanh (xuất hiện), duyên. *Câu-xá* vi, tụng 17c: *hetutaḥ, samudayataḥ, prabhavataḥ, pratyayataś ca;* xem *Câu-xá* (Việt dịch), sách đã dẫn, tr. 256, cht. 159.).

Do ái, bỏ thuốc hay,
Rễ nhọt,[103] *cỏ bò lan.*[104]
Chưa điều phục tất cả,
Thường xuyên chiêu cảm khổ.
Như rễ cây chưa nhổ,
Dù chặt đứt, vẫn sanh;
Ái tùy miên chưa nhổ,
Thường xuyên chiêu cảm khổ.
Như thân trúng tên độc,
Sắc, lực bị tổn hại;
Ái ở trong chúng sanh
Các thiện căn tổn hoại.

Những điều như vậy gọi là bằng vô lượng phương tiện khai thị: tập thật là tập.

3. *Thuyết Diệt đế*

Thế nào gọi là "bằng vô lượng phương tiện khai thị: diệt thật là diệt"?

---

[103] 癰本, rễ của ung nhọt. *Trung A-hàm 28*, kinh 114 "Ưu-đà-la", tr. 603a26: "Ung nhọt là thân, sắc thô bốn đại chủng... Rễ của ung nhọt, đó là ba loại ái: dục ái, hữu ái và vô sắc ái. Cf. Pāli, S.35. 103 *Udakasuttaṃ*, iv.84: *gaṇḍoti kho, bhikkhave, imassetaṃ cātumahābhūtikassa kāyassa adhivacanaṃ ... gaṇḍamūlanti kho, bhikkhave, taṇhāyetaṃ adhivacanaṃ.* "Ung nhọt là từ đồng nghĩa của thân 4 đại chủng này... Rễ ung nhọt, này các tỳ-kheo, đây là từ đồng nghĩa của ái." Xem thêm, A. 9.15 *Gaṇḍasuttaṃ*, iv.387.

[104] 榛藤渴. Khát ái như cỏ dại bò lan; Cf. A.4.199. *Taṇhāsuttaṃ*, ii.213: *taṇhā... yāya ayaṃ loko uddhasto pariyonaddho tantākulakajāto gulāguṇṭhikajāto muñjapabbajabhūto apāyaṃ duggatiṃ vinipātaṃ saṃsāraṃ nātivattati,* "do bởi khát ái này mà thế gian này bị quấn chặt như cuộn chỉ, bị bao trùm như khối u, rối loạn như cỏ *muñja* (cỏ lau), cỏ *pabībaja* (đăng tâm thảo)... không thể vượt qua sinh tử lưu chuyển, đọa lạc ác thú."

Đó là khai thị: ái, hậu hữu ái, hỷ câu hành ái, bỉ bỉ hỷ ái như trên đã nói, được đoạn trừ vĩnh viễn không tàn dư, khạc nhổ, vứt bỏ, đoạn tận, ly nhiễm, tịch tĩnh, vĩnh viễn diệt tận, vô cấu, **[459b01]** gọi là nhà trú, cũng gọi là bến đảo, cứu hộ, quy y, đích đến, vô ưu, vô bệnh, vô động, bất tử, không rực cháy, không nóng bức, an ổn, điềm đạm,[105] thiện sự, kiết tường, Niết-bàn. Như có bài tụng nói:

> *Cứu cánh quả Sa-môn,*
> *Điều phục, được xưng tán,*
> *Ngã mạn diệt không còn*
> *Chứng nhập dấu cam lồ.*[106]
> *Chốn về, đích đến, nhà,*
> *Cũng thắng diệu, Phật khen;*
> *Điềm đạm, diệt, vô biên,*
> *Bờ kia thường an ổn.*
> *Sở y tận,*[107] *khổ diệt,*
> *Thoát hết, không hang ổ,*[108]
> *Nghĩa tối thắng,*[109] *ứng cúng*
> *Tu trí, thánh hâm mộ.*
> *Thảy không già, bệnh, chết,*
> *Không sầu than, buồn, khổ,*

---

[105] Cf. *Tăng nhất 2*, tr. 554a28: 憍慢強梁,諸情憺怕. **Pāli:** *siva:* cát tường, an ổn.

[106] 甘露迹. **Pāli:** *amata-pada*, dấu vết dẫn đến cõi bất tử.

[107] 所依: sở y, sinh y, **Skt./Pāli:** *upadhi/upādi:* sở y của tồn tại, tái sinh, chỉ các thủ uẩn; trong hợp từ *sopadhiśeṣa:* hữu dư y (Niết-bàn); *nirupadhiśeṣa:* vô dư y (Niết-bàn).

[108] 無窟, **Skt. Pāli:** *anālaya*, phi a-lại-da: không còn chấp tàng chủng tử ba hữu. Xem đoạn sau, phẩm iii 'Chứng tịnh', cht. 118.

[109] 勝義旨, **Skt.** *Paramārtha:* mục đích tối thượng, Niết-bàn.

Vi tế, khó thấy, vô biên:[110]
Diệt đế không đồng loại.[111]

Những điều như vậy gọi là "bằng vô lượng phương tiện khai thị: diệt thật là diệt."

4. Thuyết Đạo đế

Thế nào gọi là "bằng vô lượng phương tiện khai thị: đạo thật là đạo"?

Đó là chân chánh khai thị: đi trên đạo lộ này có thể đoạn trừ, vứt bỏ, nhổ sạch, ly nhiễm, đoạn tận, tịch tĩnh, vĩnh viễn tịch diệt các khổ quá khứ, hiện tại, vị lai. Đạo lộ này là gì? Đó là Thánh đạo tám chi: chánh kiến, chánh tư duy, chánh ngữ, chánh nghiệp, chánh mạng, chánh tinh tấn, chánh niệm, chánh định. Như có tụng nói:

> *Một đường oai mãnh nầy,*
> *Như đường chim khoảng khoát,*
> *Lối Mâu-ni đã đi,*
> *Công bố cho chúng sanh.*
> *Thương xót chỉ đường này,*
> *Thấy đạo, dứt sanh tử.*
> *Đường này dẫn vượt qua*
> *Bộc lưu trong ba thời*
> *Đến cứu cánh tịch tĩnh,*
> *Làm cạn dòng sanh tử,*
> *Thông suốt qua nhiều giới,*
> *Đường đi mắt sáng tỏ.*
> *Như sông Hằng chảy xiết*
> *Nhanh hướng về biển cả;*
> *Khai thị đạo quảng tuệ,*
> *Sớm chứng nhập Niết-bàn.*
> *Thương yêu hết hữu tình,*

---

[110] Các phẩm tính của Diệt đế.

[111] Diệt đế, vô vi, không lệ thuộc nhân quả, nên không có đồng loại. *Câu-xá* (Việt dịch), ĐTKVN, TVT tập 18, Luận bộ I, quyển 1, phẩm Phân biệt giới; HĐHP, 2022; tr. 60, cht.: 19, 20.

Chuyển pháp luân chưa nghe,
Chỉ dạy cho trời, người.
Lạy Đấng vượt biển hữu.

[459c01] Những điều như vậy gọi là "bằng vô lượng phương tiện khai thị: đạo thật là đạo."

Đối với Chánh Pháp được giảng nói đây, nếu ai thích lắng nghe, thích thọ trì, muốn đạt đến cứu cánh, thích hiểu rõ, thích quan sát, thích tư duy, thích suy cứu, thích thông đạt, thích xúc, thích chứng, thích tác chứng; người đó vì mục đích nghe pháp nên không quản ngại đường đi gian khổ, lội qua đường biên ải, rảo bước đường bằng phẳng. Vì để thọ trì pháp nên thường dùng nhĩ căn đối với pháp âm được nghe, phát sanh nhĩ thức thù thắng. Như vậy gọi là lắng nghe Chánh Pháp.

III. Như lý tác ý

Thế nào gọi là *như lý tác ý?*[112]

Sau khi nghe Chánh Pháp từ thiện sĩ rồi, trong lòng vui sướng, hoan hỷ phấn khởi, tán thán: "Kỳ diệu thay, Thế Tôn! Thế Tôn khéo nói Chánh Pháp sâu xa vi diệu như vậy. Điều mà Phật nói Khổ, chân thật là khổ. Điều mà Phật nói Tập, chân thật là tập. Điều mà Phật nói Diệt, chân thật là diệt. Điều mà Phật nói Đạo, chân thật là đạo. Do trong lòng vui sướng, hoan hỷ phấn khởi như vậy, vị ấy hoàn toàn tập trung tâm ý, chú ý theo dõi, tập trung chú ý, đề cao chú ý, phân tích quan sát cú nghĩa thâm diệu. Như vậy gọi là như lý tác ý.

IV. Pháp tùy pháp hành

Thế nào gọi là *pháp tùy pháp hành?*[113]

Vị ấy sau khi ôn tập thuần thục như lý tác ý, tư duy quán sát nghĩa lý thâm diệu rồi, liền phát sinh sự xuất ly, viễn ly; phát sanh năm thiện pháp thù thắng: tín, tấn, niệm, định, tuệ. Sau khi trong lòng phát khởi

---

[112] 如理作意. **Pāli**, *yoniso manasikāra*: tập trung chú ý một cách chính xác, hợp lý, có quy củ.

[113] 法隨法行. **Pāli**: *dhammānudhammapaṭipanna*.

sự xuất ly, viễn ly; phát sanh năm thiện pháp thù thắng rồi, vị ấy kiên trụ tu tập, tu tập liên tục, tăng thượng gia hành. Như vậy gọi là pháp tùy pháp hành.

Vị ấy tinh tấn tu tập pháp tùy pháp hành, liền được nhập chánh tánh ly sanh.[114]

V. Tổng luận

1. *Thứ lớp chi phần*

Sở dĩ được nhập vào chánh tánh ly sanh là do tinh tấn tu pháp tùy pháp hành. Sở dĩ tu pháp tùy pháp hành là do như lý quán sát nghĩa lý thâm diệu. Sở dĩ quán sát nghĩa lý thâm diệu là do cung kính lắng nghe Chánh Pháp. Sở dĩ được nghe Chánh Pháp là do thân cận cúng dường thiện sĩ. Nếu hay thân cận cúng dường thiện sĩ, liền được nghe Chánh Pháp. Nghe Chánh Pháp rồi, liền có thể như lý quán sát nghĩa lý thâm diệu. Như lý quán sát nghĩa lý thâm diệu rồi, liền có thể tinh tấn tu pháp tùy pháp hành. Tu pháp tùy pháp hành rồi, liền có thể nhập vào chánh tánh ly sanh.

---

114 入正性離生, Skt. *samyaktvaniyāmāvakrānti*: nhập chánh tánh quyết định, trong ba tụ: chánh định tụ, quyết định (*niyāma*) đạt đến Niết-bàn; tà định tụ, quyết định không thể đạt Niết-bàn; bất định tụ, tùy cơ duyên. Sau bốn thiện căn trong thuận quyết trạch phần: noãn, đảnh, nhẫn, thế đệ nhất, ngay một sát-na vô gián vị ấy từ địa vị phàm phu bước vào địa vị Thánh giả, được gọi là nhập chánh tánh ly sanh, hay chánh tánh quyết định. *Câu-xá* (Việt dịch), ĐTKVN, TVT tập 20, *Luận bộ III, quyển 3, phẩm Hiền Thánh, tụng 26a*; HĐHP, 2022; tr. 280-281, cht. 9 & 11, Huyền Trang diễn giải: "Hoặc từ *chánh tính* (*samyak*) chỉ các Thánh đạo. *Sinh* (*yāma*), chỉ các phiền não. Hoặc căn chưa thuần thục, bằng Thánh đạo mà vượt qua, nên gọi là *ly sinh* (*niyāma*). Khả năng quyết định đi đến Niết-bàn, hoặc quyết định thông hiểu hành tướng của Thánh đế, do đó các Thánh đạo được gọi là quyết định (*avakramaṇa/avakrānti*). Sự đạt đến trong phần vị này gọi là nhập." Pāli, D.33. *Saṅgītisuttaṃ*, i. 217: *tayo rāsī – micchattaniyato rāsi, sammattaniyato rāsī, aniyato rāsī*: có ba tụ: tà tánh quyết định tụ; chánh tánh quyết định tụ, bất định tụ.

Như trên đỉnh núi, trời mưa dầm dề, trước hết nước đầy các khe; các khe đầy rồi, tràn đầy suối nhỏ; suối nhỏ đầy rồi, tràn đầy suối lớn; suối lớn **[460a01]** đầy rồi, tràn đầy sông nhỏ; sông nhỏ đầy rồi, tràn đầy sông lớn; sông lớn đầy rồi, tràn đầy biển cả. Thứ lớp như vậy mới đầy biển cả.

Biển cả Thánh đạo cũng lại như vậy. Trước hết cần phải thân cận cúng dường thiện sĩ, mới có thể nghe Chánh Pháp; nghe Chánh Pháp rồi mới có thể như lý quán sát nghĩa lí thâm sâu vi diệu; như lý quán sát nghĩa lý thâm sâu vi diệu rồi, mới có thể tinh tấn tu tập pháp tùy pháp hành; tinh tấn tu tập pháp tùy pháp hành được viên mãn rồi, mới có thể nhập chánh tánh ly sanh; đã nhập chánh tánh ly sanh, bấy giờ được nói là đã sanh Thánh đạo tám chi: chánh kiến... Bốn chi phần như vậy, gọi là Dự lưu chi.

2. Ý nghĩa Dự lưu

Do bốn chi phần này mà bắt được, đến được dòng chảy Thánh đạo, có thể đạt được, có thể đạt đến, có thể thành tựu, có thể xúc chứng, có thể tác chứng. Nên gọi là dự lưu chi.[115]

Lại nữa, bốn pháp này đối với nghĩa lý sở cầu,[116] do tu tập, tu tập nhiều, mà có thể bắt được, có thể đạt đến, có thể thành tựu, có thể xúc chứng, có thể tác chứng. Nên gọi là dự lưu chi.

Lại nữa, bốn pháp này thuận hướng dẫn vào dòng nước Thánh đạo, làm cho tăng trưởng, nghiêm sức, làm cho trong sáng, vì thường làm tư lương hỗ trợ nên gọi là dự lưu chi.

---

[115] 預流支, Skt. *Srotāpanna*; Pāli: *sotāpanna*. Câu xá phẩm vi, Hiền Thánh, tụng 34ab. Luận thích: "Đạo (*mārga*) là dòng nước (*srotas*) chảy vào Niết-bàn, vì do bởi dòng nước này mà đi đến Niết-bàn. Bấy giờ, vị ấy đã dự nhập, đã đi, đã đến, gọi là vị Dự lưu (*tad asāv āpanna āgataḥ prāpta iti srota-āpannaḥ*).

[116] 所求義, Skt. *paryeṣitārtha*: cũng hiểu là mục đích mong cầu, nhắm đạt đến.

Lại nữa, bốn pháp này, do ngữ và tăng ngữ, tưởng, đẳng tưởng, thi thiết, ngôn thuyết, mà nói là dự lưu chi.[117] Cho nên gọi là dự lưu chi.

---

[117] Dự lưu chi được biết đến do bởi tên gọi (tăng ngữ, *adhivacana*), do bởi ấn tượng trí giác (tưởng, *saṃjñā*), và do bởi khái niệm (thi thiết, *prajñapti*) và ngôn ngữ quy ước (ngôn thuyết, *vyavahāra*): tăng ngữ, *adhivacana*, từ đồng nghĩa với một từ khác; một từ mà chỉ cho nhiều sự vật, nhiều ý tưởng khác nhau; một bộ phận của danh từ chung, phân biệt với danh từ riêng; tưởng, *saṃjñā*: tri giác cá biệt và tri giác phổ quát; khái niệm (*prajñapti*) và quy ước (*vyavahāra*) theo ngôn ngữ tập quán thường nhật mà gọi tên.

PHẨM 3: CHỨNG TỊNH

A. KINH

Một thời, Bạc-già-phạm trụ trong vườn Cấp Cô Độc, rừng Thệ-đa, thành Thất-la-phiệt.

Bấy giờ, Đức Thế Tôn bảo chúng Bí-sô:

Những hữu tình nào mà lắng nghe, lãnh thọ ngôn giáo của các ông, phát khởi tín tâm và phụng hành, các ông với tâm từ ái hãy phương tiện khích lệ, an lập trụ vững trong bốn chứng tịnh.

Bốn chứng tịnh đó là gì? Đó là Phật chứng tịnh, Pháp chứng tịnh, Tăng chứng tịnh và Giới mà Thánh ái mộ.

Vì sao vậy? Những gì là địa giới, thủy giới, hỏa giới, phong giới, bốn đại chủng này có thể dễ dàng biến đổi; nhưng Thánh đệ tử nào mà thành tựu bốn chứng tịnh này, nhất định không biến đổi. Do vậy, các Thánh đệ tử đa văn này thành tựu bốn chứng tịnh như vậy, mà đọa địa ngục, bàng sanh, quỷ giới, là điều không thể có. Cho nên, những hữu tình nào mà lắng nghe, lãnh thọ ngôn giáo của các ông, phát khởi tín tâm và phụng hành, các ông với tâm từ ái hãy phương tiện khích lệ, an lập trụ vững trong bốn chứng tịnh.[118]

---

[118] Pāli, S. 55. 17 *Mittāmaccasuttaṃ* (1), v. 365: *ye te, bhikkhave, anukampeyyātha, ye ca sotabbaṃ maññeyyuṃ – mittā vā amaccā vā ñātī vā sālohitā vā – te, bhikkhave, catūsu sotāpattiyaṅgesu samādapetabbā, nivesetabbā, patiṭṭhāpetabbā. katamesu catūsu? buddhe aveccappasāde samādapetabbā, nivesetabbā, patiṭṭhāpetabbā – dhamme...pe... saṅghe...pe... ariyakantesu sīlesu samādapetabbā, nivesetabbā, patiṭṭhāpetabbā akhaṇḍesu...pe... samādhisaṃvattanikesu.* "Này các tỳ-kheo, những ai mà các ông có

B. LUẬN

I. Phật chứng tịnh

Thế nào gọi là Phật chứng tịnh?[119]

A. *Dẫn Kinh*

Như Thế Tôn nói: *"Ở đây, Thánh đệ tử bằng những phẩm tính như vậy* [460b01] *mà tùy niệm chư Phật như vầy: Thế Tôn đây là Như Lai, A-la-hán, Chánh đẳng giác, Minh hành viên mãn, Thiện thệ, Thế gian giải, Vô*

---

tâm thương yêu, và những ai mà các ông nghĩ cần được nghe – hoặc thân hữu, hoặc bằng hữu, hoặc thân thích, hoặc huyết thống – này các tỳ-kheo, các ông nên khuyến khích, xác lập, an lập những người ấy trong bốn chi phần của Dự lưu. Bốn chi phần này là gì? Tín tâm bất động nơi Phật, nơi Pháp, nơi Tăng, nơi Giới mà Thánh Hiền ái mộ." Hán dịch tương đương, *Tạp A-hàm 30*, kinh số 836: Bốn bất hoại tịnh 不壞淨. *Tập dị môn 6*, tr. 393b7; *Trường 2*, kinh Du hành, tr.13b05: Thánh đệ tử đắc bất hoại tín 不壞信; *quyển 8*, Kinh Chúng tập, tr.51a9: 無壞信 vô hoại tín, bốn Tu-đà-hoàn chi. Skt. *avetyaprasāda*, *Câu-xá*, phẩm vi, Hiền Thánh, Chân Đế dịch 正解淨信 chánh giải tịnh tín; Huyền Trang dịch: 證淨 chứng tịnh, kinh nói, có bốn chứng tịnh – chứng tịnh nơi Phật, chứng tịnh nơi Pháp, chứng tịnh nơi Tăng, chứng tịnh nơi Thánh giới. Thế Thân định nghĩa: "Chứng tịnh (*avetya-prasāda*) có nghĩa là gì? Sau khi chứng giác (*avabuddha*) các Thánh đế như thật, vị ấy khởi tịnh tín (*prasāda*), nói là chứng tịnh." Theo đây, định nghĩa *avetya*: *avabodha*, giác ngộ, chứng giác; *prasāda*: *sampratyaya*, hoàn toàn tin tưởng, tin cậy. Pāli, Sớ giải, *Sotāpattiyaṅgādicatukkavaṇṇanā*, DA. PTS. iii.1021, *avecca-ppasāda* = *accala-ppasāda*, bất động tín. Các bản Hán dịch *A-hàm* hiểu như Pāli. Huyền Trang giải thích: "Tín nơi Tam bảo và diệu thi-la, đều gọi là tịnh. Vì đã gột sạch cáu bẩn của bất tín và cáu bẩn của phá giới, do chứng đắc *tịnh* mà lập danh *"chứng tịnh"*. Cf. *Câu-xá* (Việt dịch), ĐTKVN, TVT tập 20, Luận bộ III, quyển 3, phẩm Hiền Thánh; HĐHP, 2022; tr. 411, cht. 73.

[119] 佛證淨. Pāli: *buddhe aveccappasādaṃ*.

thượng trượng phu điều ngự sĩ, Thiên nhơn sư, Phật, Bạc-già-phạm."[120]

B. *Giải thích*

1. *Các từ dẫn ý*

Nói *ở đây*:[121] chỉ Dục giới này, hoặc thế giới này, hoặc châu Thiệm-bộ này.

Lại nữa, nói *ở đây* tức chỉ thân này, là trì, đẳng trì, xu, đẳng xu, tụ, đắc tự thể.[122]

Lại nữa, nói *ở đây*, chỉ Phật và đệ tử Phật, các Tiên Mâu-ni,[123] và những bậc thông tuệ, những vị hoàn toàn tự chế ngự, những vị đã

---

[120] **Pāli.** D. 33 *Saṅgītisuttaṃ*, iii. 227: *cattāri sotāpannassa aṅgāni. Idhāvuso, ariyasāvako buddhe aveccappasādena samannāgato hoti – 'itipi so bhagavā arahaṃ sammāsambuddho vijjācaraṇasampanno sugato lokavidū anuttaro purisadammasārathi satthā devamanussānaṃ buddho, bhagavā' ti.* "Bốn bất hoại tín – Này Chư Hiền, ở đây, Thánh đệ tử thành tựu bất hoại tín nơi Phật: Đức Thế Tôn ấy là A-la-hán, ..." S.55.17 đã dẫn trên.

[121] Thích từ Hán: 此 thử, **Skt.** *iha*; **Pāli:** *idha*

[122] 身持等持 軀等軀 聚得自體. Những từ này đồng nghĩa cùng chỉ cho thân. (1) *Thân*, **Skt.** *kāya*, thường chỉ thân với 4 đại chủng. (2) *Trì*, **Skt.** *śarīra* (phiên âm phổ thông: xá-lợi/li), do động từ căn √*śri* (*śrayati*): y chỉ, chỉ trì, vì nó duy trì các căn; hoặc √ *śṝ* (*śṛṇāti*): nghiền nát, hủy hoại, vì nó là cái bị hủy hoại.- (Từ điển Monier-Williams). *Đẳng trì*, *saṃśarīra*, tiếp đầu ngữ *sam~* cốt tăng cường ngữ khí. (3) *Xu*, **Skt.** *deha*, do động từ căn √*dih* (*digdhi*): tăng gia, tích lũy, vì nó tích lũy nhiều thứ thành hình thể. *Đẳng xu*, từ tăng cường ngữ khí. (4) *Tụ đắc tự thể*: *skandha-ātmabhāvapratilābha*, các uẩn xuất hiện thành tự thể, bản thân tồn tại.

[123] 仙牟尼. **Skt.** *ṛṣi-muni*, **Pl.** *isi-muni*: Tiên nhân Ẩn sĩ. Khởi thủy, *ṛṣi* chỉ cho các tác giả của các thi tụng Veda. Về sau, từ này chỉ chung các đạo sĩ thành tựu thần thông. Hán không có tương đương nên tạm dịch là Tiên. *Muni*: ẩn sĩ, những vị ẩn mình trong rừng vắng cần tu khổ hành. Trong kinh điển, *ṛṣi-muni*, Tiên Mâu-ni cũng thường chỉ các vị Bích-chi-phật (*paccekabuddha*/ *pratyekabuddha*).

hoàn toàn thuần phục.

Lại nữa, nói *ở đây*, tức trong sự giáo thọ, giáo giới, pháp thiện thuyết này.

Thánh đệ tử:[124] *Thánh*, chỉ cho Phật-Pháp-Tăng. Người quy y Phật-Pháp-Tăng, gọi là Thánh đệ tử.

Bằng những phẩm tính như vầy mà tùy niệm Phật: bằng phẩm tính như vầy, bằng tiếp cận như vầy, bằng nguyên lý như vầy, mà phát khởi niệm, tùy niệm, chuyên niệm, ức niệm[125] Phật, không xao lãng, không quên mất, không bỏ sót, không rơi rớt, tính chất của pháp không mất, tính chất ghi nhớ rõ ràng của tâm.[126] Cho nên nói là "bằng những phẩm tính như vầy mà tùy niệm Phật."

Nói *như vầy:*[127] nghĩa là hình thái như vầy,[128] trạng thái như vầy, chủng loại như vầy, phẩm loại như vầy. Cho nên nói là *như vầy.*

Nói *đây:*[129] chỉ cho vị có giới như vầy, có pháp như vầy, có tuệ như vầy, có thần thông như vầy, có giải thoát như vầy, thường xuyên an trụ

---

[124] 聖弟子. **Skt.** *arya-śrāvaka;* **Pl.** *ariyasāvaka*

[125] 念隨念專念憶念. Các trình độ sai biệt của niệm, ghi nhớ. Niệm (**Skt.** *smṛti*): ghi nhớ theo nghĩa tổng quát; tùy niệm (**Skt.** *anusmṛti*): truy ức kinh nghiệm quá khứ; chuyên niệm (**Skt.** *upasthita-smṛti*): trí nhớ tập trung trên một đối tượng; ức niệm (**Skt.** *smara, smaraṇa*): ký ức được lưu trữ, khả năng truy ký ức quá khứ.

[126] 不失法性,心明記性, **Skt.** *asaṃpramoṣa.* Câu-xá ii tụng 24, Luận: *smṛtir ālambanāsaṃpramoṣaḥ,* "Niệm, sự ghi nhớ rõ, không quên lãng đối tượng."

[127] 謂, thích từ *iti* trong bản Phạn (**Skt.** & **Pāli**), bất biến từ, giới thiệu những điều sẽ nói, hay kết lại những điều đã được nói.

[128] 如是相, **Skt.** *evaṃ-rūpa*, hình thái hay sắc thái "như vậy như vậy"; từ Phạn *evaṃ* trong đây hàm ý mô tả, khác với từ *tathā*: "như vậy", hàm ý chỉ định bản thân sự vật: "nó như thế là như thế." Các từ *như thị* tiếp theo trong đây đều hiểu theo nghĩa từ Phạn *evaṃ.*

[129] Thích từ Hán 此 *thử*, trong 此世尊 "*thử* Thế Tôn": Thế Tôn đây. **Pāli:** *so*, **Skt.** *sas/ saḥ*, chủ cách, đơn số, nam tính, của đại từ nhân xưng thứ 3: *tad*: "vị ấy".

như vậy. Cho nên nói là *đây*.

Từ *Thế Tôn*: sẽ giải thích sau.

2. Như Lai[130]

Như Thế Tôn nói, "Từ đêm Bồ-tát chứng Vô thượng Chánh đẳng Bồ-đề cho đến đêm Phật nhập Vô dư y Bát-niết-bàn, trong khoảng thời gian ấy, những điều Phật nói, tuyên thuyết, diễn giải, tất cả đều như thật, không có hư vọng, không có đổi khác, như lý chơn thật, không có điên đảo. Tất cả đều bằng chánh tuệ chơn thật như vậy mà thấy, sau khi thấy như vậy rồi mới nói, cho nên gọi là Như Lai."[131]

3. A-la-hán[132]

Lược thì có hai A-la-hán tánh. Một là hữu vi, hai là vô vi.

---

[130] Pāli, Skt. *tathāgata: tathā*: như vậy, một cách chân thật như vậy; *+āgata*: đã đến; hoặc *+gata*: đã đi.

[131] Cf. *Trung A-hàm* 21, kinh 137 "Thế gian": "Như Lai từ đêm chứng ngộ Vô thượng Chánh đẳng Chánh giác cho đến ngày hôm nay vào lúc ban đêm sẽ đi vào tịch diệt trong Vô dư Niết-bàn giới; trong khoảng thời gian giữa đó, nếu những gì được nói ra, được ứng đối từ chính miệng của Như Lai, tất cả những điều ấy đều là chắc thật, không hư vọng, không ra ngoài sự Như, cũng không phải là điên đảo. Đó là sự chắc thật, là sự chân thật. Nếu nói về sư tử như thế nào, thì hãy nói về Như Lai cũng như vậy. Vì sao vậy? Như Lai ở giữa đại chúng nếu có giảng thuyết thì đó chính là tiếng rống của Sư tử." Pāli, A.4.23 *Lokasuttaṃ*, ii.24: *yañca, bhikkhave, rattiṃ tathāgato anuttaraṃ sammāsambodhiṃ abhisambujjhati yañca rattiṃ anupādisesāya nibbānadhātuya parinibbāyati, yaṃ etasmiṃ antare bhāsati lapati niddisati sabbaṃ taṃ tatheva hoti, no aññathā. tasmā ' tathāgato ' ti vuccati.*

[132] 阿羅漢. Skt. *Arhant*; Pāli: *araha/arahant*. A-la-hán, hoặc Ứng cúng, hoặc giản lược: Ứng.

Thế nào là A-la-hán tánh hữu vi?[133] Đó là đắc của quả[134] và *đắc* của *đắc* ấy, như: căn, lực vô học, giới vô học, thiện căn vô học, mười pháp vô học, và các pháp vô học thuộc chủng loại ấy. Đây gọi là tánh A-la-hán hữu vi.

Thế nào là A-la-hán tánh vô vi?[135] Tất cả phiền não tham, sân, si đều bị vĩnh viễn đoạn trừ, vượt qua tất cả cõi,[136] đoạn trừ tất cả đường, ba lửa[137] vĩnh viễn dập tắt, nóng khát vĩnh viễn dứt sạch, kiêu dật vĩnh

---

[133] 有為阿羅漢性, **Skt.** *saṃskṛta-arhattva*, *Câu-xá* vi, tụng 75d-76ab: Giải thoát có hai: hữu vi và vô vi. Giải thoát vô vi là sự đoạn trừ phiền não; giải thoát hữu vi là thắng giải thoát của vị Vô học.

[134] 果得, **Skt.** *Phalaprāpti*, đắc nói đây là 1 trong 14 hành không tương ưng tâm, *Câu xá*, phẩm ii, Phân biệt Căn, tụng 36. Sau khi đã vĩnh viễn đoạn trừ tất cả tùy miên của ba giới, bấy giờ đạt được các phẩm tính thù thắng trong A-la-hán tính. Pháp làm cho A-la-hán tính được đạt đến các phẩm tính ấy, pháp mà do bởi đó các phẩm tính vô học xuất hiện nơi A-la-hán tính; pháp ấy gọi là *đắc* (*prāpti*) của quả A-la-hán, tức A-la-hán tính (*arhattva*). Các phẩm tính vô học đạt được từ sự *đắc* của quả này gọi là "đắc của đắc ấy (*tatprāpti*)", tức các phẩm tính như căn, lực, v.v... Vì các phẩm tính này là quả do tu đạo nên thuộc hữu vi. Đạo đế tuy vô lậu nhưng thuộc pháp hữu vi.

[135] 無為阿羅漢性, **Skt.** *asaṃskṛta-arhattva*. Quả đạt được do đoạn tận phiền não, quả ấy gọi là ly hệ (*visaṃyoga*), quả này thuộc trạch diệt vô vi, không có nhân đồng loại. *Câu-xá* ii tụng 6ab.

[136] 趣, **Skt.** *Gati*: hoặc dịch là đạo, chỉ các nẻo, các định hướng tái sinh.

[137] 三火, ba thứ lửa: tham, sân, si.

viễn lìa xa, phá tan hang ổ,[138] vượt qua bốn bộc lưu,[139] cứu cánh vô thượng, vô thượng tịch tĩnh, vô thượng ái tận, ly dục, tịch diệt, Niết-bàn. Đây gọi là tánh A-la-hán vô vi. Như Lai thành tựu viên mãn đầy đủ tánh A-la-hán hữu vi và vô vi đã nói **[460c01]** như vậy, nên gọi là A-la-hán.

Lại nữa, tham-sân-si và phiền não khác, tất cả đều cần được đoạn trừ; Như Lai đã biến tri sự vĩnh viễn đoạn trừ này, như cây đa-la bị chặt đứt ngọn, không thể sanh lại; đạt được pháp bất sanh,[140] vĩnh viễn không sinh khởi lại trong tương lai; nên gọi là A-la-hán.

Lại nữa, ba loại ác hành của thân, miệng và ý, tất cả đều phải vĩnh viễn đoạn trừ; Như Lai biết rõ đã biến tri sự vĩnh viễn đoạn trừ này, *chi tiết như trên;* nên gọi là A-la-hán.

---

[138] 窟宅, *ālaya*: nhà ở, chỗ trú ẩn; cũng chỉ nghĩa dục cầu, khát vọng, chấp thủ. Cf. Pāli, S. 6.1. *Brahmāyācanasuttaṃ*, i. 137: [...] *ālayarāmāya kho pana pajāya ālayaratāya ālayasammuditāya duddasaṃ idaṃ ṭhānaṃ yadidaṃ idappaccayatāpaṭiccasamuppādo.* [Thế Tôn trú bên bờ sông *Nerañjarā...*] chúng sanh này yêu nơi trú ẩn, thích nơi trú ẩn, vui nơi trú ẩn, cho nên khó thấy pháp này: pháp y tha duyên khởi. Sớ giải Pāli nói, sự chìm đắm trong ngũ dục gọi là *ālaya (pañcasu kāmaguṇsu allīyati, tasmā te ālayāti vuccanti).* Huyền Trang trong *Nhiếp Đại thừa luận bản* (quyển 1, T31n1594, tr. 134a18) dịch đoạn văn này: "Chúng sanh ái a-lại-da, lạc a-lại-da, hân a-lại-da..." chứng minh chính Phật đã mật ý nói về thức A-lại-da (*ālaya-vijñāna*). A-la-hán do đoạn tận khát ái trong ba hữu, ví như là chỗ trú ẩn của phiền não tùy miên, nên nói là *anālaya*, "phá tan hang ổ"; Huyền Trang dịch là "xả A-lại-da."

[139] 瀑流, Skt. *Ogha*: dòng thác, cuốn chúng sanh vào biển sanh tử. *Câu-xá* phẩm v, Phân biệt Tùy miên. Skt. *catvāra oghāḥ-kāmaughaḥ, bhavaudhaḥ, dṛṣṭyoghaḥ, avidyaughaś ca,* có bốn bộc lưu: dục bộc lưu, hữu bộc lưu, kiến bộc lưu, vô minh bộc lưu. Pāli, D. 33. *Saṅgīti,* PTS. iii.230: *cattāro oghā – kāmogho, bhavogho, diṭṭhogho, avijjogho. Tập dị 8,* tr. 399b29.

[140] 不生法, Skt. *anutpattidharma*: pháp đạt được là các tùy miên vĩnh viễn bị đoạn trừ không còn tái sinh trong tương lai. Nhận thức về pháp này được gọi là vô sanh trí (*anutpāda-jñāna*).

Lại nữa, chư Phật quá khứ đều đã lìa xa pháp ác bất thiện, các pháp tạp nhiễm, sự rực cháy của hậu hữu, quả dị thục khổ; thảy đều đạt được pháp bất sanh, vĩnh viễn không sanh khởi lại trong tương lai. Chư Phật hiện tại cũng vậy; nên gọi là A-la-hán.

Lại nữa, chư Phật Thế Tôn thành tựu công đức kiết tường tối thắng, xứng đáng thọ nhận các phẩm vật cúng dường,[141] như: Y phục, ẩm thực, các loại ngọa cụ, thuốc men, vật dụng thượng diệu, nên gọi là A-la-hán. Như bài tụng nói:

Các phẩm vật thượng diệu
Mà thế gian thọ dụng,
Như Lai xứng đáng nhận,
Nên gọi A-la-hán.

4. Chánh đẳng giác[142]

---

[141] Skt. *pūja-arhattvāt*, "vì xứng đáng nhận sự cúng dường"; định nghĩa A-la-hán theo ngữ nguyên, do động từ √*arh*: *arhate*, xứng đáng. Xem Câu-xá (Việt dịch), ĐTKVN, TVT tập 20, quyển 3, phẩm vi Hiền Thánh, tụng 45b; HĐHP, 2022; tr. 346, cht. 29. *Visuddhimagga* (London, p. 198): *tattha ārakattā arīnaṃ arānañca hatattā paccayādīnaṃ arahattā pāpakaraṇe rahābhāvāti imehi tāva kāraṇehi so bhagavā arahanti anussarati.* Các định nghĩa theo ngữ nguyên: (1) *ārakattā*, do viễn ly hết thảy phiền não; (2) *arīnaṃ hatattā*, do sát hại kẻ thù là giặc phiền não; (3) *arānañcahatattā*, đã phá vỡ các nạn họa của bánh xe luân hồi; (4) *paccayādīnaṃ arahattā*, xứng đáng thọ nhận các tư cụ cúng dường; (5) *pāpakaraṇe rahābhāvāti*, không có sự che giấu ác pháp.

[142] Pāli: *sammāsambuddha*; Skt. *samyaksambuddha*, dịch âm: tam-miệu-tam-bồ-đà; nghĩa: Chánh biến tri, Chánh đẳng chánh giác, Chánh đẳng giác. *Visuddhimagga*, dẫn trên, *sammā sāmañca sabbadhammānaṃ buddhattā pana sammāsambuddho*, "vì đã tự mình (*sāmaṃ*) thành tựu giác ngộ (*buddhattā*) tất cả các pháp một cách chân chánh (*sammā*), do đó có hiệu là "Chánh đẳng giác."

Như Thế Tôn nói, "Những gì là pháp, tất cả *chánh tánh*,[143] Như Lai thảy đều thấy tất cả, biết tất cả, thấu rõ tất cả, chân chánh giác ngộ; nên gọi là *Chánh đẳng giác.*"[144]

Lại nữa, *đẳng pháp*,[145] đó là bốn niệm trụ, bốn chánh thắng, bốn thần túc, năm căn, năm lực, bảy chi đẳng giác, tám chi thánh đạo, Như Lai thảy đều thấy tất cả, biết tất cả, thấu rõ tất cả, chân chánh giác ngộ; nên gọi là *Chánh đẳng giác.*

Lại nữa, đạo dẫn đến hiện quán khổ, tập, diệt, đạo; đạo dẫn đến chứng quả Dự lưu, quả Nhất lai, quả Bất hoàn, quả A-la-hán; đạo dẫn đến chứng đắc thần cảnh trí tác chứng thông, thiên nhĩ trí tác chứng thông, tha tâm trí tác chứng thông, túc trụ tùy niệm trí tác chứng thông, tử sanh trí tác chứng thông, lậu tận trí tác chứng thông; đạo dẫn đến đoạn tận các phiền não cấu tham, sân, si, mạn, kiêu; các đạo ấy, Như Lai thảy đều thấy tất cả, biết tất cả, thấu rõ tất cả, chân chánh giác ngộ; do tác ý một cách chí thành, kiên trụ, cẩn trọng, bằng nguyên nhân, phương pháp, lý thú, hành tướng,[146] mà chân chánh giác ngộ; nên gọi là *Chánh đẳng giác.*

5. *Minh Hành viên mãn*[147]

---

[143] 正性; Pāli: *sammā*; Skt. *samyak*; thích từ chánh trong "Chánh đẳng giác". Từ gốc: *samyañc*, trong hợp từ viết là *samyak*, nghĩa: cùng đi theo một hướng, cùng hướng về một hướng (Từ điển Monier-Williams); nghĩa Pāli: một cách chân chánh, phản nghĩa với tà vạy (Từ điển PTS).

[144] Dẫn Kinh, chưa rõ xuất xứ.

[145] Thích từ đẳng (Skt. Pāli: *sam~*) trong Đẳng giác"

[146] 因門理相, (1) *nhân* (*hetu*): nguyên nhân; (2) *môn* (*mukha*): cửa, phương diện, phương pháp tiếp cận. *Câu-xá* phẩm v, Phân biệt Tùy miên, tụng 43d, được hiểu là diện môn (Skt. *mukha*): các pháp phân tích thành nhiều bộ loại, trong mỗi bộ loại gồm nhiều yếu tố, chọn một yếu tố đại diện cho tất cả. Hoặc, *môn* được hiểu là *pháp môn*, Skt. *paryāya*, phương pháp tiếp cận. (3) *Lý*, Skt. *nyāya*: nguyên lý hướng dẫn hay chỉ đạo. (4) *Tướng*, hành tướng, Skt. *ākāra*.

[147] Pāli: *vijjācaraṇasampanno*, Skt. *vidyācaraṇasampanna*: Minh hành túc, Minh hành thành tựu. *Visuddhimagga* , dẫn trên: (a) Minh (*vijjā*) tức

a. Thế nào gọi là *minh*?[148] Đó là ba minh vô học của Phật. Một là minh vô học túc trụ tùy niệm trí tác chứng, hai là minh vô học tử sanh trí tác chứng, ba là minh vô học lậu tận trí tác chứng. Đó gọi là *minh*.

b. Thế nào gọi là *hành*?[149] Thân luật nghi vô học, ngữ luật nghi vô học,[150] mạng thanh tịnh của Phật. Đó gọi là *hành*.

Lại nữa, các oai nghi cực kỳ vi diệu của Phật như: đến đi, [461a01] ngoái nhìn, co duỗi, cúi ngước, khoác tăng-già-chi, đắp y mang bát, thảy đều gọn gàng thanh thoát. Đó là *hành*.

Minh đã nói trên và *hành* đây, gọi chung là *minh hành*. Như Lai thành tựu viên mãn đầy đủ minh hành như vậy, hoàn toàn trong sáng, hoàn toàn vi diệu, hoàn toàn vô khuyết, cho nên gọi là *Minh Hành viên mãn*.

6. *Thiện Thệ* [151]

Phật đã thành tựu khả năng đi đến[152] pháp vi diệu một cách cực kỳ an lạc, an ổn, không khó, không nhọc,[153] nên gọi là *Thiện Thệ*.

---

ba minh (*tisso vijjā*) như được nói trong kinh *Bhayabheravasutta*, M. 4 PTS. 22 tt), và tám minh được nói trong kinh *Ambaṭṭhasutta*, D. 3 PTS. 100), gồm quán trí (*vipassanāñāna*), ý thành thân (*manomayiddhi*) và sáu thắng trí (*cha abhiññā*). (b) *Hành* (*caraṇa*), gồm có 15 pháp (*pannarasa dhammā*): (1) giới luật nghi (*sīla-saṃvara*, phòng hộ bởi giới); (2) thủ hộ căn môn (*indriyesu guttadvāratā*); (3) ẩm thực điều độ (*bhojane mattaññutā*); (4) tinh cần tỉnh thức (*jāgariyānuyogo*); (5-11): 7 diệu pháp (*satta saddhammā*, tín, tấn, tàm, quý, đa văn, niệm, huệ), (12-15): 4 tĩnh lự sắc giới (*cattāri rūpāvacarajjhānāni*).

[148] Skt. *vidyā*, Pl. *vijjā*.

[149] Skt., Pl. *caraṇa*.

[150] 身律儀, Skt. *kāya-saṃvara*: sự phòng hộ nơi thân nghiệp; 語律儀, Skt. *vāci-saṃvara*: sự phòng hộ nơi ngữ nghiệp.

[151] Skt., Pl. *sugata*.

[152] Giải thích ý nghĩa từ *gata*: đã đi.

[153] Giải thích nghĩa tiếp đầu ngữ *su~*.

Lại nữa, các chủng loại pháp rất khó đi đến được phát sanh bởi tham, sân, si và các phiền não khác; Như Lai đã biến tri sự vĩnh viễn đoạn trừ chúng, đạt được pháp bất sanh, vĩnh viễn chúng không tái sanh khởi trong tương lai, như cây đa-la đã bị chặt đứt rễ và ngọn, vĩnh viễn không thể sanh lại. Cho nên gọi là *Thiện Thệ*.

Lại nữa, chư Phật Thế Tôn quá khứ đều đi trên con đường như thật không hư vọng, đi đến công đức thù thắng xuất thế gian; một lần đi đến là đến vĩnh viễn không quay trở lại. Chư Phật hiện tại cũng như vậy. Nên gọi là *Thiện thệ*.

7. *Thế Gian Giải*[154]

Năm thủ uẩn gọi là thế gian. Như Lai thấy rõ, biết rõ, hiểu rõ, giác ngộ một cách chân chánh năm uẩn này, nên gọi là *Thế Gian Giải*.

Lại nữa, năm thú hướng[155] gọi là thế gian. Như Lai thấy rõ, biết rõ, hiểu rõ, giác ngộ một cách chân chánh năm thú này, nên gọi là *Thế Gian Giải*.

Lại nữa, sáu xứ[156] gọi là thế gian. Như Lai thấy rõ, biết rõ, hiểu rõ, giác ngộ một cách chân chánh sáu xứ này, nên gọi là *Thế Gian Giải*.

Lại nữa, các xứ được bao gồm trong ba giới,[157] gọi là thế gian. Từ kia mà sanh, từ kia mà khởi, từ kia mà xuất; nhân kia mà sanh, nhân kia mà khởi, nhân kia mà xuất; Như Lai thấy rõ, biết rõ, hiểu rõ, giác ngộ một cách chân chánh điều đó, nên gọi là *Thế Gian Giải*.

8. *Vô Thượng Trượng Phu*[158]

---

[154] Skt. *Lokavid*; Pāli: *lokavidū*.

[155] 五趣, Pāli.; Skt. *pañca-gati*, năm định hướng, năm nẻo tái sinh: địa ngục, ngạ quỷ, bàng sinh, người, trời (kể chung a-tu-la).

[156] Sáu căn: sáu nội xứ, (Pāli: *cha ajjhattikāni āyatanāni*) tức 6 căn; tương ứng với sáu ngoại xứ (Pāli: *cha bāhirāni āyatanāni*), sáu cảnh.

[157] Dục giới bao gồm 12 xứ (*sthānani*): 4 châu và 8 đại địa ngục. Sắc giới có 17 xứ: trong 4 thiền, mỗi thiền có 3 xứ, và 5 Tịnh cư thiên. Vô sắc giới có 4 xứ.

[158] 無上丈夫 *anuttaraḥ puruṣa*: Con người không ai trên cả. Các *A-hàm* (*Trường, Trung, Tạp*), và kinh *Pháp hoa* La-thập dịch hiểu *anuttara*

Như Thế Tôn nói, trong các loài hữu tình: không chân, hai chân, bốn chân, nhiều chân, có sắc, không sắc, có tưởng, không tưởng, phi tưởng phi phi tưởng, Như Lai được tôn xưng là bậc nhất, tối thắng, tối tôn, tối thượng, vô thượng. Do đây, nên gọi là *Vô Thượng Trượng Phu*.

9. Điều Ngự Sĩ[159]

Đó là Phật Thế Tôn khéo léo giáo hóa điều phục tất cả hữu tình bằng ba cách: Thứ nhất, một mực dịu dàng đối với một loại chúng sanh; thứ hai, một mực cứng rắn đối với một loại chúng sanh; thứ ba, vừa dịu dàng vừa cứng rắn đối với một loại chúng sanh.[160]

---

là một xưng hiệu riêng: "*Vô thượng sĩ*: đấng không có ai vượt lên trên." *Đại trí độ 2*, tr. 72b5, hiểu vô thượng (*anuttaraḥ,* âm: 阿耨多羅 a-nậu-đa-la) là một xưng hiệu riêng, và (tr.72b9) liên hệ *trượng phu điều ngự* (*puruṣadamyasārathi*) thành một từ. Pāli, *Visuddhimagga* thích từ như *Đại trí độ*: *attanā pana guṇehi visiṭṭhatarassa kassaci abhāvato natthi etassa uttaroti anuttaro*, không có bất cứ ai vượt trên Ngài về mặt các phẩm đức, do đó có xưng hiệu là "vô thượng." *Bhikkhu Ñāṇamoli* dịch Anh hiểu *anuttaro* (vô thượng) phẩm định cho hợp từ *puriṣadammasārathi* (trượng phu điều ngự): "Vị Đạo Sư tối thắng (vô thượng) của những người cần được giáo hóa" (Incomparable Leader of Men to be tamed).

[159] 調御士. Pāli: *dammasārathi,* Skt. *damyasārathi*: vị huấn luyện và đánh xe. Kinh *Pháp hoa* La-thập dịch đọc là "Trượng phu điều ngự sĩ" (*puruṣadamyasārathi*); *Đại trí độ* dẫn trên, diễn dịch "vị Điều ngự sư (bậc thầy huấn luyện và đánh xe) của trượng phu (loài người) đã được giáo hóa." Skt. *puruṣa*: người nam, (mà Hán dịch với kỉnh ngữ là "trượng phu"), do đó đặt câu hỏi: "Phật cũng giáo hóa người nữ cho đắc đạo, sao đây chỉ nói người nam?" Hán dịch, *Trung A-hàm* hiểu là 道法御 "đạo pháp ngự", có lẽ nguyên Phạn đọc là *damma-sārathi.*

[160] *Tạp 33*, kinh 923, tr. 234b26: Phật hỏi người huấn luyện ngựa, có bao nhiêu cách huấn luyện ngựa. Đáp: có 3 cách: dịu dàng, cứng rắn, vừa dịu dàng vừa cứng rắn. Nếu cả ba cách đều không hiệu quả thì sao? Đáp: Giết. - Vậy Phật dạy đệ tử như thế nào, nếu cả ba cách không hiệu quả thì sao? Phật đáp: Giết. Người mà không kham nhận sự giáo

Thế nào gọi là Như Lai một mực dịu dàng đối với một loại chúng sanh kia? Bảo chúng sanh kia rằng: "Đây là thân diệu hành; đây là quả dị thục chiêu cảm bởi thân diệu hành. Đây là ngữ diệu hành; đây là quả dị thục chiêu cảm bởi ngữ diệu hành. Đây là ý diệu hành; đây là quả dị thục chiêu cảm bởi ý diệu hành. Đây là chư thiên; đây là nhân loại; đây là thiện thú; đây là thế gian an lạc; đây là Niết-bàn." Đó gọi là Như Lai một mực dịu dàng đối với một loại chúng sanh kia.

Thế nào gọi là Như Lai **[461b01]** một mực cứng rắn đối với một loại chúng sanh kia? Nói với chúng sanh kia rằng: "Đây là thân ác hành; đây là quả dị thục chiêu cảm bởi thân ác hành. Đây là ngữ ác hành; đây là quả dị thục chiêu cảm bởi ngữ ác hành. Đây là ý ác hành; đây là quả dị thục chiêu cảm bởi ý ác hành. Đây là địa ngục; đây là bàng sanh; đây là quỉ giới; đây là đường hiểm; đây là cõi ác; đây là đọa lạc. Đây gọi là Như Lai một mực cứng rắn đối với một loại chúng sanh kia.

Thế nào gọi là Như Lai vừa dịu dàng vừa cứng rắn đối với một loại chúng sanh? Có khi nói với chúng sanh kia về thân diệu hành, ngữ diệu hành, ý diệu hành và quả dị thục bởi thân diệu hành, ngữ diệu hành, ý diệu hành. Hoặc có khi nói cho chúng sanh kia về thân ác hành, ngữ ác hành, ý ác hành và quả dị thục bởi thân ác hành, ngữ ác hành, ý ác hành. Hoặc có lúc nói cho chúng sanh kia về chư thiên, loài người, thiện thú, cõi an lạc và Niết-bàn. Hoặc có khi nói cho chúng sanh kia về địa ngục, bàng sanh, quỉ giới, cõi nguy hiểm, xấu ác, đọa lạc. Đây gọi là Như Lai vừa dịu dàng vừa cứng rắn đối với chúng sanh.

Đối với các chúng sanh kia, bằng ba cách khéo léo điều ngự này, Như Lai điều phục như vậy, đình chỉ như vậy, tịch tĩnh như vậy, khiến cho chúng sanh kia vĩnh viễn xả ly tất cả phiền não tham, sân, si không còn dư tàn; khiến cho vĩnh viễn điều phục, vĩnh viễn đình chỉ, vĩnh viễn tịch tĩnh, được điều ngự tối thượng, được điều ngự tối thắng, được thanh lương thắng diệu, vĩnh viễn dứt trừ cong và uế,[161] tẩy sạch

---

huấn của Như Lai, kể như là đã chết. Cf. ᴘᴀ̄ʟɪ. A IV 111 *Kesisuttaṃ*, PTS. ii. 112.

[161] 曲穢, nghiệp khúc uế: cong và quấy. (a) Ba nghiệp thân, ngữ, ý cong; sᴋᴛ. *vaṅka*: cong, như khuỷu tay hay khúc sông → gian trá, siểm khúc.

cấu bẩn và cặn bã của mạn, phú tàng và siểm.[162] Cho nên Như Lai được gọi là *Điều Ngự Sĩ*.

10. *Thiên Nhơn Sư*[163]

Như Thế Tôn bảo A-nan-đà rằng: "Như Lai chẳng những là Thầy của bốn chúng: Bí-sô, Bí-sô-ni, Ô-ba-sách-ca, Ô-ba-tư-ca; mà còn là Thầy của các chúng trời và người, bao gồm chư thiên, Ma, Phạm, Sa-môn, Bà-la-môn; là Sư, Tối thắng sư, Tùy sư, là Phạm, Tối thắng phạm, Tùy phạm;[164] là vị Tướng quân, là vị Hướng đạo cho cả các chúng trời

---

(b) Ba nghiệp uế; Skt. *doṣa*: lỗi lầm, khiếm khuyết, khuyết điểm, xấu xa, tội lỗi. *Câu-xá* (Việt dịch), *ĐTKVN, TVT tập 19, quyển 2, phẩm iv, Phân biệt Nghiệp, tụng 59ab;* HĐHP, 2022; tr. 480, cht. 110, 111. Cf. Pāli, A. III 15 *Sacetanasuttaṃ* PTS 112: bánh xe được làm không hoàn hảo có ba đặc điểm: cong, khuyết, nhám (*savaṅkattā sadosattā sakasāvattā*), sẽ lăn không vững. Tỳ-kheo, tỳ-kheo-ni cũng vậy, nếu không đoạn trừ thân cong vẹo... sẽ sa ngã trong Thánh Pháp Luật này (*kāyavaṅko appahāno kāyadoso kāyakasāvo, evaṃ papatitā te imasmā dhammavinayā*).

[162] 垢 (a) Sáu phiền não cấu (Skt. *kleśamala*): cuống (*māyā*, dối gạt) siểm khúc (*śāthya*: hư ngụy), kiêu mạn (*mada*: say sưa), bức não (*pradāśa*: cố chấp), hận (*upanāha*: thâm thù), hại (*viheṭhana*: bạo hành, gây thương tích); *Câu-xá* phẩm v Phân biệt Tùy miên, tụng 49b-50ab. Huyền Trang diễn giải: "Sáu thứ này phát sinh từ phiền não. Vì đặc tính ô nhiễm của chúng thô nên gọi là phiền não cấu (cấu bẩn của phiền não)". *Câu-xá* (Việt dịch), *ĐTKVN, TVT tập 20, Luận bộ III, quyển 3;* HĐHP, 2022; tr. 169-170, cht. 125-130. (b) Ba trược nghiệp, cặn bã: thân căn, ngữ căn, ý căn. Skt. *kaṣāya*, vị chát, màu vàng sẫm, sự lắng cặn, sự sắc thuốc; trong y phục: ca-sa, y hoại sắc; trong thời đại: năm ác trược.

[163] 天人師. Skt. *śāstā devamanuṣyāṇām*. Pāli: *satthā devamanussānaṃ*.

[164] 師勝師隨師範範隨範. (a) Skt. *śāstṛ* (Pāli: *sātthā*): Sư, Thầy, với tư cách là người chỉ đạo, chỉ dạy và trừng phạt; do động từ căn √*śās* (*śāste*): răn dạy, khiển trách, trừng phạt, chỉ đạo, ra lệnh. Lời dạy của vị này gọi là *śāsana* (Pāli: *sāsana*): giáo lý, chánh giáo (*buddhaśāsana*: Phật giáo).- Skt. *anuśāstṛ*: tùy sư, vị thầy giáo giới, khuyên dạy, hướng dẫn,

và người, bao gồm chư thiên, Ma, Phạm, Sa-môn, Bà-la-môn. Cho nên Như Lai được gọi là *Thiên Nhơn Sư.*"¹⁶⁵

11. *Phật*

Vị đã phát khởi đầy đủ và đã chứng đắc thành tựu các phẩm tính vô học của Như Lai: Trí, kiến, minh giám, giác, tuệ, chiếu,¹⁶⁶ hiện quán v.v...; cho nên gọi là *Phật.*

Như có một đại bà-la-môn đến chỗ Phật, tán thán và hỏi Phật bằng bài kệ tụng vi diệu:

Cúi lạy Đạo Sư của thế gian
Bậc Chánh Giác tối thượng
Vì sao duyên cha, mẹ,
*Mà tôn hiệu Phật-đà.*¹⁶⁷

Thế Tôn do tâm từ ái đối với bà-la-môn kia, cũng đáp lại bằng kệ tụng:

[461c01] *Bà-la-môn nên biết,*
Ta như Phật khứ, lai
Thành tựu tướng giác ngộ,

---

cố vấn. D. 28 *Sampasādanīyasuttaṃ*, iii. 107: Phật có 4 trình độ giáo giới (*catassoanusāsanavidhā-desanā*): giáo giới một hạng chứng quả Dự lưu, một hạng chứng quả Nhất lai, Bất hoàn, và A-la-hán. (b) Skt. *ācarya* (Pāli: *ācariya*): A-xà-lê, quỹ phạm sư, giáo thọ sư, vị thầy hướng dẫn tinh thần, chỉ dạy tu tập, chỉ dạy các quy tắc sinh hoạt. *anvācarya*: tùy phạm, vị thầy làm gương mẫu, mô phạm, do động từ *anu-ā-√car* (*carati*): đi theo, mô phỏng làm theo.

¹⁶⁵ Chưa rõ xuất xứ.

¹⁶⁶ 智見明鑒覺慧照現觀. Cf. *Tạp 15* kinh 379: 生眼智明覺 phát sanh nhãn, trí, minh, giác; Pāli, S.56.11 *Dhammacakkappavattana- suttaṃ*: *cakkhuṃ upadādi, ñāṇaṃ udapādi, paññā udapādi, vijjā udapādi, aloko udapādi*. Hiện quán (*abhisamaya*), xem cht. 85 trước.

¹⁶⁷ Cf. *Visuddhimagga*: *bhagavāti netaṃ nāmaṃ mātarā kataṃ*, "Bhagavā, đây không phải là tên do cha mẹ đặt..."

Nên Ta hiệu Phật-đà.

Bà-la-môn nên biết,
Ta quán hành ba đời
Đều là pháp sanh diệt
Nên Ta hiệu Phật-đà.

Bà-la-môn nên biết,
Với điều cần biết, đoạn,
Ta đã chứng, đã tu,[168]
Nên Ta hiệu Phật-đà.

Bà-la-môn nên biết,
Ta trong tất cả cảnh
Có tất cả trí, kiến,
Nên Ta hiệu Phật-đà.

Bà-la-môn nên biết,
Ta trong vô lượng kiếp
Tu tịnh hạnh thuần nhất,[169]
Qua vô lượng sanh tử.
Đời này, thân cuối cùng
Dứt cáu bẩn, tên độc,
Chứng đắc vô thượng giác
Nên Ta hiệu Phật-đà.

---

[168] 知斷證脩: "Khổ đế, Ta đã biến tri. Tập đế, Ta đã vĩnh đoạn. Diệt đế, Ta đã tác chứng. Đạo đế, Ta đã tu."

[169] Phạm hạnh thuần nhất viên mãn, thanh tịnh, không pha tạp; Pāli: *kevalapuṇṇaṃ parisuddhaṃ brahmacariyaṃ.*

12. Bạc-già-phạm[170]

Thành tựu pháp có phẩm tính thiện xảo,[171] nên gọi là *Bạc-già-phạm*; vì thành tựu các pháp thiện xảo vô thượng, hoặc tu pháp thiện xảo, nên gọi là *Bạc-già-phạm*, vì đã tu các thiện pháp vô thượng.

Phật Thế Tôn đã tu tập viên mãn thân giới, tâm tuệ;[172] thành tựu đại bi vô hạn vô lượng, thành tựu vô lượng pháp, nên gọi là *Bạc-già-phạm*.

Lại nữa, Phật Thế Tôn đầy đủ đại oai đức, tự tại hoạt động,[173] đến, đi, thành, hoại, nên gọi là *Bạc-già-phạm*.

Lại nữa, Phật Thế Tôn vĩnh viễn phá hết tất cả pháp ác, bất thiện, tham, sân, si..., vĩnh viễn phá hết quả dị thục khổ nóng bức khát ái đời sau, vĩnh viễn phá hết sanh già bệnh chết trong tương lai.[174] Nên gọi là *Bạc-già-phạm*. Như có tụng nói:

> Phá hết tham, sân, si,
> Các pháp ác, bất thiện
> Đủ thắng pháp vô lậu

---

[170] 薄伽梵. **Skt.** *bhagavān/ bhagavant*. Thế Tôn; *Trung A-hàm:* 眾祐 Chúng Hựu.

[171] 有善法, **Skt.** *kuśalavat*, phân tích từ nghĩa *bhagavant*. *Bhaga*: phước đức, hạnh vận, hàm nghĩa thiện: tốt đẹp, tốt lành. *~vant*, đuôi từ lập thành hình dung từ, chỉ "người có nhiều phước, nhiều sự tốt đẹp", Hán dịch bằng trợ ngữ "hữu"; do đó *bhagavant* được định nghĩa bằng *kuśalavat*. *Đại trí độ 2*, tr. 70b14: Bà-già (*bhaga*) nghĩa là *đức*; ~bà (~*va*) nghĩa là *có*. Do đó Bà-già-bà nghĩa là 有德 "có đức".

[172] 身戒心慧, tu giới bởi thân, tu tuệ bởi tâm. Giới, tâm, tuệ, đây cũng chỉ ba học: tăng thượng giới, tăng thượng tâm và tăng thượng tuệ.

[173] Cf. *Visuddhimagga*, ibid.: "Thế gian dùng từ *bhagavā* để xưng hiệu trong sáu trường hợp: *issariya* (tự tại, chủ, chúa tể), *dhamma*: pháp, *yasa*: danh dự, *siri*: cát tường, vinh quang, *kāma*: dục, *payatta*: nỗ lực, chuyên tâm.

[174] Cf. *Visuddhimagga*, ibid.: "do nhổ sạch, loại bỏ ái hành dẫn vào trong ba hữu (*tisu bhavesutaṇhāsaṅkhātaṃ gamanaṃ*)..." Trong đây, theo ngữ âm: *bha~* do giản lược *bhava*: hữu; *ga~* giản lược *gamana*: đi đến.

Nên gọi Bạc-già-phạm.[175]

Lại nữa, Phật Thế Tôn đối với pháp chưa từng nghe, tự mình thông đạt, được tối thượng giác, thành tựu trí hiện pháp,[176] trí vô chướng ngại, hiểu rõ tương lai kết quả tu phạm hạnh, mà phân biệt giải thuyết cho đệ tử, mở đại pháp hội, thí pháp khắp hữu tình. Nên gọi *Bạc-già-phạm.* Như có tụng nói:

Như Lai mở pháp hội,
Thương chúng sanh cô khổ
Thầy trời người như vậy.
Lạy Đấng Vượt Biển Hữu.

Lại nữa, Phật Thế Tôn tùy nghi thuyết pháp cho các đệ tử, đều làm cho hoan hỷ, cung kính [462a01] tín thọ, tu hành như lời dạy, danh xưng lan truyền khắp nơi, không đâu mà không kính lễ. Nên gọi là *Bạc-già-phạm.*

Thánh đệ tử bằng phẩm tính như vậy tùy niệm chư Phật, bấy giờ sẽ phát sinh tín, tự thể của tín, tính thể của tín hiện tiền; tín ấy tương ưng với chứng trí, mà gốc rễ là kiến; tùy thuận, ấn khả, ái mộ, ái mộ tánh,[177] tâm trừng,[178] tâm tịnh. Đây gọi là Phật chứng tịnh.

Nếu có thể khuyến khích, an lập người khác trong pháp này, nên biết đây gọi là phương tiện khuyến khích an lập cho trụ trong Phật chứng tịnh.

---

[175] Định nghĩa *bhaga* theo ngữ nguyên √**bhañj** (*bhajya*): phá vỡ. Cf. *Visuddhimagga*: *bhaggarāgo bhaggadoso, bhaggamoho anāsavo; bhaggāssa pāpakā dhammā, bhagavā tena vuccatī''ti*: "diệt trừ tham, sân, si, thành vô lậu; diệt trừ các pháp ác; vì vậy nói là *bhagavā.*"

[176] 現法智, Skt. *dṛṣṭadharma-jñāna*, trí chứng Niết-bàn hữu dư y, an lạc trong hiện tại. *Tạp A-hàm 27*, kinh 736: "Tỳ-kheo tu tập bảy giác phần… sẽ chứng đắc an lạc do hiện pháp trí", ngay trong đời này bằng trí tuệ mà chứng nhập Niết-bàn.

[177] tùy thuận… tâm tịnh: những đặc điểm của tín.

[178] 心澄. Skt. *prasāda*: hàm nghĩa (nước) lắng trong, với nghĩa ngoại diên là "tịnh tín": tín tâm như nước lắng trong.

II. Pháp chứng tịnh

Thế nào gọi là pháp chứng tịnh?

A. *Dẫn Kinh*

Như Thế Tôn nói: *"Ở đây, Thánh đệ tử bằng phẩm tính như vậy tùy niệm Chánh Pháp: Chánh Pháp của Phật thiện thuyết, hiện kiến, vô nhiệt, ứng thời, dẫn đạo, cận quán, bậc trí nội chứng."*[179]

B. *Giải thích*

1. *Các từ dẫn ý*

Nói *ở đây:*[180] chỉ Dục giới này, hoặc thế giới này, hoặc châu Thiệm-bộ này.

Lại nữa, nói *ở đây* tức chỉ thân này, là trì, đẳng trì, xu, đẳng xu, tụ, đắc tự thể.

Lại nữa, nói *ở đây*, chỉ Phật và đệ tử Phật, các Tiên Mâu-ni, và những bậc thông tuệ, những vị hoàn toàn tự chế ngự, những vị đã hoàn toàn thuần phục.

Lại nữa, nói *ở đây*, tức trong sự giáo thọ, giáo giới, pháp thiện thuyết này.

Thánh đệ tử:[181] *Thánh*, chỉ cho Phật-Pháp-Tăng. Người quy y Phật-Pháp-Tăng, gọi là Thánh đệ tử.

Bằng những phẩm tính như vầy mà tùy niệm Chánh Pháp: bằng phẩm tính như vầy, bằng tiếp cận như vầy, bằng nguyên lý như vầy, mà phát khởi niệm, tùy niệm, chuyên niệm, ức niệm Chánh Pháp, không

---

[179] **Pāli:** *svākkhāto bhagavatā dhammo sandiṭṭhiko akāliko ehipassiko opanayiko paccattaṃ veditabbo viññūhī ' ti.* Trường 2 kinh Du hành, tr. 13b7: 歡喜信法真正微妙自恣所說 無有時節示涅槃道智者 所行. Thành thật luận 1, tr. 244a6: "Pháp của Phật có sáu đặc điểm: thiện thuyết, hiện báo, vô thời, năng tương, lai thưởng, trí giả tự tri."

[180] Đoạn thích các từ dẫn ý này, văn đồng nhất với đoạn "Phật chứng tịnh"; xem các cht. 121, 127 trên.

[181] 聖弟子. **Skt.** *arya-śrāvaka,* **Pāli:** *ariyasāvaka.*

xao lãng, không quên mất, không bỏ sót, không rơi rớt, tính chất của pháp không vong thất, tính chất ghi nhớ rõ ràng của tâm. Cho nên nói là "bằng những phẩm tính như vầy mà tùy niệm Chánh Pháp."

2. Thiện thuyết[182]

Điều mà Phật nói, khổ chân thật là khổ, tập chân thật là tập, diệt chân thật là diệt, đạo chân thật là đạo, nên gọi là thiện thuyết. Nếu thực sự chẳng phải khổ mà Phật Thế Tôn nói là khổ, chẳng phải tập nói là tập, chẳng phải diệt nói là diệt, chẳng phải đạo nói là đạo, thì chẳng phải là thiện thuyết. Nhưng vì khổ, Phật Thế Tôn nói là khổ, tập nói là tập, diệt nói là diệt, đạo nói là đạo. Cho nên Chánh Pháp Phật được gọi là *thiện thuyết*.

3. Hiện kiến[183]

Ngay khi tu tập những điều Thế Tôn nói, trong giai đoạn hiện quán

---

[182] 善說. Pāli: *svākkhāto*: thuyết một cách thiện xảo. *Visuddhimagga*, dẫn trên: pháp được Phật thuyết khoảng đầu thiện xảo, khoảng giữa thiện xảo, khoảng cuối thiện xảo (*ādimajjhapariyosānakalyāṇattā*: sơ thiện, trung thiện, hậu thiện), có mục đích, có âm vận, soi sáng phạm hạnh thuần nhất, hoàn hảo, thanh tịnh (*sāttha-sabyañjana-kevala-paripuṇṇa-parisuddha-brahmacariya-ppakāsanattā*) .

[183] 現見. Pāli: *sandiṭṭhiko*: pháp được thấy ngay trong hiện tại. *Thành thật luận*, dẫn trên: "Hiện báo, Pháp của Phật dẫn đến kết quả ngay trong hiện tại. Như Kinh nói, buổi sáng lãnh thọ giáo hóa, buổi chiều đắc đạo." *Visuddhimagga* (London, p. 216), giải thích ngữ nguyên của *sandiṭṭhika*: *san= pasattha*, được tán thưởng (do động từ căn √*samś*: tán thưởng); *sandiṭṭhika*, hiện kiến tức kiến được tán thưởng, nghĩa là kiến chân chính. Do kiến chân chính mà chiến thắng các phiền não (*sandiṭṭhiyā jayatīti sandiṭṭhiko*). Kiến (*diṭṭhi*) tức thấy (*dassana*). Vì xứng đáng để được thấy, nên nói là *hiện kiến*. Tức bằng lực của tu hiện quán (*bhāvanābhisamayavasena*) và chứng hiện quán (*sacchikiriyābhisamayavasena*) mà khi thấy pháp xuất thế (*lokuttaradhammo dissamānoyeva*) tức thì làm đình chỉ sự kinh sợ của vòng luân chuyển sinh tử (*vaṭṭabhaya*).

khổ-tập-diệt-đạo,[184] bấy giờ ngay trong hiện pháp[185] tức thì nhập hiện quán khổ-tập-diệt-đạo, nên gọi là *hiện kiến*.

Nếu ngay khi tu tập điều Thế Tôn nói, trong giai đoạn hiện quán khổ-tập-diệt-đạo, chính trong hiện pháp, lại không nhập hiện quán khổ-tập-diệt-đạo, thì Chánh Pháp của Thế Tôn chẳng phải là hiện kiến. Nhưng do ngay khi tu tập điều Thế Tôn nói, trong giai đoạn hiện quán khổ-tập-diệt-đạo, chính trong hiện pháp ấy, tức nhập hiện quán khổ-tập-diệt-đạo. Cho nên Chánh Pháp của Phật gọi là hiện kiến.

Lại nữa, ngay khi **[462b01]** tu tập điều Thế Tôn nói, trong giai đoạn đoạn trừ các tùy miên thuộc kiến khổ đoạn, kiến tập đoạn, kiến diệt đoạn, kiến đạo đoạn, và các tùy miên thuộc tu đoạn,[186] bấy giờ ngay trong hiện pháp, tức đoạn trừ tất cả tùy miên thuộc kiến khổ, kiến tập, kiến diệt, kiến đạo đoạn, và tu đoạn, nên gọi là hiện kiến.

---

184 苦集滅道現觀道. Tiệm thứ tu đạo theo Hữu bộ: sau giai đoạn thuận quyết trạch phần (*nirvedhabhāgīya*), phát triển bốn gia hành thiện căn: noãn, đảnh, nhẫn, thế đệ nhất (*ūṣmagata, mūrdhan, kṣānti, agradharma*); sau thế đệ nhất 1 sát-na, nhập kiến đạo (*darśana-mārga*), tiếp theo liên tục không gián đoạn 16 sát-na trực tiếp chứng ngộ bốn Thánh đế, 16 sát-na hiện quán Thánh đế (*satya-abhisamaya*). Mỗi Thánh đế được hiện quán trong 4 sát-na, 2 trong Dục giới và 2 trong Thượng giới: 1 sát-na vô gián đạo (*ānantarya-mārga*), 1 sát-na giải thoát đạo (*vimukti-mārga*); *Câu-xá* phẩm vi Phân biệt Hiền Thánh, tụng 27ab.

185 現法. **Pāli:** *diṭṭhe dhamme*; **Skt.** *dṛṣṭe dharme*: hiện thực được kinh nghiệm (a) ngay trong đời hiện tại, hoặc (b) ngay trong sát-na hiện tại.

186 見苦見集見滅見道所斷及脩所斷隨眠, Hữu bộ phân biệt có 10 tùy miên căn bản; các tùy miên này tiềm tại chừng nào còn mê mờ bốn Thánh đế. Những tùy miên tồn tại do mê mờ khổ đế, khi chứng nghiệm khổ đế tức thì bị đoạn trừ, đây gọi là các tùy miên thuộc kiến đoạn (*dṛṣṭi-heya-anuśaya*); đối với 3 Thánh đế kia cũng vậy. Bốn bộ tùy miên này bị đoạn trong 15 sát-na đầu của kiến đạo (*darśana-mārga*). Sát-na thứ 16 trở đi, thuộc tu đoạn, những tùy miên bị đoạn trừ giai đoạn này gọi là tu đoạn tùy miên (*bhāvanā-prahāṇa-anuśaya*).

Nếu ngay khi tu tập điều Thế Tôn dạy, trong giai đoạn đoạn trừ các tùy miên thuộc kiến khổ đoạn, kiến tập đoạn, kiến diệt đoạn, kiến đạo đoạn, và các tùy miên thuộc tu đoạn, ngay trong hiện pháp ấy không đoạn trừ tất cả tùy miên thuộc kiến khổ, kiến tập, kiến diệt, kiến đạo đoạn, và tu đoạn thì Chánh Pháp của Thế Tôn không phải là hiện kiến. Nhưng vì ngay khi tu tập điều Thế Tôn nói, trong giai đoạn đoạn trừ các tùy miên thuộc kiến khổ đoạn, kiến tập đoạn, kiến diệt đoạn, kiến đạo đoạn, và các tùy miên thuộc tu đoạn, bấy giờ ngay trong hiện pháp, tức thì đoạn trừ tất cả tùy miên thuộc kiến khổ, kiến tập, kiến diệt, kiến đạo đoạn, và tu đoạn, nên Chánh Pháp Phật gọi là *hiện kiến*.

Lại nữa, ngay khi tu tập điều Thế Tôn nói, trong giai đoạn chứng nghiệm sự diệt tận của các tùy miên thuộc kiến khổ, kiến tập, kiến diệt, kiến đạo sở đoạn, và tu đoạn, bấy giờ ngay trong hiện pháp, tức thì chứng nghiệm sự diệt tận của các tùy miên thuộc kiến khổ, kiến tập, kiến diệt, kiến đạo sở đoạn, và tu đoạn, nên gọi là *hiện kiến*.[187]

Nếu ngay khi tu tập điều Thế Tôn nói, trong giai đoạn chứng nghiệm sự diệt tận của các tùy miên thuộc kiến khổ, kiến tập, kiến diệt, kiến đạo sở đoạn, và tu đoạn, mà ngay trong hiện pháp không chứng nghiệm sự diệt tận của các tùy miên thuộc kiến khổ, kiến tập, kiến diệt, kiến đạo sở đoạn, và tu đoạn, thế thì Chánh Pháp của Thế Tôn không phải là hiện kiến. Nhưng vì ngay khi tu tập điều Thế Tôn nói, trong giai đoạn chứng nghiệm sự diệt tận của các tùy miên thuộc kiến khổ, kiến tập, kiến diệt, kiến đạo sở đoạn, và tu đoạn, bấy giờ ngay trong hiện pháp, tức thì chứng nghiệm sự diệt tận của các tùy miên thuộc kiến khổ, kiến tập, kiến diệt, kiến đạo sở đoạn, và tu đoạn, nên Chánh Pháp của Phật được nói là *hiện kiến*.

---

[187] Đoạn này nói về các sát-na giải thoát đạo trong cả ba giới, tiếp sau mỗi sát-na vô gián đạo. Nói là giải thoát, vì trong sát-na này các bộ tùy miên đã vĩnh viễn đoạn trừ, do đó chứng nghiệm tâm giải thoát.

4. Vô nhiệt[188]

Thánh đạo tám chi gọi là vô nhiệt. Vì sao vậy? Vì nhiệt là phiền não. Trong Thánh đạo tám chi, không có *đắc,*[189] không có cận đắc, không tồn tại, tuyệt đối không tồn tại tất cả phiền não. Nên Chánh Pháp Phật được nói là *vô nhiệt.*

5. Ứng thời[190]

Thánh đạo tám chi gọi là *ứng thời.* Vì sao vậy? Vì ngay khi tu tập điều Thế Tôn dạy, trong giai đoạn hiện quán khổ-tập-diệt-đạo, ngay tức thì nhập hiện quán khổ-tập-diệt-đạo.[191] Nên gọi là *ứng thời.*

Nếu ngay khi tu tập điều Thế Tôn nói, trong giai đoạn hiện quán khổ-tập-diệt-đạo, ngay lúc đó mà không nhập hiện quán khổ-tập-diệt-đạo, thì Chánh Pháp Thế Tôn không phải là ứng thời. Nhưng vì ngay khi tu tập điều Thế Tôn dạy, trong giai đoạn hiện quán khổ-tập-diệt-đạo, ngay tức thì nhập hiện quán khổ-tập-diệt-đạo. **[462c01]** Cho nên Chánh Pháp Phật gọi là *ứng thời.*

Lại nữa, ngay khi tu tập điều Thế Tôn nói, trong giai đoạn đoạn trừ các tùy miên thuộc kiến khổ, kiến tập, kiến diệt, kiến đạo đoạn, và tu đoạn, ngay tức thì đoạn trừ tất cả tùy miên thuộc kiến khổ, kiến tập, kiến diệt, kiến đạo đoạn, và tu đoạn.[192] Nên gọi là *ứng thời.*

Nếu ngay khi tu tập điều Thế Tôn nói, trong giai đoạn đoạn trừ các tùy miên thuộc kiến khổ, kiến tập, kiến diệt, kiến đạo đoạn, và tu đoạn; thời gian sau mới đoạn trừ các tùy miên thuộc kiến khổ, kiến tập, kiến diệt, kiến đạo đoạn, và tu đoạn, thì Chánh Pháp của Thế Tôn chẳng

---

[188] 無熱: không nóng bức. Pāli không có tương đương trong ngữ cảnh này.

[189] 得, đắc trong 14 hành không tương ưng tâm, xem cht. 134 trên.

[190] 應時. Pāli: *akāliko. Thành thật luận:* vô thời.

[191] Đây nói về 16 sát-na hiện quán Thánh đế (*satya-abhisamaya*); *Câu-xá* vi, phẩm Hiền Thánh, tụng 27ab.

[192] Đây chỉ các vô gián đạo (*ānantarya-mārga*): (a) trong 15 sát-na kiến đạo (*darśana-mārga*) có 8 vô gián đạo; (b) trong tu đạo (*bhāvanā-mārga*) trải qua 9 địa, mỗi địa có 9 vô gián đạo. *Câu-xá* iv, phẩm Hiền Thánh, tụng 28ab.

phải *ứng thời*. Nhưng ngay khi tu tập điều Thế Tôn nói, trong giai đoạn đoạn trừ các tùy miên thuộc kiến khổ, kiến tập, kiến diệt, kiến đạo đoạn, và tu đoạn, ngay tức thì đoạn trừ tất cả tùy miên thuộc kiến khổ, kiến tập, kiến diệt, kiến đạo đoạn, và tu đoạn. Nên Chánh Pháp của Phật được gọi là *ứng thời*.

Lại nữa, ngay khi tu tập điều Thế Tôn dạy, trong giai đoạn đạo chứng nghiệm sự diệt tận của các tùy miên thuộc kiến khổ, kiến tập, kiến diệt, kiến đạo sở đoạn, và tu đoạn, tức thì chứng nghiệm sự diệt tận của các tùy miên thuộc kiến khổ, kiến tập, kiến diệt, kiến đạo sở đoạn, và tu đoạn.[193] Nên gọi là *ứng thời*.

Nếu ngay khi tu tập điều Thế Tôn dạy, trong giai đoạn đạo chứng nghiệm sự diệt tận của các tùy miên thuộc kiến khổ, kiến tập, kiến diệt, kiến đạo sở đoạn, và tu đoạn, thời gian sau đó mới chứng nghiệm sự diệt tận của các tùy miên thuộc kiến khổ, kiến tập, kiến diệt, kiến đạo sở đoạn, và tu đoạn, thì Chánh Pháp của Thế Tôn chẳng phải là *ứng thời*. Nhưng vì ngay khi tu tập điều Thế Tôn dạy, trong giai đoạn đạo chứng nghiệm sự diệt tận của các tùy miên thuộc kiến khổ, kiến tập, kiến diệt, kiến đạo sở đoạn, và tu đoạn, tức thì chứng nghiệm sự diệt tận của các tùy miên thuộc kiến khổ, kiến tập, kiến diệt, kiến đạo sở đoạn, và tu đoạn. Nên Chánh Pháp của Phật gọi là *ứng thời*.

6. *Dẫn đạo*[194]

Thánh đạo tám chi gọi là dẫn đạo. Vì sao vậy? Vì tu tập và tu tập nhiều Thánh đạo tám chi có thể được chỉ đạo, có thể được hướng dẫn, có thể đi theo, có thể dõi theo cho đến hiện quán khổ-tập-diệt-đạo. Nên Chánh Pháp Phật gọi là *dẫn đạo*.

7. *Cận quán*[195]

---

[193] Đây nói về các giải thoát đạo (*vimukti-mārga*); Câu-xá iv, phẩm Hiền Thánh, tụng 28ab.

[194] 引導. **Pāli**: *opaneyyiko*. *Thành thật luận*: 能將 *năng tương*, bằng chánh hành mà hướng dẫn chúng sanh đi đến cảnh giới giải thoát.

[195] 近觀. **Pāli**: *ehipassiko*. *Visuddhimagga*, đã dẫn, *ehipasiko = ehi passa imaṃ dhammaṃ*, "hãy đến và hãy thấy pháp này." "Vì được thấy là pháp

Thánh đạo tám chi gọi là cận quán. Vì sao vậy? Vì tu tập và tu tập nhiều Thánh đạo tám chi có thể như thật thấy biết khổ-tập-diệt-đạo là khổ-tập-diệt-đạo. Nên Chánh Pháp Phật gọi là *cận quán*.

8. *Bậc trí nội chứng*[196]

Phật và đệ tử Phật được gọi là trí giả. Khổ-tập-diệt-đạo mà Thế Tôn dạy, trí giả bằng nội tâm của chính mình mà thấy, biết, hiểu rõ, giác ngộ hoàn toàn đúng đắn khổ-tập-diệt-đạo. Nên Chánh Pháp Phật gọi là *trí giả nội chứng*.

Thánh đệ tử bằng phẩm tính như vậy tùy niệm Chánh Pháp, [463a01] bấy giờ phát sinh tín, tự thể của tín, tính thể của tín hiện tiền; tín ấy tương ưng với chứng trí, mà gốc rễ là kiến; tùy thuận, ấn khả, ái mộ, ái mộ tánh, tâm trừng, tâm tịnh. Đây gọi là Pháp chứng tịnh.

Nếu có thể khuyến khích, an lập người khác trong pháp này, nên biết đây gọi là phương tiện khuyến khích an lập cho trụ trong Pháp chứng tịnh.

III. Tăng chứng tịnh

Thế nào gọi là *Tăng chứng tịnh*?

A. *Dẫn Kinh*

Như Thế Tôn dạy: *"Ở đây, Thánh đệ tử bằng phẩm tính như vậy mà tùy niệm Tăng như vầy: Tăng đệ tử Phật cụ túc diệu hành, chất trực hành, như lý hành, pháp tùy pháp hành, hòa kính hành, tùy pháp hành. Trong đây, có Dự lưu hướng, Dự lưu quả; có Nhất lai hướng, Nhất lai quả; có Bất hoàn hướng, Bất hoàn quả; có A-la-hán hướng, A-la-hán quả. Như vậy tổng thể có bốn đôi, tám hạng bổ-đặc-già-la. Tăng đệ tử Phật cụ túc giới, định, tuệ, giải thoát, giải thoát tri kiến, là vị ứng thỉnh, ứng khuất, ứng cung kính, là ruộng phước vô thượng, thế gian*

---

thật có và thanh tịnh. (*vijjamānattā parisuddhattā ca*)" Thành thật luận, 來嘗 *lai thường*, Pháp của Phật phải được tác chứng bằng tự thân chứ không tùy theo người khác."

[196] 智者內證. **Pāli:** *paccattaṃ veditabbo viññūhi.*

Ứng cúng."[197]

B. Giải thích

1. Các từ dẫn ý

Nói *ở đây*: chỉ Dục giới này, hoặc thế giới này, hoặc châu Thiệm-bộ này.

Lại nữa, nói *ở đây* tức chỉ thân này, là trì, đẳng trì, xu, đẳng xu, tụ, đắc tự thể.

Lại nữa, nói *ở đây*, chỉ Phật và đệ tử Phật, các Tiên Mâu-ni, và những bậc thông tuệ, những vị hoàn toàn tự chế ngự, những vị đã hoàn toàn thuần phục.

Lại nữa, nói *ở đây*, tức trong sự giáo thọ, giáo giới, pháp thiện thuyết này.

Thánh đệ tử: Thánh, chỉ cho Phật-Pháp-Tăng. Người quy y Phật-Pháp-Tăng, gọi là Thánh đệ tử.

Bằng những phẩm tính như vầy mà tùy niệm Tăng: bằng phẩm tính như vầy, bằng tiếp cận như vầy, bằng nguyên lý như vầy, mà phát khởi niệm, tùy niệm, chuyên niệm, ức niệm Tăng, không xao lãng, không quên mất, không bỏ sót, không rơi rớt, tính chất của pháp không vong thất, tính chất ghi nhớ rõ ràng của tâm. Cho nên nói là "bằng những phẩm tính như vầy mà tùy niệm Tăng.

---

[197] Pāli: *suppaṭipanno bhagavato sāvakasaṅgho ujuppaṭipanno bhagavato sāvakasaṅgho ñāyappaṭipanno bhagavato sāvakasaṅgho sāmīcippaṭipanno bhagavato sāvakasaṅgho yadidaṃ cattāri purisayugāni aṭṭha purisapuggalā, esa bhagavatosāvakasaṅgho āhuneyyo pāhuneyyo dakkhiṇeyyo añjalikaraṇīyo anuttaraṃ puññakkhettaṃ lokassā ' ti.* Trường 2 kinh Du hành, tr. 13b8: 歡喜信僧善共和同所行質直無有諛諂道果成就上下和順法身具足向須陀洹得須陀洹向斯陀含得斯陀含向阿那含得阿那含向阿羅漢得阿羅漢四雙八輩是謂諛來賢聖之眾甚可恭敬世之福田. *Thành thật luận 1*, tr. 45b9: 是僧寶戒品清淨.定品慧品解脫品解脫知見品 清淨.應請應禮合掌供養無上福田能益施者.

2. Nhân tu hành

i. Diệu hành[198]

Thế Tôn nói có bốn hành: một là khổ trì thông hành, hai là khổ tốc thông hành, ba là lạc trì thông hành, bốn là lạc tốc thông hành.[199] Chúng đệ tử Phật hành trong đây, nên gọi là *diệu hành.*

Lại nữa, Thế Tôn nói có bốn hành: Hành không an ổn; hành an ổn; hành điều phục; hành tịch tĩnh.[200] Chúng đệ tử Phật chỉ hành trong ba hành sau, nên gọi là *diệu hành.*

ii. Chất trực hành[201]

Thánh đạo tám chi gọi là chất trực. Vì sao vậy? Vì Thánh đạo tám chi không ngoằn ngoèo, không quanh co, không quay lại, một đường bằng phẳng ngay thẳng chỉ đến một hướng. Chúng đệ tử Phật đi trên đường này, nên gọi là *chất trực hành.*

---

[198] 妙行. *Pāli: suppaṭipanno;* diệu hành = thiện hành; *Visuddhimagga:* y như được giáo huấn trong pháp luật thiện thuyết mà hành đạo, và hành đạo thuần chân không hí luận, gọi là *diệu hành.*

[199] 行. Bốn thông hành, **Skt.** *dukhā pratipad dhandhābhijñā, dukhā pratipat kṣiprābhijñā, sukhā pratipad dhandhābhijñā, sukhā pratipat kṣiprābhijñā. Trường 8*, kinh Chúng tập, tr. 51a12: 四法苦遲得苦 速得樂遲得樂速得. **Pāli:** D. 33, *Saṅgītisuttaṃ,* PTS. iii.230: *catasso paṭipadā – dukkhā paṭipadā dandhābhiññā, dukkhā paṭipadā khippābhiññā, sukhā paṭipadā dandhābhiññā, sukhā paṭipadā khippābhiññā. Tập dị môn 7* tr. 95b09. Xem *Câu-xá*, phẩm vi Phân biệt Hiền Thánh, tụng 66.

[200] **Pāli:** *catasso paṭipadā – akkhamā paṭipadā, khamā paṭipadā, damā paṭipadā, samā paṭipadā.*

[201] 質直行. **Pāli:** *ujuppaṭipanno. Visuddhimagga:* thực hành trung đạo, không đi theo hai cực đoan, đoạn trừ hành vi cong vạy, khuyết điểm của thân, ngữ và ý, do đó gọi là *chất trực hành.*

iii. *Như lý hành*[202]

[463b01] Thánh đạo tám chi là như lý. Chúng đệ tử Phật đi trên đường này, gọi là *như lý hành*.

Lại nữa, Thế Tôn nói bốn niệm trụ, bốn chánh thắng, bốn thần túc, năm căn, năm lực, bảy chi đẳng giác và chánh định cùng với tư cụ của chánh định. Nên gọi là *như lý*.

Như Thế Tôn nói: "Đây là con đường chỉ một hướng đi, khiến cho các hữu tình đều được thanh tịnh, vượt các sầu than, diệt các khổ ưu, chứng pháp như lý."[203] Đó là thánh chánh định và bảy chi thánh đạo tư cụ, gọi là tư cụ của thánh chánh định. Bảy [chi ấy] là những gì? Từ khởi đầu chánh kiến cho đến chánh niệm. Vì thánh chánh định do bảy đạo chi này dẫn đường tu tập mới được viên mãn, nên gọi là tư cụ của thánh chánh định. Chúng đệ tử Phật đi trên đường này, nên gọi là *như lý hành*.

iv. *Pháp tùy pháp hành*[204]

Niết-bàn gọi là pháp. Thánh đạo tám chi gọi là tùy pháp. Chúng đệ tử Phật đi trên đường này gọi là *pháp tùy pháp hành*.

Lại nữa, biệt giải thoát[205] gọi là pháp. Biệt giải thoát luật nghi[206] gọi là tùy pháp. Chúng đệ tử Phật đi trên đường này gọi là *pháp tùy*

---

[202] 如理行. Pāli: *ñāyappaṭipanno*. *Visuddhimagga*: nói như lý là nói Niết-bàn (*ñāyo vuccati nibbānaṃ*).

[203] Cf. M. 10 *Mahāsatipaṭṭhānasuttaṃ*, i.56: *ekāyano ayaṃ, bhikkhave, maggo sattānaṃ visuddhiyā, sokaparidevānaṃ samatikkamāya, dukkhadomanassānaṃ atthaṅgamāya, ñāyassa adhigamāya,...* Hán, Trung 24, kinh 98 Niệm xứ, tr. 582b9.

[204] 法隨法行. Pāli không nói hành này trong đây.

[205] 別解脫. Pāli: *pāṭimokkha*; Skt. *prātimokṣa*: các học xứ mà Phật quy định cho bốn chúng đệ tử lãnh thọ. Có tất cả 8 loại giới gọi là 8 biệt giải thoát: cận sự nam, cận sự nữ, cận trụ, sa-di, sa-di-ni, chánh học ni, tỳ-kheo và tỳ-kheo-ni. *Câu-xá* iv, phân biệt Nghiệp, tụng 13, tụng 14.

[206] 別解脫律儀. Skt. *prātimokṣa-saṃvara*, phòng hộ thân và ngữ do bởi lực của giới biệt giải thoát đã phát nguyện thọ.

pháp hành.

Lại nữa, thân luật nghi, ngữ luật nghi, mạng thanh tịnh, gọi là pháp. Thọ trì pháp này gọi là tùy pháp. Chúng đệ tử Phật đi trên đường này gọi là *pháp tùy pháp hành.*

v. *Hòa kính hành*[207]

Chúng đệ tử Phật chung một giới, chung một học, chung một thuyết, chung một biệt giải thoát;[208] đồng giới, đồng học, đồng thuyết, đồng biệt giải thoát; như học xứ mà người dù đã thọ cụ túc giới trăm năm cần phải học, người mới thọ cụ túc cũng học trong ấy; như học xứ mà người mới thọ cụ túc cần phải học, người thọ cụ túc giới dù đã trăm năm cũng học trong ấy. Như pháp mà người dù đã thọ cụ túc trăm năm cần phải học, người mới thọ cụ túc cũng học trong ấy; như pháp mà người mới thọ cụ túc cần phải học, người thọ cụ túc giới dù đã trăm năm cũng học trong ấy. Ở trong đây, chúng đệ tử Phật chung một giới tánh, chung một học tánh, chung một thuyết tánh, chung một biệt giải thoát tánh; đồng giới tánh, đồng học tánh, đồng thuyết tánh, đồng biệt giải thoát tánh. Nên gọi là *hòa kính hành.*

Lại nữa, chúng đệ tử Phật cung kính lẫn nhau, nhường nhịn lẫn nhau; đối với bậc trưởng thượng, đứng dậy chắp tay nghinh đón, lễ bái thăm hỏi, biểu hiện tướng hòa kính. Chúng đệ tử Phật thực hành như vậy, gọi là *hòa kính hành.*

vi. *Tùy pháp hành*[209]

Thánh đạo tám chi gọi là tùy pháp. Chúng đệ tử Phật đi theo con đường này, nên gọi là *tùy pháp hành.*[210]

---

[207] 和敬行. **Pāli:** *sāmīcippaṭipanno*; các giải thích Pāli hiểu *sāmīci* là chính xác, chính đáng (*proper way*, Ñāṇamoli).

[208] xem cht. 205 trước.

[209] 隨法行. Pāli không nói hành này trong đây.

[210] Bản Hán hết quyển 2.

3. Quả chứng đắc

[463c07] *Trong Tăng đây*: trong Chúng đệ tử Phật. Đây, nêu rõ ý nghĩa yếu lược, hiển bày tụ, hiển bày uẩn, hiển bày bộ.[211]

i.a. *Dự lưu hướng*[212]

Hành giả sau khi đắc vô gián đạo,[213] liền chứng quả Dự lưu.[214] Nghĩa là giai đoạn này, chứng quả Dự lưu không bị gián cách.[215] Trước kia, bằng đạo thế gian,[216] vị ấy chưa thể đoạn được phần lớn phẩm loại phiền não tham dục và sân nhuế trong Dục giới;[217] nay tu hiện quán bốn Thánh đế mà trước đây chưa từng hiện quán, gọi là Dự lưu hướng.

---

[211] *Tụ*, tổng thể Tăng có bốn tụ với 4 danh xưng. *Uẩn*, tập hợp tám hạng Thánh giả, mỗi danh xưng phân thành 2 hai hạng: hướng và quả. *Bộ*, tám bộ Thánh giả, 8 bổ-đặc-già-la.

[212] Skt. *srota-āpanna, srota-āpatti-pratipannaka*. Pāli: *sota-āpanna, sota-āpatti-magga*.

[213] 無間道. Skt. *ānantarya-mārga*, đây chỉ sát-na thứ 15 trong 16 sát-na hiện quán Thánh đế, xem cht. 192 trước.

[214] Trong 16 sát-na hiện quán Thánh đế, lần lượt hiện quán khổ-tập-diệt trong Dục giới, và Thượng giới (Sắc và Vô sắc), mỗi đế trong 1 sát-na vô gián đạo, và 1 sát-na giải thoát đạo. Có tất cả 12 sát-na trong hiện quán 3 đế này. Cho đến khổ đế, Dục giới với 2 sát-na: thứ 13 và 14. Sát-na thứ 15, hiện quán đạo để Thượng giới với 1 sát-na vô gián đạo (*ānantarya-mārga*), đây là sát-na cuối cùng hướng quả. Trong sát-na thứ 16, hiện quán đạo để Thượng giới với 1 sát-na giải thoát đạo (*vimukti-mārga*), bấy giờ đắc quả.

[215] 無間: 2 sát-na liên tiếp nhau, không có sát-na trung gian, gọi là vô gián.

[216] Tu đạo có 2: (a) Thế gian đạo (*laukika-mārga*) quán 6 hành tướng: hạ giới quán là thô-khổ-chướng, thượng giới quán tĩnh-diệu-ly, lần lượt chứng đắc 4 thiền sắc giới và 4 định vô sắc. (b) Xuất thế đạo (*lokottara-mārga*), quán 16 hành tướng của bốn Thánh đế.

[217] Chưa đoạn trừ các tùy miên Dục giới. Tức là, tu thế gian đạo nhưng chưa đắc sơ thiền. Nói chưa đoạn đa phần, để phân biệt với vị đắc Nhất lai hướng. Vị này, tuy trong thế gian đạo chưa đắc sơ thiền nhưng đã đoạn được phần lớn phiền não. Ý nghĩa này sẽ nói rõ đoạn sau.

i.b. *Dự lưu quả*[218]

Trong hiện pháp,[219] vị ấy đã biến tri vĩnh viễn đoạn trừ ba kết, hữu thân kiến, giới cấm thủ và nghi. Vị ấy trụ trong sự đoạn trừ này mà chưa thể tiến tới cầu chứng Nhất lai quả. Đây gọi là Dự lưu quả.[220]

ii.a *Nhất lai hướng*[221]

Vị ấy sau khi đắc vô gián đạo,[222] có thể chứng quả Nhất lai, tức là trực tiếp chứng quả Nhất lai không bị gián cách. Trước kia, bằng đạo thế gian, vị ấy đã đoạn trừ phần lớn phẩm loại phiền não tham dục và sân nhuế trong Dục giới; nay tu hiện quán bốn Thánh đế mà trước đây chưa từng hiện quán. Hoặc đã trụ quả Dự lưu, mà cầu tiến chứng quả Nhất lai, nên gọi là Nhất lai hướng.[223]

ii.b. *Nhất lai quả*

Trong hiện pháp, vị ấy đã biến tri vĩnh viễn đoạn ba kết, và cũng đoạn đa phần tham dục, sân nhuế. Vị ấy trụ quả trong sự đoạn trừ này,

---

[218] 預流果. **Skt.** *srota-āpatti-phala*. **Pāli:** *sotāpatti(phala), sotāpanna*.

[219] Trong hiện pháp: trong đời hiện tại.

[220] *Trung A-hàm 2*, kinh số 10 "Lậu tận": "Vị Thánh đệ tử đa văn ... biết như thật khổ, tập, diệt, đạo, đoạn tận ba kết: thân kiến, giới thủ, nghi, đắc quả Tu-đà-hoàn, không còn đọa ác pháp, nhất định sẽ đạt đến Chánh giác, tối đa thọ 7 hữu, sau khi 7 lần qua lại giữa thiên thượng, nhân gian, bấy giờ chấm dứt biên tế khổ." Pāli, A. 3. 88 *Sikkhasuttaṃ* (2), i. 233: *so tiṇṇaṃ saṃyojanānaṃ parikkhayā sattakkhattuparamo hoti. sattakkhattuparamaṃ deve ca manusse ca sandhāvitvā saṃsaritvā dukkhassantaṃ karoti.*

[221] 一來向. **Skt.** *sakṛdāgāmiphala-pratipannaka*, **Pāli.** *sakadāgāmi-magga*.

[222] Đây là sát-na thứ 15, vô gián đạo của Hiện quán Thánh đế; xem cht. 214 trước. Trong 15 sát-na này, nếu là hạng thứ đệ chứng, vị ấy được gọi là Dự lưu hướng; nếu là hạng siêu chứng vị ấy được gọi là Nhất lai hướng, vì đến sát-na thứ 16 liền trực tiếp (vô gián) chứng đắc quả Nhất lai mà không phải đi qua quả Dự lựu.

[223] Đây nói về vị Nhất lai siêu chứng. Hữu bộ phân tùy miên thuộc tu đoạn Dục giới thành 9 lớp. Đoạn trừ đến lớp thứ 4 thành Nhất lai hướng; đoạn trừ đến lớp thứ 6, thành Nhất lai quả.

chưa thể tiến cầu chứng quả Bất hoàn. Đây gọi là Nhất lai quả.[224]

iii.a. *Bất hoàn hướng*

Vị ấy sau khi đắc vô gián đạo, có thể chứng quả Bất hoàn, tức là trực tiếp chứng quả Bất hoàn không bị gián cách.[225] Trước kia, bằng đạo thế gian, vị ấy đã vĩnh viễn đoạn trừ tham dục và sân nhuế trong Dục giới; nay tu hiện quán bốn Thánh đế mà trước đây chưa từng hiện quán. Hoặc vị ấy trụ quả Nhất lai mà có thể cầu tiến chứng quả Bất hoàn, gọi là Bất hoàn hướng.

iii.b. *Bất hoàn quả*

Trong hiện pháp, vị ấy đã biến tri vĩnh viễn đoạn trừ năm hạ phần kết:[226] thân kiến, giới cấm thủ, nghi, tham dục, sân nhuế. Vị ấy trụ trong sự đoạn trừ này, mà chưa thể tiến cầu chứng quả A-la-hán. Đây gọi là Bất hoàn quả.[227]

iv.a. *A-la-hán hướng*[228]

---

224 *Tạp A-hàm 17*, kinh số 1248: 如是我聲聞斷三結貪恚癡薄得斯陀 含一來此世究竟苦邊. **Pāli**, kinh dẫn trên: *so tiṇṇaṃ saṃyojanānaṃ parikkhayā rāgadosamohānaṃ tanuttā sakadāgāmī hoti, sakideva imaṃ lokaṃ āgantvā dukkhassantaṃ karoti*, "Đoạn tận ba kết, tham, sân vơi mỏng, thành vị Nhất lai, trở lại thế gian này một lần nữa, rồi chấm dứt biên tế khổ."

225 Nói về hạng Bất hoàn siêu chứng. Trong 15 sát-na hiện quán, thay vì gọi là Dự lưu hướng hoặc Nhất lai hướng, trường hợp ở đây gọi là Bất hoàn hướng.

226 (Thuận) hạ phần kết; **Skt.** *pañcadhā'varabhāgīyam*; **Pāli**: *pañca orambhāgiya*. Câu-xá vi tụng 43.

227 *Trung 1*, kinh 4, "Thủy dụ", tr. 427a23: 斷五下分結盡化生於彼 而般涅槃得不退法終不還此. **Pāli**, kinh dẫn trên: *so pañcannaṃ orambhāgiyānaṃ saṃyojanānaṃ parikkhayā opapātiko hoti tattha parinibbāyī anāvattidhammo tasmā lokā*. "Vị ấy đoạn trừ năm hạ phần kết, hóa sinh lên kia (Tịnh cư thiên, *suddhāvāsa*) và nhập Niết-bàn ở đó, không trở lại thế gian này nữa."

228 阿羅漢向. **Skt.** *arhat-pratipannaka*, **Pāli**: *arahatta-paṭipanna*.

Vị ấy sau khi đắc vô gián đạo,²²⁹ có thể chứng quả A-la-hán, tức là trực tiếp chứng quả A-la-hán không bị gián cách. Hoặc vị trụ quả Bất hoàn mà có thể **[464a01]** cầu tiến chứng quả A-la-hán. Đây gọi là A-la-hán hướng.

iv.b. *A-la-hán quả*

Trong hiện pháp, vị ấy đã biến tri vĩnh viễn đoạn trừ tất cả tham, sân, si,²³⁰ được gọi là A-la-hán quả.

4. Thánh vị

Nói *bốn đôi* Bổ-đặc-già-la: Dự lưu hướng, Dự lưu quả, cặp thứ nhất. Nhất lai hướng, Nhất lai quả, cặp thứ hai. Bất hoàn hướng, Bất hoàn quả, cặp thứ ba. A-la-hán hướng, A-la-hán quả, cặp thứ tư.

Nói *tám vị* Bổ-đặc-già-la: nêu rõ sự an lập tám hạng Bổ-đặc-già-la khác nhau, từ Dự lưu hướng cho đến A-la-hán quả.

5. Công đức

Nói *Tăng đệ tử Phật*: hiển thị cho thấy rõ các công đức thù thắng của Tăng đệ tử Phật.

- *Cụ túc giới*: Tăng hữu học và vô học thành tựu cụ túc giới hữu học và giới vô học.

- *Cụ túc định*: Tăng hữu học và vô học thành tựu cụ túc định hữu học và định vô học.

- *Cụ túc tuệ*: Tăng hữu học và vô học thành tựu cụ túc tuệ hữu học và tuệ vô học.

---

²²⁹ Không đồng các trường hợp trên, đây là vô gián đạo thứ 9 trong đoạn trừ 9 phẩm tu đạo thuộc Hữu đỉnh. Các đạo trước, từ ly nhiễm 1 phẩm phiền não trong sơ tĩnh lự, cho đến phẩm thứ 8 trong Hữu đỉnh, được gọi là A-la-hán hướng. Vì theo Hữu bộ không có trường hợp siêu chứng A-la-hán.

²³⁰ Đoạn 5 thuận thượng phần kết: sắc tham, vô sắc tham, trạo cử, mạn, vô minh; Skt. *pañcadhaivordhvabhāgīyam. Câu-xá* vi tụng 45.

- *Cụ túc giải thoát*: Tăng hữu học và vô học thành tựu cụ túc giải thoát hữu học và vô học.

- *Cụ túc giải thoát tri kiến*: Tăng hữu học và vô học thành tựu cụ túc giải thoát tri kiến hữu học và vô học.

- *Ứng thỉnh*:[231] xứng đáng được huệ thí, xứng đáng được cúng dường, xứng đáng được tế tự,[232] nên gọi là *ứng thỉnh*.

- *Ứng khuất*:[233] đã được huệ thí, lại được huệ thí một cách tốt đẹp; đã được cúng dường, lại được cúng dường một cách tốt đẹp; đã được tế tự, lại được tế tự một cách tốt đẹp, chỉ với ít công sức mà được quả lợi lớn.[234] Nên gọi là *ứng khuất*.

- *Ứng cung kính*:[235] Hoặc người quen biết, hoặc người không quen biết, xứng đáng được những người này thấy đều đứng dậy nghiêng mình chắp tay, cúi đầu sát chân, thưa hỏi rằng: "Thưa vị Chánh chí, Chánh hành,[236] ngài có được an lạc không?" Đây gọi là *ứng cung kính*.

- *Vô thượng*: Như Thế Tôn nói với chúng Bí-sô: "Trong tất cả chúng bộ loại hòa hợp, chúng đệ tử Phật là bậc nhất, tối tôn, tối thắng, tối thượng, vô thượng." Thế nên gọi là *Vô thượng*.

---

[231] 應請. Pāli: *āhuneyyo*.

[232] Skt. do động từ ā-√*hu* (*juhoti, juhute*): hiến tế, tế tự. Cúng dường Tăng như tế tự chư thiên; thay thế các thần linh Veda.

[233] 應屈. Pāli: *pāhuneyyo*. Ngữ nguyên như trên, với tiếp đầu ngữ *pra~* cường điệu ngữ khí.

[234] Cf. M.118 *Ānāpānassatisuttaṃ*, iii. 81: *tathārūpo ayaṃ, bhikkhave, bhikkhusaṅgho; tathārūpā ayaṃ, bhikkhave, parisā yathārūpāya parisāya appaṃ dinnaṃ bahu hoti, bahu dinnaṃ bahutaraṃ.* "Tăng tỳ-kheo này như vậy, chúng hội này như vậy, bố thí chúng hội này chỉ với một ít mà lợi nhiều; bố thí nhiều hơn, lợi càng nhiều hơn."

[235] 應恭敬. Pāli: *añjalikaraṇīyo*, xứng đáng được chắp tay (vái chào).

[236] 正至 (Pāli: *sammaggata*), vị đã đi đến đích, chỉ vị đã đắc quả A-la-hán, đã đạt mục đích cứu cánh. 正行 (Pāli: *sammapaṭipanna*): vị đang đi, đang hướng đến quả A-la-hán.

- *Phước điền*: Như Thế Tôn nói với A-nan-đà: "Trong các chúng trời và người, bao gồm chư thiên, Ma, Phạm, Sa-môn, Bà-la-môn, Ta không thấy có chúng nào xứng đáng đã được huệ thí, lại được huệ thí một cách tốt đẹp; đã được cúng dường, lại được cúng dường một cách tốt đẹp, đã được tế tự, lại được tế tự một cách tốt đẹp, như Tăng của Ta. A-nan nên biết, nếu ai đã huệ thí, lại huệ thí một cách tốt đẹp; đã cúng dường, lại cúng dường một cách tốt đẹp, đã tế tự, lại tế tự một cách tốt đẹp cho Tăng của Ta, dù chỉ chút ít công sức nhưng được quả lợi ích lớn."

Như Thiên đế Thích đi đến đỉnh núi Thứu, tán thán thăm hỏi Phật bằng bài kệ tụng vi diệu:

Cúi lạy đấng Thiện Thuyết
Nói pháp sang bờ kia,
Vượt tất cả sợ hãi,
Kiều-đáp-ma tôn quí.
[464b01] *Có vô lượng chúng sanh*
Ưa phước, tu bố thí
Thường phát tâm chí tín
Tu các phước hữu y.[237]
Xin Phật rủ lòng thương
Nói ruộng phước thù thắng
Cho vô lượng chúng sanh
Thí ít, được quả lớn.

---

[237] 有依福: hữu y phước nghiệp sự, cơ sở phước nghiệp bằng vật chất (*aupadhikāni puṇyakriyāvastūni*), có 7: 1. bố thí Tăng viên (*ārāma*) cho tứ phương Tăng (*caturdiśa-bhikṣusaṅgha*); 2. xây dựng Tăng xá trong Tăng-già-lam ấy (*ārāme vihāraṃ*); 3. cũng trong Tăng-già-lam ấy, bố thí giường, gối, chăn, đệm các thứ; 4. trong Tăng xá ấy, thường xuyên bố thí mỹ thực theo thời; 5. cúng dường Tỳ-kheo khách mới đến hay sắp đi, trong Tăng xá ấy; 6. chăm sóc người bịnh; 7. khi trời mưa, gió, tuyết, lạnh, nóng bức, cúng dường thức ăn hợp thời. Thuyết khác: 1. bố thí cho lữ khách; 2. bố thí người đi đường; 3. bố thí người bịnh; 4. bố thí người nuôi bịnh; 5. bố thí vườn rừng; 6. bố thí Tỳ-kheo thường khất thực; 7. bố thí tùy theo thời tiết.

Vì thương các chúng sanh, Đức Thế Tôn đáp lại Thiên đế bằng diệu kệ:[238]

> *Nếu vô lượng chúng sanh*
> *Ưa phước, tu bố thí,*
> *Thường phát tâm chí tín,*
> *Tu phước nghiệp hữu y;*
> *Ta nói cho các ông*
> *Về ruộng phước tối thắng;*
> *Khiến cho các chúng sanh*
> *Thí ít, được quả lớn.*
>
> *Vị hành bốn Thánh hướng,*
> *Và trụ bốn Thánh quả,*
> *Là Chơn Tăng đáng cúng,*
> *Đủ thắng giới, định, tuệ.*
> *Tăng này, ruộng thù thắng,*
> *Công đức rất rộng lớn,*
> *Sanh vô lượng nhuận ích,*
> *Như biển lớn mênh mông.*
>
> *Thắng đệ tử của Phật,*
> *Đã phát ánh sáng pháp,*
> *Kham nhận thắng cúng dường,*
> *Và nhận thắng tế tự.*
> *Bố thí Tăng tuy ít,*
> *Tức thí tất cả Tăng,*
> *Nhất định được quả lớn;*
> *Nhất Thiết Trí khen ngợi.*

---

[238] *Tạp A-hàm 46*, kinh số 1224: dân chúng thành Vương xá thiết đại hội tế lễ, tế tự thần linh, Thiên đế Thích không muốn mọi người bỏ Phật và Tăng mà theo cúng dường thần linh dị đạo, nên hỏi Phật về ý nghĩa cúng dường tế tự. Cf. Pāli, S.11.16 *Yajamānasuttaṃ*, i.233.

Trong tất cả ruộng phước,
Ruộng Tăng là tối thắng;
Được chư Phật tán thán,
Thí được phước tối thượng.
Thí chúng đệ tử Phật
Dù ít, được quả lớn.
Vậy những người thông tuệ,
Nên cúng dường Chúng Tăng.

Thánh chúng trì diệu pháp,
Đủ minh hành, đẳng trì,
Nên đối với Tăng bảo
Hành thí là tối thượng.
*Bằng ba loại tâm tịnh,*²³⁹
Thí y, thực cho Tăng
Ắt được quả thù thắng,
Thành thiện sĩ trời người.
Nhất định trong đời đời,
Lìa tên độc trần cấu,
Vượt qua các cõi ác,
Hưởng thắng lạc trời người.
Bằng tài sản chơn chánh,
Tự tay mang cúng dường,
Vì lợi ích mình, người,
Nhất định được quả lớn.
[464c01] *Những người có trí tuệ,*
Tâm tịnh tín, hành thí
Sẽ sanh cõi an lành,
Thọ diệu lạc, thông minh.

Do nói như vậy, nên gọi là *phước điền.*

---

²³⁹ Ba tâm tịnh: trong bài kệ tiếp theo: vật thí do tự thủ đắc chân chính, tự tay hành bố thí, thí vì lợi mình và lợi người. *Tạp A-hàm* dẫn trên: tự thân cung kính, tự tay bố thí, bố thí bình đẳng.

- *Thế gian ứng cúng*:[240] thánh đệ tử làm cho thế gian thanh tịnh, vì là vật đựng ứng cúng;[241] đã hành ứng cúng, vì đạo thanh tịnh; thành tựu ứng cúng, vì ba nghiệp tịnh. Vì ba nghiệp thanh tịnh nên gọi là *thế gian ứng cúng*.

Thánh đệ tử bằng phẩm tính như vậy tùy niệm Tăng, bấy giờ phát sinh tín, tự thể của tín, tính thể của tín hiện tiền; tín ấy tương ưng với chứng trí, mà gốc rễ là kiến; tùy thuận, ấn khả, ái mộ, ái mộ tánh, tâm trừng, tâm tịnh. Đây gọi là *Tăng chứng tịnh*.

Nếu có thể khuyến khích, an lập người khác trong pháp này, nên biết đây gọi là phương tiện khuyến khích an lập cho trụ trong Tăng chứng tịnh.

IV. *Thánh sở ái giới*

Thế nào gọi là giới mà Thánh ái mộ?[242]

Đó là thân luật nghi, ngữ luật nghi và mạng thanh tịnh vô lậu. Đây gọi là giới mà Thánh ái mộ.

Vì sao gọi là giới mà Thánh ái mộ?

Thánh, là chư Phật và đệ tử Phật. Các vị ấy ái mộ, hân hoan đối với giới này, nhẫn thuận không trái nghịch, cho nên gọi là giới mà Thánh ái mộ.

Nếu có thể khuyến khích, an lập người khác trong pháp này, nên biết đây gọi là phương tiện khuyến khích an lập cho trụ trong giới mà Thánh ái mộ.

---

[240] 世應供: vị Ứng cúng của thế gian; từ *ứng cúng* trong đây có thể tương đương *dakkhiṇeyyo*; Skt. *dakṣiṇīya*, xứng đáng nhận lễ vật, phẩm vật tế tự. Học trò dâng lễ vật đến thầy để cầu học; người dâng lễ vật chư thiên để cầu phước; lễ vật này gọi là *dakṣiṇa*, Hán phiên âm *đạt-sẩn* 達嚫.

[241] 應供器 *ứng cúng khí*: bát đựng phẩm vật tế tự

[242] 聖所愛戒. Skt. *āryakāntāni śīlāni*. Pāli: *ariyakāntāni sīlāni*.

PHẨM 4: SA-MÔN QUẢ

A. KINH

Một thời, Bạc-già-phạm trụ trong vườn Cấp Cô Độc, rừng Thệ-đa, thành Thất-la-phiệt.

Bấy giờ, Đức Thế Tôn bảo chúng Bí-sô:

"Có bốn quả Sa-môn. Đó là quả Dự lưu, quả Nhất lai, quả Bất hoàn và quả A-la-hán."[243]

B. LUẬN

I. Dự lưu

Thế nào là quả Dự lưu?[244] Quả Dự lưu có hai: Một là hữu vi, hai là vô vi.

a. Quả Dự lưu hữu vi,[245] đó là đắc của quả và đắc của đắc ấy.[246] Các pháp hữu học, như căn, lực hữu học, thi-la hữu học, thiện căn hữu học,

---

[243] 沙門果. **Skt.** śramaṇaphala. *Tạp 28* kinh số 796. S. 45. 35 *Sāmaññasuttaṃ* (1) (PTS. vi.25). *Câu-xá* vi, tụng 34.

[244] 預流果. **Skt.** srota-āpatti-phala. **Pāli:** sotāpattiphala. 須陀洹果 Tu-đà-hoàn quả, 入流 Nhập lưu.

[245] *Câu-xá* vi, tụng 51b. *Tì-bà-sa 65*, tr. 337c107: "Các pháp Hữu học như căn, lực, giới, thiện căn, 8 chi đạo, và các pháp cùng chủng loại, đó là quả Dự lưu hữu vi. Sự đoạn trừ vĩnh viễn ba kết, đó là quả Dự lưu vô vi v.v..."

[246] Xem cht. 39 & 134 trước.

tám pháp hữu học,[247] và các pháp hữu học khác, đó gọi là quả Dự lưu hữu vi.

b. Quả Dự lưu vô vi: là trong quả này, sự vĩnh viễn đoạn trừ ba kết, và sự vĩnh viễn đoạn trừ các kết pháp khác, tức là sự vĩnh viễn đoạn trừ tám mươi tám tùy miên,[248] và sự vĩnh viễn đoạn trừ các kết pháp khác.[249] Đó gọi là quả Dự lưu vô vi.

II. Nhất lai

Thế nào là quả Nhất lai?[250] Quả Nhất lai có hai: Một là hữu vi, hai là vô vi.

---

[247] Tám pháp hữu học: 8 chi Thánh đạo của hữu học. *Câu-xá* vi, tụng 51b. *Tì-bà-sa* 65, tr. 337c107: "Các pháp Hữu học như căn, lực, giới, thiện căn, 8 chi đạo, và các pháp cùng chủng loại, đó là quả Dự lưu hữu vi. Sự đoạn trừ vĩnh viễn ba kết, đó là quả Dự lưu vô vi v.v..."

[248] 88 tùy miên: phân loại tùy miên của Hữu bộ, trong 10 tùy miên căn bản (tham, sân, mạn, vô minh, nghi, thân kiến, biên kiến, giới thủ kiến, kiến thủ kiến, tà kiến), Dục giới có 32: (a) mê Khổ đế, đủ 10; (b) mê Tập đế và (c) mê Diệt đế, trừ 3: thân kiến, biên kiến, giới thủ kiến; (d) mê Đạo đế, trừ 2: thân kiến, biên kiến. (a) – (d): bốn bộ tùy miên thuộc kiến sở đoạn trong Dục giới. Sắc và Vô sắc, mỗi giới trừ sân trong 4 bộ, tổng thể thượng giới có 56 tùy miên. Cộng chung, ba giới có 88 tùy miên trong 4 bộ kiến sở đoạn (dṛṣṭi-heya/prahāṇa), bị đoạn trừ trong kiến đạo (darśana-mārga). Những tùy miên này khi hiện quán Thánh đế nào, tùy miên trong bộ tương ứng bị đoạn.

[249] Các kết pháp khác: trong Dục giới, 4 tùy miên (tham, sân, mạn, vô minh) tổng hợp thành một bộ tu sở đoạn (bhāvanā-mārga), phân thành 9 lớp. Sắc và Vô sắc, trừ sân, tổng hợp thành 1 bộ tùy miên tu sở đoạn (bhāvanā-prahāṇa), phân thành 9 lớp trong 8 địa (4 thiền và 4 vô sắc). Tổng cộng, từ Dục giới lên đến Hữu đảnh, có 9 địa, mỗi địa có 9 lớp, như vậy có tất cả 81 lớp tùy miên cần phải đoạn trong tu đạo. Quả Dự lưu chỉ đoạn trừ 3 kết trong các bộ tùy miên kiến sở đoạn thuộc Dục giới, mà hoàn toàn chưa đoạn được lớp nào trong 81 tùy miên tu đoạn, nên vị này cũng được gọi là Thánh giả cụ phược (sakalabandha), vì còn đầy đủ tùy miên tu đoạn trong cả 3 giới.

[250] 一來果; **Skt.** *sakṛdāgāmi*-phala; **Pāli:** *sakadāgāmiphala*; 斯陀含果.

a. Quả Nhất lai hữu vi: đó là đắc của quả và đắc của đắc ấy. Các pháp hữu học, như căn, lực hữu học, thi-la hữu học, thiện căn hữu học, **[465a01]** tám pháp hữu học, và các pháp hữu học khác, đó gọi là quả Nhất lai hữu vi.

b. Quả Nhất lai vô vi: là trong quả này, sự vĩnh viễn đoạn trừ ba kết, và sự vĩnh viễn đoạn trừ các kết pháp khác, tức là sự vĩnh viễn đoạn trừ tám mươi tám tùy miên, và sự vĩnh viễn đoạn trừ các kết pháp khác, cùng với sự vĩnh viễn đoạn trừ đa phần tham-sân-si, và sự vĩnh viễn đoạn trừ đa phần các kết pháp, đây gọi là quả Nhất lai vô vi.[251]

III. Bất hoàn

Thế nào là quả Bất hoàn?[252] Quả Bất hoàn có hai: Một là hữu vi, hai là vô vi.

a. Quả Bất hoàn hữu vi: đó là đắc của quả và đắc của đắc ấy. Các pháp hữu học, như căn, lực hữu học, thi-la hữu học, thiện căn hữu học, tám pháp hữu học, và các pháp hữu học khác, đó gọi là quả Bất hoàn hữu vi.

b. Quả Bất hoàn vô vi: là trong quả này, sự vĩnh viễn đoạn trừ năm thuận hạ phần kết, và sự vĩnh viễn đoạn trừ các kết pháp khác, tức là sự vĩnh viễn đoạn trừ chín mươi hai tùy miên,[253] và sự vĩnh viễn đoạn trừ các kết pháp khác, đó gọi là quả Bất hoàn vô vi.

IV. A-la-hán

Thế nào gọi là quả A-la-hán?[254] Quả A-la-hán có hai: Một là hữu vi, hai là vô vi.[255]

---

[251] Xem đoạn trên, về Nhất lai hướng và Nhất lai quả, cùng với các chú thích trong phẩm III phần Tăng Chứng tịnh.

[252] 不還果; **Skt.** *anāgāmi-phala*; **Pāli:** *anāgāmiphala*. 阿那含果 A-na-hàm quả, 不來果 Bất lai quả.

[253] 92 tùy miên: 88 tùy miên trong 4 bộ kiến sở đoạn (xem cht. 248), và 4 tùy miên tu sở đoạn trong cả 9 lớp tu sở đoạn thuộc Dục giới.

[254] 阿羅漢果 ; **Skt.** *arhattva-phala*; **Pāli:** *arahattaphala*.

[255] Xem cht. 133, 135 trước.

a. Quả A-la-hán hữu vi: đó là đắc của quả và đắc của đắc ấy. Các pháp vô học, như căn, lực vô học, thi-la vô học, thiện căn vô học, mười pháp vô học[256],và các pháp vô học khác, đó gọi là quả A-la-hán hữu vi.

b. Quả A-la-hán vô vi: là trong quả này, sự vĩnh viễn đoạn tất cả phiền não tham-sân-si các thứ, ba lửa[257] vĩnh viễn dập tắt, nóng khát vĩnh viễn dứt sạch, kiêu dật vĩnh viễn lìa xa, phá tan hang ổ,[258] vượt qua bốn bộc lưu,[259] cứu cánh vô thượng, vô thượng tịch tĩnh, vô thượng ái tận, ly dục, tịch diệt, Niết-bàn. Đó là quả A-la-hán vô vi.

---

[256] Mười pháp vô học: 8 chi Thánh đạo vô học, thêm vô học chánh trí và vô học chánh giải thoát.

[257] Tham, sân, si.

[258] Xem cht. 138 trước.

[259] Xem cht. 139 trước.

PHẨM 5: THÔNG HÀNH

A. KINH

Một thời, Bạc-già-phạm trụ trong vườn Cấp Cô Độc, rừng Thệ-đa, thành Thất-la-phiệt.

Bấy giờ, Đức Thế Tôn bảo chúng Bí-sô: Có bốn thông hành: khổ trì thông hành, khổ tốc thông hành, lạc trì thông hành và lạc tốc thông hành.[260]

B. LUẬN

I. Khổ trì thông hành[261]

Thế nào gọi là khổ trì thông hành?

---

[260] *Trường 8*, kinh Chúng tập, tr. 51a13: 四道遲得苦速樂遲得樂速得. **Pāli**, D.33 *Saṅgītisuttaṃ*, iii. 229: *catasso paṭipadā... A. 4. 162 Vitthārasuttaṃ*, ii. .150. *catasso imā, bhikkhave, paṭipadā. katamā catasso? – dukkhā paṭipadā dandhābhiññā, dukkhā paṭipadā khippābhiññā, sukhā paṭipadā dandhābhiññā, sukhā paṭipadā khippābhiññā.* *Câu-xá*, phẩm vi, Hiền Thánh, tụng 66, **Skt.** *duḥkhā pratipad dhandhābhijñā, duḥkhā pratipat kṣiprābhijñā, sukhā pratipad dhandhābhijñā, sukhā pratipat kṣiprābhijñā*, Luận: "đạo cũng được gọi là "thông hành", vì là đường đi đến Niết-bàn. *Câu-xá* (Việt dịch), ĐTKVN, TVT tập 20, Luận bộ III, quyển 3; HĐHP, 2022; tr. 398, cht. 9).

[261] 苦遲通行. **Pāli**: *dukkhā paṭipadā dandhābhiññā*, "hành trì khổ, thông chứng chậm."

A. Dẫn Kinh

Như Thế Tôn nói: "*Có những Bí-sô do năm thủ uẩn lăng nhục, gây tổn hoại, nhân bởi năm thủ uẩn bức thiết, nắm chặt như vậy, như mang gánh nặng, luôn luôn theo sát cho đến trọn đời. Do vậy mà phát sinh tâm chán ghét, khinh chê, chống cự. Tức sự chán ghét, khinh chê, chống cự năm thủ uẩn [465b01] như vậy, trong đây gọi là khổ. Do đây, vị ấy liền khởi năm căn: tín, v.v..., muội lược, ám độn, suy kém, yếu ớt. Vì năm căn muội lược, ám độn, suy kém, yếu ớt như vậy, nên chậm chứng đắc lậu tận vô thượng.*"[262]

B. Giải thích

Đây nói *chậm* tức không cấp kỳ, không nhậm lẹ, không dễ dàng, không nhanh chóng chứng đắc.

Vô thượng:[263] Như Thế Tôn nói, "Trong các pháp hữu vi và vô vi, Như Lai nói ly nhiễm là bậc nhất, tối tôn, tối thắng, tối thượng, vô thượng." Ở nơi pháp vô thượng mà có đắc và tùy đắc,[264] xúc và đẳng

---

[262] Cf. 4. 162, dẫn trên: *idha, bhikkhave, ekacco pakatiyāpi tibbarāgajātiko hoti, abhikkhaṭaṃ rāgajaṃ dukkhaṃ domanassaṃ paṭisaṃvedeti. pakatiyāpi tibbadosajātiko hoti... pakatiyāpi tibbamohajātiko hoti, abhikkhaṭaṃ mohajaṃ dukkhaṃ domanassaṃ paṭisaṃvedeti. tassimāni pañcindriyāni mudūni pātubhavanti – saddhindriyaṃ, vīriyindriyaṃ, satindriyaṃ, samādhindriyaṃ, paññindriyaṃ. so imesaṃ pañcannaṃ indriyānaṃ muduttā dandhaṃ ānantariyaṃ pāpuṇāti āsavānaṃ khayāya.* "Ở đây, có một hạng mà bản tính tham ái cực trọng, thường xuyên cảm thọ khổ ưu phát sanh bởi tham. Bản tính sân cực trọng... bản tính si cực trọng, thường xuyên cảm thọ khổ ưu phát sinh bởi sân,... bởi si. Người ấy phát khởi năm căn: tín, tấn, niệm, định, tuệ muội lược. Do năm căn muội lược này, người ấy trực tiếp viên mãn lậu tận một cách chậm chạp."

[263] Skt. *anuttaram*, Pāli đọc: *ānantariyaṃ* (?): vô gián, trực tiếp (không bị gián cách).

[264] Skt. *anuprāpnoti*: tùy đắc, *Câu-xá* (Việt dịch), ĐTKVN, TVT tập 18, Luận bộ I, quyển 1, Tâm bất tương ưng hành; HĐHP, 2022; tr. 283, cht. 96"). Có ba tùy đắc (*tisro anuprātayaḥ*, Huyền Trang 三得得 ba đắc đắc):

xúc,²⁶⁵ chứng và tác chứng.²⁶⁶ Cho nên gọi là *chứng đắc*.²⁶⁷

Lậu tận:²⁶⁸ Lậu có ba lậu, đó là dục lậu, hữu lậu, vô minh lậu.²⁶⁹ Sự đoạn tận, hoàn toàn đoạn tận, biến mãn đoạn tận, vĩnh viễn đoạn tận, diệt tận, viên mãn diệt tận ba lậu này, gọi là *lậu tận*.

Thông hành: "hành"²⁷⁰ ở đây là hành siêu việt, dũng mãnh, tinh tấn, nỗ lực, khởi ý dục, tinh cần, hành hiện quán bốn Thánh đế, hành tác chứng quả Dự lưu cho đến quả A-la-hán, hành vĩnh viễn đoạn tận phiền não tham, sân, si, mạn, kiêu, cấu các thứ. Bằng tư duy một cách cung kính, an trụ, cẩn trọng, thu nhiếp toàn bộ các tâm sở, rồi do nhân,

---

"... pháp thiện hoặc ô nhiễm, mỗi một tự thể tối sơ (trong sát-na thứ nhất) sanh khởi, kể luôn tự thể của nó, có ba pháp cùng khởi một lúc. Trong sát-na thứ hai, có sáu pháp cùng sanh khởi; đó là ba đắc của pháp và ba đắc của đắc (3 tùy đắc). *Vyākhyā*: trong sát-na thứ hai có 3 đắc của sát-na thứ nhất: đắc của bản pháp, đắc của đắc và đắc của đắc; cọng thêm ba tùy đắc để thành tựu ba đắc trên. Phổ Quang (*Câu-xá-luận ký 4*, tr. 92a12) đắc của bản pháp gọi là đại đắc 大得; đắc của đắc gọi là tiểu đắc 小得 (tùy đắc). Ảnh hưởng đại đắc lớn nên thành tựu hai thứ: bản pháp và tiểu đắc. Ảnh hưởng của tiểu đắc nhỏ nên chỉ thành tựu một thứ: đại đắc. Cho nên trong sát-na tối sơ, đại đắc chi phối hai, tiểu đắc chi phối một thành ba pháp. Trong sát-na thứ hai, ba pháp trước do diệt, đắc chi phối ba pháp xuất hiện, và để thành tựu ba đắc này, ba đắc đắc xuất hiện.

²⁶⁵ Xúc, đẳng xúc, **Skt.** *spṛśati, saṃspṛśati*, xúc chạm, tri giác trực tiếp, xúc chứng, với cách nói cường điệu; thường hàm ý có lạc xúc trong sự chứng đắc.

²⁶⁶ **Skt.** *sākṣāt-karoti*: tác chứng, chứng nghiệm trực tiếp như thấy bởi chính mắt của mình.

²⁶⁷ **Pāli:** *pāpuṇoti*.

²⁶⁸ **Pāli:** *āsavānaṃ khayāya*. **Skt.** *āsrava-kṣaya*.

²⁶⁹ *traya āsravā - kāmāsravaḥ, bhavāsravaḥ, avidyāsravaḥ*. Cf. *Trường 8*, kinh "Chúng tập", tr. 50a22; *Trung 27*, kinh 105, tr. 599b25; *Tạp 31*, kinh số 896, tr. 225b02; *Tập dị 4*, tr. 383a04. Pāli, D. 33. *Saṅgīti*, PTS. iii.216: *tayo āsava – kāmāsavo bhavāsavo avijjāsavo*.

²⁷⁰ 行. **Pāli:** *paṭipadā*; **Skt.** *pratipat*.

do môn, do lý thú, do hành tướng,²⁷¹ mà tu hành thông đạt. Cho nên gọi là *khổ trì thông hành*.

Lại nữa, hành như vậy, do tu tập, tu tập nhiều, nên đắc, tùy đắc, xúc, đẳng xúc, chứng, tác chứng mục đích mong cầu. Cho nên gọi là *khổ trì thông hành*.

Lại nữa, hành như vậy, do ngữ, tăng ngữ, do tưởng, đẳng tưởng, thi thiết, ngôn thuyết,²⁷² mà nói là *khổ trì thông hành*. Cho nên gọi là khổ trì thông hành.

II. Khổ tốc thông hành²⁷³

Thế nào là khổ tốc thông hành?

A. *Dẫn Kinh*

Như Thế Tôn nói: *"Có những Bí-sô do năm thủ uẩn lăng nhục, gây tổn hoại, nhân bởi năm thủ uẩn bức thiết, nắm chặt như vậy, như mang gánh nặng, luôn luôn theo sát cho đến trọn đời. Do vậy mà phát sinh tâm chán ghét, khinh chê, chống cự. Tức sự chán ghét, khinh chê, chống cự năm thủ uẩn* [465c01] *như vậy, trong đây gọi là khổ. Do đây, vị ấy liền khởi năm căn: tín, v.v... sáng suốt, nhạy bén, mạnh mẽ, hưng thịnh. Vì năm căn sáng suốt, nhạy bén, mạnh mẽ, hưng thịnh như vậy, nên nhanh chóng chứng đắc lậu tận vô thượng."*²⁷⁴

B. *Giải thích*

Đây nói *nhanh* tức là cấp kỳ, nhậm lẹ, dễ dàng, nhanh chóng chứng đắc.

Vô thượng: Như Thế Tôn nói, ở trong các pháp hữu vi và vô vi, Như Lai nói ly nhiễm là bậc nhất, tối tôn, tối thắng, tối thượng, vô thượng. Đối với pháp vô thượng, đắc tùy đắc, xúc đẳng xúc, chứng tác chứng. Cho nên gọi là chứng đắc.

---

²⁷¹ 因故門故理故相故; xem cht. 146.

²⁷² Xem cht. 117.

²⁷³ 苦速通行. Skt. *duḥkhā pratipat kṣiprābhijñā*; Pāli: *dukkhā paṭipadā khippābhiññā*: hành trì khổ, thông chứng nhanh.

²⁷⁴ Cf. S. 4. 162, dẫn trên.

Lậu tận: Lậu có ba lậu, đó là dục lậu, hữu lậu, vô minh lậu. Sự đoạn tận, hoàn toàn đoạn tận, biến mãn đoạn tận, vĩnh viễn đoạn tận, diệt tận, viên mãn diệt tận ba lậu này, gọi là lậu tận.

Thông hành: "hành" ở đây là hành siêu việt, dũng mãnh, tinh tấn, nỗ lực, khởi ý dục, tinh cần, tu hành hiện quán bốn Thánh đế, tu hành tác chứng quả Dự lưu cho đến quả A-la-hán, tu hành vĩnh viễn đoạn tận phiền não tham, sân, si, mạn, kiêu, cấu các thứ. Bằng tư duy một cách cung kính, an trụ, cẩn trọng, thu nhiếp toàn bộ các tâm sở, rồi do nhân, do môn, do lý thú, do hành tướng, mà tu hành thông đạt. Cho nên gọi là khổ tốc thông hành.

Lại nữa, hành như vậy, do tu tập, tu tập nhiều, nên đắc, tùy đắc, xúc, đẳng xúc, chứng, tác chứng mục đích mong cầu. Cho nên gọi là khổ tốc thông hành.

Lại nữa, hành như vậy, do ngữ, tăng ngữ, do tưởng, đẳng tưởng, thi thiết, ngôn thuyết,[275] mà nói là khổ tốc thông hành. Cho nên gọi là khổ tốc thông hành.

III. Lạc trì thông hành[276]

Thế nào gọi là lạc trì thông hành?

A. Dẫn Kinh

Như Thế Tôn nói: *"Có những Bí-sô ly dục, (a) ly ác bất thiện pháp, chứng và an trú sơ tĩnh lự, có tầm có tứ, có hỷ lạc do ly dục sanh. (b) Tầm tứ tịch tĩnh, chứng và an trú tĩnh lự thứ hai, nội đẳng tịnh, tâm nhất cảnh, không tầm không tứ, hỷ lạc do định sanh. (c) Ly hỷ, trụ xả, chánh niệm chánh tri, thân cảm thọ điều mà thánh nói là lạc, an trụ lạc với niệm và xả, chứng và an trú tĩnh lự thứ ba. (d) Đoạn lạc, đoạn khổ, ưu và hỷ trước đây đã mất, chứng và an trú tĩnh lự thứ tư, không khổ không lạc, xả và niệm thanh tịnh.[277] Bấy giờ, vị ấy không tư duy tự hại, không tư duy hại người, không tư duy hại cả hai, mà tư duy lợi mình, tư*

---

[275] Xem cht. 117.

[276] 樂遲通行, **Skt.** *sukhā pratipad dhandhābhijñā*. **Pāli:** *sukhā paṭipadā dandhābhiññā*.

[277] (a) – (d): bốn tĩnh lự, xem "phẩm 11 Tĩnh lự".

*duy lợi người, lợi cho nhiều người, lạc cho nhiều người, thương tưởng thế gian, có nghĩa, có lợi, có lạc cho các chúng trời người. Những gì không hại, trong đây gọi là lạc. Do đây, vị ấy khởi năm căn: tín... muội lược, ám độn, suy kém, yếu ớt. Vì năm căn muội lược, ám độn, suy kém, yếu ớt như vậy, nên chậm chứng đắc lậu tận vô thượng."*²⁷⁸

B. Giải thích

Đây nói *chậm* tức không cấp kỳ, không nhậm lẹ, không dễ dàng, không nhanh chóng chứng đắc.

*Vô thượng:*²⁷⁹ Như Thế Tôn nói, "Trong các pháp hữu vi và vô vi, Như Lai nói ly nhiễm là bậc nhất, tối tôn, tối thắng, tối thượng, vô thượng. Ở nơi pháp vô thượng mà có đắc và tùy đắc,²⁸⁰ xúc, đẳng xúc,²⁸¹ chứng, tác chứng.²⁸² Cho nên gọi là chứng đắc.

Lậu tận: Lậu có ba lậu, đó là dục lậu, hữu lậu, vô minh lậu. Sự đoạn tận, hoàn toàn đoạn tận, biến mãn đoạn tận, vĩnh viễn đoạn tận, diệt tận, viên mãn diệt tận ba lậu này, gọi là lậu tận.

Thông hành: **[466a01]** *"hành"* ở đây là hành siêu việt, dũng mãnh, tinh tấn, nỗ lực, khởi ý dục, tinh cần, hành hiện quán bốn Thánh đế, hành tác chứng quả Bất hoàn và quả A-la-hán, tu hành tác chứng thần cảnh trí tác chứng thông, thiên nhĩ trí tác chứng thông, tâm sai biệt trí tác chứng thông, túc trụ tùy niệm trí tác chứng thông, tử sanh trí tác chứng thông, lậu tận trí tác chứng thông; tu hành vĩnh viễn đoạn tận

---

²⁷⁸ Pāli, S. 4. 162, dẫn trên: *idha, bhikkhave, ekacco pakatiyāpi na tibbarāgajātiko hoti, nābhikkhaṇaṃ rāgajaṃ dukkhaṃ domanassaṃ paṭisaṃvedeti. pakatiyāpi na tibbadosajātiko hoti, na tibbamohajātiko hoti, nābhikkhaṇaṃ mohajaṃ dukkhaṃ domanassaṃ paṭisaṃvedeti. tassimāni pañcindriyāni mudūni pātubhavanti – saddhindriyaü...pe... paññindriyaṃ. so imesaṃ pañcannaṃ indriyānaṃ muduttā dandhaṃ ānantariyaṃ pāpuṇāti āsavānaṃ khayāya. ayaṃ vuccati, bhikkhave, sukhā paṭipadā dandhābhiññā.*

²⁷⁹ Pāli, *ānantariyaṃ.* Xem cht. 263.

²⁸⁰ Skt. *Anuprāpnoti.* Xem cht. 264.

²⁸¹ Xúc, đẳng xúc, Skt. *spṛśati, saṃspṛśati.* Xem cht. 265.

²⁸² Skt. *sākṣāt-karoti:* tác chứng, xem cht. 266.

phiền não tham, sân, si, mạn, kiêu, cấu các thứ. Bằng tư duy một cách cung kính, an trụ, cẩn trọng, thu nhiếp toàn bộ các tâm sở, rồi do nhân, do môn, do lý thú, do hành tướng, mà tu hành thông đạt. Cho nên gọi là *lạc trì thông hành*.

Lại nữa, hành như vậy, do tu tập, tu tập nhiều, nên đắc, tùy đắc, xúc, đẳng xúc, chứng, tác chứng mục đích mong cầu. Cho nên gọi là *lạc trì thông hành*.

Lại nữa, hành như vậy, do ngữ tăng ngữ, do tưởng, đẳng tưởng, thi thiết, ngôn thuyết, mà nói là *lạc trì thông hành*. Cho nên gọi là lạc trì thông hành.

IV. Lạc tốc thông hành

Thế nào gọi là lạc tốc thông hành?

A. *Dẫn Kinh*

Như Thế Tôn nói: *"Có những Bí-sô ly dục, (a) ly ác bất thiện pháp, chi tiết như trên, cho đến: chứng và an trú tĩnh lự thứ tư. Bấy giờ, vị ấy không tư duy tự hại, không tư duy hại người, không tư duy hại cả hai, mà tư duy lợi mình, tư duy lợi người, lợi cho nhiều người, lạc cho nhiều người, thương tưởng thế gian, có nghĩa, có lợi, có lạc cho các chúng trời người. Những gì không hại, trong đây gọi là lạc. Do đây, vị ấy khởi năm căn, tín v.v... sáng suốt, nhạy bén, mạnh mẽ, hưng thịnh. Vì năm căn sáng suốt, nhạy bén, mạnh mẽ, hưng thịnh như vậy, nên nhanh chóng đắc lậu tận vô thượng."*[283]

B. *Giải thích*

Đây nói *nhanh* tức là cấp kỳ, nhậm lẹ, dễ dàng, nhanh chóng chứng đắc.

Vô thượng: Như Thế Tôn nói, "Trong các pháp hữu vi và vô vi, Như Lai nói ly nhiễm là bậc nhất, tối tôn, tối thắng, tối thượng, vô thượng. "Ở nơi pháp vô thượng mà có đắc và tùy đắc, xúc, đẳng xúc, chứng, tác chứng. Cho nên gọi là chứng đắc.

---

[283] Pāli, S. 4. 162, dẫn trên.

Lậu tận: Lậu có ba lậu, đó là dục lậu, hữu lậu, vô minh lậu. Sự đoạn tận, hoàn toàn đoạn tận, biến mãn đoạn tận, vĩnh viễn đoạn tận, diệt tận, viên mãn diệt tận ba lậu này, gọi là lậu tận.

Thông hành: "hành" ở đây là hành siêu việt, dũng mãnh, tinh tấn, nỗ lực, khởi ý dục, tinh cần, hành hiện quán bốn Thánh đế, hành tác chứng quả Bất hoàn và quả A-la-hán, tu hành tác chứng thần cảnh trí tác chứng thông, thiên nhĩ trí tác chứng thông, tâm sai biệt trí tác chứng thông, túc trụ tùy niệm trí tác chứng thông, tử sanh trí tác chứng thông, [466b01] lậu tận trí tác chứng thông; tu hành vĩnh viễn đoạn tận phiền não tham, sân, si, mạn, kiêu, cấu các thứ. Bằng tư duy một cách cung kính, an trụ, cẩn trọng, thu nhiếp toàn bộ các tâm sở, rồi do nhân, do môn, do lý thú, do hành tướng, mà tu hành thông đạt. Cho nên gọi là *lạc tốc thông hành*.

Lại nữa, hành như vậy, do tu tập, tu tập nhiều, nên đắc, tùy đắc, xúc, đẳng xúc, chứng, tác chứng mục đích mong cầu. Cho nên gọi là *lạc tốc thông hành*.

Lại nữa, hành như vậy, do ngữ, tăng ngữ, do tưởng, đẳng tưởng, thi thiết, ngôn thuyết, mà nói là *lạc tốc thông hành*. Cho nên gọi là lạc tốc thông hành.

V. Hỗ tương viên mãn

Trong đây, nếu tu tập, tu tập nhiều khổ trì thông hành, có thể khiến cho khổ tốc thông hành nhanh chóng viên mãn. Nếu tu tập, tu tập nhiều lạc trì thông hành, có thể khiến cho lạc tốc thông hành nhanh chóng viên mãn.

Nếu tu tập, tu tập nhiều khổ trì thông hành, có thể khiến cho lạc trì thông hành nhanh chóng viên mãn. Nếu tu tập, tu tập nhiều khổ tốc thông hành, có thể khiến lạc tốc thông hành nhanh chóng viên mãn.

PHẨM 6: THÁNH CHỦNG

A. KINH

Một thời, Bạc-già-phạm trụ trong vườn Cấp Cô Độc, rừng Thệ-đa, thành Thất-la-phiệt.

Bấy giờ, Đức Thế Tôn bảo chúng Bí-sô: Có bốn thánh chủng, là tối thắng, là chủng tánh, là khả lạc, hiện không tạp uế, đã không tạp uế, sẽ không tạp uế. Tất cả Sa-môn, Bà-la-môn, chư thiên, Ma, Phạm, hoặc các thế gian khác, không ai có thể đúng pháp mà chỉ trích.

Bốn thánh chủng đó là gì?

Thánh đệ tử đa văn của Ta hoan hỷ biết đủ với bất cứ y phục nào có được, tán thán hoan hỷ biết đủ; không vì nhân duyên tìm cầu y phục mà khiến cho thế gian nổi lên chỉ trích. Nếu tìm cầu mà không được, quyết không ảo não than thở, không ngóng cổ trông chờ, không đấm ngực mê muộn. Nếu tìm cầu được, thọ dụng như pháp, không sanh tham nhiễm, say đắm, mê muộn, cất giữ, chất chứa. Khi thọ dụng, thấy tai hại trong đó, chân chánh biết xuất ly. Do vị ấy hoan hỷ biết đủ với bất cứ y phục nào có được, quyết không tự đề cao, không khinh miệt người, mà nỗ lực chuyên cần, chánh tri, buộc niệm. Đó gọi là an trụ thánh chủng cổ đại.

Thánh đệ tử như vậy, hoan hỷ biết đủ với bất cứ thực phẩm loại nào có được, *chi tiết như trên*.

Thánh đệ tử như vậy, hoan hỷ biết đủ với bất cứ ngọa cụ loại nào có được, *chi tiết như trên*.

Thánh đệ tử như vậy, yêu thích [**466c01**] trong sự đoạn trừ, vui thú trong sự đoạn trừ, tinh cần tùy học. Trong sự vui thích đoạn trừ, vui thích tu tập, tinh cần tùy học; đệ tử ấy do yêu thích đoạn trừ và vui thú tu tập như vậy, quyết không tự đề cao, không khinh miệt người, siêng năng, chánh tri, buộc niệm. Đây gọi là an trụ thánh chủng cổ đại.

Thánh đệ tử đa văn của Ta thành tựu bốn thánh chủng như vậy, nếu sống y tựa nơi đông, tây, nam, bắc, nơi chốn không an lạc hay nơi chốn an lạc đều ở. Đối với nơi chốn an lạc hay không an lạc, vị ấy đều kham nhẫn được.

Bấy giờ, Thế Tôn tóm tắt nghĩa trên bằng kệ tụng:

> *Chỗ không vui, kẻ mạnh[284] cư trú,*
> *Chỗ vui kia, kẻ mạnh cũng trú.[285]*
> *Dù chỗ vui, không vui,*
> *Kẻ mạnh đều kham nhẫn.*
> *Người đã bỏ các dục,*
> *Không vật gì câu thúc,*
> *Như vàng ròng Thiệm-bộ*
> *Ai chê bỏ bao giờ.[286]*

---

[284] 勇; Pāli: *dhīra*: kiên cố, hiền trí; Hán, đồng nghĩa với *vīra*: dũng mãnh. Sớ giải: *dhīranti vīriyavantaṃ*, kiên cố, tức có nghị lực, dũng cảm.

[285] 勇不樂居彼而彼樂勇居 A. IV 28: *nārati sahati dhīraṃ, nārati dhīraṃ sahati*, "Sự hoan hỷ không khuất phục kẻ dũng [*dhīraṃ*; đọc theo Hán: *vīraṃ*, kẻ mạnh]; sự không hoan hỷ không chiết phục kẻ dũng. Sớ giải: *yasmā sā dhīraṃ na sahati nappahoti dhīraṃ sahituṃ adhibhavituṃ na sakkoti, tasmā nārati sahati dhīraṃ*. Bởi vì sự không hoan hỷ ấy không thể khống chế kẻ dũng, không thể làm cho kẻ dũng không nhẫn nại, vì vậy nói sự không hoan hỷ không chiết phục kẻ dũng.

[286] *Trường 8*, kinh Chúng tập. Skt. *āryavaṃsa*: sự truyền thừa trong gia tộc của các Thánh giả, Thánh chủng. Pāli: D.33 *Saṅgīti-suttaṃ*, PTS. iii. 225: *cattāro ariyavaṃsā*; định nghĩa: *bhikkhu porāṇe aggaññe ariyavaṃse ṭhito*: Tỳ-kheo an trụ trong gia tộc Thánh truyền từ thượng cổ. Dẫn Kinh, Pāli, A. IV. 28 *Ariyavaṃsasuttaṃ*, ii. 28.

B. LUẬN

I. Ý nghĩa Thánh chủng

Nói *có bốn Thánh chủng, là tối thắng:*[287] bốn thánh chủng được truyền thừa bởi chư Phật và các đệ tử, nên nói là *tối thắng.*

Nói bốn Thánh chủng là *chủng tánh:*[288] vì là dòng dõi, là gia tộc đặc hữu (bất cộng) và tối thượng cổ của hết thảy chư Phật và đệ tử.

Nói bốn thánh chủng là *khả lạc:*[289] vì nó là pháp đáng ưa thích của chư Phật và các đệ tử trong mọi thời khắc, ngày cũng như đêm, từ xưa đến nay.

Nói *hiện không tạp uế:*[290] vì bốn Thánh chủng không bị pháp ác bất thiện hiện tại gần gũi lây nhiễm, bản tánh nó không bị pha tạp các thứ ấy, vì viễn ly.

Nói *đã không tạp uế:* vì bốn thánh chủng không bị pháp ác bất thiện quá khứ gần gũi lây nhiễm, bản tánh nó không bị pha tạp các thứ ấy, vì viễn ly.

Nói *sẽ không tạp uế:* vì bốn thánh chủng không bị pháp ác bất thiện vị lai gần gũi lây nhiễm, bản tánh nó không bị pha tạp các thứ ấy, vì viễn ly.

---

[287] Pāli: *aggaññā:* nguyên thủy, tối cổ, Từ điển PTS. Số giải A. 4. 28: *aggaññā aggāti jānitabbā:* "*aggaññā,* cần được hiểu là tối tôn."

[288] Pāli: *vaṃsaññā,* được biết là chủng tánh. *Vaṃsa,* nguyên nghĩa: cây tre, hoặc trúc; nghĩa ngoại diên: dòng tộc được truyền thừa. *Câu-xá,* phẩm vi, Hiền Thánh, tụng 7c; Luận: "Vì miêu duệ của các Thánh giả do từ những pháp này, nên chúng được nói là bốn Thánh chủng".

[289] Pāli: *rattaññā.* Số giải Pāli: *rattaññā dīgharattaṃ pavattāti jānitabbā, rattaññā,* cần được hiểu là trải qua thời gian lâu dài. Có thể do gốc Phạn hỗn chủng, từ Pāli *ratta:* ban đêm (Skt. *rātra*) có gốc từ động từ √*ram* (*ramate*), nghỉ ngơi, hoan lạc, vui vẻ. Trong bản Phạn của Huyền Trang có thể đọc là *rata:* vui vẻ, đồng thời cũng diễn nghĩa là "mọi thời khắc, ngày cũng như đêm = lâu dài."

[290] Pāli: *na saṃkīyanti,* Skt. *na saṃkīryanti,* không bị pha tạp.

Nói *các Sa-môn v.v... không ai có thể đúng pháp mà chỉ trích:*[291] hết thảy chư Phật và các đệ tử, hoặc các người hiền quí, hoặc các thiện sĩ không ai biếm nhẻ bốn thánh chủng này, nói rằng: "Bốn thánh chủng này là pháp bất thiện, là pháp hạ liệt, ai tin nhận thọ trì thì tự hại, hại người, hại cả hai, diệt trí tuệ, ngăn các đồng loại của trí tuệ, chướng ngại Niết-bàn; thọ trì pháp này không sanh thông tuệ, không hướng tới Bồ-đề, không chứng Niết-bàn." Vì Thánh chủng không phải là pháp bị những vị ấy hủy báng.

II. Nội dung Thánh chủng

1. Y phục hỷ túc

Hoan hỷ biết đủ với bất cứ y phục nào có được: hoặc có được y phục phấn tảo loại nào, hoặc có được y phục loại nào bởi thí chủ, dù tốt hay xấu, thảy đều hài lòng biết đủ, vì thủ đắc cốt để che thân, **[467a01]** ngăn nóng lạnh các thứ.

Nói *tán thán hoan hỷ biết đủ:* thường xuyên tán thán sự hài lòng biết đủ với bất cứ y pháp loại nào có được, nói rằng, sự hoan hỷ biết đủ này có thể dẫn đến thiểu dục hỷ túc lâu dài, dễ hài lòng, dễ nuôi dưỡng, tổn giảm những điều ác, tăng trưởng các điều thiện, sớm viên mãn công đức đỗ-đa (đầu-đà). Đối với các tư cụ, khéo biết đúng lượng dùng, làm cho thân tâm của ta và của người được nghiêm tịnh.

Nói *thường xuyên tán thán:* không phải thường xuyên phát ngôn, mà chỉ khi nào thấy việc ấy thì tùy duyên mà nói, làm cho người khác kính trọng sự hỷ túc ấy.

Nói *không vì nhân duyên tìm cầu y phục mà khiến cho thế gian nổi lên chỉ trích:* đệ tử Phật chẳng giống như hạng người vì tìm cầu y phục, đến nhà thí chủ, trá hiện oai nghi, đặt chuyện dối trá, tỏ dấu cưỡng ép, thả lợi câu lợi,[292] khiến cho thế gian nhiều tiếng chê cười. Các đệ tử Phật trái với những người như vậy, không khiến cho người khác nhiều tiếng chê cười.

---

[291] Pāli: *appaṭikuṭṭhā samaṇehi brāhmaṇehi viññūhi*, không bị các Sa-môn, Bà-la-môn, những người có trí, chê bai.

[292] Các loại tà mạng, kiếm ăn phi pháp. Cf. *Tập dị 5*, 6 pháp khả hỷ.

Nếu tìm cầu mà không được, quyết không ảo não than thở, không dài cổ ngóng trông, không đấm ngực mê muộn: đệ tử Phật khi tìm cầu y phục mà không được toại ý, không bao giờ ảo não than thở, ngóng cổ trông chờ, đấm ngực mê muộn.

- *Ảo não*: nóng trong lòng, nóng bức, nóng khắp, trong lòng hờn giận, bồn chồn, ưu sầu, tiếc nuối, như tim trúng tên, không thể tự xử, phiền muộn, oan ức, khẩn thiết, gọi chung là *ảo não*.

- *Than thở*: khi trong lòng đã nóng bức, bèn nghĩ rằng, "Ta không có y phục, nên tìm phương cách gì để qua khỏi đây?" Nhân đây mà phát ra đủ thứ lời nói, kể lể những điều mình nghĩ. Gọi chung là *than thở*.

- *Ngóng cổ trông chờ*: khi đã than phiền rồi, lại ngóng cổ thầm mong thí chủ đổi ý.

- *Đấm ngực mê muộn*: đợi lâu không được, tuyệt mất hy vọng, nên đấm ngực mê muộn.

Các đệ tử Phật đều không có việc ấy.

Nếu tìm cầu được, thọ dụng như pháp, không sanh tham nhiễm, say đắm, mê muộn, cất giữ, chất chứa: đệ tử Phật tìm cầu được y phục rồi, như pháp thọ dụng, tâm không tham đắm, tham nhiễm, say đắm, mê muộn, cất giữ, chất chứa.

- Nói *tham nhiễm v.v...* đều chỉ nghĩa tham ái, phân biệt các phần vị trước sau, nhẹ nặng khác nhau.

Khi thọ dụng, thấy tai hại trong đó, chân chánh biết xuất ly:[293] đệ tử Phật khi thọ dụng y phục có được, thấy *tai hại* là thấy sự chuyển biến vô thường của y phục này; khi tìm cầu thì mệt nhọc, nhưng thọ dụng phi lý thì sanh trưởng bệnh tật, đó là pháp hoại diệt, là pháp có tăng có giảm, tạm được rồi mất, nhanh chóng đổi thay không dừng, trước không nay có, có rồi hoàn không, không đáng tin cậy. Lại nữa, khi thọ

---

[293] Ba trong 7 xứ thiện, *Tập 1*, kinh 27 "Thất xứ tam quán nghĩa": "Tỳ-kheo biết rõ bảy xứ... biết sắc, biết tập khởi của sắc, biết diệt tận của sắc, biết đạo diệt tận sắc, biết *vị ngọt* của sắc, biết *tai hại* của sắc, biết *xuất ly* sắc."

dụng, chân chánh biết xuất ly, vì thành tựu hướng đến tuệ xuất ly, vì hướng đến Niết-bàn, mà thọ dụng y phục. Lại khi thọ dụng, trước hết điều chế tham dục, sau đó đoạn trừ tham dục và cuối cùng xuất ly [467b01] tham dục. Do nhân duyên này mà tâm ly nhiễm, giải thoát đối với y phục.

Do vị ấy hoan hỷ biết đủ với bất cứ y phục nào có được, quyết không tự đề cao, không khinh miệt người: đệ tử Phật hoan hỷ biết đủ với y phục có được, nhưng không tự đề cao, khinh miệt người khác. Không giống như hạng người do hỷ túc này mà tự đề cao, nghĩ rằng: "Ta có thiểu dục, tri túc, ít việc, ít bận rộn, ít phận sự phải làm, ít luyến tiếc, dễ hài lòng, dễ nuôi dưỡng, các ác tổn giảm, các thiện tăng trưởng, sớm viên mãn công đức đỗ-đa như vậy. Đối với các tư cụ, ta khéo biết đúng lượng. Khéo tán thán hỷ túc với mọi người." Chẳng giống như hạng người do hỷ túc này, khinh miệt người khác, nghĩ rằng: "Các Bí-sô khác thảy đều không có thiểu dục hỷ túc, ít việc, ít bận rộn như vậy; *chi tiết cho đến*: Khéo tán thán hỷ túc với mọi người." Các đệ tử Phật đều không có việc như vậy.

Mà nỗ lực chuyên cần, chánh tri, buộc niệm: đệ tử Phật hỷ túc với bất cứ y phục nào có được, thọ dụng như pháp, không sanh tham đắm, thấy tai hại trong đó, chân chánh biết xuất ly, không tự đề cao, không khinh miệt người khác, lại nỗ lực chuyên cần, chánh tri, buộc niệm.

- *Nỗ lực chuyên cần*: nêu rõ chánh tinh tấn. *Chánh tri*: nêu rõ chánh kiến. *Buộc niệm*: nêu rõ chánh niệm. Đây chỉ hiển thị tóm tắt ba chi của đạo.

Nói *đây gọi là an trụ thánh chủng cổ tích*: phần đầu câu nói "đây gọi là" nêu rõ đệ tử Phật thành tựu ý hướng thuần thiện như được nói trên. Phần cuối câu nói "Thánh chủng cổ tích", nêu rõ tất cả Hiền Thánh quá khứ, vị lai, hiện tại đều tu tập và tu tập nhiều trong Thánh chủng như vậy, mới đạt được cứu cánh. Đoạn giữa nói "an trụ": nêu rõ đệ tử Phật hỷ túc với bất cứ y phục nào có được, làm tăng thượng đạo của thiện hữu lậu và đạo vô lậu; an trụ trong các đạo ấy, hoàn toàn an trụ, an trụ khắp, thân cận an trụ.

2. Ẩm thực hỷ túc

Đệ tử như vậy, hỷ túc với bất cứ loại thực phẩm nào có được, nghĩa là Thánh đệ tử đa văn của Phật, đối với bất cứ thức ăn nào có được do xin, hoặc bất cứ loại thực phẩm nào có được từ sự thỉnh mời, hoặc tốt hoặc xấu đều sanh tâm hỷ túc. Nhận được, cốt chỉ để duy trì thân, trừ đói khát, *chi tiết như trên*. Tán thán hỷ túc... *chi tiết như trên* phần nói về "hỷ túc với bất cứ y phục nào có được."

3. Ngọa cụ hỷ túc

Đệ tử như vậy, hỷ túc với bất cứ loại ngọa cụ nào có được, nghĩa là Thánh đệ tử đa văn của Phật đối với bất cứ loại ngọa cụ nào có được từ nơi gốc cây, hay từ nơi nhà, nơi gác, hoặc tốt hoặc xấu đều sanh tâm hỷ túc. Nhận được, cốt để trợ giúp thân, trừ lao nhọc... *chi tiết như trên*. Tán thán hỷ túc... *chi tiết như trên* **[467c01]** phần nói về "hỷ túc với bất cứ y phục nào có được."

4. Lạc đoạn lạc tu

Đệ tử như vậy ưa thích đoạn trừ: Thánh đệ tử đa văn của Phật ưa thích đoạn, ưa thích tu, vui thú đoạn trừ, vui thú tu tập, tinh cần tùy học vui thích đoạn trừ và tu tập.

Thế nào là *ưa thích đoạn, ưa thích tu*?[294] Nếu pháp ác bất thiện chưa được đoạn, thiện pháp chưa được tu, đối với việc đoạn và tu này, vị ấy không ưa thích, không đặc biệt ưa thích, thì ngóng cổ trông chờ. Nếu pháp ác bất thiện đã được đoạn, pháp thiện đã được tu, đối với việc đoạn và tu, vị ấy ưa thích, cực kỳ ưa thích hơn, không ngóng cổ trông chờ.

Thế nào là *vui thú đoạn, vui thú tu*?[295] Đối với việc đoạn và tu, có niềm vui thú, đặc biệt vui thú.

Thế nào là *tinh cần tùy học vui thích đoạn, vui thích tu*? Do vui thích đoạn, vui thích tu tăng thượng, nên tinh cần tùy học.

---

[294] Thích từ ái đoạn, ái tu.

[295] Thích từ lạc đoạn, lạc tu.

Vị ấy do vui thích đoạn, vui thích tu như vậy, mà quyết không tự đề cao, khinh miệt người, nghĩa là đệ tử Phật tuy vui thích đoạn, tu, tinh cần tùy học, nhưng không tự đề cao, khinh miệt người khác. Không như hạng người do vui thích đây mà tự đề cao, nghĩ rằng: "Ta có thiểu dục, tri túc, ít việc, ít bận rộn, ít phận sự phải làm, ít luyến tiếc, dễ hài lòng, dễ nuôi dưỡng, các ác tổn giảm, các thiện tăng trưởng, thích đoạn thích tu, vui đoạn vui tu, tinh cần tùy học vui thích đoạn, tu." Không như hạng người do vui thích đoạn, tu này mà khinh miệt người, nghĩ rằng: "Các Bí-sô khác thảy đều không có thiểu dục, hỷ túc, ít việc như vậy,... *chi tiết cho đến*: thích đoạn thích tu, vui đoạn vui tu, tinh cần tùy học vui thích đoạn, tu." Các đệ tử Phật đều không có việc ấy, mà tinh cần, chánh tri, buộc niệm.

Đây gọi là an trụ Thánh chủng cổ đại, chi tiết như trên, nhưng có điểm sai khác ở đây. Nói *an trụ*: nêu rõ đệ tử Phật đối với việc vui thích đoạn, vui thích tu, làm tăng thượng đạo của thiện hữu lậu và đạo vô lậu; an trụ trong các đạo ấy, hoàn toàn an trụ, an trụ khắp, thân cận an trụ.

PHẨM 7: CHÁNH THẮNG

A. KINH

Một thời, Bạc-già-phạm trụ trong vườn Cấp Cô Độc, rừng Thệ-đa, thành Thất-la-phiệt.

Bấy giờ, Đức Thế Tôn bảo chúng Bí-sô:

"Có bốn chánh thắng. Bốn [chánh thắng] ấy là gì?

"Bí-sô, vì để cho pháp ác bất thiện đã sanh được đoạn trừ, nên khởi dục, phát cần tinh tấn, sách tâm, trì tâm. Đây gọi là chánh thắng thứ nhất.

"Vì để cho pháp ác bất thiện chưa sanh không sanh, nên khởi dục, phát cần tinh tấn, sách tâm, trì tâm. Đây gọi là chánh thắng thứ hai.

"Vì để cho pháp thiện chưa sanh phát sanh, nên khởi dục, phát cần tinh tấn, [468a01] sách tâm, trì tâm. Đây gọi là chánh thắng thứ ba.

"Vì để cho pháp thiện đã sanh được kiên trụ, không quên, phát triển, tu tập viên mãn, tăng trưởng bội phần quảng đại, bằng trí tuệ mà tác chứng, nên khởi dục, phát cần tinh tấn, sách tâm, trì tâm. Đây gọi là chánh thắng thứ tư.

Bấy giờ, Thế Tôn tóm tắt nghĩa trên bằng kệ tụng:

Khi mới tu chánh thắng
Đã thắng sanh tử hữu.
Nếu tu đến bờ kia,
Hủy diệt sạch ma quân;
Chư đức, lìa trần cấu;
Chẳng thối bởi ác duyên,

Đến bờ kia Niết-bàn,

Chứng cực lạc vô dư.[296]

B. LUẬN

I. Chánh thắng thứ nhất

Vì để cho pháp ác bất thiện đã sanh được đoạn trừ, nên khởi dục, phát cần tinh tấn, sách tâm, trì tâm.

Thế nào là pháp ác bất thiện đã sanh?

1. *Năm chướng cái*

Trong quá khứ và hiện tại, có năm cái:[297] 1. tham dục cái, 2. sân khuể cái, 3. hôn trầm thụy miên cái, 4. trạo cử ác tác cái, 5. hoài nghi cái.

"Vì để cho pháp ác bất thiện đã sanh được đoạn trừ", do đó nói chánh thắng. Nghĩa đó thế nào?

a. Bí-sô vì để đoạn tham dục cái đã sanh nên như lý tư duy: "Tham dục cái kia có quá nhiều tai hại, đó là pháp bất thiện, là pháp hạ tiện; ai tin nhận thọ trì, người ấy bị Phật và đệ tử, thiện sĩ hiền quí đều chê trách, nhàm tởm; là pháp tự hại, hại người, hại cả hai, hủy diệt trí tuệ, ngăn đồng loại trí tuệ, che chướng Niết-bàn. Thọ trì pháp đó, không sanh thông tuệ, không đưa đến giác ngộ, không chứng Niết-bàn." Tư duy như vậy, phát cần tinh tấn, dũng kiện mãnh liệt, hăng hái khó

---

[296] Pāli: *sammappadhāna*; Skt. *samyakpradhāna*: chánh thắng, chánh cần; *samyakprahāna*: chánh đoạn, ý đoạn. *Trường 8* kinh Chúng tập, tr. 50c13: bốn ý đoạn. *Trung 21*, kinh 86 "Thuyết xứ", tr. 563a11: bốn chánh đoạn. Pāli A. 4. 13. *Padhānasuttaṃ*, ii. 15: *cattārimāni sammappadhānāni*. *Vibhaṅga*, 8. *Sammappadhānavibhaṅgo*, PTS. 208.

[297] 五蓋, ngũ cái. Skt. *pañca nivāraṇāni*, Pāli: *pañca nīvāraṇāni*: *kāmacchanda, byāpāda, thinamiddha, uddhaccakukkucca, vicikicchā.* Số giải: *nivārenti pariyonandhantīti nīvāraṇāni*, "chúng chướng ngại, chúng trùm kín, chúng được gọi là cái." *Tì-bà-sa 48*, tr. 249c01: "*Cái, nghĩa là gì? Nó hàm nghĩa ngăn (chướng), che (phú), phá vỡ, hủy hoại, rơi rớt (đọa), nằm.*"

ngăn, khích lệ ý chí không ngừng.²⁹⁸ Đạo này gọi là chánh thắng khiến vĩnh viễn đoạn trừ tham dục cái đã sanh. Bí-sô ấy do tu tập, tu tập nhiều đạo đã sanh này, nên các tham dục cái đã sanh liền bị đoạn trừ.

- *Khởi dục:*²⁹⁹ vì để đoạn trừ tham dục cái đã sanh, nên phát khởi, hoàn toàn phát khởi, phát sanh, hoàn toàn phát sanh, tụ tập, xuất hiện,³⁰⁰ ước muốn, vui thích, hân hoan, hy vọng, nhắm đạt đến, hy vọng tựu thành. Do vị ấy sanh khởi các ước muốn như vậy mà đoạn trừ các tham dục cái đã sanh.

- *Phát cần tinh tấn:*³⁰¹ vì để đoạn tham dục cái đã sanh, nên phát cần tinh tấn, *chi tiết như trên, cho đến:* khích lệ ý chí không ngừng.³⁰² Do tinh tấn như vậy mà đoạn trừ các tham dục cái đã sanh.

- *Sách tâm:*³⁰³ vì để đoạn trừ tham dục cái đã sanh nên tinh cần tu tập tâm câu hành với hỷ, tâm câu hành với hân, tâm câu hành sách lệ, tâm câu hành không hạ liệt, tâm câu hành không ám muội, tâm câu hành với xả, tâm câu hành với định. Do vị ấy **[468b01]** tu tập các tâm như vậy, mà đoạn trừ các tham dục cái đã sanh.

---

²⁹⁸ *Vibhaṅga: yo cetasiko vīriyārambho nikkamo parakkamo uyyāmo vāyāmo ussāho ussoḷhī thāmo ṭhiti asithilaparakkamatā anikkhittachandatā anikkhittadhuratā dhurasampaggāho vīriyaṃ vīriyindriyaṃ vīriyabalaṃ,* "Tâm phát khởi nghị lực, nỗ lực, dũng mãnh, chuyên cần, tinh tấn, hăng hái, cương nghị, cứng rắn, không ngừng khích lệ ý chí, không bỏ ý dục, nhẫn nại không thối chí, kiên trì gánh nặng, tinh tấn, tinh tấn căn, tinh tấn lực."

²⁹⁹ Pāli: *chandaṃ janeti,* làm phát sinh ý dục ước muốn. Đây gọi là thiện pháp dục: ý dục nơi thiện pháp. *Vibhaṅga,* dẫn trên: *yo chando chandikatā kattukamyatā kusalo dhammacchando – ayaṃ vuccati "chando",* dục đây là ước muốn, mong cầu, hy vọng, thiện pháp dục.

³⁰⁰ 起等起及生等生聚集出現; *Vibhaṅga: janeti sañjaneti uṭṭhapeti samuṭṭhapeti nibbatteti abhinibbatteti.*

³⁰¹ Pāli: *vāyamati vīriyaṃ ārabhati,* nỗ lực phấn đấu, phát huy nghị lực. Skt. *vyāyacchati:* kéo ra, tinh tấn, phấn đấu.

³⁰² Xem cht. 298 trên.

³⁰³ Pāli: *cittaṃ padahati,* thúc giục tâm, cổ xúy tâm.

- *Trì tâm*:[304] vì để đoạn tham dục cái đã sanh nên kiên trì tâm tu tập tám chi Thánh đạo: chánh kiến cho đến chánh định. Vị ấy kiên trì tâm tu tập, tu tập nhiều lần trong đạo như vậy, mà đoạn trừ các tham dục cái đã sanh.

b. Lại có Bí-sô vì để đoạn trừ tham dục cái đã sanh nên như lý tư duy công đức xuất gia: "Xuất gia như vậy là chơn thiện pháp, là pháp tối thắng; ai tín giải thọ trì, người ấy được Phật và đệ tử, thiện sĩ hiền quí tán thán; không tự hại, không hại người, không hại cả hai, tăng trưởng trí tuệ, không ngăn ngại đồng loại trí tuệ ấy, không chướng ngại Niết-bàn, phát sanh thông tuệ, dẫn đến giác ngộ, chứng đắc Niết-bàn." Tư duy như vậy, phát cần tinh tấn, *chi tiết như trên cho đến*: khích lệ ý chí không ngừng. Đạo này gọi là chánh thắng khiến vĩnh viễn đoạn trừ tham dục cái đã sanh. Bí-sô ấy do tu tập, tu tập nhiều đạo đã sanh này, nên các tham dục cái đã sanh liền bị đoạn trừ.

Khởi dục cho đến *sách tâm, trì tâm* đều nói như trên.

c. Lại có Bí-sô, vì để đoạn trừ tham dục cái đã sanh nên như lý tư duy, "Tham dục cái ấy như bệnh, như ung nhọt, như mũi tên, như bức não, sát hại, vô thường, khổ, không, phi ngã, chuyển động, mệt mỏi, suy kiệt, là pháp hoại diệt, biến chuyển nhậm lẹ không ngừng, mục nát, không còn hoài, không thể tin cậy, là pháp biến hoại." Tư duy như vậy, phát cần tinh tấn, *chi tiết cho đến*: khích lệ ý chí không ngừng. Đạo này gọi là chánh thắng khiến vĩnh viễn đoạn trừ tham dục cái đã sanh. Bí-sô ấy do tu tập, tu tập nhiều đạo đã sanh này, nên các tham dục cái đã sanh liền bị đoạn trừ.

Khởi dục cho đến *sách tâm, trì tâm* đều nói như trên.

d. Lại có Bí-sô, vì để đoạn trừ các tham dục cái đã sanh nên như lý tư duy: "Diệt là tịch tĩnh, đạo này dẫn đến xuất ly." Tư duy như vậy, phát cần tinh tấn, *chi tiết cho đến*: khích lệ ý chí không ngừng. Đạo này gọi là chánh thắng khiến vĩnh viễn đoạn trừ tham dục cái đã sanh. Bí-sô ấy do tu tập, tu tập nhiều đạo đã sanh này, nên các tham dục cái đã sanh liền bị đoạn trừ.

---

[304] Skt. *pragṛhṇāti*, Pāli: *cittaṃ paggaṇhati*: giữ chặt tâm, kiên trì không bỏ.

Khởi dục cho đến *sách tâm, trì tâm* đều nói như trên.

Như tham dục cái, bốn chướng cái kia cũng như vậy, có điều khác nhau là nói tên gọi của nó.

2. *Ác bất thiện pháp*

a. Lại có Bí-sô, vì để đoạn trừ bất cứ pháp ác bất thiện nào đã sanh, nên như lý tư duy: "Pháp ác bất thiện đó có quá nhiều tai hại, là pháp bất thiện, là pháp hạ liệt; ai tín giải thọ trì, *chi tiết như trên cho đến:* không chứng Niết-bàn." Tư duy **[468c01]** như vậy, phát cần tinh tấn, *chi tiết cho đến:* khích lệ ý chí không ngừng. Đạo này gọi là chánh thắng khiến vĩnh viễn đoạn trừ bất cứ pháp ác bất thiện nào đã sanh. Bí-sô ấy do tu tập, tu tập nhiều đạo đã sanh này, nên liền đoạn trừ bất cứ pháp ác bất thiện nào đã sanh.

- *Khởi dục*: Vì để đoạn trừ bất cứ pháp ác bất thiện nào đã sanh, nên phát khởi, hoàn toàn phát khởi, *chi tiết như trên cho đến:* hy vọng, nhắm đạt đến, hy vọng tựu thành.³⁰⁵ Do vị ấy sanh khởi các ước muốn như vậy, nên liền đoạn trừ bất cứ pháp ác bất thiện nào đã sanh.

- *Phát cần tinh tấn*: Vì để đoạn trừ bất cứ pháp ác bất thiện nào đã sanh nên phát cần tinh tấn, *chi tiết cho đến:* khích lệ ý chí không ngừng. Do vị ấy tinh tấn như vậy, nên liền đoạn trừ bất cứ pháp ác bất thiện nào đã sanh.

- *Sách tâm*: Vì để đoạn trừ bất cứ pháp ác bất thiện nào đã sanh nên tinh cần tu tập tâm câu hành với hỷ, *chi tiết cho đến:* tâm câu hành với định. Do vị ấy tu tập tâm như vậy, nên liền đoạn trừ bất cứ pháp ác bất thiện nào đã sanh.

- *Trì tâm*: Vì để đoạn trừ bất cứ pháp ác bất thiện nào đã sanh nên kiên trì tâm tu tập tám chi Thánh đạo: chánh kiến cho đến chánh định. Do vị ấy kiên trì tâm tu tập, tu tập nhiều lần trong đạo như vậy, nên liền đoạn trừ bất cứ pháp ác bất thiện nào đã sanh.

b. Lại có Bí-sô, vì để đoạn trừ bất cứ pháp ác bất thiện nào đã sanh, nên như lý tư duy công đức xuất gia: "Xuất gia như vậy là chơn thiện

---

³⁰⁵ Xem cht. 299.

pháp, là pháp tối thắng, ai tín giải thọ trì, *chi tiết như trên cho đến*: chứng đắc Niết-bàn." Tư duy như vậy, phát cần tinh tấn *chi tiết cho đến*: khích lệ ý chí không ngừng. Đạo này gọi là chánh thắng khiến vĩnh viễn đoạn trừ bất cứ pháp ác bất thiện nào đã sanh. Bí-sô ấy do tu tập, tu tập nhiều đạo đã sanh này, nên liền đoạn trừ bất cứ pháp ác bất thiện nào đã sanh.

Khởi dục cho đến *sách tâm, trì tâm* chi tiết như trên.

c. Lại có Bí-sô, vì để đoạn trừ bất cứ pháp ác bất thiện nào đã sanh, nên như lý tư duy: "Pháp ác bất thiện đó như bệnh, như ung nhọt, *chi tiết cho đến*: là pháp biến hoại." Tư duy như vậy, phát cần tinh tấn, *chi tiết cho đến*: khích lệ ý chí không ngừng. Đạo này gọi là chánh thắng khiến vĩnh viễn đoạn trừ bất cứ pháp ác bất thiện nào đã sanh. Bí-sô ấy do tu tập, tu tập nhiều đạo đã sanh này, nên liền đoạn trừ bất cứ pháp ác bất thiện nào đã sanh.

Khởi dục cho đến *sách tâm, trì tâm* chi tiết như trên.

d. Lại có Bí-sô, vì để đoạn trừ bất cứ pháp ác **[469a01]** bất thiện nào đã sanh, nên như lý tư duy: "Diệt là tịch tĩnh, đạo này dẫn đến xuất ly." Tư duy như vậy, phát cần tinh tấn, *chi tiết cho đến*: khích lệ ý chí không ngừng. Đạo này gọi là chánh thắng khiến vĩnh viễn đoạn trừ bất cứ pháp ác bất thiện nào đã sanh. Bí-sô ấy do tu tập, tu tập nhiều đạo đã sanh này, nên liền đoạn trừ bất cứ pháp ác bất thiện nào đã sanh.

Khởi dục cho đến *sách tâm, trì tâm* chi tiết như trên.[306]

II. Chánh thắng thứ hai

[469a15] *Vì để cho pháp ác bất thiện chưa sanh không sanh nên khởi dục, phát cần tinh tấn, sách tâm, trì tâm.*

1. *Năm chướng cái*

Thế nào là pháp ác bất thiện chưa sanh? Đó là năm cái vị lai.

"Vì để cho pháp ác bất thiện chưa sanh không sanh", nên phải chánh thắng. Nghĩa đó thế nào?

---

[306] Bản Hán hết quyển 3.

a. Có Bí-sô, vì để cho các tham dục cái chưa sanh vĩnh viễn không sanh nên như lý tư duy: "Tham dục cái kia có quá nhiều tai hại, đó là pháp bất thiện, là pháp thấp hèn; ai tín giải thọ trì, người ấy bị Phật và đệ tử, thiện sĩ hiền quí đều chê trách, nhàm tởm; là pháp tự hại, hại người, hại cả hai, hủy diệt trí tuệ, ngăn đồng loại trí tuệ, che chướng Niết-bàn. Thọ trì pháp đó, không sanh thông tuệ, không đưa đến giác ngộ, không chứng Niết-bàn." Tư duy như vậy, phát cần tinh tấn, dũng kiện mãnh liệt, hăng hái khó ngăn, khích lệ ý chí không ngừng. Đạo này gọi là chánh thắng khiến các tham dục cái chưa sanh thì không sanh. Bí-sô ấy do tu tập, tu tập nhiều đạo đã sanh này, nên các tham dục cái chưa sanh vĩnh viễn không sanh.

- *Khởi dục:*[307] vì để đoạn trừ tham dục cái chưa sanh không sanh, nên phát khởi, hoàn toàn phát khởi, phát sanh rồi lại phát sanh, tu tập, xuất hiện ước muốn, vui thích, hân hoan, hy vọng, nhắm đạt đến, hy vọng tựu thành. Do vị ấy sanh khởi các ước muốn như vậy, nên các tham dục cái chưa sanh vĩnh viễn không sanh.

- *Phát cần tinh tấn:* vì để đoạn tham dục cái chưa sanh không sanh nên phát cần tinh tấn, *chi tiết như trên, cho đến*: khích lệ ý chí không ngừng. Do tinh tấn như vậy, nên các tham dục cái chưa sanh vĩnh viễn không sanh.

- *Sách tâm:* vì để đoạn trừ tham dục chưa sanh không sanh, nên tinh cần tu tập tâm câu hành với hỷ, tâm câu hành với hân, tâm câu hành sách lệ, tâm câu hành không hạ liệt, tâm câu hành không ám muội, tâm câu hành với xả, tâm câu hành với định. Do vị ấy **[469b01]** tu tập các tâm như vậy, nên các tham dục cái chưa sanh vĩnh viễn không sanh.

- *Trì tâm:* vì để đoạn trừ tham dục cái chưa sanh không sanh nên kiên trì tâm tu tập tám chi Thánh đạo: chánh kiến cho đến chánh định. Vị ấy kiên trì tâm tu tập, tu tập nhiều lần trong đạo như vậy, nên các tham dục cái chưa sanh vĩnh viễn không sanh.

b. Lại có Bí-sô, vì để đoạn trừ tham dục cái chưa sanh không sanh, nên như lý tư duy công đức xuất gia: "Xuất gia như vậy là chơn thiện

---

307 Xem cht. 299 trước

pháp, là pháp tối thắng; ai tín giải thọ trì, người ấy được Phật và đệ tử, thiện sĩ hiền quí tán thán; là pháp không tự hại, không hại người, không hại cả hai, tăng trưởng trí tuệ, không ngăn ngại đồng loại trí tuệ ấy, không chướng ngại Niết-bàn, phát sanh thông tuệ, dẫn đến giác ngộ, chứng đắc Niết-bàn." Tư duy như vậy, phát cần tinh tấn, *chi tiết như trên cho đến*: khích lệ ý chí không ngừng. Đạo này gọi là chánh thắng khiến vĩnh viễn đoạn trừ tham dục cái chưa sanh thì không sanh. Bí-sô ấy do tu tập, tu tập nhiều đạo đã sanh này, nên các tham dục cái chưa sanh vĩnh viễn không sanh.

Khởi dục cho đến *sách tâm, trì tâm* đều nói như trên.

c. Lại có Bí-sô, vì để đoạn trừ tham dục cái chưa sanh không sanh, nên như lý tư duy: "Tham dục cái ấy như bệnh, như ung nhọt, như mũi tên, như bức não, sát hại, vô thường, khổ, không, phi ngã, chuyển động, mệt mỏi, suy kiệt, là pháp hoại diệt, biến chuyển nhậm lẹ không ngừng, mục nát, không còn hoài, không thể tin cậy, là pháp biến hoại." Tư duy như vậy, phát cần tinh tấn, *chi tiết cho đến*: khích lệ ý chí không ngừng. Đạo này gọi là chánh thắng khiến các tham dục cái chưa sanh thì không sanh. Bí-sô ấy do tu tập, tu tập nhiều đạo đã sanh này, nên các tham dục cái chưa sanh vĩnh viễn không sanh.

Khởi dục cho đến *sách tâm, trì tâm* đều nói như trên.

d. Lại có Bí-sô, vì để đoạn trừ các tham dục cái chưa sanh không sanh, nên như lý tư duy: "Diệt là tịch tĩnh, đạo này dẫn đến xuất ly." Tư duy như vậy, phát cần tinh tấn, *chi tiết cho đến*: khích lệ ý chí không ngừng. Đạo này gọi là chánh thắng khiến các tham dục cái chưa sanh thì không sanh. Bí-sô ấy do tu tập, tu tập nhiều đạo đã sanh này, nên các tham dục cái chưa sanh vĩnh viễn không sanh.

Khởi dục cho đến *sách tâm, trì tâm* **[469c01]** đều nói như trên.

Như tham dục cái, bốn chướng cái kia cũng như vậy, có điều khác nhau là nói tên gọi của nó.

2. Ác bất thiện pháp

a. Lại có Bí-sô, vì để đoạn trừ bất cứ pháp ác bất thiện nào chưa sanh vĩnh viễn không sanh, nên như lý tư duy: "Pháp ác bất thiện đó có quá nhiều hiểm họa, là pháp bất thiện, là pháp hạ liệt; ai tín giải thọ trì, *chi tiết như trên cho đến*: không chứng Niết-bàn." Tư duy như vậy, phát cần tinh tấn, *chi tiết cho đến*: khích lệ ý chí không ngừng. Đạo này gọi là chánh thắng khiến cho bất cứ pháp ác bất thiện nào chưa sanh thì vĩnh viễn không sanh. Bí-sô ấy do tu tập, tu tập nhiều đạo đã sanh này, nên bất cứ pháp ác bất thiện nào chưa sanh thì vĩnh viễn không sanh.

- *Khởi dục*: Vì để đoạn trừ bất cứ pháp ác bất thiện nào chưa sanh vĩnh viễn không sanh, nên phát khởi, hoàn toàn phát khởi, *chi tiết như trên cho đến*: hy vọng, nhắm đạt đến, hy vọng tựu thành. Do vị ấy sanh khởi các ước muốn như vậy, nên bất cứ pháp ác bất thiện nào chưa sanh thì vĩnh viễn không sanh.

- *Phát cần tinh tấn*: Vì để đoạn trừ bất cứ pháp ác bất thiện nào chưa sanh vĩnh viễn không sanh, nên phát cần tinh tấn, *chi tiết cho đến*: khích lệ ý chí không ngừng. Do vị ấy tinh tấn như vậy nên bất cứ pháp ác bất thiện nào chưa sanh thì vĩnh viễn không sanh.

- *Sách tâm*: Vì để đoạn trừ bất cứ pháp ác bất thiện nào chưa sanh vĩnh viễn không sanh, nên tinh cần tu tập tâm câu hành với hỷ, *chi tiết cho đến*: tâm câu hành với định. Do vị ấy tu tập tâm như vậy, nên bất cứ pháp ác bất thiện nào chưa sanh thì vĩnh viễn không sanh.

- *Trì tâm*: Vì để đoạn trừ bất cứ pháp ác bất thiện nào chưa sanh vĩnh viễn không sanh, nên kiên trì tâm tu tập tám chi Thánh đạo: chánh kiến cho đến chánh định. Vị ấy kiên trì tâm tu tập, tu tập nhiều lần trong đạo như vậy, nên bất cứ pháp ác bất thiện nào chưa sanh thì vĩnh viễn không sanh.

b. Lại có Bí-sô, vì để đoạn trừ bất cứ pháp ác bất thiện nào chưa sanh vĩnh viễn không sanh, nên như lý tư duy công đức xuất gia: "Xuất gia như vậy là chơn thiện pháp, là pháp tối thắng, ai tín giải thọ trì, *chi tiết như trên cho đến*: chứng đắc Niết-bàn." Tư duy như vậy, *chi tiết cho đến*: khích lệ ý chí không ngừng. Đạo này gọi là chánh thắng khiến cho bất cứ pháp ác bất thiện nào chưa sanh thì vĩnh viễn không sanh. Bí-sô ấy do tu tập, tu tập nhiều đạo đã sanh này, nên bất cứ pháp ác bất thiện nào chưa sanh thì vĩnh viễn không sanh.

Khởi dục cho đến *sách tâm, trì tâm* chi tiết như trên. **[470a01]**

c. Lại có Bí-sô, vì để đoạn trừ bất cứ pháp ác bất thiện nào chưa sanh vĩnh viễn không sanh, nên như lý tư duy: "Pháp ác bất thiện đó như bệnh, như ung nhọt, *chi tiết cho đến*: là pháp biến hoại." Tư duy như vậy, phát cần tinh tấn, *chi tiết cho đến*: khích lệ ý chí không ngừng. Đạo này gọi là chánh thắng khiến cho bất cứ pháp ác bất thiện nào chưa sanh thì không sanh. Bí-sô ấy do tu tập, tu tập nhiều đạo đã sanh này, nên bất cứ pháp ác bất thiện nào chưa sanh thì vĩnh viễn không sanh.

Khởi dục cho đến *sách tâm, trì tâm* chi tiết như trên.

d. Lại có Bí-sô, vì để đoạn trừ bất cứ pháp ác bất thiện nào chưa sanh vĩnh viễn không sanh, nên như lý tư duy, "Diệt là tịch tĩnh, đạo này dẫn đến xuất ly. Tư duy như vậy, phát cần tinh tấn, *chi tiết cho đến*: khích lệ ý chí không ngừng. Đạo này gọi là chánh thắng khiến cho bất cứ pháp ác bất thiện nào chưa sanh thì không sanh. Bí-sô ấy do tu tập, tu tập nhiều đạo đã sanh này, nên bất cứ pháp ác bất thiện nào chưa sanh thì vĩnh viễn không sanh.

Khởi dục cho đến *sách tâm, trì tâm* chi tiết như trên.

III. *Chánh thắng thứ ba*

Vì để cho thiện pháp chưa sanh phát sanh nên khởi dục, phát cần tinh tấn, sách tâm, trì tâm.

Thiện pháp chưa sanh là gì? Đó là bốn tĩnh lự, ba vô sắc và bất cứ thiện pháp nào được sanh ra từ xuất gia viễn ly, trong vị lai.

1. *Tĩnh lự và định*

"Vì để cho thiện pháp chưa sanh phát sanh" nên phải chánh thắng. Nghĩa đó thế nào?

a. Có Bí-sô, vì để cho sơ tĩnh lự chưa sanh phát sanh, nên như lý tư duy các hành tướng và hành trạng sơ tĩnh lự. Tư duy như vậy, phát cần tinh tấn, dũng kiện mãnh liệt, hăng hái khó ngăn, khích lệ ý chí không ngừng. Đạo này gọi là chánh thắng khiến cho sơ tĩnh lự chưa sanh phát sanh. Bí-sô ấy do tu tập, tu tập nhiều đạo đã sanh này, nên làm cho sơ tĩnh lự chưa sanh phát sanh.

- *Khởi dục*: vì để sơ tĩnh lự chưa sanh phát sanh, nên phát khởi, hoàn toàn phát khởi, phát sanh, hoàn toàn phát sanh, tụ tập, xuất hiện ước muốn, vui thích, hân hoan, hy vọng, nhắm đạt đến, hy vọng tựu thành. Do vị ấy sanh khởi các ước muốn như vậy, nên sơ tĩnh lự chưa sanh phát sanh.

- *Phát cần tinh tấn*: vì để sơ tĩnh lự chưa sanh phát sanh nên phát cần tinh tấn, *chi tiết như trên, cho đến*: khích lệ ý chí không ngừng. Do tinh tấn như vậy nên sơ tĩnh lự chưa sanh phát sanh.

- *Sách tâm*: vì để sơ tĩnh lự chưa sanh phát sanh nên tinh cần tu tập tâm câu hành với hỷ, tâm câu hành với hân, tâm câu hành sách lệ, tâm câu hành không hạ liệt, **[470b01]** tâm câu hành không ám muội, tâm câu hành với xả, tâm câu hành với định. Do vị ấy tu tập các tâm như vậy, nên làm cho sơ tĩnh lự chưa sanh phát sanh.

- *Trì tâm*: vì để sơ tĩnh lự chưa sanh phát sanh nên kiên trì tâm tu tập tám chi Thánh đạo: chánh kiến cho đến chánh định. Vị ấy kiên trì tâm tu tập, tu tập nhiều lần trong đạo như vậy, nên làm cho sơ tĩnh lự chưa sanh phát sanh.

b. Như sơ tĩnh lự, đệ nhị tĩnh lự cũng vậy. Có điểm khác nhau là tên gọi.

c. Lại có Bí-sô, vì để tĩnh lự thứ ba chưa sanh phát sanh, nên như lý tư duy các hành tướng và hành trạng tĩnh lự thứ ba. Tư duy như vậy, phát cần tinh tấn, *chi tiết cho đến*: khích lệ ý chí không ngừng. Đạo này gọi là chánh thắng khiến cho tĩnh lự thứ ba chưa sanh phát sanh. Bí-sô ấy do tu tập, tu tập nhiều đạo đã sanh này, nên tĩnh lự thứ ba chưa sanh phát sanh.

- *Khởi dục*: vì để tĩnh lự thứ ba chưa sanh phát sanh, nên phát khởi, hoàn toàn phát khởi, *chi tiết cho đến*: hy vọng, nhắm đạt đến, hy vọng tựu thành. Do vị ấy sanh khởi các ước muốn như vậy, nên tĩnh lự thứ ba chưa sanh phát sanh.

- *Phát cần tinh tấn*: vì để tĩnh lự thứ ba chưa sanh phát sanh, nên phát cần tinh tấn, *chi tiết cho đến*: khích lệ ý chí không ngừng. Do tinh tấn như vậy, nên tĩnh lự thứ ba chưa sanh phát sanh.

- *Sách tâm*: vì để tĩnh lự thứ ba chưa sanh phát sanh nên tinh cần tu tập tâm câu hành với hỷ, tâm câu hành với hân, tâm câu hành sách lệ, tâm câu hành không hạ liệt, tâm câu hành không ám muội, tâm câu hành với xả, tâm câu hành với định. Do vị ấy tu tập các tâm như vậy, nên tĩnh lự thứ ba chưa sanh phát sanh.

- *Trì tâm*: vì để tĩnh lự thứ ba chưa sanh phát sanh nên kiên trì tâm tu tập tám chi Thánh đạo: chánh kiến cho đến chánh định. Vị ấy kiên trì tâm tu tập, tu tập nhiều lần trong đạo như vậy, nên tĩnh lự thứ ba chưa sanh phát sanh.

d. Như tĩnh lự thứ ba, cho đến *vô sở hữu xứ*, chi tiết cũng như vậy, có điểm sai khác là tên gọi.

2. Thiện pháp xuất gia

Lại có Bí-sô, vì để làm phát sanh bất cứ thiện pháp nào phát sanh từ xuất gia, từ viễn ly mà chưa sanh, nên như lý tư duy hành tướng và hành trạng của thiện pháp đó. Tư duy như vậy, phát cần tinh tấn, *chi tiết cho đến*: khích lệ ý chí không ngừng. Đạo này gọi là chánh thắng khiến bất cứ thiện pháp nào được sanh ra từ xuất gia, từ viễn ly mà chưa sanh thì nay sanh. Bí-sô ấy do tu tập, tu tập nhiều đạo đã sanh này, nên bất cứ thiện pháp nào được sanh ra từ xuất gia viễn ly mà chưa sanh nay phát sanh.

- *Khởi dục*: vì để làm phát sanh bất cứ thiện pháp nào phát sanh từ xuất gia viễn ly mà chưa sanh, nên phát khởi, hoàn toàn phát khởi, *chi tiết cho đến*: hy vọng, nhắm đạt đến, hy vọng tựu thành. Do vị ấy sanh khởi các [470c01] ước muốn như vậy, nên bất cứ thiện pháp nào được sanh ra từ xuất gia, từ viễn ly mà chưa sanh nay phát sanh.

- *Phát cần tinh tấn*: vì để làm phát sanh bất cứ thiện pháp nào phát sanh từ xuất gia viễn ly mà chưa sanh nay sanh, nên phát cần tinh tấn, *chi tiết như trên, cho đến*: khích lệ ý chí không ngừng. Do tinh tấn như vậy, nên bất cứ thiện pháp nào được sanh ra từ xuất gia viễn ly mà chưa sanh nay phát sanh.

- *Sách tâm*: vì để làm phát sanh bất cứ thiện pháp nào phát sanh từ xuất gia viễn ly mà chưa sanh nay sanh, nên tinh cần tu tập tâm câu hành với hỷ, tâm câu hành với hân, tâm câu hành sách lệ, tâm câu hành không hạ liệt, tâm câu hành không ám muội, tâm câu hành với xả, tâm câu hành với định. Do vị ấy tu tập các tâm như vậy, nên bất cứ thiện pháp nào được sanh ra từ xuất gia viễn ly mà chưa sanh nay phát sanh.

- *Trì tâm*: vì để làm phát sanh bất cứ thiện pháp nào phát sanh từ xuất gia viễn ly mà chưa sanh, nên kiên trì tâm tu tập tám chi Thánh đạo: chánh kiến cho đến chánh định. Vị ấy kiên trì tâm tu tập, tu tập nhiều lần trong đạo như vậy, nên bất cứ thiện pháp nào được sanh ra từ xuất gia viễn ly mà chưa sanh nay phát sanh.

IV. *Chánh thắng thứ tư*

Vì để cho thiện pháp đã sanh được kiên trụ, không mất, tu tập viên mãn, gia tăng bội phần, rộng lớn, bằng trí tuệ mà tác chứng nên khởi dục, phát cần tinh tấn, sách tâm, trì tâm.

Thế nào là thiện pháp đã sanh? Đó là bốn tĩnh lự, ba vô sắc và bất cứ thiện pháp nào được sanh ra từ xuất gia, từ viễn ly đã sanh trong quá khứ, và hiện tại.

1. *Tĩnh lự và vô sắc*

"Vì để cho thiện pháp đã sanh được kiên trụ, không mất, tu tập viên mãn, gia tăng bội phần, rộng lớn, bằng trí tuệ mà tác chứng", nên phải chánh thắng. Nghĩa đó thế nào?

a. Có Bí-sô, vì để cho sơ tĩnh lự đã sanh được kiên trụ *cho đến* trí tác chứng, nên như lý tư duy khiến cho hành tướng, hành trạng của sơ tĩnh lự đã sanh được kiên trụ cho đến trí tác chứng. Tư duy như vậy, phát cần tinh tấn, dũng kiện mãnh liệt, hăng hái khó ngăn, khích lệ ý chí không ngừng. Đạo này gọi là chánh thắng làm cho sơ tĩnh lự đã sanh được kiên trụ *cho đến* trí tác chứng. Bí-sô ấy do tu tập, tu tập nhiều đạo đã sanh này, nên sơ tĩnh lự đã sanh được kiên trụ *cho đến* trí tác chứng.

- *Khởi dục*: vì để cho sơ tĩnh lự đã sanh được kiên trụ *cho đến* trí tác chứng, nên phát khởi, hoàn toàn phát khởi, *chi tiết cho đến:* hy vọng, nhắm đạt đến, hy vọng tựu thành. Do vị ấy sanh khởi các ước muốn như vậy, nên sơ tĩnh lự đã sanh được kiên trụ *cho đến* trí tác chứng.

- *Phát cần tinh tấn*: vì để cho sơ tĩnh lự đã sanh được kiên trụ *cho đến* trí tác chứng nên phát cần tinh tấn, *chi tiết như trên, cho đến*: khích lệ ý chí không ngừng. Do tinh tấn như vậy, nên sơ tĩnh lự đã sanh được kiên trụ *cho đến* trí tác chứng. **[471a01]**

- *Sách tâm*: vì để cho sơ tĩnh lự đã sanh được kiên trụ *cho đến* trí tác chứng nên tinh cần tu tập tâm câu hành với hỷ, tâm câu hành với hân, tâm câu hành sách lệ, tâm câu hành không hạ liệt, tâm câu hành không ám muội, tâm câu hành với xả, tâm câu hành với định. Do vị ấy tu tập các tâm như vậy, nên sơ tĩnh lự đã sanh được kiên trụ *cho đến* trí tác chứng.

- *Trì tâm*: vì để cho sơ tĩnh lự đã sanh được kiên trụ *cho đến* trí tác chứng nên kiên trì tâm tu tập tám chi Thánh đạo: chánh kiến *cho đến* chánh định. Vị ấy kiên trì tâm tu tập, tu tập nhiều lần trong đạo như vậy, nên sơ tĩnh lự đã sanh được kiên trụ *cho đến* trí tác chứng.

b. Tĩnh lự thứ hai cũng như vậy, có điều sai khác là tên gọi.

c. Lại có Bí-sô, vì để tĩnh lự thứ ba đã sanh được kiên trụ *cho đến* trí tác chứng, nên như lý tư duy hành tướng và hành trạng của tĩnh lự thứ ba đã sanh được kiên trụ *cho đến* trí tác chứng. Tư duy như vậy, phát cần tinh tấn, *chi tiết cho đến*: khích lệ ý chí không ngừng. Đạo này gọi là chánh thắng làm cho tĩnh lự thứ ba đã sanh được kiên trụ *cho đến* trí tác chứng. Bí-sô ấy do tu tập, tu tập nhiều đạo đã sanh này, nên tĩnh lự thứ ba đã sanh được kiên trụ *cho đến* trí tác chứng.

- *Khởi dục*: vì để cho tĩnh lự thứ ba đã sanh được kiên trụ *cho đến* trí tác chứng, nên phát khởi, hoàn toàn phát khởi, *chi tiết cho đến*: hy vọng, nhắm đạt đến, hy vọng tựu thành. Do vị ấy sanh khởi các ước muốn như vậy, nên tĩnh lự thứ ba đã sanh được kiên trụ *cho đến* trí tác chứng.

- *Phát cần tinh tấn*: vì để cho tĩnh lự thứ ba đã sanh được kiên trụ *cho đến* trí tác chứng nên phát cần tinh tấn, *chi tiết như trên, cho đến*: khích lệ ý chí không ngừng. Do tinh tấn như vậy, nên tĩnh lự thứ ba đã sanh được kiên trụ *cho đến* trí tác chứng.

- *Sách tâm*: vì để cho tĩnh lự thứ ba đã sanh được kiên trụ *cho đến* trí tác chứng nên tinh cần tu tập tâm câu hành với hỷ, tâm câu hành với hân, tâm câu hành sách lệ, tâm câu hành không hạ liệt, tâm câu hành không ám muội, tâm câu hành với xả, tâm câu hành với định. Do vị ấy tu tập các tâm như vậy, nên tĩnh lự thứ ba đã sanh được kiên trụ *cho đến* trí tác chứng.

- *Trì tâm*: vì để cho tĩnh lự thứ ba đã sanh được kiên trụ *cho đến* trí tác chứng nên kiên trì tâm tu tập tám chi Thánh đạo: chánh kiến cho đến chánh định. Vị ấy kiên trì tâm tu tập, tu tập nhiều lần trong đạo như vậy, nên tĩnh lự thứ ba đã sanh được kiên trụ *cho đến* trí tác chứng.

d. Như tĩnh lự thứ ba, *tĩnh lự thứ tư* cho đến *vô sở hữu xứ*, chi tiết **[471b01]** cũng như vậy. Có điều sai khác là tên gọi.

2. *Thiện pháp xuất gia*

Lại có Bí-sô, vì để cho bất cứ thiện pháp nào đã sanh từ xuất gia, từ viễn ly đều được kiên trụ, không mất, tu tập viên mãn, gia tăng bội phần, rộng lớn, bằng trí tuệ mà tác chứng, nên như lý tư duy hành tướng và hành trạng của bất cứ thiện pháp nào đã sanh ra từ xuất gia, từ viễn ly đều được kiên trụ *cho đến* trí tác chứng. Tư duy như vậy, phát cần tinh tấn, *chi tiết cho đến*: khích lệ ý chí không ngừng. Đạo này gọi là chánh thắng làm cho bất cứ thiện pháp nào đã sanh ra từ xuất gia, từ viễn ly đều được kiên trụ *cho đến* trí tác chứng. Bí-sô ấy do tu tập, tu tập nhiều đạo đã sanh này, nên bất cứ thiện pháp nào đã sanh từ xuất gia, từ viễn ly đều được kiên trụ *cho đến* trí tác chứng.

- *Khởi dục*: vì để cho bất cứ thiện pháp nào đã sanh từ xuất gia, từ viễn ly đều được kiên trụ *cho đến* trí tác chứng, nên phát khởi, hoàn toàn phát khởi, *chi tiết cho đến*: hy vọng, nhắm đạt đến, hy vọng tựu thành. Do vị ấy sanh khởi các ước muốn như vậy, nên bất cứ thiện pháp nào đã sanh từ xuất gia, từ viễn ly đều được kiên trụ *cho đến* trí tác chứng.

- *Phát cần tinh tấn*: vì để cho bất cứ thiện pháp nào đã sanh từ xuất gia, từ viễn ly đều được kiên trụ *cho đến* trí tác chứng, nên phát cần tinh tấn, *chi tiết như trên, cho đến*: khích lệ ý chí không ngừng. Do tinh tấn như vậy, nên bất cứ thiện pháp nào đã sanh từ xuất gia, từ viễn ly đều được kiên trụ *cho đến* trí tác chứng.

- *Sách tâm*: vì để cho bất cứ thiện pháp nào đã sanh từ xuất gia, từ viễn ly đều được kiên trụ *cho đến* trí tác chứng, nên tinh cần tu tập tâm câu hành với hỷ, tâm câu hành với hân, tâm câu hành sách lệ, tâm câu hành không hạ liệt, tâm câu hành không ám muội, tâm câu hành với xả, tâm câu hành với định. Do vị ấy tu tập các tâm như vậy, nên bất cứ thiện pháp nào đã sanh từ xuất gia, từ viễn ly đều được kiên trụ *cho đến* trí tác chứng.

- *Trì tâm*: vì để cho bất cứ thiện pháp nào đã sanh từ xuất gia, từ viễn ly đều được kiên trụ *cho đến* trí tác chứng, nên kiên trì tâm tu tập tám chi Thánh đạo: chánh kiến *cho đến* chánh định. Vị ấy kiên trì tâm tu tập, tu tập nhiều lần trong đạo như vậy, nên bất cứ thiện pháp nào đã sanh từ xuất gia, từ viễn ly đều được kiên trụ *cho đến* trí tác chứng.

V. *Kết nghĩa*

Vì sao gọi bốn pháp đây là *chánh thắng*? Vì bốn pháp này không điên đảo nên gọi là *chánh*;[308] có lực tăng thượng, đoạn ác tu thiện nên gọi là *thắng*.[309]

---

[308] Pāli: *samma*; Skt. *samyak*.

[309] *Câu-xá vi, phẩm Hiền Thánh, tụng 69cd,* Luận: "Vì sao tinh tấn được gọi là chánh đoạn? Vì do bởi đây mà chánh thân, chánh ngữ và chánh ý được đặt lên hàng đầu." (bản Việt dịch), *ĐTKVN, TVT, tập 20, Luận bộ III, quyển 3;* HĐHP, 2022; tr. 404, cht. 32: Định nghĩa tác dụng của *samyak-pradhāna* (chánh thắng) <*pradhīyante*: chúng được đặt lên hàng đầu, tức trọng yếu; do động từ *pra-dhā*. Trong *Câu-xá*, Huyền Trang dịch là "chánh đoạn," theo đó, Skt.: *samyak-prahāṇa. Vyākhyā*: pradhāna, do bởi đây mà chúng nó được đặt lên hàng đầu (*pradhīyante*), được duy trì (*dhāryante*), khiến cho được chế ngự (*niyamyante*), được chuyển động (*pravartyante*). Ht. "Vì sao cần (siêng năng) được gọi là chánh đoạn? Trong chính giai đoạn đang tu tập đoạn ác và tu thiện, lực của sự tinh cần này đoạn trừ sự giải đãi. Hoặc cũng gọi là *chánh thắng* vì nó là lực tối thắng trì giữ sách tấn thân, ngữ và ý." Một số bản Hán dịch là *chánh đoạn, ý đoạn,* Skt. *prahāṇa*: đoạn trừ, loại bỏ. Các Hán dịch khác phổ thông cũng nói là "*chánh cần*", "chánh cần" tương đương nghĩa được hiểu trong Pāli:

Lại nữa, vì bốn pháp này bình đẳng³¹⁰ chẳng phải không bình đẳng, vì chân thật, như chánh lý, không điên đảo nên gọi là *chánh*. **[471c01]** Vì tăng thượng, tối diệu, đủ năng lực lớn nên gọi là *thắng*.

Lại nữa, bốn chánh thắng này, quy ước theo khái niệm và ngôn ngữ tập quán³¹¹, mà giả lập danh từ "chánh thắng." Hằng sa Phật và đệ tử trong quá khứ đều có quy ước về tên gọi như vậy.

Lại nữa, bốn chánh thắng này, (a) vì để cho pháp ác bất thiện đã sanh được đoạn trừ, nên khởi dục, phát cần tinh tấn, sách tâm, trì tâm; (b) vì để cho pháp ác bất thiện chưa sanh thì không sanh, nên khởi dục, phát cần tinh tấn, sách tâm, trì tâm; (c) vì để cho pháp thiện chưa sanh thì phát sanh, nên khởi dục, phát cần tinh tấn, sách tâm, trì tâm; (d) vì để cho pháp thiện đã sanh được kiên trụ, không quên, phát triển, tu tập viên mãn, tăng trưởng bội phần, quảng đại, bằng trí tuệ mà tác chứng, nên khởi dục, phát cần tinh tấn, sách tâm, trì tâm. Vì đầy đủ công năng như vậy nên gọi là "chánh thắng," cũng gọi là "chánh đoạn," vì đoạn trừ sự biếng nhác.

---

sammappadhāna. Từ điển Pāli PTS hiểu là "cố gắng, nỗ lực, tinh cần" do động từ *padahati*: nỗ lực. Kumoi: gốc động từ *padhā*: đặt ra trước → tinh tấn, chuyên cần.

³¹⁰ *Sama~*. Trong Skt. hỗn chủng, và trong Pāli, tiếp đầu ngữ *samyak* được đọc là *sammā/ samma*. Do phát âm không phân biệt *samma* (chân chánh) và *sama* (bình đẳng), nên Luận giải thích như trên.

³¹¹ 建立名想言說, *prajñapti, saṃjñā, vyavahāra*. Xem cht. 117.

PHẨM 8: THẦN TÚC

A. KINH

[471c13] Một thời, Bạc-già-phạm trụ trong vườn Cấp Cô Độc, rừng Thệ-đa, thành Thất-la-phiệt.

Bấy giờ, Đức Thế Tôn bảo chúng Bí-sô:

"Có bốn thần túc. Bốn [thần túc] ấy là gì?

1. Dục tam-ma-địa thắng hành thành tựu thần túc;

2. Cần tam-ma-địa thắng hành thành tựu thần túc;

3. Tâm tam-ma-địa thắng hành thành tựu thần túc;

4. Quán tam-ma-địa thắng hành thành tựu thần túc.[312]

B. LUẬN

I. *Dục định thần túc*

Dục tam-ma-địa thắng hành thành tựu thần túc[313]: thế nào là *dục*, thế nào là *tam-ma-địa*, thế nào là *thắng*, thế nào là *thắng hành*, để nói là *dục tam-ma-địa thắng hành thành tựu thần túc*?

a. Trong đây, *dục* đây là ý dục,[314] khoái lạc, hân hoan, hoan hỷ, mong cầu, hy vọng, được phát khởi bởi thiện pháp y xuất gia, y viễn ly mà phát. Đây gọi là *dục*.

---

[312] *Trường 5*, kinh Điển tôn, 36a7.D. 33 *Saṅgītisuttaṃ*, iii.222: *cattāro iddhipādā*. Cf. *Vibhaṅga*, PTS. 216.

[313] 欲三摩地勝行成就神足. Trường A-hàm: 欲定滅行成就修習神足. **Pāli:** *chandasamādhi-padhānasaṅkhāra- samannāgataṃ iddhipādaṃ.*

[314] Pl./Skt. *chanda*: ý dục, ước muốn.

Tam-ma-địa: trạng thái trụ, bình đẳng trụ, tiếp cận trụ, an trụ, không tán, không loạn, nhiếp trì, an chỉ, đẳng trì, tính chất tâm cảnh hiệp nhất của tâm,³¹⁵ được phát khởi bởi tăng thượng của dục. Đây gọi là *tam-ma-địa*.

Thắng: Thánh đạo tám chi được phát khởi bởi tăng thượng của dục. Đây gọi là *thắng*.

*Thắng hành*³¹⁶: Bí-sô y chỉ dục quá khứ mà đắc tam-ma-địa, đây gọi là "dục tam-ma-địa". Vị ấy khi đã thành tựu dục tam-ma-địa; (a) vì để đoạn trừ pháp ác bất thiện đã sanh, nên khởi dục, phát cần tinh tấn, sách tâm, trì tâm; (b) vì để pháp ác bất thiện chưa sanh thì không sanh, nên khởi dục, phát cần tinh tấn, sách tâm, trì tâm; (c) vì để cho thiện pháp chưa sanh thì phát sanh, nên khởi dục, phát cần [472a01] tinh tấn, sách tâm, trì tâm; (d) vì để cho thiện pháp đã sanh được kiên trụ, không mất, phát triển, tu tập viên mãn, tăng trưởng bội phần, quảng đại, bằng trí tuệ mà tác chứng, nên khởi dục, phát cần tinh tấn, sách tâm, trì tâm.³¹⁷ Dục, hoặc cần, hoặc tín, hoặc khinh an, hoặc niệm, hoặc chánh tri, hoặc tư, hoặc xả mà vị ấy có, gọi đó là *thắng hành*.³¹⁸

Hợp thắng hành này và dục tam-ma-địa đã nói ở trên, gọi chung là "dục tam-ma-địa thắng hành thành tựu thần túc."

Cũng như y chỉ dục quá khứ; cũng vậy, y chỉ dục vị lai, hiện tại, thiện, bất thiện, vô kí, dục thuộc dục giới hệ, sắc giới hệ, vô sắc giới

---

³¹⁵ 心一境性. Skt. *cittasya ekāgratā*: tính chất tập trung trên một điểm của tâm. Pāli, *Vibhaṅga*, 216: *ṭhiti saṇṭhiti avaṭṭhiti avisāhāro avikkhepo avisāhaṭamānasatā samatho samādhindriyaṃ samādhibalaṃ sammāsamādhi – ayaṃ vuccati "samādhi"*: trụ, đẳng trụ, cận trụ, không tán, không loạn, nhiếp chỉ (*avisāhaṭamānasata*: tính chất ý không bị nhiễu loạn, quân bình), tĩnh chỉ, định căn, định lực, chánh định, đây gọi là *định* (tam-ma-địa).

³¹⁶ 勝行. Skt. *pradhāna-saṃskāra*; Pāli: *padhāna-saṅkhāra*. *Trường*: 滅行 diệt hành = đoạn hành.

³¹⁷ Xem phẩm Chánh thắng.

³¹⁸ *Vibhaṅga*, dẫn trên: *yo cetasiko vīriyārambho ...* xem cht. 298; đây gọi là *chánh cần (chánh thắng)*.

hệ, dục của hữu học, vô học, phi hữu học phi vô học, dục thuộc kiến sở đoạn, tu sở đoạn, phi sở đoạn, *chi tiết cũng vậy*.

b. Lại có Bí-sô, trụ bất lạc dục[319] nơi các pháp thiện. Vị ấy nghĩ rằng: "Ta nay không nên trụ bất lạc dục nơi các pháp thiện. Lẽ đúng ra, ta nên an trụ lạc dục nơi các pháp thiện." Do lực tăng thượng của lạc dục, nên vị ấy đạt đến tam-ma-địa. Đây gọi là *dục tam-ma-địa.*

Vị ấy khi đã thành tựu dục tam-ma-địa rồi, vì để đoạn trừ pháp ác bất thiện đã sanh, nên khởi dục, *chi tiết cho đến* vì để cho pháp thiện đã sanh được kiên trụ, *cho đến* trì tâm. Dục, hoặc cần, hoặc tín, hoặc khinh an, hoặc niệm, hoặc chánh tri, hoặc tư, hoặc xả mà vị ấy có, gọi đó là *thắng hành.*

Hợp thắng hành này và dục tam-ma-địa đã nói trên, gọi chung là "dục tam-ma-địa thắng hành thành tựu thần túc".

c. Lại có Bí-sô sanh khởi ác dục. Vị đó nghĩ rằng: "Ta nay không nên sanh khởi ác dục. Lẽ đúng ra, ta nên đoạn trừ ác dục, tu tập thiện dục. Do lực tăng thượng của dục ấy, vị ấy đạt đến tam-ma-địa. Đây gọi là dục tam-ma-địa. Vị ấy khi đã thành tựu dục tam-ma-địa rồi, vì để đoạn trừ pháp ác bất thiện đã sanh, nên khởi dục, *chi tiết cho đến*: vì để cho thiện pháp đã sanh được kiên trụ, *cho đến* trì tâm. Dục, hoặc cần, hoặc tín, hoặc khinh an, hoặc niệm, hoặc chánh tri, hoặc tư, hoặc xả mà vị ấy có, gọi đó là *thắng hành.*

Hợp thắng hành này và dục tam-ma-địa đã nói trên, gọi chung là "dục tam-ma-địa thắng hành thành tựu thần túc".

d. Lại có Bí-sô sanh khởi ác dục câu hành với tham, sân, si. Vị đó nghĩ rằng: "Nay ta không nên sanh khởi ác dục câu hành với tham, sân, si. Lẽ đúng ra, ta nên đoạn trừ ác dục câu hành với tham, sân, si; tu tập thiện dục câu hành với vô tham, vô sân, vô si." Do lực tăng thượng của dục ấy, vị ấy đạt đến tam-ma-địa. Đây gọi là dục tam-ma-địa. Vị ấy khi đã thành tựu dục tam-ma-địa rồi, vì để đoạn trừ pháp ác bất thiện đã sanh, nên khởi dục, *nói rộng cho đến* vì để cho [472b01] thiện pháp

---

[319] 樂欲. **Pāli**: *chanda*; đây gọi là thiện pháp dục (*kusalo dhammacchando*): ý dục nơi thiện pháp. *Vibhaṅga*, dẫn trên: *yo chando*... xem cht. 299.

đã sanh được kiên trụ, *cho đến* trì tâm. Dục, hoặc cần, hoặc tín, hoặc khinh an, hoặc niệm, hoặc chánh tri, hoặc tư, hoặc xả mà vị ấy có, gọi đó là *thắng hành*.

Hợp thắng hành này và dục tam-ma-địa đã nói trên, gọi chung là "dục tam-ma-địa thắng hành thành tựu thần túc".

e. Lại có Bí-sô sanh khởi ác dục không lìa tham, sân, si. Vị ấy nghĩ rằng: "Ta nay không nên sanh khởi ác dục không lìa tham, sân, si. Lẽ đúng ra, ta nên đoạn trừ ác dục không lìa tham sân si; tu tập thiện dục lìa tham sân si." Do sức dục ấy tăng thượng, nên vị ấy chứng đắc tam-ma-địa. Đây gọi là dục tam-ma-địa. Vị ấy khi đã thành tựu dục tam-ma-địa rồi, vì để đoạn trừ pháp ác bất thiện đã sanh, nên khởi dục, *chi tiết cho đến*: vì để cho thiện pháp đã sanh được kiên trụ, *cho đến* trì tâm. Dục, hoặc cần, hoặc tín, hoặc khinh an, hoặc niệm, hoặc chánh tri, hoặc tư, hoặc xả mà vị ấy có, gọi đó là *thắng hành*.

Hợp thắng hành này và dục tam-ma-địa đã nói trên, gọi chung là "dục tam-ma-địa thắng hành thành tựu thần túc".

f. Lại có Bí-sô an trụ lạc dục nơi các thiện pháp. Vị ấy nghĩ rằng: "Ta an trụ lạc dục nơi các thiện pháp rất là hợp lý." Do sức dục ấy tăng thượng, nên vị ấy chứng đắc tam-ma-địa. Đây gọi là dục tam-ma-địa. Vị ấy khi đã thành tựu dục tam-ma-địa rồi, vì để đoạn trừ pháp ác bất thiện đã sanh, nên khởi dục, *chi tiết cho đến* vì để cho thiện pháp đã sanh được kiên trụ, *cho đến* trì tâm. Dục, hoặc cần, hoặc tín, hoặc khinh an, hoặc niệm, hoặc chánh tri, hoặc tư, hoặc xả mà vị ấy có, gọi đó là *thắng hành*.

Hợp thắng hành này và dục tam-ma-địa đã nói trên, gọi chung là "dục tam-ma-địa thắng hành thành tựu thần túc".

g. Lại có Bí-sô sanh khởi thiện dục. Vị ấy nghĩ rằng: "Nay ta sanh khởi thiện dục như vậy rất là hợp lý." Do sức dục ấy tăng thượng, nên vị ấy chứng đắc tam-ma-địa. Đây gọi là dục tam-ma-địa. Vị ấy khi đã thành tựu dục tam-ma-địa rồi, vì để đoạn trừ pháp ác bất thiện đã sanh, nên khởi dục, *chi tiết cho đến* vì để cho thiện pháp đã sanh được kiên trụ, *cho đến* trì tâm. Dục, hoặc cần, hoặc tín, hoặc khinh an, hoặc niệm, hoặc chánh tri, hoặc tư, hoặc xả mà vị ấy có, gọi đó là *thắng hành*.

Hợp thắng hành này và dục tam-ma-địa đã nói trên, gọi chung là "dục tam-ma-địa thắng hành thành tựu thần túc".

h. Lại có Bí-sô sanh khởi thiện dục câu hành với vô tham, vô sân, vô si. Vị ấy nghĩ rằng: "Nay ta sanh khởi thiện dục câu hành với vô tham, vô sân, vô si rất là hợp lý." Do sức dục ấy tăng thượng, nên vị ấy chứng đắc tam-ma-địa. Đây gọi là dục tam-ma-địa. Vị ấy khi **[472c01]** đã thành tựu dục tam-ma-địa rồi, vì để đoạn trừ pháp ác bất thiện đã sanh, nên khởi dục, *chi tiết cho đến* vì để cho thiện pháp đã sanh được kiên trụ, *cho đến* trì tâm. Dục, hoặc cần, hoặc tín, hoặc khinh an, hoặc niệm, hoặc chánh tri, hoặc tư, hoặc xả mà vị ấy có, gọi đó là *thắng hành*.

Hợp thắng hành này và dục tam-ma-địa đã nói trên, gọi chung là "dục tam-ma-địa thắng hành thành tựu thần túc".

i. Lại có Bí-sô sanh khởi thiện dục lìa tham sân si. Vị ấy nghĩ rằng: "Nay ta sanh khởi thiện dục lìa tham sân si rất là hợp lý." Do sức dục ấy tăng thượng, nên vị ấy chứng đắc tam-ma-địa. Đây gọi là dục tam-ma-địa. Vị ấy khi đã thành tựu dục tam-ma-địa rồi, vì để đoạn trừ pháp ác bất thiện đã sanh, nên khởi dục, *chi tiết cho đến*: vì để cho thiện pháp đã sanh được kiên trụ, *cho đến* trì tâm. Dục, hoặc cần, hoặc tín, hoặc khinh an, hoặc niệm, hoặc chánh tri, hoặc tư, hoặc xả mà vị ấy có, gọi đó là *thắng hành*.

Hợp thắng hành này và dục tam-ma-địa đã nói trên, gọi chung là "dục tam-ma-địa thắng hành thành tựu thần túc."

Tất cả dục tam-ma-địa đều khởi từ dục, tập khởi bởi dục, là chủng loại của dục, được phát sanh bởi dục, nên gọi là "dục tam-ma-địa thắng hành thành tựu thần túc."

II. *Cần định thần túc*

Cần tam-ma-địa thắng hành thần túc.

Thế nào là *cần*, thế nào là *tam-ma-địa*, thế nào là *thắng*, thế nào *thắng hành*, để gọi là *cần tam-ma-địa thắng hành thần túc*?

a. Trong đây, *cần*: đó là cần, tinh tấn, dũng kiện, thế lực, hăng hái không thể cản, khích lệ ý không ngừng, được phát khởi bởi pháp thiện y xuất gia, y viễn ly mà phát sinh. Đây gọi là *cần*.

Tam-ma-địa: trạng thái trụ, bình đẳng trụ, tiếp cận trụ, an trụ, không tán, không loạn, nhiếp trì, an chỉ, đẳng trì, tính chất tâm cảnh hiệp nhất của tâm,[320] được phát khởi bởi cần tăng thượng. Đây gọi là *tam-ma-địa*.

Thắng: Thánh đạo tám chi được phát khởi bởi tăng thượng của cần. Đây gọi là *thắng*.

Thắng hành: Bí-sô y chỉ cần quá khứ mà đắc tam-ma-địa. Đây gọi là "cần tam-ma-địa". Vị ấy khi đã thành tựu cần tam-ma-địa rồi, vì để đoạn trừ pháp ác bất thiện đã sanh, nên khởi dục, *nói rộng cho đến*, vì để cho thiện pháp đã sanh được kiên trụ, *cho đến* trì tâm. Dục, hoặc cần, hoặc tín, hoặc khinh an, hoặc niệm, hoặc chánh tri, hoặc tư, hoặc xả mà vị ấy có, gọi đó là *thắng hành*.

Hợp thắng hành này và cần tam-ma-địa đã nói trên, gọi chung là "cần tam-ma-địa thắng hành thành tựu thần túc."

Như y chỉ cần quá khứ, y chỉ cần vị lai, hiện tại, thiện, bất thiện, vô kí, cần thuộc dục giới hệ, sắc giới hệ, vô sắc giới hệ, cần của hữu học, vô học, phi hữu học phi vô học, **[473a01]** cần thuộc kiến sở đoạn, tu sở đoạn, phi sở đoạn, *chi tiết cũng vậy*.

b. Lại có Bí-sô trụ nơi các thiện pháp với cần thấp, kém, liệt, yếu, cực yếu. Vị ấy nghĩ rằng: "Ta nay không nên trụ nơi các thiện pháp với cần thấp, kém, liệt, yếu, cực yếu. Lý đáng, ta phải an trụ nơi các pháp thiện với cần không thấp, không kém, không liệt, không yếu, không cực yếu." Do lực tăng thượng của cần ấy, vị ấy đạt đến tam-ma-địa. Đây gọi là *cần tam-ma-địa*. Vị ấy khi đã thành tựu cần tam-ma-địa rồi, vì để đoạn trừ pháp ác bất thiện đã sanh, nên khởi dục, *nói rộng cho đến* vì để cho thiện pháp đã sanh được kiên trụ, *cho đến* trì tâm. Dục, hoặc cần, hoặc tín, hoặc khinh an, hoặc niệm, hoặc chánh tri, hoặc tư, hoặc xả mà vị ấy có, gọi đó là *thắng hành*.

Hợp thắng hành này và cần tam-ma-địa đã nói trên, gọi chung là "cần tam-ma-địa thắng hành thành tựu thần túc."

---

[320] Xem cht. 298.

c. Lại có Bí-sô sanh khởi ác cần. Vị ấy nghĩ rằng: "Nay ta không nên sanh khởi ác cần. Lý đáng, ta nên đoạn trừ ác cần, tu tập thiện cần." Do lực tăng thượng của cần ấy, vị ấy đạt đến tam-ma-địa. Đây gọi là *cần tam-ma-địa*. Vị ấy khi đã thành tựu cần tam-ma-địa rồi, vì để đoạn trừ pháp ác bất thiện đã sanh, nên khởi dục, *nói rộng cho đến*, vì để cho thiện pháp đã sanh được kiên trụ, *cho đến* trì tâm. Dục, hoặc cần, hoặc tín, hoặc khinh an, hoặc niệm, hoặc chánh tri, hoặc tư, hoặc xả mà vị ấy có, gọi đó là *thắng hành*.

Hợp thắng hành này và cần tam-ma-địa đã nói trên, gọi chung là "cần tam-ma-địa thắng hành thành tựu thần túc."

d. Lại có Bí-sô sanh khởi ác cần câu hành với tham sân si. Vị ấy nghĩ rằng: "Nay ta không nên sanh khởi ác cần câu hành với tham sân si. Lẽ đúng ra, ta nên đoạn trừ ác cần câu hành với tham, sân, si; tu tập thiện cần câu hành với vô tham, vô sân, vô si." Do lực tăng thượng của cần ấy, vị ấy đạt đến tam-ma-địa. Đây gọi là *cần tam-ma-địa*. Vị ấy khi đã thành tựu cần tam-ma-địa rồi, vì để đoạn trừ pháp ác bất thiện đã sanh, nên khởi dục, *nói rộng cho đến*, vì để cho thiện pháp đã sanh được kiên trụ, *cho đến* trì tâm. Dục, hoặc cần, hoặc tín, hoặc khinh an, hoặc niệm, hoặc chánh tri, hoặc tư, hoặc xả mà vị ấy có, gọi đó là *thắng hành*.

Hợp thắng hành này và cần tam-ma-địa đã nói trên, gọi chung là "cần tam-ma-địa thắng hành thành tựu thần túc."

e. Lại có Bí-sô sanh khởi ác cần không lìa tham sân si. Vị ấy nghĩ rằng: "Nay ta không nên sanh khởi ác cần không lìa tham sân si. Lẽ đúng ra, ta nên đoạn trừ ác cần không lìa tham, sân, si; tu tập **[473b01]** thiện cần lìa tham sân si." Do lực tăng thượng của cần ấy, vị ấy đạt đến tam-ma-địa. Đây gọi là *cần tam-ma-địa*. Vị ấy khi đã thành tựu cần tam-ma-địa rồi, vì để đoạn trừ pháp ác bất thiện đã sanh, nên khởi dục, *nói rộng cho đến*, vì để cho thiện pháp đã sanh được kiên trụ, *cho đến* trì tâm. Dục, hoặc cần, hoặc tín, hoặc khinh an, hoặc niệm, hoặc chánh tri, hoặc tư, hoặc xả mà vị ấy có, gọi đó là *thắng hành*.

Hợp thắng hành này và cần tam-ma-địa đã nói trên, gọi chung là "cần tam-ma-địa thắng hành thành tựu thần túc".

f. Lại có Bí-sô, đối với các thiện pháp, an trụ cần không thấp, *cho đến* không cực yếu. Vị ấy nghĩ rằng: "Ta nay an trụ nơi các pháp thiện với cần không thấp, *cho đến* không cực yếu rất là hợp lý." Do lực tăng thượng của cần ấy, vị ấy đạt đến tam-ma-địa. Đây gọi là *cần tam-ma-địa*. Vị ấy khi đã thành tựu cần tam-ma-địa rồi, vì để đoạn trừ pháp ác bất thiện đã sanh, nên khởi dục, *nói rộng cho đến*, vì để cho thiện pháp đã sanh được kiên trụ, *cho đến* trì tâm. Dục, hoặc cần, hoặc tín, hoặc khinh an, hoặc niệm, hoặc chánh tri, hoặc tư, hoặc xả mà vị ấy có, gọi đó là *thắng hành*.

Hợp thắng hành này và cần tam-ma-địa đã nói trên, gọi chung là "cần tam-ma-địa thắng hành thành tựu thần túc."

g. Lại có Bí-sô sanh khởi thiện cần. Vị ấy nghĩ rằng: "Nay ta sanh khởi thiện cần như vậy rất là hợp lý." Do lực tăng thượng của cần ấy, vị ấy đạt đến tam-ma-địa. Đây gọi là *cần tam-ma-địa*. Vị ấy khi đã thành tựu cần tam-ma-địa rồi, vì để đoạn trừ pháp ác bất thiện đã sanh, nên khởi dục, *nói rộng cho đến*, vì để cho thiện pháp đã sanh được kiên trụ, *cho đến* trì tâm. Dục, hoặc cần, hoặc tín, hoặc khinh an, hoặc niệm, hoặc chánh tri, hoặc tư, hoặc xả mà vị ấy có, gọi đó là *thắng hành*.

Hợp thắng hành này và cần tam-ma-địa đã nói trên, gọi chung là "cần tam-ma-địa thắng hành thành tựu thần túc."

h. Lại có Bí-sô, sanh khởi thiện cần câu hành với vô tham, vô sân, vô si. Vị ấy nghĩ rằng: "Nay ta sanh khởi thiện cần câu hành với vô tham, vô sân, vô si rất là hợp lý." Do lực tăng thượng của cần ấy, vị ấy đạt đến tam-ma-địa. Đây gọi là *cần tam-ma-địa*. Vị ấy khi đã thành tựu cần tam-ma-địa rồi, vì để đoạn trừ pháp ác bất thiện đã sanh, nên khởi dục, *nói rộng cho đến*, vì để cho thiện pháp đã sanh được kiên trụ, *cho đến* trì tâm. Dục, hoặc cần, hoặc tín, hoặc khinh an, hoặc niệm, hoặc chánh tri, hoặc tư, hoặc xả mà vị ấy có, gọi đó là *thắng hành*.

Hợp thắng hành này và cần tam-ma-địa đã nói trên, gọi chung là "cần tam-ma-địa thắng hành thành tựu thần túc."

i. Lại có Bí-sô sanh khởi thiện cần lìa tham, sân, si. [473c01] Vị ấy nghĩ rằng: "Nay ta sanh khởi thiện cần lìa tham, sân, si rất là hợp lý." Do lực tăng thượng của cần ấy, vị ấy đạt đến tam-ma-địa. Đây gọi là cần tam-ma-địa. Vị ấy khi đã thành tựu cần tam-ma-địa rồi, vì để đoạn trừ pháp ác bất thiện đã sanh, nên khởi dục, *nói rộng cho đến*, vì để cho thiện pháp đã sanh được kiên trụ, *cho đến* trì tâm. Dục, hoặc cần, hoặc tín, hoặc khinh an, hoặc niệm, hoặc chánh tri, hoặc tư, hoặc xả mà vị ấy có, gọi đó là *thắng hành.*

Hợp thắng hành này và cần tam-ma-địa đã nói trên, gọi chung là "cần tam-ma-địa thắng hành thành tựu thần túc."

Tất cả cần tam-ma-địa đều khởi từ cần, tập khởi bởi cần, là chủng loại của cần, được phát sanh bởi cần, nên gọi là "cần tam-ma-địa thắng hành thành tựu thần túc."[321]

III. *Tâm định thần túc*

[473c18] *Tâm tam-ma-địa thắng hành thành tựu thần túc*: thế nào là *tâm*, thế nào *tam-ma-địa*, thế nào là *thắng*, thế nào là *thắng hành*, để nói là *tâm tam-ma-địa thắng hành thành tựu thần túc*?

a. Trong đây, *tâm*: tức là tâm-ý-thức phát khởi bởi thiện pháp phát sanh y xuất gia, y viễn ly.[322] Đây gọi là *tâm*.

Tam-ma-địa: trạng thái trụ, bình đẳng trụ, tiếp cận trụ, an trụ, không tán, không loạn, nhiếp trì, an chỉ, đẳng trì, tính chất tâm cảnh hiệp nhất của tâm, được phát khởi bởi tăng thượng của tâm. Đây gọi là *tam-ma-địa*.

Thắng: Thánh đạo tám chi được phát khởi bởi tăng thượng của tâm. Đây gọi là *thắng*.

Thắng hành: Bí-sô y chỉ tâm quá khứ mà đắc tam-ma-địa, đây gọi là "tâm tam-ma-địa". Vị ấy khi đã thành tựu tâm tam-ma-địa; (a) vì để đoạn trừ pháp ác bất thiện đã sanh, nên khởi dục, *chi tiết cho đến*: (d)

---

[321] Bản Hán hết quyển 4.

[322] *Vibhaṅga*, dẫn trên: *yaṃ cittaṃ mano mānasaṃ hadayaṃ paṇḍaraṃ mano manāyatanaṃ manindriyaṃ viññāṇaṃ viññāṇakkhandho tajjāmanoviññāṇadhātu – idaṃ vuccati "cittaṃ".* "Những gì là tâm, ý, cố ý, trái tim, trắng nhạt, ý, ý xứ, ý căn, thức, thức uẩn, ý thức giới của những cái đó, đây gọi là tâm."

vì để cho thiện pháp đã sanh được kiên trụ, *cho đến*, trì tâm. Dục, hoặc cần, hoặc tín, hoặc khinh an, hoặc niệm, hoặc chánh tri, hoặc tư, hoặc xả mà vị ấy có, gọi đó là *thắng hành*.

Hợp thắng hành này và tâm tam-ma-địa đã nói ở trên, gọi chung là "tâm tam-ma-địa thắng hành thành tựu thần túc." **[474a01]**

Cũng như y chỉ tâm quá khứ; cũng vậy, y chỉ tâm vị lai, hiện tại, thiện, bất thiện, vô ký, tâm dục giới hệ, sắc giới hệ, vô sắc giới hệ, tâm hữu học, vô học, phi hữu học phi vô học, tâm thuộc kiến sở đoạn, tu sở đoạn, phi sở đoạn, *chi tiết cũng vậy*.

b. Lại có Bí-sô trụ nơi các pháp thiện với tâm thấp, kém, liệt, yếu, cực yếu. Vị ấy nghĩ rằng: "Ta nay không nên trụ nơi các pháp thiện với tâm thấp, kém, liệt, yếu, cực yếu. Lý đáng, ta phải an trụ nói các pháp thiện với tâm không thấp, không kém, không liệt, không yếu, không cực yếu." Do lực tăng thượng của tâm ấy, vị ấy đạt đến tam-ma-địa. Đây gọi là *tâm tam-ma-địa*. Vị ấy khi đã thành tựu tâm tam-ma-địa rồi, vì để đoạn trừ pháp ác bất thiện đã sanh, nên khởi dục, *nói rộng cho đến*, vì để cho thiện pháp đã sanh được kiên trụ, *cho đến* trì tâm. Dục, hoặc cần, hoặc tín, hoặc khinh an, hoặc niệm, hoặc chánh tri, hoặc tư, hoặc xả mà vị ấy có, gọi đó là *thắng hành*.

Hợp thắng hành này và tâm tam-ma-địa đã nói ở trên, gọi chung là "tâm tam-ma-địa thắng hành thành tựu thần túc."

c. Lại có Bí-sô sanh khởi tâm ác. Vị ấy nghĩ rằng: "Nay ta không nên sanh khởi tâm ác. Lý đáng, ta nên đoạn trừ tâm ác, tu tập tâm thiện." Do lực tăng thượng của tâm ấy, vị ấy đạt đến tam-ma-địa. Đây gọi là *tâm tam-ma-địa*. Vị ấy khi đã thành tựu tâm tam-ma-địa rồi, vì để đoạn trừ pháp ác bất thiện đã sanh, nên khởi dục, *nói rộng cho đến*, vì để cho thiện pháp đã sanh được kiên trụ, *cho đến* trì tâm. Dục, hoặc cần, hoặc tín, hoặc khinh an, hoặc niệm, hoặc chánh tri, hoặc tư, hoặc xả mà vị ấy có, gọi đó là *thắng hành*.

Hợp thắng hành này và tâm tam-ma-địa đã nói trên, gọi chung là "tâm tam-ma-địa thắng hành thành tựu thần túc."

d. Lại có Bí-sô sanh khởi tâm ác câu hành với tham sân si. Vị ấy nghĩ rằng: "Nay ta không nên sanh khởi tâm ác câu hành với tham sân si.

Lẽ đúng ra, ta nên đoạn trừ tâm ác câu hành với tham, sân, si; tu tập tâm thiện câu hành với vô tham, vô sân, vô si." Do lực tăng thượng của tâm ấy, vị ấy đạt đến tam-ma-địa. Đây gọi là *tâm tam-ma-địa*. Vị ấy khi đã thành tựu tâm tam-ma-địa rồi, vì để đoạn trừ pháp ác bất thiện đã sanh, nên khởi dục, *nói rộng cho đến*, vì để cho thiện pháp đã sanh được kiên trụ, *cho đến* trì tâm. Dục, hoặc cần, hoặc tín, hoặc khinh an, hoặc niệm, hoặc chánh tri, hoặc tư, hoặc xả mà vị ấy có, gọi đó là *thắng hành*.

Hợp thắng hành này và tâm tam-ma-địa đã nói trên, gọi chung là "tâm tam-ma-địa thắng hành thành tựu thần túc."

e. Lại có Bí-sô sanh khởi tâm ác không lìa tham sân si. Vị ấy nghĩ rằng: [47b01] "Nay ta không nên sanh khởi tâm ác không lìa tham sân si. Lẽ đúng ra, ta nên đoạn trừ tâm ác không lìa tham, sân, si; tu tập tâm thiện lìa tham sân si. Do lực tăng thượng của tâm ấy, vị ấy đạt đến tam-ma-địa. Đây gọi là *tâm tam-ma-địa*. Vị ấy khi đã thành tựu tâm tam-ma-địa rồi, vì để đoạn trừ pháp ác bất thiện đã sanh, nên khởi dục, *nói rộng cho đến*, vì để cho thiện pháp đã sanh được kiên trụ, *cho đến* trì tâm. Dục, hoặc cần, hoặc tín, hoặc khinh an, hoặc niệm, hoặc chánh tri, hoặc tư, hoặc xả mà vị ấy có, gọi đó là *thắng hành*.

Hợp thắng hành này và tâm tam-ma-địa đã nói trên, gọi chung là "tâm tam-ma-địa thắng hành thành tựu thần túc."

f. Lại có Bí-sô, an trụ nơi các thiện pháp với tâm không thấp, *cho đến* không cực yếu. Vị ấy nghĩ rằng: "Ta nay an trụ nơi các pháp thiện với tâm không thấp, *cho đến* không cực yếu rất là hợp lý." Do lực tăng thượng của tâm ấy, vị ấy đạt đến tam-ma-địa. Đây gọi là *tâm tam-ma-địa*. Vị ấy khi đã thành tựu tâm tam-ma-địa rồi, vì để đoạn trừ pháp ác bất thiện đã sanh, nên khởi dục, *nói rộng cho đến*, vì để cho thiện pháp đã sanh được kiên trụ, *cho đến* trì tâm. Dục, hoặc cần, hoặc tín, hoặc khinh an, hoặc niệm, hoặc chánh tri, hoặc tư, hoặc xả mà vị ấy có, gọi đó là *thắng hành*.

Hợp thắng hành này và tâm tam-ma-địa đã nói trên, gọi chung là "tâm tam-ma-địa thắng hành thành tựu thần túc."

g. Lại có Bí-sô sanh khởi tâm thiện. Vị ấy nghĩ rằng: "Nay ta sanh khởi tâm thiện như vậy rất là hợp lý." Do lực tăng thượng của tâm ấy, vị ấy đạt đến tam-ma-địa. Đây gọi là *tâm tam-ma-địa*. Vị ấy khi đã thành tựu tâm tam-ma-địa rồi, vì để đoạn trừ pháp ác bất thiện đã sanh, nên khởi dục, *nói rộng cho đến*, vì để cho thiện pháp đã sanh được kiên trụ, *cho đến* trì tâm. Dục, hoặc cần, hoặc tín, hoặc khinh an, hoặc niệm, hoặc chánh tri, hoặc tư, hoặc xả mà vị ấy có, gọi đó là *thắng hành*.

Hợp thắng hành này và tâm tam-ma-địa đã nói trên, gọi chung là "tâm tam-ma-địa thắng hành thành tựu thần túc."

h. Lại có Bí-sô sanh khởi tâm thiện câu hành với vô tham, vô sân, vô si. Vị ấy nghĩ rằng: "Nay ta sanh khởi tâm thiện câu hành với vô tham, vô sân, vô si rất là hợp lý." Do lực tăng thượng của tâm ấy, vị ấy đạt đến tam-ma-địa. Đây gọi là *tâm tam-ma-địa*. Vị ấy khi đã thành tựu tâm tam-ma-địa rồi, vì để đoạn trừ pháp ác bất thiện đã sanh, nên khởi dục, *nói rộng cho đến*, vì để cho thiện pháp đã sanh được kiên trụ, *cho đến* trì tâm. Dục, hoặc cần, hoặc tín, hoặc khinh an, hoặc niệm, hoặc chánh tri, hoặc tư, hoặc xả mà vị ấy có, gọi đó là *thắng hành*.

Hợp thắng hành này và tâm tam-ma-địa đã nói trên, [474c01] gọi chung là "tâm tam-ma-địa thắng hành thành tựu thần túc."

i. Lại có Bí-sô sanh khởi tâm thiện lìa tham, sân, si. Vị ấy nghĩ rằng: "Nay ta sanh khởi tâm thiện lìa tham, sân, si rất là hợp lý." Do lực tăng thượng của tâm ấy, vị ấy đạt đến tam-ma-địa. Đây gọi là *tâm tam-ma-địa*. Vị ấy khi đã thành tựu tâm tam-ma-địa rồi, vì để đoạn trừ pháp ác bất thiện đã sanh, nên khởi dục, *nói rộng cho đến*, vì để cho thiện pháp đã sanh được kiên trụ, *cho đến* trì tâm. Dục, hoặc cần, hoặc tín, hoặc khinh an, hoặc niệm, hoặc chánh tri, hoặc tư, hoặc xả mà vị ấy có, gọi đó là *thắng hành*.

Hợp thắng hành này và tâm tam-ma-địa đã nói trên, gọi chung là "tâm tam-ma-địa thắng hành thành tựu thần túc."

Tất cả tâm tam-ma-địa đều khởi từ tâm, tập khởi bởi tâm, là chủng loại của tâm, được phát sanh bởi tâm, nên gọi là "tâm tam-ma-địa thắng hành thành tựu thần túc".

IV. *Quán định thần túc*

Quán tam-ma-địa thắng hành thành tựu thần túc.

Thế nào là *quán*, thế nào là *tam-ma-địa*, thế nào là *thắng*, thế nào thắng *hành*, để nói là *quán tam-ma-địa thắng hành thành tựu thần túc?*

a. Trong đây, *quán*: sự giản trạch các pháp được phát khởi bởi pháp thiện phát sanh y xuất gia, y viễn ly; sự giản trạch pháp ấy, cực giản trạch, tối cực giản trạch, hiểu rõ, hoàn toàn hiểu rõ, tiếp cận hiểu rõ, tâm cơ nhạy bén, thông suốt, thẩm sát, thông duệ, minh giác, tuệ hành, tì-bát-xá-na. Đây gọi là *quán*.[323]

Tam-ma-địa: trạng thái trụ, bình đẳng trụ, tiếp cận trụ, an trụ, không tán, không loạn, nhiếp trì, an chỉ, đẳng trì, tính chất tâm cảnh hiệp nhất của tâm, được phát khởi bởi tăng thượng của quán. Đây gọi là *tam-ma-địa*.

Thắng: Thánh đạo tám chi được phát khởi bởi tăng thượng của quán. Đây gọi là *thắng*.

Thắng hành: Bí-sô y chỉ quán quá khứ mà đắc tam-ma-địa, đây gọi là "quán tam-ma-địa". Vị ấy khi đã thành tựu quán tam-ma-địa; (a) vì để đoạn trừ pháp ác bất thiện đã sanh, nên khởi dục, *chi tiết cho đến:* (d) vì để cho thiện pháp đã sanh được kiên trụ, *cho đến*, trì tâm. Dục, hoặc cần, hoặc tín, hoặc khinh an, hoặc niệm, hoặc chánh tri, hoặc tư, hoặc xả mà vị ấy có, gọi đó là *thắng hành*.

Hợp thắng hành này và quán tam-ma-địa đã nói ở trên, gọi chung là "quán tam-ma-địa thắng hành thành tựu thần túc."

---

[323] 觀. **Skt.** *mīmāṃsā*: tư duy, quán sát, khảo sát vấn đề một cách sâu sắc, phát sinh từ động từ thể ước muốn (*desiderative*) của động từ căn √**man**: tư duy, *mīmāṃsate*, "nó ước muốn tư duy, quán sát. **Pāli:** *vīmaṃsā: vīmaṃsati*: nó cố gắng tư duy (PTS). *Vibhaṅga*, dẫn trên: *paññā pajānanā... amoho dhammavicayo sammādiṭṭhi – ayaṃ vuccati* "*vīmaṃsā*": huệ, tri ... vô si, trạch pháp, chánh kiến, đây gọi là quán.

Cũng như y chỉ quán quá khứ; cũng vậy, y chỉ quán vị lai, hiện tại, thiện, bất thiện, vô kí, quán trong dục giới hệ, sắc giới hệ, vô sắc giới hệ, quán của hữu học, vô học, phi hữu học phi vô học, quán thuộc kiến sở đoạn, tu sở đoạn, phi sở đoạn, *chi tiết cũng vậy.*

b. Lại có Bí-sô không trụ quán kỹ nơi các pháp thiện. Vị ấy nghĩ rằng: "Ta nay **[475a01]** không nên không trụ quán kỹ nơi các pháp thiện. Lý đáng, ta phải trụ quán sát kỹ nơi các pháp thiện." Do lực tăng thượng của quán ấy, vị ấy đạt đến tam-ma-địa. Đây gọi là "quán tam-ma-địa". Vị ấy khi đã thành tựu quán tam-ma-địa rồi, vì để đoạn trừ pháp ác bất thiện đã sanh, nên khởi dục, *nói rộng cho đến,* vì để cho thiện pháp đã sanh được kiên trụ, *cho đến* trì tâm. Dục, hoặc cần, hoặc tín, hoặc khinh an, hoặc niệm, hoặc chánh tri, hoặc tư, hoặc xả mà vị ấy có, gọi đó là *thắng hành.*

Hợp thắng hành này và quán tam-ma-địa đã nói ở trên, gọi chung là "quán tam-ma-địa thắng hành thành tựu thần túc".

c. Lại có Bí-sô sanh khởi quán ác. Vị ấy nghĩ rằng: "Nay ta không nên sanh khởi quán ác. Lý đáng, ta nên đoạn trừ quán ác, tu tập quán thiện." Do lực tăng thượng của quán ấy, vị ấy đạt đến tam-ma-địa. Đây gọi là "quán tam-ma-địa." Vị ấy khi đã thành tựu quán tam-ma-địa rồi, vì để đoạn trừ pháp ác bất thiện đã sanh, nên khởi dục, *nói rộng cho đến,* vì để cho thiện pháp đã sanh được kiên trụ, *cho đến* trì tâm. Dục, hoặc cần, hoặc tín, hoặc khinh an, hoặc niệm, hoặc chánh tri, hoặc tư, hoặc xả mà vị ấy có, gọi đó là *thắng hành.*

Hợp thắng hành này và quán tam-ma-địa đã nói trên, gọi chung là "quán tam-ma-địa thắng hành thành tựu thần túc".

d. Lại có Bí-sô sanh khởi quán ác câu hành với tham, sân, si. Vị ấy nghĩ rằng: "Nay ta không nên sanh khởi quán ác câu hành với tham, sân, si. Lẽ đúng ra, ta nên đoạn trừ quán ác câu hành với tham, sân, si; tu tập quán thiện câu hành với vô tham, vô sân, vô si." Do lực tăng thượng của quán ấy, vị ấy đạt đến tam-ma-địa. Đây gọi là "quán tam-ma-địa". Vị ấy khi đã thành tựu quán tam-ma-địa rồi, vì để đoạn trừ pháp ác bất thiện đã sanh, nên khởi dục, *nói rộng cho đến,* vì để cho thiện pháp đã sanh được kiên trụ, *cho đến* trì tâm. Dục, hoặc cần, hoặc tín, hoặc khinh an, hoặc niệm, hoặc chánh tri, hoặc tư, hoặc xả mà vị ấy có, gọi đó là *thắng hành*.

Hợp thắng hành này và quán tam-ma-địa đã nói trên, gọi chung là "quán tam-ma-địa thắng hành thành tựu thần túc".

e. Lại có Bí-sô sanh khởi quán ác không lìa tham, sân, si. Vị ấy nghĩ rằng: "Nay ta không nên sanh khởi quán ác không lìa tham, sân, si. Lẽ đúng ra, ta nên đoạn trừ quán ác không lìa tham, sân, si; tu tập quán thiện lìa tham sân si. Do lực tăng thượng của quán ấy, vị ấy đạt đến tam-ma-địa. Đây gọi là "quán tam-ma-địa". Vị ấy khi đã thành tựu quán tam-ma-địa rồi, vì để đoạn trừ pháp ác bất thiện đã sanh, nên khởi dục, *nói rộng cho đến*, [475b01] vì để cho thiện pháp đã sanh được kiên trụ, *cho đến* trì tâm. Dục, hoặc cần, hoặc tín, hoặc khinh an, hoặc niệm, hoặc chánh tri, hoặc tư, hoặc xả mà vị ấy có, gọi đó là *thắng hành.*

Hợp thắng hành này và quán tam-ma-địa đã nói trên, gọi chung là "quán tam-ma-địa thắng hành thành tựu thần túc".

f. Lại có Bí-sô, an trụ thẩm quán nơi các pháp thiện. Vị ấy nghĩ rằng: "Ta nay an trụ thẩm sát nơi các pháp thiện rất là hợp lý." Do lực tăng thượng của quán ấy, vị ấy đạt đến tam-ma-địa. Đây gọi là "quán tam-ma-địa". Vị ấy khi đã thành tựu quán tam-ma-địa rồi, vì để đoạn trừ pháp ác bất thiện đã sanh, nên khởi dục, *nói rộng cho đến*, vì để cho thiện pháp đã sanh được kiên trụ, *cho đến* trì tâm. Dục, hoặc cần, hoặc tín, hoặc khinh an, hoặc niệm, hoặc chánh tri, hoặc tư, hoặc xả mà vị ấy có, gọi đó là *thắng hành*.

Hợp thắng hành này và quán tam-ma-địa đã nói trên, gọi chung là "quán tam-ma-địa thắng hành thành tựu thần túc."

g. Lại có Bí-sô sanh khởi quán thiện. Vị ấy nghĩ rằng: "Nay ta sanh khởi quán thiện như vậy rất là hợp lý." Do lực tăng thượng của quán ấy, vị ấy đạt đến tam-ma-địa. Đây gọi là "quán tam-ma-địa". Vị ấy khi đã thành tựu quán tam-ma-địa rồi, vì để đoạn trừ pháp ác bất thiện đã sanh, nên khởi dục, *nói rộng cho đến*, vì để cho thiện pháp đã sanh được kiên trụ, *cho đến* trì tâm. Dục, hoặc cần, hoặc tín, hoặc khinh an, hoặc niệm, hoặc chánh tri, hoặc tư, hoặc xả mà vị ấy có, gọi đó là *thắng hành.*

Hợp thắng hành này và quán tam-ma-địa đã nói trên, gọi chung là "quán tam-ma-địa thắng hành thành tựu thần túc".

h. Lại có Bí-sô sanh khởi quán thiện câu hành với vô tham, vô sân, vô si. Vị ấy nghĩ rằng: "Nay ta sanh khởi quán thiện câu hành với vô tham, vô sân, vô si rất là hợp lý." Do lực tăng thượng của quán ấy, vị ấy đạt đến tam-ma-địa. Đây gọi là "quán tam-ma-địa. Vị ấy khi đã thành tựu quán tam-ma-địa rồi, vì để đoạn trừ pháp ác bất thiện đã sanh, nên khởi dục, *nói rộng cho đến*, vì để cho thiện pháp đã sanh được kiên trụ, *cho đến* trì tâm. Dục, hoặc cần, hoặc tín, hoặc khinh an, hoặc niệm, hoặc chánh tri, hoặc tư, hoặc xả mà vị ấy có, gọi đó là *thắng hành.*

Hợp thắng hành này và quán tam-ma-địa đã nói trên, gọi chung là "quán tam-ma-địa thắng hành thành tựu thần túc".

i. Lại có Bí-sô sanh khởi quán thiện lìa tham, sân, si. Vị ấy nghĩ rằng: "Nay ta sanh khởi quán thiện lìa tham, sân, si rất là hợp lý." Do lực tăng thượng của quán ấy, vị ấy đạt đến tam-ma-địa. Đây gọi là *quán tam-ma-địa*. Vị ấy khi đã thành tựu quán tam-ma-địa rồi, vì để đoạn trừ pháp ác bất thiện đã sanh, nên khởi dục, **[475c01]** *nói rộng cho đến*, vì để cho thiện pháp đã sanh được kiên trụ, *cho đến* trì tâm. Dục, hoặc cần, hoặc tín, hoặc khinh an, hoặc niệm, hoặc chánh tri, hoặc tư, hoặc xả mà vị ấy có, gọi đó là *thắng hành.*

Hợp thắng hành này và quán tam-ma-địa đã nói trên, gọi chung là "quán tam-ma-địa thắng hành thành tựu thần túc."

Tất cả tam-ma-địa đều khởi từ quán, tập khởi bởi quán, là chủng loại của quán, được phát sanh bởi quán, nên gọi là "quán tam-ma-địa thắng hành thành tựu thần túc".

V. *Kết nghĩa*

Vì sao bốn pháp này gọi là *thần túc?*

Trong đây, *thần*: những gì thuộc về thần, tính chất thần đã có, tính chất thần sẽ có, tính chất thần đang có.[324] Pháp đó tức là biến một thành nhiều, biến nhiều thành một; hoặc hiện hoặc ẩn; được biến hóa bởi trí kiến; thân đi qua các vật chướng cứng, dày như: tường, vách, đá mà không bị trở ngại, như đi trong hư không; hoặc từ trong lòng đất vọt lên, hoặc chìm vào trong đó, tự tại vô ngại, như thân ở dưới nước; hoặc dẫn nước chảy qua chỗ ngăn che dày cứng hoặc ở giữa hư không, như chảy qua đất trống; hoặc ngồi kiết già lướt đi trong hư không không bị ngăn ngại, như chim bay; hoặc duỗi tay sờ chạm đến mặt trời, mặt trăng, là những thứ có thần dụng lớn, có uy đức lớn, như chạm vào bình bát của mình, không có gì là khó, sờ chạm cho đến thế giới Phạm thiên, chuyển biến tự tại, diệu dụng khó lường. Thế nên gọi là *thần*.

Trong đây, *túc*: tinh cần tu tập pháp kia không gián không đoạn cho đến giai đoạn thành tựu, rồi y chỉ pháp đó mà khởi pháp kia, đó gọi là *túc*.[325]

Lại nữa, bốn thắng định này cũng gọi là *thần*, cũng gọi là *túc*, diệu dụng khó lường, là chỗ sở y cho thắng đức.

---

[324] *Câu-xá*, phẩm vii, Phân biệt Trí, tụng 48a, *ṛddhi*: √*ṛdh*, *ṛdhyati*: nó tăng trưởng, thành tựu như ý, toại nguyện. Pāli: *iddhi*, ngữ nguyên hiểu theo Skt. *Vibhaṅga*, dẫn trên: định nghĩa *iddhīti* với nhiều từ đồng nghĩa và cường điệu: *samiddhi*: sự thành công hoàn toàn, vinh quang, hoàn hảo (từ cường điệu của *iddhi*); *ijjhanā*: sự thành công (*ijjhati*: nó thành công), *samijjhanā*: hoàn toàn thành công (cường điệu của *ijjhanā*); *lābho*: thủ đắc; *paṭilābho*: thủ đắc, chiếm được; *patti*: đạt được; *sampatti* (cường điệu), *phusanā*: xúc, *sacchikiriyā*: tác chứng; *upasampadā*: cụ túc.

[325] *Câu-xá*, phẩm vi, Hiền Thánh, tụng 69b: các định là thần túc (*ṛddhipādāḥ samādhayaḥ*). Luận: "Vì do được đặt chân vững chắc trên đây mà tất cả phẩm tính được thành mãn. Một số luận sư nói: định là các thần diệu, túc (bàn chân) là dục, cần (tinh tấn), tâm, và quán."

Lại nữa, bốn thần túc này, quy ước theo khái niệm và ngôn ngữ tập quán,[326] mà giả lập danh từ "thần túc". Hằng sa Phật và đệ tử trong quá khứ đều có quy ước về tên gọi như vậy.

Lại nữa, sự thành tựu bởi thắng hành của bốn tam-ma-địa: dục, cần, tâm, quán, đã nói ở trên, gọi chung là thần túc.[327]

---

[326] 建立名想言說, **Skt.** *prajñapti, saṃjñā, vyavahāra*; xem cht. 177.

[327] Phân tích phức hợp từ. Trong đó, "thành tựu", **Skt.** *samavāgata*: được đi theo (bởi). Chưa có mà nay có, hay có rồi nhưng đã mất mà nay có lại, gọi là đắc (*prāpti*); đã có mà không mất, luôn luôn đi theo, gọi là thành tựu (*samanvāgata*); xem *Câu-xá*, phẩm ii, Phân biệt Căn, tụng 36. Phức hợp từ này có thể diễn thành cú pháp như sau: "Thần túc được thành tựu (luôn được đi theo) bởi thắng hành đạt được do tập trung chuyên nhất vào dục v.v..."

PHẨM 9: NIỆM TRỤ

A. KINH

Một thời, Bạc-già-phạm trụ trong vườn Cấp Cô Độc, rừng Thệ-đa, thành Thất-la-phiệt.

Bấy giờ, Đức Thế Tôn bảo chúng Bí-sô:

"Ta sẽ nói sơ lược về sự tu tập bốn pháp niệm trụ cho các ông.

Bí-sô an trú tuần quán thân nơi nội thân này, với đầy đủ chánh cần, chánh tri, chánh niệm, trừ bỏ tham ưu thế gian. An trụ tuần quán thân nơi ngoại thân, với đầy đủ chánh cần, chánh tri, chánh niệm, trừ bỏ tham ưu thế gian. [476a01] An trụ tuần quán thân nơi nội ngoại thân, với đầy đủ chánh cần, chánh tri, chánh niệm, trừ bỏ tham ưu thế gian. Ba tuần quán thọ, tâm, pháp, chi tiết cũng như vậy.

"Đó là bốn pháp niệm trụ, mà Bí-sô hiện tại đang tu tập; quá khứ, vị lai, tu tập bốn pháp niệm trụ, nên biết cũng như vậy."[328]

B. LUẬN

I. Thân niệm trụ

1. *Tuần quán nội thân*

Thế nào là "an trụ tuần quán thân nơi nội thân này,[329] với đầy đủ chánh cần, chánh tri, chánh niệm, trừ bỏ tham ưu thế gian"?

---

[328] *Tạp* 24, kinh số 610. Pāli, S. 47 2 *Satisuttaṃ* (2), v. 142.

[329] 循身觀. Pāli, *kāyānupassī*, vị tùy quán thân, quán sát theo dõi châu thân. Hán dịch *tuần quán*, hàm nghĩa "theo dõi quán sát châu thân tường

Nội thân:[330] tự thân, tồn tại trong chuỗi tương tục hiện tại, đã đắc mà chưa mất.

i. *Quán thân bất tịnh*

Tuần quán thân nơi nội thân này: Bí-sô tư duy quán sát bất cứ nơi nào trong nội thân này, từ chân đến đầu, thấy đầy dẫy các thứ bất tịnh, ô uế. Nghĩa là, trong thân này chỉ có các thứ tóc, lông, móng, răng, bụi, cáu,[331] da, thịt, gân, mạch, xương, tủy, xương đùi, thận, tim, phổi, gan, mật, ruột,[332] bao tử, mỡ,[333] chất béo,[334] não, mô, mủ, máu, mỡ bụng, nước mắt, mồ hôi, nước mũi, đàm, nước bọt, sanh tạng thục tạng,[335] phân, nước tiểu.[336] Khi tư duy tướng bất tịnh như vậy, sự giản trạch

---

tận." **Skt.** anu√*dṛś*: anupaśyin. Cf. *Vibhaṅga*, PTS. 193: *ajjhattaṃ kāye kāyānupassī viharati.*

[330] **Pāli:** *ajjhattaṃ kāye.*

[331] 塵垢. Các kinh Pāli và *Tạp A-hàm* không thấy yếu tố này. *Trung A-hàm 42* (tr. 690c14) nói 麤細膚 thô tế phu: da ngoài thô và tế, có lẽ chỉ biểu bì.

[332] *Trung A-hàm*, dẫn trên: đại tràng.

[333] 肪, phương.

[334] 膏, cao.

[335] 生熟二藏, các nhà nghiên cứu Phật kinh Hán phân vân về 2 bộ phận này. Đại khái, do một số Kinh mô tả thai nhi nằm bên dưới *sanh tạng*, bên trên *thục tạng*, nên một số vị đồng nhất với tiểu tràng và đại tràng. Nhưng trên đây đã liệt kê đại tràng, nên điều này vẫn còn hoài nghi. Tương đương Pāli có thể là (*a)āmāsaya* (sanh tạng), **Skt.** *āmāśraya*: bộ phận chứa thức ăn chưa được tiêu hóa (Monier-Williams), PTS đồng nhất với dạ dày (stomach); (b) *pakkāsaya* (thục tạng), **Skt.** *pakvāśaya, pakvādhāna*, bộ phận chứa thức ăn đã tiêu hóa, dạ dày.

[336] Một số từ liên hệ cơ thể học này, không thống nhất và khó đồng nhất trong các bản Hán dịch: *Trung, Tạp, Tì-bà-sa,* v.v... hiện không có nguyên Phạn ngữ để đối chiếu, nên mức độ chính xác chỉ tương đối. Các từ Pāli thống nhất trong các kinh điển được liệt kê trong *Vibhaṅga* như sau: *kesā lomā nakhā dantā taco maṃsaṃ nhāru aṭṭhi aṭṭhimiñjaṃ vakkaṃ hadayaṃ yakanaṃ kilomakaṃ pihakaṃ papphāsaṃ antaṃ antaguṇaṃ udariyaṃ karīsaṃ pittaṃ semhaṃ*

pháp được phát khởi: giản trạch, cực giản trạch, tối cực giản trạch, hiểu rõ, hoàn toàn hiểu rõ, tiếp cận hiểu rõ, tâm cơ nhạy bén, thông suốt, thẩm sát, thông duệ, minh giác, tuệ hành, tì-bát-xá-na, đó gọi là tuần quán nội thân,[337] cũng gọi là "thân niệm trụ."

Sự thành tựu quán này, hiện hành, tùy hành, biến tùy hành, động chuyển, giải hành, nên gọi là *trụ*.[338]

Vị quán hành đó phát cần tinh tấn, dũng kiện mãnh liệt, hăng hái khó ngăn, khích lệ ý chí không ngừng; ở đây lại cấp tốc, nhanh chóng, nhậm lẹ, gọi là *đầy đủ chánh cần*.

Vị quán hành đó phát khởi sự giản trạch pháp, *cho đến* tì-bát-xá-na; lại nữa, thắng tuệ được phát khởi bởi giản trạch này trở thành thượng phẩm, thượng thắng, thượng cực, viên mãn, cực viên mãn, gọi là *đầy đủ chánh tri*.

Vị quán hành đó đầy đủ niệm, tùy niệm, chuyên niệm, ức niệm, không quên không mất, không bỏ sót, không xao nhãng, tính chất của pháp không mất, tính ghi nhớ sáng rõ của tâm, nên gọi là *đầy đủ chánh niệm*.

---

pubbo lohitaṃ sedo medo assu vasā kheḷo siṅghāṇikā lasikā mutta'' *nti.* Anh dịch theo *Bhikkhu Ñāṇamoli*: "Head hairs, body hais, nails, teeth, skin, flesh, sinews, bones, bone marrows, kidney, heart, liver, midriff, spleen, lungs, bowels, entrails, gorge, dung, bile, phlegm, pus, blood, sweat, fat, tears, grease, spittle, snot, oil of the joints, and urine. *The Path of Purification* tr. 237.

[337] *Vibhaṅga*, PTS. 195: *anupassī. katamā anupassanā? yā paññā pajānanā vicayo pavicayo dhammavicayo sallakkhaṇā ...amoho dhammavicayo sammādiṭṭhi – ayaṃ vuccati 'anupassanā'.* thế nào là tùy quán? Những gì là trí, là tuệ, là giản trạch, cực giản trạch, trạch pháp, quán sát... vô si, trạch pháp, chánh kiến – đây gọi là 'tùy quán'.

[338] 住; Pāli, Skt. *Vihārati*: trú ngụ, an trú, sống với trạng thái. *Vibhaṅga*, 195: *iriyati vattati pāleti yāpeti carati viharati. tena vuccati " viharatī " ti*: nó di động, chuyển động, bảo hộ, duy trì, tồn tục, du hành, an trú – gọi là 'trú'.

Tham trong các cảnh dục: tham, đẳng tham, chấp tàng, phòng hộ, dính chặt, thích thú mê muội, đam mê, say đắm, nội tâm trói buộc, mong cầu, đắm đuối, tập khởi của khổ, đồng loại tham, sanh của tham, gọi chung là *tham*.³³⁹

Ưu của tâm phát khởi bởi xúc ưu thọ, thọ không bình đẳng,³⁴⁰ thuộc cảm thọ buồn rầu, gọi chung là *ưu*.³⁴¹

Vị quán hành đó khi tu quán mà đoạn trừ, biến tri hai pháp tham và ưu phát khởi bởi thế gian,³⁴² viễn ly, cực viễn ly, điều phục, cực điều phục, làm cho biến mất, tiêu diệt hai pháp ấy; do đó nói là trừ bỏ tham ưu thế gian.

ii. *Quán giới sai biệt*

Lại có Bí-sô, tư duy quán sát các giới sai biệt trong nội thân này. Nghĩa là trong thân đây chỉ có các giới khác nhau: địa giới, thủy giới, **[476b01]** hỏa giới, phong giới, không giới, thức giới. Khi tư duy tướng của các giới như vậy, sự giản trạch nơi pháp được phát khởi: giản trạch, *cho đến* tì-bát-xá-na. Đây gọi là tuần quán nội thân, cũng gọi là "thân niệm trụ."

Ý nghĩa *trụ, chánh cần, chánh tri, chánh niệm, trừ bỏ tham ưu thế gian*, đều nói như trên.

---

³³⁹ **Pāli:** *abhijjhā*, **Skt.** *abhidhyā*: tham lam, tham cầu, thèm khát. *Vibhaṅga*, dẫn trên: *yo rāgo sārāgo anunayo anurodho nandī nandirāgo cittassa sārāgo – ayaṃ vuccati abhijjhā*, những gì là tham, có tính chất của tham, tham lôi cuốn, tham thỏa mãn, hỉ, hỉ tham, tính tham nhiễm của tâm, đây gọi là *tham*.

³⁴⁰ 不平等受, **Skt.** *Viṣama-vedanā*: cảm thọ không quân bình.

³⁴¹ **Pāli:** *domanassaṃ*; **Skt.** *daurmanaṣya*: tâm ý không sảng khoái. *Vibhaṅga* 195: tâm không sảng khoái, tâm khổ, sự không sảng khoái phát sinh bởi tâm xúc, cảm thọ khổ. Đây gọi là ưu (*asātaṃ cetasikaṃ dukkhaṃ cetosamphassajaṃ asātaṃ dukkhaṃ vedayitaṃ idaṃ vuccati "domanassaṃ"...*).

³⁴² *Vibhaṅga*: "tự thân là thế gian, năm thủ uẩn cũng là thế gian."

iii. *Quán thân quá hoạn*

Lại có Bí-sô, tư duy quán sát các sự tai hại của nội thân này. Nghĩa là thân này, như bệnh, như ung nhọt, như trúng tên, bức não, sát hại, vô thường, khổ, không, phi ngã, chuyển động, mệt nhọc, suy yếu, là pháp hoại diệt, thay đổi nhanh chóng không ngừng, mục nát, không còn mãi, chẳng thể tin cậy, là pháp biến hoại. Khi tư duy sự tai hại của thân như vậy, sự giản trạch nơi pháp được phát khởi: giản trạch, *cho đến* tì-bát-xá-na. Đây gọi là tuần quán nội thân, cũng gọi là "thân niệm trụ."

Ý nghĩa *trụ, chánh cần, chánh tri, chánh niệm, trừ bỏ tham ưu thế gian*, đều nói như trên.

2. *Tuần quán ngoại thân*

Thế nào là "an trú tuần quán thân nơi ngoại thân, với đầy đủ chánh cần, chánh tri, chánh niệm, trừ bỏ tham ưu thế gian"?[343]

Ngoại thân: tự thân, trong chuỗi tương tục hiện tại, chưa đắc và đã mất, và bất cứ thân tướng nào của hữu tình khác.[344]

i. *Quán thân bất tịnh*

Tuần quán thân nơi ngoại thân kia: Bí-sô tư duy quán sát bất cứ nơi nào trong ngoại thân kia, từ chân đến đầu, thấy đầy dẫy các thứ bất tịnh, ô uế. Nghĩa là, trong thân kia chỉ có các thứ tóc, lông, móng, răng, *cho đến*, phân, nước tiểu. Khi tư duy tướng bất tịnh như vậy, sự giản trạch pháp được phát khởi: giản trạch, *cho đến* tì-bát-xá-na, đó gọi là tuần quán ngoại thân, cũng gọi là "thân niệm trụ".

Ý nghĩa *trụ, với đầy đủ chánh cần, chánh tri, chánh niệm, trừ bỏ tham ưu thế gian*, cũng được nói như trên.

---

[343] *Vibhaṅga*, ibid. *kathañca bhikkhu bahiddhā kāye kāyānupassī viharati?*

[344] Hai loại ngoại thân: (a) Chính tự thân, mà tự thể chưa xuất hiện, hay đã xuất hiện nhưng đã mất, tức tự thân sẽ có và đã có (nhưng đã mất), chính tự thân này cũng được xem như là ngoại thân. (b) Thân của các hữu tình khác, tức tha thân.

ii. *Quán giới sai biệt*

Lại có Bí-sô, tư duy quán sát các giới sai biệt trong ngoại thân kia. Nghĩa là trong thân ấy chỉ có các giới khác nhau: địa giới, thủy giới, hỏa giới, phong giới, không giới, thức giới. Khi tư duy tướng của các giới như vậy, sự giản trạch nơi pháp được phát khởi: giản trạch, *cho đến tì-bát-xá-na.* Đây gọi là tuần quán ngoại thân, cũng gọi là "thân niệm trụ."

Ý nghĩa *trụ, chánh cần, chánh tri, chánh niệm, trừ bỏ tham ưu thế gian*, đều nói như trên.

iii. *Quán thân quá hoạn*

Lại có Bí-sô, tư duy quán sát các sự tai hại của ngoại thân kia. Nghĩa là thân kia, như bệnh, như ung nhọt, *cho đến* là pháp biến hoại. Khi tư duy sự tai hại của thân như vậy, sự giản trạch nơi pháp được phát khởi: giản trạch, *cho đến tì-bát-xá-na.* Đây gọi là tuần quán ngoại thân, cũng gọi là "thân niệm trụ."

Ý nghĩa *trụ, chánh cần, chánh tri, chánh niệm, trừ bỏ tham ưu thế gian*, đều nói như trên.

3. *Tuần quán nội ngoại thân*

Thế nào là "an trú tuần quán thân nơi nội ngoại thân,[345] với đầy đủ chánh cần, chánh tri, chánh niệm, **[476c01]** trừ bỏ tham ưu thế gian?"

Nội thân: tự thân, tồn tại trong chuỗi tương tục hiện tại, đã đắc mà chưa mất. *Ngoại thân:* tự thân, trong chuỗi tương tục hiện tại, chưa đắc và đã mất, và bất cứ thân tướng nào của hữu tình khác. Tổng hợp cả hai, nói là "nội ngoại thân."

i. *Quán thân bất tịnh*

Tuần quán thân nơi nội ngoại thân: Bí-sô tổng hợp nội ngoại thân thành một tụ, tư duy quán sát từ chân đến đầu, bất cứ nơi nào, đều thấy đầy dẫy các thứ bất tịnh, ô uế. Nghĩa là, trong thân này chỉ có các thứ tóc, lông, móng, răng, *cho đến* phân, nước tiểu. Khi tư duy tướng

---

[345] *Vibhaṅga: ajjhattabahiddhā kāye kāyānupassī.*

bất tịnh như vậy, sự giản trạch pháp được phát khởi: giản trạch, *cho đến* tì-bát-xá-na, đó gọi là tuần quán nội ngoại thân, cũng gọi là "thân niệm trụ."

Ý nghĩa *trụ, với đầy đủ chánh cần, chánh tri, chánh niệm, trừ bỏ tham ưu thế gian*, cũng được nói như trên.

ii. *Quán giới sai biệt*

Lại có Bí-sô tổng hợp nội ngoại thân kia thành một tụ mà tư duy quán sát các giới sai biệt. Nghĩa là trong thân ấy chỉ có các giới khác nhau: địa giới, thủy giới, hỏa giới, phong giới, không giới, thức giới. Khi tư duy tướng của các giới như vậy, sự giản trạch nơi pháp được phát khởi: giản trạch, *cho đến* tì-bát-xá-na. Đây gọi là tuần quán nội ngoại thân, cũng gọi là "thân niệm trụ."

Ý nghĩa *trụ, chánh cần, chánh tri, chánh niệm, trừ bỏ tham ưu thế gian*, đều nói như trên.

iii. *Quán thân quá hoạn*

Lại có Bí-sô tổng hợp nội ngoại thân kia thành một tụ mà tư duy quán sát các sự tai hại. Nghĩa là thân này, như bệnh, như ung nhọt, *cho đến* là pháp biến hoại. Khi tư duy sự tai hại của thân như vậy, sự giản trạch nơi pháp được phát khởi: giản trạch, *cho đến* tì-bát-xá-na. Đây gọi là tuần quán nội ngoại thân, cũng gọi là "thân niệm trụ."

Ý nghĩa *trụ, chánh cần, chánh tri, chánh niệm, trừ bỏ tham ưu thế gian*, đều nói như trên.

II. Thọ niệm trụ

1. *Tuần quán nội thọ*

Thế nào là "an trú tuần quán thọ nơi nội thọ này, với đầy đủ chánh cần, chánh tri, chánh niệm, trừ bỏ tham ưu thế gian?"

Nội thọ: cảm thọ tự thân, trong dòng tương tục hiện tại, đã được mà chưa mất.

i. *Quán sát tướng nội thọ*

Tuần quán thọ nơi nội thọ này: Bí-sô tư duy quán sát các tướng của nội thọ nơi nội thọ này. Khi cảm thọ lạc, như thật biết "Ta cảm thọ lạc." Khi cảm thọ khổ, như thật biết "Ta cảm thọ khổ." Khi cảm thọ không khổ không lạc, như thật biết "Ta cảm thọ không khổ không lạc."

Khi cảm thọ thân thọ lạc, như thật biết "Ta cảm thọ thân thọ lạc." Khi cảm thọ thân thọ khổ, như thật biết "Ta cảm thọ thân thọ khổ." Khi cảm thọ thân thọ không khổ không lạc, như thật biết "Ta cảm thọ thân thọ không khổ không lạc."

Khi cảm thọ tâm thọ lạc, như thật biết "Ta cảm thọ [477a01] tâm thọ lạc." Khi cảm thọ tâm thọ khổ, như thật biết "Ta cảm thọ tâm thọ khổ." Khi cảm thọ tâm thọ không khổ không lạc, như thật biết "Ta cảm thọ tâm thọ không khổ không lạc."

Khi cảm thọ lạc thọ có vị,[346] như thật biết "Ta cảm thọ lạc thọ có vị." Khi cảm thọ khổ thọ có vị, như thật biết "Ta cảm thọ khổ thọ có vị." Khi cảm thọ không khổ không lạc thọ có vị, như thật biết "Ta cảm thọ không khổ không lạc thọ có vị."

Khi cảm thọ lạc thọ vô vị,[347] như thật biết "Ta cảm thọ lạc thọ vô vị." Khi cảm thọ khổ thọ vô vị, như thật biết "Ta cảm thọ khổ thọ vô vị." Khi cảm thọ không khổ không lạc thọ vô vị, như thật biết "Ta cảm thọ không khổ không lạc thọ vô vị."

Khi cảm thọ với cảm thọ nghiện lạc,[348] như thật biết "Ta cảm thọ với

---

[346] 樂有味受, *Vibhaṅga: sāmisaṃ sukhaṃ vedanaṃ,* lạc thọ có vị ngọt. *Tì-bà-sa 190,* tr. 949c21: "Vị trong đây là vị của ái, vì tính chất kết dính của nó. Nếu thọ làm chỗ đặt chân của vị này, nói là *thọ có vị.*"

[347] 無味受. *Tì-bà-sa,* dẫn trên: "Nếu thọ không làm chỗ đặt chân của ái hoặc của tất cả phiền não, nói là *thọ vô vị.*"

[348] 樂耽嗜依受: cảm thọ lạc đã thành một thứ nghiện. *Vibhaṅga* không nói đến loại cảm thọ này. *Tì-bà-sa,* dẫn trên: "*đam thị* (say nghiện) chỉ cho tất cả phiền não vì tính chấp trước của nó. Nếu thọ làm chỗ đặt chân của nó, nói là *thọ y chỉ đam thị.*"

cảm thọ nghiện lạc. Khi cảm thọ với cảm thọ nghiện khổ,[349] như thật biết "Ta cảm thọ với cảm thọ nghiện khổ." Khi cảm thọ với cảm thọ nghiện không khổ không lạc, như thật biết "Ta cảm thọ với cảm thọ nghiện không khổ không lạc."

Khi cảm thọ với cảm thọ lạc y chỉ xuất ly,[350] như thật biết "Ta cảm thọ với cảm thọ lạc y chỉ xuất ly." Khi cảm thọ với cảm thọ khổ y chỉ xuất ly,[351] như thật biết "Ta cảm thọ với cảm thọ khổ y chỉ xuất ly." Khi cảm thọ với cảm thọ không khổ không lạc y chỉ xuất ly, như thật biết "Ta cảm thọ với cảm thọ không khổ không lạc y chỉ xuất ly."

Khi tư duy tướng nội thọ như vậy, sự giản trạch pháp được phát khởi: giản trạch, cực giản trạch, *cho đến* tì-bát-xá-na. Đây gọi là tuần quán nội thọ, cũng gọi là "thọ niệm trụ."

Sự thành tựu quán này, hiện hành, tùy hành, biến tùy hành, động chuyển, giải hành, nên gọi là *trụ*.

Vị quán hành đó phát cần tinh tấn, *cho đến* nhanh chóng, nhậm lẹ, gọi là *đầy đủ chánh cần*.

Vị quán hành đó phát khởi sự giản trạch pháp, *cho đến* viên mãn, cực viên mãn, gọi là *đầy đủ chánh tri*.

Vị quán hành đó đầy đủ niệm, tùy niệm, *cho đến* tính ghi nhớ sáng rõ của tâm, nên gọi là *đầy đủ chánh niệm*.

Tham trong các cảnh dục: tham, đẳng tham, *cho đến* sanh của tham, gọi chung là *tham*.

---

[349] 苦耽嗜依受. *Tì-bà-sa*, dẫn trên, tr. 50a19: "Khổ tuy là hữu lậu, nhưng có một ít tính chất y chỉ xuất ly; tức là cảm thọ này có tính chất trái nghịch phiền não, và không bị xen trộn phiền não. Thuyết khác nói, khổ thọ tuy hữu lậu những có khả năng dẫn phát vô lậu tùy thuận y chỉ xuất ly theo thắng nghĩa."

[350] *Tì-bà-sa*, dẫn trên: "Nếu thọ không làm chỗ đặt chân của ái hoặc của hết thảy phiền não, nói là *thọ y chỉ xuất ly*." *Tì-bà-sa 1*, tr. 6b21: "Xả bỏ có vị mà được vô vị; xả bỏ đam thị mà được xuất ly y."

[351] 苦出離依受, cảm giác khi xuất ly một trạng thái.

Ưu của tâm phát khởi bởi xúc ưu thọ, thọ không bình đẳng,[352] thuộc cảm thọ buồn rầu, gọi chung là *ưu*.

Vị quán hành đó khi tu quán mà đoạn trừ, biến tri hai pháp tham và ưu phát khởi bởi thế gian, viễn ly, cực viễn ly, điều phục, cực điều phục, làm cho biến mất, tiêu diệt hai pháp ấy; do đó nói là trừ bỏ tham ưu thế gian.

ii. *Quán nội thọ quá hoạn*

Lại có Bí-sô, tư duy quán sát các sự tai hại của nội thọ này. Nghĩa là thọ này, như bệnh, như ung nhọt, *cho đến* là pháp biến hoại. Khi tư duy tai hại của thọ như vậy, sự giản trạch nơi pháp được phát khởi: giản trạch, *cho đến* tì-bát-xá-na. Đây gọi là tuần quán nội thọ, cũng gọi là "thọ niệm trụ." **[477b01]**

Ý nghĩa *trụ, chánh cần, chánh tri, chánh niệm, trừ bỏ tham ưu thế gian*, đều nói như trên.

2. *Tuần quán ngoại thọ*

Thế nào là "an trú tuần quán thọ nơi ngoại thọ, với đầy đủ chánh cần, chánh tri, chánh niệm, trừ bỏ tham ưu thế gian?"

Ngoại thọ: cảm thọ tự thân, trong chuỗi tương tục hiện tại, chưa đắc và đã mất, và bất cứ thọ nào của hữu tình khác.

i. *Quán sát tướng ngoại thọ*

Tuần quán thọ nơi ngoại thọ kia: Bí-sô tư duy quán sát các tướng của ngoại thọ nơi các cảm thọ của người khác. Khi cảm thọ lạc thọ, như thật biết "Ta cảm thọ lạc thọ." Khi cảm thọ khổ thọ, như thật biết "Ta cảm thọ khổ thọ." Khi cảm thọ không khổ không lạc thọ, như thật biết "Ta cảm thọ không khổ không lạc thọ."

... chi tiết cho đến

Khi cảm thọ với cảm thọ lạc y chỉ xuất ly, như thật biết "Ta cảm thọ với cảm thọ lạc y chỉ xuất ly." Khi cảm thọ với cảm thọ khổ y chỉ xuất ly, như thật biết "Ta cảm thọ với cảm thọ khổ y chỉ xuất ly." Khi cảm thọ

---

[352] Xem cht. 340.

với cảm thọ không khổ không lạc y chỉ xuất ly, như thật biết "Ta cảm thọ với cảm thọ không khổ không lạc y chỉ xuất ly."

Khi tư duy tướng ngoại thọ như vậy, sự giản trạch pháp được phát khởi: giản trạch, cực giản trạch, *cho đến* tì-bát-xá-na. Đây gọi là tuần quán ngoại thọ, cũng gọi là "thọ niệm trụ."

Ý nghĩa *trụ, chánh cần, chánh tri, chánh niệm, trừ bỏ tham ưu thế gian*, đều nói như trên.

ii. *Quán ngoại thọ quá hoạn*

Lại có Bí-sô, tư duy quán sát các sự tai hại của ngoại thọ này. Nghĩa là thọ này, như bệnh, như ung nhọt, *cho đến* là pháp biến hoại. Khi tư duy sự tai hại của thọ như vậy, sự giản trạch nơi pháp được phát khởi: giản trạch, *cho đến* tì-bát-xá-na. Đây gọi là tuần quán ngoại thọ, cũng gọi là "thọ niệm trụ."

Ý nghĩa *trụ, chánh cần, chánh tri, chánh niệm, trừ bỏ tham ưu thế gian*, đều nói như trên.

3. *Tuần quán nội ngoại thọ*

Thế nào là "an trú tuần quán thọ nơi nội ngoại thọ, với đầy đủ chánh cần, chánh tri, chánh niệm, trừ bỏ tham ưu thế gian?"

Nội thọ: cảm thọ tự thân, trong chuỗi tương tục hiện tại, đã đắc mà chưa mất. *Ngoại thọ*: cảm thọ tự thân, trong chuỗi tương tục hiện tại, chưa đắc và đã mất, và bất cứ các thọ nào của hữu tình khác. Tổng hợp cả hai, nói là "nội ngoại thọ."

i. *Quán sát tướng nội ngoại thọ*

Tuần quán thọ nơi nội ngoại thọ: Bí-sô tổng hợp nội ngoại thọ thành một tụ, tư duy quán sát.

Tuần quán thọ nơi nội ngoại thọ: Bí-sô tổng hợp tự thọ, tha thọ thành một tụ, tư duy quán sát các tướng của cảm thọ tự thân và cảm thọ tha thân. Khi cảm thọ lạc thọ, như thật biết "Ta cảm thọ lạc thọ." Khi cảm thọ khổ thọ, như thật biết "Ta cảm thọ khổ thọ." Khi cảm thọ không khổ không lạc thọ, như thật biết "Ta cảm thọ không khổ không lạc thọ."

... chi tiết cho đến

Khi cảm thọ với cảm thọ lạc y chỉ xuất ly, như thật biết "Ta cảm thọ với cảm thọ lạc y chỉ xuất ly." Khi cảm thọ với cảm thọ khổ y chỉ xuất ly, như thật biết "Ta cảm thọ với cảm thọ khổ y chỉ xuất ly." Khi cảm thọ với cảm thọ không khổ không lạc y chỉ xuất ly, **[477c01]** như thật biết "Ta cảm thọ với cảm thọ không khổ không lạc y chỉ xuất ly."

Khi tư duy các tướng nội ngoại thọ như vậy, sự giản trạch pháp được phát khởi: giản trạch, cực giản trạch, *cho đến* tì-bát-xá-na. Đây là tuần quán nội ngoại thọ, cũng gọi là "thọ niệm trụ."

Ý nghĩa *trụ, chánh cần, chánh tri, chánh niệm, trừ bỏ tham ưu thế gian*, đều nói như trên.

ii. *Quán nội ngoại thọ quá hoạn*

Lại có Bí-sô, tổng hợp tự thọ, tha thọ thành một tụ, tư duy quán sát các sự tai hại của thọ. Nghĩa là thọ đây kia như bệnh, như ung nhọt, *cho đến* là pháp biến hoại. Khi tư duy sự tai hại của thọ như vậy, sự giản trạch nơi pháp được phát khởi: giản trạch, *cho đến* tì-bát-xá-na. Đây gọi là tuần quán nội ngoại thọ, cũng gọi là "thọ niệm trụ."

Ý nghĩa *trụ, chánh cần, chánh tri, chánh niệm, trừ bỏ tham ưu thế gian*, đều nói như trên.

III. Tâm niệm trụ

1. *Tuần quán nội tâm*

Thế nào là "an trụ tuần quán tâm nơi nội tâm này,[353] với đầy đủ chánh cần, chánh tri, chánh niệm, trừ bỏ tham ưu thế gian?"

Nội tâm: tự tâm, trong chuỗi tương tục hiện tại, đã đắc mà chưa mất.

i. *Quán sát tướng nội tâm*

Tuần quán tâm nơi nội tâm này: Bí-sô tư duy quán sát các tướng của nội tâm nơi nội tâm này: bên trong, tâm có tham,[354] như thật biết

---

[353] *Vibhaṅga*, PTS. 198: *ajjhattaṃ citte cittānupassī viharati.*

[354] 有貪. **Skt.** *sarāga*, hữu tham = câu hữu tham. Xem *Câu-xá* phẩm vii, Phân biệt Trí, tụng 11d, phụ luận. Tản mạn trong nhiều Kinh. *Trung*

trong tâm có tham; bên trong, tâm ly tham, như thật biết trong tâm ly tham; bên trong, tâm có sân, như thật biết trong tâm có sân; bên trong, tâm ly sân, như thật biết trong tâm ly sân; bên trong, tâm có si, như thật biết trong tâm có si; bên trong, tâm ly si, như thật biết trong tâm ly si; bên trong, tâm tụ,[355] như thật biết trong tâm tụ; bên trong, tâm tán,[356] như thật biết trong tâm tán; bên trong, tâm trầm,[357] như thật biết trong tâm trầm; bên trong, tâm sách tấn,[358] như thật biết trong tâm sách tấn; bên trong, tâm tiểu,[359] như thật biết trong tâm tiểu; bên trong, tâm đại hành,[360] như thật biết trong tâm đại hành; bên trong, tâm trạo cử,[361] như thật biết trong tâm trạo cử; bên trong, tâm không trạo cử, như thật biết trong tâm không trạo cử; bên trong, tâm không tĩnh,[362] như thật biết trong tâm không tĩnh; bên trong, tâm tĩnh, như thật biết trong tâm tĩnh; bên trong, tâm không định,[363] như thật biết trong tâm không định; bên trong, tâm định, như thật biết trong tâm định; bên trong, tâm không tu,[364] như thật biết trong tâm không tu;

19, kinh số 80 "Ca-si-na", tr. 553b17; *Trung 24*, Kinh 98 "Niệm xứ" tr.584a06; Pāli M.10 *Mahāsatipaṭṭhānasutta*, PTS.i.60: *idha bhikkhave bhikkhu sarāgaṃ vā cittaṃ sarāgaṃ cittaṃ pajānati...*

[355] 聚心. **Skt.** *saṃkṣipta-citta*: tâm thiện, hội tụ trên sở duyên. **Pāli:** *saṃkhittaṃ cittaṃ*.

[356] 散心. **Skt.** *vikṣipta-citta*: nhiễm ô, vì nối kết với sự khuếch tán. **Pāli:** *vikkhittaṃ cittaṃ*.

[357] 沈心. **Skt.** *līna-citta*: "tâm chìm", trì trệ, trầm cảm; tâm nhiễm ô, vì tương ưng với giải đãi (biếng nhác).

[358] 策心. **Skt.** *pragṛhīta-citta*, "tâm được kéo lên/ được nâng cao"; tâm thiện, vì tương ưng với tinh cần (siêng năng).

[359] 小心. **Skt.** *parītta-citta*, tâm hạn hẹp, hạn cuộc, nhỏ hẹp; tâm nhiễm ô, vì được tập hành bởi những người chỉ có chút ít bạch tịnh. *Vibhaṅga*: *amahaggataṃ-cittaṃ*, tâm không lớn.

[360] 大心. **Skt.** *mahadgatam*: trái với tâm trước. **Pāli:** *mahaggataṃ cittaṃ*.

[361] 掉心. **Skt.** *Uddhata*: trạo động, bốc cao, như bụi.

[362] 不靜心. **Skt.** *avyupaśānta-citta*: tâm không an tĩnh.

[363] 不定心.**Skt.** *asamāhita*: phi đẳng dẫn, không tập trung; tâm nhiễm ô, vì tương ưng với tán loạn.

[364] 不脩心. **Skt.** *abhāvita-citta*: tâm không tu, không được phát triển.

bên trong, tâm tu, như thật biết trong tâm tu; bên trong, tâm không giải thoát,[365] như thật biết trong tâm không giải thoát; bên trong, tâm giải thoát, như thật biết trong tâm giải thoát.

Khi tư duy [478a01] tướng nội tâm như vậy, sự giản trạch pháp được phát khởi: giản trạch, *cho đến* tì-bát-xá-na. Đây gọi là tuần quán nội tâm, cũng gọi là "tâm niệm trụ."

Sự thành tựu quán này, hiện hành, tùy hành, biến tùy hành, động chuyển, giải hành, nên gọi là *trụ*.

Vị quán hành đó phát cần tinh tấn, *cho đến* nhanh chóng, nhậm lẹ, gọi là *đầy đủ chánh cần*.

Vị quán hành đó phát khởi sự giản trạch pháp, *cho đến* viên mãn, cực viên mãn, gọi là *đầy đủ chánh tri*.

Vị quán hành đó đầy đủ niệm, tùy niệm, *cho đến* tính ghi nhớ sáng rõ của tâm, nên gọi là *đầy đủ chánh niệm*.

Tham trong các cảnh dục: tham, đẳng tham, *cho đến* sanh của tham, gọi chung là *tham*.

Ưu của tâm phát khởi bởi xúc dẫn đến ưu thọ, ưu, khởi tâm ưu buồn, thọ không bình đẳng, thuộc cảm thọ buồn rầu, gọi chung là *ưu*.

Vị quán hành đó khi tu quán mà đoạn trừ, biến tri hai pháp tham và ưu phát khởi bởi thế gian, viễn ly, cực viễn ly, điều phục, cực điều phục, làm cho biến mất, tiêu diệt hai pháp ấy; do đó gọi là *trừ bỏ tham ưu thế gian*.

ii. *Quán nội tâm quá hoạn*

Lại có Bí-sô, tư duy quán sát các sự tai hại của các tâm bên trong này. Nghĩa là tâm này, như bệnh, như ung nhọt, *cho đến* là pháp biến hoại. Khi tư duy sự tai hại của tâm như vậy, sự giản trạch nơi pháp được phát khởi: giản trạch, *cho đến* tì-bát-xá-na. Đây gọi là tuần quán nội tâm, cũng gọi là "tâm niệm trụ."

---

[365] 不解脫心. Skt. *avimukta-citta*.

Ý nghĩa *trụ, chánh cần, chánh tri, chánh niệm, trừ bỏ tham ưu thế gian*, đều nói như trên.

2. *Tuần quán ngoại tâm*

Thế nào là "an trụ tuần quán tâm nơi ngoại tâm kia, với đầy đủ chánh cần, chánh tri, chánh niệm, trừ bỏ tham ưu thế gian?"

Ngoại tâm: tự tâm, trong chuỗi tương tục hiện tại, chưa đắc và đã mất, và bất cứ các tâm nào của hữu tình khác.

i. *Quán sát tướng ngoại tâm*

Tuần quán tâm nơi ngoại tâm kia: Bí-sô tư duy quán sát các tướng của ngoại tâm nơi ngoại tâm kia: bên ngoài, tâm có tham, như thật biết bên ngoài tâm có tham; *cho đến* bên ngoài tâm giải thoát, như thật biết ngoài ấy tâm giải thoát.

Khi tư duy tướng ngoại tâm như vậy, sự giản trạch pháp được phát khởi: giản trạch, *cho đến* tì-bát-xá-na. Đây là tuần quán ngoại tâm, cũng gọi là "tâm niệm trụ."

Ý nghĩa *trụ, chánh cần, chánh tri, chánh niệm, trừ bỏ tham ưu thế gian*, đều nói như trên.

ii. *Quán ngoại tâm quá hoạn*

Lại có Bí-sô, tư duy quán sát các sự tai hại của các tâm bên ngoài kia. Nghĩa là tâm này, như bệnh, như ung nhọt, *cho đến* là pháp biến hoại. Khi tư duy sự tai hại của tâm như vậy, sự giản trạch nơi pháp được phát khởi: giản trạch, *cho đến* tì-bát-xá-na. Đây gọi là tuần quán ngoại tâm, cũng gọi là "tâm niệm trụ."

Ý nghĩa *trụ, chánh cần, chánh tri, chánh niệm, trừ bỏ tham ưu thế gian*, đều nói như trên.

3. *Tuần quán nội ngoại tâm*

Thế nào là "an trú tuần quán tâm nơi nội ngoại tâm kia, với đầy đủ chánh cần, chánh tri, chánh niệm, trừ bỏ tham ưu thế gian?"

Nội tâm: tự tâm, trong chuỗi tương tục hiện tại, đã đắc mà chưa mất. *Ngoại tâm*: tự tâm, trong chuỗi tương tục hiện tại, chưa đắc và đã mất, và bất cứ các tâm nào của hữu tình khác. Tổng hợp cả hai tâm này, nói là nội ngoại tâm.

i. *Quán sát tướng nội ngoại tâm*

Tuần quán nội ngoại tâm: Bí-sô tổng hợp tự tâm, tha tâm thành một tụ, tư duy quán sát các tướng của tự tâm, tha tâm: nơi ấy, tâm có tham, như thật biết tâm có tham; *cho đến* nơi ấy, tâm giải thoát, như thật biết tâm giải thoát.

Khi tư duy tướng của các tâm như vậy, sự giản trạch pháp được phát khởi: giản trạch, *cho đến* tì-bát-xá-na. Đây là tuần quán nội ngoại tâm, cũng gọi là "tâm niệm trụ."

Ý nghĩa *trụ, chánh cần, chánh tri, chánh niệm, trừ bỏ tham ưu thế gian*, đều nói như trên.

ii. *Quán nội ngoại tâm quá hoạn*

Lại có Bí-sô tổng hợp tự tâm, tha tâm thành một tụ, tư duy quán sát các sự tai hại. Nghĩa là tâm này tâm kia, như bệnh, như ung nhọt, *cho đến* là pháp biến hoại. Khi tư duy sự tai hại của tâm như vậy, sự giản trạch nơi pháp được phát khởi: giản trạch, *cho đến* tì-bát-xá-na. Đây gọi là tuần quán nội ngoại tâm, cũng gọi là "tâm niệm trụ."

Ý nghĩa *trụ, chánh cần, chánh tri, chánh niệm, trừ bỏ tham ưu thế gian*, đều nói như trên.[366]

IV. Pháp niệm trụ

1. *Tuần quán nội pháp*

[478b24] Thế nào là "an trú tuần quán pháp nơi nội pháp này, với đầy đủ chánh cần, chánh tri, chánh niệm, trừ bỏ tham ưu thế gian?"

Nội pháp: Tưởng uẩn và hành uẩn tự nội, trong dòng tương tục hiện tại, đã đắc mà chưa mất.

---

[366] Bản Hán hết quyển 5.

i. *Quán sát nội ngũ cái pháp*

Tuần quán pháp nơi nội pháp này: Bí-sô ở nơi pháp ngũ cái bên trong mà tư duy quán sát các tướng của nội pháp: Ở trong có tham dục cái, như thật biết "Trong ta có tham dục cái;"³⁶⁷ ở trong không có tham dục cái, như thật biết "Trong ta không có tham dục cái." Lại như thật biết tham [478c01] dục cái bên trong chưa sanh nay sanh, đã sanh liền đoạn, đoạn rồi về sau không sanh lại.

Khi tư duy quán sát nội pháp này như vậy, sự giản trạch pháp được phát khởi: giản trạch, cực giản trạch, *cho đến* tì-bát-xá-na. Đây là tuần quán nội pháp, cũng gọi là "pháp niệm trụ."

Sự thành tựu quán này, hiện hành, tùy hành, biến tùy hành, động chuyển, giải hành, nên gọi là *trụ.*

Vị quán hành đó phát cần tinh tấn, *cho đến* nhanh chóng, nhậm lẹ, gọi là *đầy đủ chánh cần.*

Vị quán hành đó phát khởi sự giản trạch pháp, *cho đến* viên mãn, cực viên mãn, gọi là *đầy đủ chánh tri.*

Vị quán hành đó đầy đủ niệm, tùy niệm, *cho đến* tính ghi nhớ sáng rõ của tâm, nên gọi là *đầy đủ chánh niệm.*

Tham trong các cảnh dục: tham, đẳng tham, *cho đến* sanh của tham, gọi chung là *tham.*

Ưu của tâm phát khởi bởi xúc dẫn đến ưu thọ, ưu, khởi tâm ưu buồn, thọ không bình đẳng, thuộc cảm thọ buồn rầu, gọi chung là *ưu.*

Vị quán hành đó khi tu quán mà đoạn trừ, biến tri hai pháp tham và ưu phát khởi bởi thế gian, viễn ly, cực viễn ly, điều phục, cực điều phục, làm cho biến mất, tiêu diệt hai pháp ấy; do đó nói *trừ bỏ tham ưu thế gian.*

---

³⁶⁷ *Vibhaṅga: bhikkhu santaṃ vā ajjhattaṃ kāmacchandaṃ "atthi me ajjhattaṃ kāmacchando" ti pajānāti,* Bí-sô có tham dục cái bên trong, như thật biết ta có tham dục cái bên trong.

Như nói nội tham dục cái; nội sân khuể cái, hôn trầm thuỳ miên cái, trạo cử ố tác cái, nghi cái,[368] cũng được nói như vậy.

ii. *Quán sát nội sáu kết pháp*

Lại có Bí-sô ở nơi pháp sáu kết bên trong mà tư duy quán sát các tướng của nội pháp: ở nơi có nội nhãn kết,[369] như thật biết "Ta có nội nhãn kết," ở nơi không có nội nhãn kết, như thật biết "Ta không có nội nhãn kết." Lại như thật biết nội nhãn kết đây chưa sanh nay sanh, đã sanh liền đoạn, đoạn rồi về sau không thể sanh lại.

Khi tư duy tướng nội pháp như vậy, sự giản trạch pháp được phát khởi: giản trạch, cực giản trạch, *cho đến* tì-bát-xá-na. Đây là tuần quán nội pháp, cũng gọi là "pháp niệm trụ."

Ý nghĩa *trụ, chánh cần, chánh tri, chánh niệm, trừ bỏ tham ưu thế gian*, đều nói như trên.

Như nói về nội nhãn kết; nội nhĩ, tỷ, thiệt, thân, ý kết, cũng được nói như vậy.

iii. *Quán sát bảy giác chi*

Lại có Bí-sô ở nơi bảy giác chi bên trong mà tư duy quán sát các tướng của nội pháp: ở nơi có niệm giác chi bên trong, như thật biết "Ta có niệm giác chi bên trong," ở nơi không có niệm giác chi bên trong, như thật biết "Ta không có niệm giác chi bên trong;" lại như thật biết

---

[368] *Vibhaṅga: santaṃ vā ajjhattaṃ byāpādaṃ, thinamiddhaṃ, uddhaccakukkuccaṃ, vicikicchaṃ...*

[369] 内眼結. *Tì-bà-sa 46*, tr. 237c15: Tôn giả Chấp Đại Tàng (*Mahākauṣṭhila*, Ma-ha Câu-si-la) hỏi Tôn giả Xá-lợi-phất, "Nhãn kết buộc sắc hay sắc kết buộc nhãn?" Đáp: "Nhãn không kết buộc sắc; sắc không kết buộc nhãn. Cái kết buộc là dục tham. Như con bò trắng và con bò đen buộc chung một sợi dây. Con trắng không buộc con đen, con đen không buộc con trắng; mà cái kết buộc là sợi dây." op.cit tr. 951c14: "*Có nội nhãn kết, đây căn cứ bên trong tương tục mà luận chứ không căn cứ trong xứ. Nói có (hữu) là nói bên trong dòng tương tục nhãn kết có khả năng hiện hành.*" *Kết (saṃyojana)*", chỉ sự ràng buộc của phiền não. *Vibhaṅga* không nói đến sáu kết nội và ngoại.

niệm giác chi bên trong chưa sanh nay sanh, đã sanh được kiên trụ, không quên, phát triển, tu tập viên mãn, tăng trưởng bội phần quảng đại, bằng trí tuệ mà tác chứng.

Khi tư duy tướng của nội pháp như vậy, sự giản trạch pháp được phát khởi: giản trạch, cực giản trạch, *cho đến* tì-bát-xá-na. Đây là tuần quán nội pháp, cũng gọi là "pháp niệm trụ."

Ý nghĩa *trụ, chánh cần, chánh tri, chánh niệm, loại trừ tham ưu thế gian*, đều nói như trên.

Như nói nội niệm giác chi, sáu nội giác chi khác cũng nói như vậy.

iv. *Quán sát uẩn quá hoạn*

Lại có [479a01] Bí-sô, ở nơi tưởng uẩn, hành uẩn bên trong đã được nói, tư duy quán sát các sự tai hại của nó. Nghĩa là pháp này, *như bệnh, như ung nhọt... chi tiết cho đến* là pháp biến hoại.

Khi tư duy sự tai hại của pháp như vậy, sự giản trạch pháp được phát khởi: giản trạch, cực giản trạch, *cho đến* tì-bát-xá-na. Đây là tuần quán nội pháp, cũng gọi là "pháp niệm trụ."

Ý nghĩa *trụ, chánh cần, chánh tri, chánh niệm, trừ bỏ tham ưu thế gian*, đều nói như trên.

2. *Tuần quán ngoại pháp*

Thế nào là "an trú tuần quán pháp nơi ngoại pháp này, với đầy đủ chánh cần, chánh tri, chánh niệm, trừ bỏ tham ưu thế gian?"

Ngoại pháp: Tưởng uẩn và hành uẩn tự nội, trong dòng tương tục hiện tại, chưa được và đã mất, và tưởng uẩn, hành uẩn của hữu tình khác.

i. *Quán sát ngoại ngũ cái pháp*

Tuần quán pháp nơi ngoại pháp kia: Bí-sô ở nơi pháp ngũ cái của người khác mà tư duy quán sát các tướng của ngoại pháp: Ngoài kia có tham dục cái, như thật biết "Ngoài kia có tham dục cái;" ngoài kia không có tham dục cái, như thật biết "Ngoài kia không có tham dục cái." Lại như thật biết tham dục cái ngoài kia chưa sanh nay sanh, đã sanh liền đoạn, đoạn rồi về sau không sanh lại.

Khi tư duy quán sát ngoại pháp này như vậy, sự giản trạch pháp được phát khởi: giản trạch, cực giản trạch, *cho đến tì-bát-xá-na*. Đây gọi là tuần quán ngoại pháp, cũng gọi là "pháp niệm trụ."

Ý nghĩa *trụ, chánh cần, chánh tri, chánh niệm, trừ bỏ tham ưu thế gian*, đều nói như trên.

Như nói ngoại tham dục cái; bốn ngoại cái kia cũng được nói như vậy.

ii. *Quán sát sáu kết pháp bên ngoài*

Lại có Bí-sô ở nơi pháp sáu kết của người khác mà tư duy quán sát các tướng của ngoại pháp: ngoài kia có nhãn kết, như thật biết "ngoài kia có nhãn kết;" ngoài kia không có nhãn kết, như thật biết "ngoài kia không có nhãn kết." Lại như thật biết, ngoài kia nhãn kết chưa sanh nay sanh, đã sanh liền đoạn, đoạn rồi về sau không sanh lại.

Khi tư duy tướng ngoại pháp như vậy, sự giản trạch pháp được phát khởi: giản trạch, cực giản trạch, *cho đến tì-bát-xá-na*. Đây gọi là tuần quán ngoại pháp, cũng gọi là "pháp niệm trụ."

Ý nghĩa *trụ, chánh cần, chánh tri, chánh niệm, trừ bỏ tham ưu thế gian*, đều nói như trên.

Như nói về ngoại nhãn kết; năm ngoại kết kia cũng được nói như vậy.

iii. *Quán sát bảy giác chi bên ngoài*

Lại có Bí-sô ở nơi bảy giác chi của người khác mà tư duy quán sát các tướng của ngoại pháp: người kia có niệm giác chi, như thật biết "người kia có niệm giác chi;" người kia không có niệm giác chi, như thật biết "người kia không có niệm giác chi;" lại như thật biết niệm giác chi của người kia chưa sanh nay sanh, đã sanh được kiên trụ, không quên, phát triển, tu tập viên mãn, tăng trưởng bội phần quảng đại, bằng trí tuệ mà tác chứng.

Khi tư duy ngoại pháp kia như vậy, sự giản trạch pháp được phát khởi: giản trạch, cực giản trạch, *cho đến tì-bát-xá-na*. Đây là tuần quán ngoại pháp, cũng gọi là "pháp niệm trụ."

Ý nghĩa *trụ, chánh cần, chánh tri, chánh niệm, trừ bỏ tham ưu thế gian*, đều nói như trên.

Như nói về ngoại niệm giác chi, sáu ngoại giác chi khác cũng được nói như vậy.

iv. *Quán sát uẩn quá hoạn bên ngoài*

Lại có Bí-sô, ở nơi tưởng uẩn, hành uẩn bên ngoài đã được nói, tư duy quán sát các sự tai hại của nó. Nghĩa là pháp này, như bệnh, như ung nhọt... *chi tiết cho đến* là pháp biến hoại.

Khi tư duy sự tai hại của pháp như vậy, sự giản trạch pháp được phát khởi: giản trạch, cực giản trạch, *cho đến* tì-bát-xá-na. Đây gọi là tuần quán ngoại pháp, cũng gọi là "pháp niệm trụ."

Ý nghĩa *trụ, chánh cần, chánh tri, chánh niệm, trừ bỏ tham ưu thế gian*, đều nói như trên.

3. *Tuần quán nội ngoại pháp*

Thế nào là "an trụ tuần quán pháp nơi nội ngoại pháp, với đầy đủ chánh cần, chánh tri, chánh niệm, trừ bỏ tham ưu thế gian?"

Nội pháp: Tưởng uẩn và hành uẩn tự nội, trong dòng tương tục hiện tại, đã đắc mà chưa mất. *Ngoại pháp*: Tưởng uẩn và hành uẩn tự nội, trong dòng tương tục hiện tại, chưa được và đã mất, và tưởng uẩn, hành uẩn của hữu tình khác. Tổng hợp cả hai nói là nội ngoại pháp.

i. *Quán sát tướng nội ngoại pháp*

Tuần quán pháp nơi nội ngoại pháp: Bí-sô tổng hợp tưởng uẩn và hành uẩn của ta và người khác thành một tụ, tư duy quán sát các tướng của pháp nơi ta và nơi người khác; đó là, quán sát tướng của những pháp đã được nói trên: nội ngoại năm cái, sáu kết, bảy giác chi, *đây* và *kia, có* và *không*; chưa sanh nay sanh, đã sanh liền đoạn, đã đoạn không sanh trở lại.

Khi tư duy nội ngoại pháp như vậy, sự giản trạch pháp được phát khởi: giản trạch, cực giản trạch, *cho đến* tì-bát-xá-na. Đây gọi là tuần quán nội ngoại pháp, cũng gọi là "pháp niệm trụ."

Ý nghĩa *trụ, chánh cần, chánh tri, chánh niệm, trừ bỏ tham ưu thế gian*, đều nói như trên.

ii. *Quán sát tự tha uẩn quá hoạn*

Lại có Bí-sô tổng hợp tưởng uẩn và hành uẩn của ta và người khác đã nói trên làm thành một khối. Tư duy quán sát các sự tai hại của chúng. Nghĩa là các pháp này như bệnh, như ung nhọt, *cho đến* là pháp biến hoại.

Khi tư duy sự tai hại của pháp như vậy, sự giản trạch pháp được phát khởi: giản trạch, cực giản trạch, *cho đến* tì-bát-xá-na. Đây gọi là tuần quán nội ngoại pháp, cũng gọi là "pháp niệm trụ."

Ý nghĩa *trụ, chánh cần, chánh tri, chánh niệm, trừ bỏ tham ưu thế gian*, đều nói như trên.

PHẨM 10: THÁNH ĐẾ

A. KINH

[479b25] Một thời, Bạc-già-phạm trụ trong rừng Thi-lộc, khu Tiên nhơn luận xứ, thành Ba-la-nại-tư.[370]

Bấy giờ, Đức Thế Tôn bảo chúng Bí-sô:

"Đây là Thánh đế về khổ, nếu ở nơi pháp chưa từng nghe như vậy mà như lý tư duy, nhất định phát sanh nhãn, trí, minh, giác.[371]

"Đây là Thánh đế về tập khởi của khổ, nếu ở nơi pháp chưa từng nghe như vậy mà như lý tư duy, nhất định phát sanh nhãn, trí, minh, giác.

"Đây là Thánh đế về diệt khổ, nếu ở nơi pháp chưa [479c01] từng nghe như vậy mà như lý tư duy, nhất định phát sanh nhãn, trí, minh, giác.

---

370 婆羅疿斯, Pāli: *Bārāṇasī* (quen âm là Ba-la-nại): thủ phủ của nước Ca-thi (*Kāsi-janapada*), nay là Benares. 仙人論處, Pāli: *Isipatana*, Tiên nhân đọa xứ, trong khu Vườn Nai, truyền thuyết, các Tiên nhân từ Hy-mã-lạp sơn bay đến đây thì hạ xuống, rồi bay tiếp. Skt. *Ṛṣipatana* (Tiên nhân đọa xứ), Huyền Trang đọc là *Ṛṣivadana* (Tiên nhân luận xứ). 施鹿林, Pāli: *Migadāya*, Vườn Nai, khu rừng người ta cho nai ăn, nai sống tự do không bị săn bắn. Skr. *Mṛgadāya*.

371 眼智明覺, *Vyākhyā*: *sinh nhãn*, mắt (*cakṣu*) chỉ vô lậu huệ; *sinh trí* (*jñāna*), vì dứt trừ nghi hoặc; *sinh minh* (*vidyā*), vì đối tượng chân thật; *sinh giác* (*buddhi*), vì thanh tịnh. *Câu-xá* (bản Việt dịch), *ĐTKVN, TVT tập 20, Luận bộ III*; HĐHP, 2022; tr. 364, cht. 135). S.56. 11 (PTS. v.420): *cakkhuṃ udapādi, ñāṇaṃ udapādi, paññā udapādi, vijjā udapādi, āloko udapādi.*

"Đây là Thánh đế về đạo diệt khổ, nếu ở nơi pháp chưa từng nghe như vậy mà như lý tư duy, nhất định phát sanh nhãn, trí, minh, giác.

"Lại nữa, này Bí-sô, Thánh đế về khổ này, nên biến tri bằng thông tuệ. Nếu ở nơi pháp chưa từng nghe như vậy mà như lý tư duy, nhất định phát sanh nhãn, trí, minh, giác.

"Thánh đế về tập khởi của khổ này, nên vĩnh đoạn bằng thông tuệ. Nếu ở nơi pháp chưa từng nghe như vậy, như lý tư duy, nhất định phát sanh nhãn, trí, minh, giác.

"Thánh đế về diệt khổ này, nên tác chứng bằng thông tuệ. Nếu ở nơi pháp chưa từng nghe như vậy mà như lý tư duy, nhất định phát sanh nhãn, trí, minh, giác.

"Thánh đế về đạo diệt khổ này, nên tu tập bằng thông tuệ. Nếu ở nơi pháp chưa từng nghe như vậy mà như lý tư dủy, nhất định phát sanh nhãn, trí, minh, giác.

"Lại nữa Bí-sô, Thánh đế về khổ này, Như Lai đã biến tri bằng thông tuệ.[372] Nếu ở nơi pháp chưa từng nghe như vậy mà như lý tư duy, nhất định phát sanh nhãn, trí, minh, giác.

"Thánh đế về tập khởi của khổ này, Như Lai đã vĩnh đoạn bằng thông tuệ.[373] Nếu ở nơi pháp chưa từng nghe như vậy mà như lý tư duy, nhất định phát sanh nhãn, trí, minh, giác.

"Thánh đế về diệt khổ này, Như Lai đã tác chứng bằng thông tuệ.[374] Nếu ở nơi pháp chưa từng nghe như vậy mà như lý tư duy, nhất định phát sanh nhãn, trí, minh, giác.

"Thánh đế về đạo diệt khổ này, Như Lai đã tu tập bằng thông tuệ.[375] Nếu ở nơi pháp chưa từng nghe như vậy mà như lý tư duy, nhất định phát sanh nhãn, trí, minh, giác.

---

[372] Pāli: *dukkhaṃ ariyasaccaṃ pariññāta' nti me.*

[373] Pāli: *dukkhasamudayaṃ ariyasaccaṃ pahīna' nti me.*

[374] Pāli: *dukkhanirodhaṃ ariyasaccaṃ sacchikata' nti me.*

[375] Pāli: *dukkhanirodhagāminī paṭipadā ariyasaccaṃ bhāvita' nti me.*

"Bí-sô nên biết, đối với bốn Thánh đế như vậy, nếu Như Lai chưa ba lần chuyển với mười hai hành tướng,[376] thì chưa phát sanh nhãn trí, minh, giác, chưa thể ở giữa trời, người, thế gian này bao gồm Ma, Phạm, Sa-môn, Bà-la-môn mà giải thoát, xuất ly; chưa trừ tâm đa phần trụ điên đảo, cũng chưa như thật tự tuyên bố rằng: 'Ta chứng Vô thượng Chánh đẳng Bồ-đề.' Nhưng đối với bốn Thánh đế như vậy, Như Lai đã ba lần chuyển với mười hai hành tướng, đã phát sanh nhãn, trí, minh, giác, nên đã có thể ở giữa trời, người, thế gian này bao gồm Ma, Phạm, Sa-môn, Bà-la-môn mà giải thoát, xuất ly; đã trừ tâm đa phần trụ điên đảo, cũng đã như thật tự tuyên bố rằng: Ta chứng Vô thượng Chánh đẳng Bồ-đề."

Khi pháp này được thuyết, cụ thọ Kiều-trần-na và tám vạn thiên tử lìa xa trần cấu, sanh pháp nhãn thanh tịnh đối với các pháp.

Bấy giờ, Phật hỏi Kiều-trần-na:

"Ông đã hiểu pháp Như Lai nói chăng?

Kiều-trần-na đáp:

"Nay con đã hiểu."

Lần thứ [480a01] hai, lần thứ ba cũng hỏi đáp như vậy. Do Kiều-trần-na đầu tiên hiểu pháp, nên thế gian đều xưng hiệu là A-nhã-đa.[377]

---

[376] Ba chuyển 12 hành, giải thích của Hữu bộ, ba lần chuyển: *biến tri, vĩnh đoạn, tác chứng*, và *tu đạo*. 12 hành tướng: trong 3 chuyển, mỗi chuyển với 4 hành tướng: nhãn, trí, minh, giác; xem cht. 371. Theo giải thích này, tổng số 4 Thánh đế có 12 lần chuyển với 48 hành tướng. Pāli: *tiparivaṭṭaṃ dvādasākāraṃ*; 3 chuyển 12 hành theo Sớ giải: trong 4 Thánh đế, mỗi đế có ba hành: (1) *saccañāṇaṃ*, đế trí (chân thật trí): nhận thức "đây là khổ Thánh đế..."; (2) *kiccañāṇaṃ*, sự trí: đây cần biến tri; (3) *katañāṇaṃ*, dĩ tác trí: đây đã được biến tri.

[377] S.56.11 (PTS. v 532): Bấy giờ Phật nói: "Vậy, Kiều-trần-như, ông đã hiểu..." (*aññāsi vata, bho, koṇḍañño, aññāsi vata, bho, koṇḍañño*), do đó có hiệu là A-nhã Kiều-trần-như, Pāli: *aññāsikoṇḍañño*.

Địa thần Dược-xoa nghe lời này rồi, hoan hỷ phấn khởi, lớn tiếng xướng rằng:

"Nay Phật ở trong rừng Thi-lộc, khu Tiên nhơn đàm xứ, thành Ba-la-nại-tư này, vì thương xót các chúng sanh ở thế gian, vì muốn khiến cho được sự lợi lạc, nên ba lần vận chuyển bánh xe pháp, bánh xe ấy có đủ mười hai hành tướng. Các Sa-môn, Bà-la-môn, Trời, Ma, Phạm trong thế gian, không ai có thể vận chuyển như pháp. Do Phật chuyển pháp luân vô thượng đây, Kiều-trần-na, các vị đã kiến thánh đế. Từ nay chúng chư Thiên sẽ dần dần tăng ích, chúng A-tố-lạc sẽ dần dần tổn giảm; nhân đây lần lượt chư thiên và loài người đều được lợi ích an lạc thù thắng."

Không hành Dược-xoa nghe lời này rồi, hoan hỷ truyền báo Tứ đại vương thiên. Các vị ấy lại chuyển báo dần lên, chỉ trong giây lát, lời ấy lên đến Phạm thiên. Khi nghe lời này rồi, Đại Phạm vương hoan hỷ, chúc mừng Phật vì chuyển pháp luân vô thượng, làm lợi lạc vô biên các hữu tình. Trong đây tuyên thuyết về sự chuyển pháp luân, cho nên gọi là kinh "Chuyển pháp luân." Năm Bí-sô và tám vạn thiên tử sau khi nghe kinh này rồi, hoan hỷ tín thọ phụng hành.[378]

B. LUẬN

I. Thánh đế về Khổ

Khổ thánh đế là gì?[379]

---

[378] *Tạp A-hàm 15*, kinh số 379, T02n0099. *Phật thuyết Chuyển pháp luân kinh*, Hậu Hán An Thế Cao dịch, T02n0109. *Phật thuyết Tam chuyển pháp luân kinh*, Đường Nghĩa Tịnh dịch, T02n0110. *Chuyển pháp luân kinh ưu-ba-đề-xá*, Thế Thân tạo, Nguyên Ngụy Tì-mục-trí-tiên dịch, T26n1533. Pāli, S. 56 11. *Dhammacakkappavattanasuttaṃ*, PTS. v. 420 ff. M.141 *Saccavibhaṅgasuttaṃ* (PTS. 3.291). *Vibhaṅga* "4. Saccavibhaṅgo" PTS. 99.

[379] Pāli: *dukkha ariyasacca*.

Đó là sanh khổ, già khổ, bệnh khổ, chết khổ, oán tăng hội khổ, ái biệt ly khổ, cầu bất đắc khổ, nói tóm: toàn bộ năm thủ uẩn khổ.[380]

1. *Sanh khổ*

Sanh khổ là gì? *Sanh:*[381] đó là các loài hữu tình này hữu tình kia, tức trong tụ hữu tình này hữu tình kia, những gì là sự sanh, xuất sanh, nhập thai, xuất hiện, uẩn thành tựu, giới thành tựu, xứ thành tựu; các uẩn đã sanh, mạng căn đã khởi.[382] Gọi chung là sanh.

Vì nhân duyên gì nói *sanh là khổ?* Vì khi hữu tình sanh, cảm nghiệm tiếp thọ đủ loại yếu tố khổ của thân; cảm nghiệm tiếp thọ đủ loại yếu tố khổ của tâm; cảm nghiệm tiếp thọ đủ loại yếu tố khổ của thân tâm; cảm nghiệm tiếp thọ đủ loại yếu tố nóng bức của thân; cảm nghiệm tiếp thọ đủ loại yếu tố nóng bức của tâm; cảm nghiệm tiếp thọ đủ loại yếu tố nóng bức của thân tâm; cảm nghiệm tiếp thọ đủ loại yếu tố thiêu đốt của thân, cảm nghiệm tiếp thọ đủ loại yếu tố thiêu đốt của tâm, cảm nghiệm tiếp thọ đủ loại yếu tố thiêu đốt của thân tâm. Thế nên gọi là *khổ.*

Lại nữa khi sanh, cảm thọ hai loại khổ: một là khổ khổ, hai là hành khổ.[383] Thế nên gọi là *sanh khổ.*

---

[380] Pāli: *pañcupādānakkhandhā,* Hán cựu dịch: ngũ ấm xí thạnh khổ.

[381] Pāli: *jāti,* sinh, sinh sản; từ chỉ chung sự sống, đời sống; sự sống của các sinh vật có thở (*tāni sarvāṇi prāṇaka-jātīni;* Edgerton); cũng chỉ chủng loại, chủng tộc, dòng giống.

[382] 即於彼彼有情聚中諸生等生趣入出現蘊得界得處得諸蘊生命根起總名為生. Quá trình phát triển của sự sống:於彼彼有情聚中, Pāli: *yā tesaṃ sattānaṃ tamhi tamhi sattanikāye:* trong bộ loại thế này thế kia của các hữu tình kia; 諸生. *Jāti:* sự sinh, sự sống; 等生, *sañjāti:* sự sản sinh, hạ sinh, xuất sinh; 趣入, *okkanti:* nhập thai; 出現, *nibbatti abhinibbatti;* 蘊得界得處得諸蘊生, *khandhānaṃ pātubhāvo,* các uẩn thủ đắc tự thể; *āyatanānaṃ paṭilābho:* các xứ thủ đắc tự thể; Pali, S. 12.2. (2) *Vibhaṅgasuttaṃ,* ii. 3.

[383] Trong ba khổ tính (*triduḥkhatā*); *Câu-xá* phẩm vi, Hiền Thánh, tụng 3; (a) khổ khổ tính (*duḥkha-duḥkhatā*): bản chất khổ là cảm thọ khổ (những cảm giác đau nhức của thân); (b) hoại khổ tính (*vipariṇāma-*

2. *Già khổ*

Già khổ là gì? *Già*: khi già, tóc bạc, rơi rụng, da chùn, mặt nhăn, thân cong, lưng khòm, thở khó gấp gáp, **[480b01]** chống gậy mà đi, chi thể nổi chấm đen, suy yếu, ám độn, các căn chín rục, biến hoại, các hành cũ kỹ tàn tạ, hủ bại, suy tổn. Gọi chung là *già*.[384]

Vì nhân duyên gì nói *già là khổ*? Khi hữu tình già, vì cảm nghiệm tiếp thọ đủ loại yếu tố khổ của thân, *chi tiết cho đến* cảm nghiệm tiếp thọ đủ loại yếu tố thiêu đốt của thân tâm. Nên nói *già khổ*.

Lại nữa khi già, thọ ba loại khổ: một là khổ khổ, hai là hành khổ, ba là hoại khổ.[385] Nên nói *già khổ*.

3. *Bệnh khổ*

Bệnh khổ là gì?[386] *Bệnh*: đau đầu, đau mắt, đau tai, đau mũi, đau lưỡi, đau mặt, đau môi, đau răng, đau vòm họng, đau cổ, đau tim, bệnh phong, bệnh ho, bệnh khí, bệnh nấc hơi, bệnh hủi, bệnh trĩ, bệnh kiết lị, bệnh lậu, bệnh lạnh, bệnh nóng, bệnh điên, bệnh động kinh, nôn ói, viêm sưng, ghẻ ngứa, ung thư, bệnh phụ nữ, sưng hạch, bệnh tiêu khát, và các loại bệnh khác sanh ra từ thân tâm. Gọi chung là *bệnh*.

Vì nhân duyên gì nói *bệnh là khổ*? Khi hữu tình bệnh, vì cảm nghiệm tiếp thọ đủ loại yếu tố khổ của thân, *chi tiết cho đến* cảm nghiệm tiếp thọ đủ loại yếu tố thiêu đốt của thân tâm. Nên nói bệnh là khổ.

---

duḥkhatā): bản chất khổ là sự biến dịch; (c) hành khổ tính (saṃskāra-duḥkhatā): bản chất khổ là các hành vô thường.

[384] **Pāli**, dẫn trên: *yā tesaṃ tesaṃ sattānaṃ tamhi tamhi sattanikāye jarā jīraṇatā khaṇḍiccaṃ pāliccaṃ valittacatā āyuno saṃhāni indriyānaṃ paripāko; ayaṃ vuccati 'jarā'.* Trong các bộ loại thế này thế kia của các hữu tình, những gì là sự già, suy lão, răng rụng, tóc bạc, da nhăn, tuổi thọ suy giảm, các căn chín rục; đây nói là già.

[385] Xem cht. 383 trên.

[386] Luận *Vibhaṅga* không nói đến bệnh khổ.

Lại nữa khi bệnh, cảm thọ hai loại khổ: một là khổ khổ, hai là hành khổ.[387] Nên gọi *bệnh khổ*.

4. *Chết khổ*

Chết khổ là gì? *Chết*: các loại hữu tình thế này thế kia, từ tụ của các hữu tình thế này thế kia mà dời chuyển, biến hoại, tan biến, biệt ly; thọ, noãn và thức diệt,[388] mạng căn không hoạt động, các uẩn tan rã, chết trẻ, hy sinh. Gọi chung là *chết*.

Vì nhân duyên gì nói *chết là khổ*? Khi hữu tình chết, vì cảm nghiệm tiếp thọ đủ loại yếu tố khổ của thân, *nói rộng cho đến* cảm nghiệm tiếp thọ đủ loại yếu tố thiêu đốt của thân tâm. Nên nói *chết là khổ*.

Lại nữa khi chết, thọ ba loại khổ: một là khổ khổ, hai là hành khổ, ba là hoại khổ. Nên gọi *chết là khổ*.

5. *Oán tắng hội khổ*

Oán tắng hội khổ là gì? *Oán tắng hội*: các hữu tình không đáng yêu, không đáng ưa, không đáng thích, không vừa ý mà phải cùng với người đó làm bạn tụ hội một chỗ, không tách rời, không giải tán, tụ tập kết hợp. Gọi chung là *oán tắng hội*.

Vì nhân duyên gì nói *oán tắng hội là khổ*? Khi các hữu tình oán ghét nhau mà phải hội chung, vì cảm nghiệm tiếp thọ đủ loại yếu tố khổ của thân, *nói rộng cho đến* cảm nghiệm tiếp thọ đủ loại yếu tố thiêu đốt của

---

[387] *Vibhaṅga: yā tesaṃ tesaṃ sattānaṃ tamhā tamhā sattanikāyā cuti cavanatā bhedo antaradhānaṃ maccu maraṇaṃ kālakiriyā khandhānaṃ bhedo kaḷevarassa nikkhepo jīvitindriyassupacchedo – idaṃ vuccati 'maraṇaṃ'.*

[388] 壽煖識, **Skt.** *āyu-ūṣmā-vijñāna*, tuổi thọ, hơi ấm và thức, 3 yếu tố tạo thành sự sống. *Câu-xá* phẩm ii, Phân biệt Căn, tụng 45ab: *āyur jīvitam, ādhāra ūṣmavijñānayor hi yaḥ:* "thể của mạng căn là thọ, duy trì hơi ấm và thức." *Tạp 21*, kinh 568, tr. 150b9: Thọ, noãn cùng với thức, khi ba pháp rời thân, thân bị vứt cứng đơ, vô tri như khúc cây. S. iii. 146: *āyu usmā ca viññāṇaṃ, yadā kāyaṃ jahantimaṃ; apaviddho tadā seti, parabhattaṃ acetanaṃ.*

thân tâm. Nên nói *oán tắng hội là khổ*.

Lại nữa khi oán tắng hội, cảm thọ hai loại khổ: một là khổ khổ, hai là hành khổ. **[480c0]** Nên gọi *oán tắng hội khổ*.

6. *Ái biệt ly khổ*

Ái biệt ly khổ là gì? *Ái biệt ly*: các hữu tình đáng yêu, đáng ưa, đáng thích, hợp ý mà không cùng với người đó làm bạn tụ hội một chỗ, lại phải tách rời, giải tán, không tụ tập, không kết hợp. Gọi chung là *ái biệt ly*.

Vì nhân duyên gì nói *ái biệt ly là khổ*? Khi các hữu tình thương yêu nhau mà phải xa lìa, vì cảm nghiệm tiếp thọ đủ loại yếu tố khổ của thân, *nói rộng cho đến* cảm nghiệm tiếp thọ đủ loại yếu tố thiêu đốt của thân tâm. Nên nói *ái biệt ly là khổ*.

Lại nữa khi ái biệt ly, thọ ba loại khổ: một là khổ khổ, hai là hành khổ, ba là hoại khổ. Nên gọi *ái biệt ly khổ*.

7. *Cầu bất đắc khổ*

Cầu bất đắc khổ là gì? *Cầu bất đắc*: mong cầu mà không được; mong cầu sắc, thanh, hương, vị, xúc, y phục, ẩm thực, đồ nằm, thuốc men, các đồ dùng cho thân khả ý mà không có được, không gặp được, không thành tựu, không hòa hợp. Gọi chung là *cầu bất đắc*.

Vì nhân duyên gì nói *cầu bất đắc là khổ*? Khi các hữu tình mong cầu không được, vì cảm nghiệm tiếp thọ đủ loại yếu tố khổ của thân, *nói rộng cho đến*, cảm nghiệm tiếp thọ đủ loại yếu tố thiêu đốt của thân tâm. Nên nói *cầu bất đắc là khổ*.

Lại nữa, khi cầu không được, thọ hai loại khổ: một là khổ khổ, hai là hành khổ. Nên nói *cầu bất đắc khổ*.

8. *Năm thủ uẩn khổ*

Nói tóm, toàn bộ năm thủ uẩn khổ là gì? *Năm thủ uẩn*: sắc thủ uẩn; thọ, tưởng, hành, thức thủ uẩn. Gọi chung là *năm thủ uẩn*.

Vì nhân duyên gì lược nói *toàn bộ năm thủ uẩn là khổ*? Năm thủ uẩn chuyển động vô thường, mệt nhọc, suy yếu, là pháp tan hoại, thay đổi không ngừng, hư hoại mục nát, không còn mãi, không thể tin cậy, là pháp biến hoại, có tăng có giảm, tạm trụ rồi nhanh chóng diệt, trước không nay có, có rồi hoàn không. Do nhân duyên này lược nói toàn bộ năm thủ uẩn là khổ.

Như nói, thủ uẩn mà tính chất là khổ, vì không an ổn, vì trái với Thánh tâm. Cũng vậy, các khổ mà được nói là *khổ đế*, đó là nói, "Cái này vô thường" thì chân thật nó là vô thường; nói "Đây gọi là khổ" thì chân thật là khổ. Dù Phật xuất hiện thế gian, hay không xuất hiện thế gian, pháp khổ như vậy là pháp trụ, pháp giới.³⁸⁹ Tất cả Như Lai tự nhiên thông đạt. Đấng Đẳng Giác tuyên thuyết, thi thiết, kiến lập, phân biệt, khai thị, làm cho nó hiển lộ rõ. Tức là nói rằng, "Đây là vô thường. Đây là khổ. Đây là vô thường tánh. Đây là khổ tánh;" những điều ấy là *chân*, là *thật*, là *đế*, là *như*, không dối, không rỗng, không đảo ngược, không đổi khác, thế nên gọi là *khổ đế*.³⁹⁰

Gọi là *Thánh đế*.³⁹¹ Thánh là chư Phật [481a01] và đệ tử Phật. Đây là sự thật của các thánh giả. Tức các vị đó đối với vấn đề này: thấy, biết, hiểu rõ, chánh giác, là *đế*. Do nhân duyên này gọi là Khổ Thánh đế.

Lại nữa, Khổ Thánh đế là quy ước theo khái niệm và ngôn ngữ tập quán mà giả lập danh từ Khổ Thánh đế này. Hằng sa Phật và đệ tử trong quá khứ đều có quy ước về tên gọi như vậy.

II. Thánh đế về Tập khởi của khổ

Khổ Tập thánh đế là gì?

---

³⁸⁹ 法住法界. Pāli, tản mạn nhiều kinh, *uppādā vā tathāgatānaṃ anuppādā vā tathāgatānaṃ, ṭhitāva sā dhātu dhammaṭṭhitatā dhammaniyāmatā*: "Chư Như Lai xuất thế hay không xuất thế, giới này là thường trụ, là pháp trụ tính, pháp quyết định tính."

³⁹⁰ Pāli: *dukkha-sacca*.

³⁹¹ Pāli: *ariya-sacca*.

Những gì là ái: ái, hậu hữu ái, hỷ câu hành ái, bỉ bỉ hỷ ái.[392] Đây là nói lược Khổ Tập thánh đế. Nếu nói rộng thì có hai ái, ba ái;[393] lại có ba ái, bốn ái, năm ái, sáu ái,[394] và tất cả pháp bất thiện, tất cả pháp thiện hữu lậu, tất cả kết, phược, tùy miên, tùy phiền não, triền[395]... đều gọi là Khổ Tập thánh đế.

Vì nhân duyên gì nói các ái, hậu hữu ái, hỷ câu hành ái, bỉ bỉ hỷ ái đều là khổ tập thánh đế?

---

[392] Ái, **Skt.** *tṛṣṇā*, **Pāli**: *taṇhā*: khát vọng sinh tồn, khát vọng tồn tại đời sau (hậu hữu ái, **Pl.** *ponobhavikā*); ái này câu hành với hỷ và tham (*nandirāgasahagatā*), nó cảm thấy sung sướng với ý nghĩ rằng đời sau ta sẽ như thế này, sẽ như thế kia (bỉ bỉ ái, **Pl.** *tatratatrābhinandinī*). Đó là khát vọng tồn tại trong ba trạng thái: dục ái, hữu ái, phi hữu ái (*kāmataṇhā, bhavataṇhā, vibhavataṇhā*). Xem phẩm ii Dự lưu chi, cht. 101.

[393] Hai ái: hữu ái (**Skt.** *bhava-tṛṣṇā*, **Pāli**: *bhava-taṇhā*); phi hữu ái (*abhava-tṛṣṇā/ abhava-taṇhā*); hoặc dục ái (*kāma-tṛṣṇā*): khát ái dục giới; hữu ái (*bhava-tṛṣṇā*): ái sắc và vô sắc giới. Ba ái: dục ái (*kāma-tṛṣṇā*), sắc ái (*rūpa-tṛṣṇā*), vô sắc ái (*ārūpa-tṛṣṇā*).

[394] (a) *Ba ái*: dục ái, sắc ái, vô sắc ái; hoặc dục ái, hữu ái, phi hữu ái. (b) *Bốn ái*: ái sanh do y phục, ái sanh do ẩm thực, ái sanh do tọa ngọa cụ, ái sanh do y dược. (c) *Năm ái*: ái trong 5 bộ tùy miên, kiến khổ đoạn, kiến tập đoạn, kiến diệt đoạn, kiến đạo đoạn, và tu đạo đoạn. (d) *Sáu ái*: sáu ái thân: ái thân do bởi nhãn xúc, cho đến do bởi ý xúc. *Vibhaṅga*: Ái này sinh khởi như thế nào? Đình trụ như thế nào? Những gì là sắc đáng yêu, sắc đáng luyến, nơi ấy ái sinh khởi, ái đình trú. Thanh cho đến pháp, cũng vậy.

[395] (a) Kết (*saṃyojana*), 9 kết: ái, sân, mạn, vô minh, kiến, thủ, nghi, tật, xan; bao gồm 5 thuận hạ phần kết và 5 thuận thượng phần kết. (b) Phược (*bandhana*), ba phược: tham phược, sân phược, si phược. (c) Tùy miên (*anuśaya*), căn bản có 10: tham, sân, mạn, vô minh, nghi, thân kiến, biên kiến, giới thủ kiến, kiến thủ kiến, tà kiến. (d) Tùy phiền não (*upakleśa*), sẽ được kể chi tiết trong phẩm 16 "Tạp sự" (e) Triền (*paryavasthāna*), 8 triền hoặc 10 triền.

Vì bốn ái này đều là nhân, gốc rễ, đạo lộ, duyên khởi[396] của khổ quá khứ, vị lai, hiện tại, *nói rộng cho đến*[397] sau khi thân này hoại, do đây làm nhân mà sanh khởi quả khổ, do đó nói "Đây là Khổ tập thánh đế."

Vì nhân duyên gì hai ái, ba ái, lại có ba ái, bốn ái, năm ái, sáu ái và tất cả pháp bất thiện, tất cả pháp thiện hữu lậu, tất cả kết, phược, tùy miên, tùy phiền não, triền, các thứ đều gọi là Khổ tập thánh đế? Vì các pháp này đều là đạo, là nhân, gốc rễ, đạo lộ, duyên khởi của khổ quá khứ, vị lai, hiện tại, *nói rộng cho đến* sau khi thân này tan hoại, do đây làm nhân sanh khởi quả khổ.

Như nói, ái v.v... đều là nhân của khổ, nó là gốc rễ dẫn sanh các khổ. Như vậy, ái các thứ mà gọi là Tập đế, tức là nói: "Đây gọi ái" v.v... thì chân thật là ái v.v... "Đây gọi tập", thì chân thật là tập. Dù Phật xuất hiện thế gian, hay không xuất hiện thế gian, pháp tập khởi như vậy là pháp trụ, pháp giới. Tất cả Như Lai tự nhiên thông đạt. Đấng Đẳng Giác tuyên thuyết, thi thiết, kiến lập, phân biệt, khai thị, làm cho nó hiển lộ rõ, "Đây là ái v.v... Đây là tập. Đây là thể tính của ái v.v... Đây là thể tính của tập," thì đó là *chân*, là *thật*, là *đế*, là *như*, không dối, không rỗng, không đảo ngược, không đổi khác, nên gọi là Tập đế.

Gọi là *Thánh đế*: Thánh là chư Phật và đệ tử Phật. Đây là sự thật của các Thánh giả. Tức các vị đó đối với vấn đề này: thấy, biết, hiểu rõ, chánh giác là *đế*. Do nhân duyên này gọi là Khổ tập Thánh đế.

Lại nữa, Khổ tập Thánh đế là quy ước theo khái niệm và ngôn ngữ tập quán mà giả lập danh từ Khổ tập Thánh đế này.[398] Hằng sa Phật và đệ tử trong quá khứ đều có quy ước về tên gọi như vậy.

III. Thánh đế về Khổ diệt

[481b01] Khổ diệt thánh đế là gì? Tức các ái, hậu hữu ái, hỷ câu hành ái, bỉ bỉ hỷ ái, đều được vĩnh viễn đoạn tận không tàn dư, vứt, bỏ,

---

[396] 苦因根本道路緣起.

[397] Toàn bộ văn trong *Pháp uẩn* không thấy chi tiết nào khác ngoài đoạn văn này.

[398] Xem cht. 117.

nhổ sạch, diệt tận, ly nhiễm, tịch diệt, tịch tĩnh, biến mất.[399] Đây là lược nói Khổ diệt thánh đế. Nếu nói chi tiết thì có hai ái, ba ái; lại có ba ái, bốn ái, năm ái, sáu ái, và tất cả pháp bất thiện, tất cả pháp thiện hữu lậu, tất cả kết, phược, tùy miên, tùy phiền não, triền v.v... đều được vĩnh viễn đoạn tận không tàn dư, vứt bỏ, nhổ hết, diệt tận, ly nhiễm, tịch diệt, tịch tĩnh, biến mất; thảy đều gọi là Khổ diệt Thánh đế.

Vì nhân duyên gì nói các ái, hậu hữu ái, hỷ câu hành ái, bỉ bỉ hỷ ái, đều được vĩnh viễn đoạn tận không tàn dư, loại bỏ, nhổ hết, diệt tận, ly nhiễm, tịch diệt, tịch tĩnh, biến mất, đều gọi là Khổ diệt Thánh đế? Vì bốn ái này[400] nếu chưa đoạn, chưa biến tri, chưa diệt, chưa nhổ, thì quả khổ đời sau tiếp tục sanh khởi. Nếu đã đoạn, đã biến tri, đã diệt, đã nhổ, thì quả khổ đời sau không sanh khởi lại. Cho nên sự vĩnh viễn đoạn trừ này gọi là Khổ diệt thánh đế.

Vì nhân duyên gì nói hai ái, ba ái, lại có ba ái, bốn ái, năm ái, sáu ái, và tất cả pháp bất thiện, tất cả pháp thiện hữu lậu, tất cả kết, phược, tùy miên, tùy phiền não, triền v.v... đều được vĩnh viễn đoạn tận không tàn dư, vứt bỏ, nhổ hết, diệt tận, ly nhiễm, tịch diệt, tịch tĩnh, biến mất; thảy đều gọi là Khổ diệt Thánh đế? Vì các pháp này nếu chưa đoạn, chưa biến tri, chưa diệt, chưa nhổ, thì quả khổ đời sau tiếp tục sanh khởi. Nếu đã đoạn, đã biến tri, đã diệt, đã nhổ, thì quả khổ đời sau không sanh khởi lại. Cho nên sự vĩnh viễn đoạn trừ này gọi là Khổ diệt Thánh đế, cũng gọi là nhà ở, cồn bến, cứu hộ, chỗ qui y, đích đến, vô ưu, vô bệnh, bất tử, không nóng bức, không nhiệt não, an ổn, thanh lương, tịch tĩnh, thiện sự, kiết tường, an lạc, bất động, Niết-bàn.

Như nói, Niết-bàn là chơn thật khổ diệt, vì là các quả cứu cánh của Sa-môn.

---

[399] Vibhaṅga: *yo tassāyeva taṇhāya asesavirāganirodho cāgo paṭinissaggo mutti anālayo*, ái ly nhiễm không tàn dư, diệt tận, xả bỏ, xuất ly, giải thoát, không chấp tàng (phi a-lại-da).

[400] Bốn ái: các ái, hậu hữu ái, hỷ câu hành ái, bỉ bỉ ái. **Pāli:** *taṇhā ponobhavikā nandirāgasahagatā tatratatrābhinandinī*, ái với những hành tướng sai biệt của nó, khát ái, đưa đến tái sanh, câu hữu với hỷ và tham, tầm cầu hỷ lạc chỗ này, chỗ kia.

Sự vĩnh viễn đoạn tận như vậy gọi là Diệt đế. Tức nói rằng, "Đây gọi là Niết-bàn," thì đó chân thật là Niết-bàn, "Đây gọi diệt," thì chân thật là diệt. Dù Phật xuất hiện thế gian, hay không xuất hiện thế gian, pháp diệt như vậy là pháp trụ, pháp giới. Tất cả Như Lai tự nhiên thông đạt. Đấng Đẳng Giác tuyên thuyết, thi thiết, kiến lập, phân biệt, khai thị, làm cho nó hiển lộ rõ. Tức nói rằng, "Đây là Niết-bàn. Đây là diệt. Đây là Niết-bàn [481c01] tánh. Đây là diệt tánh," thì đó là *chân*, là *thật*, là *đế*, là *như*, không dối, không rỗng, không đảo ngược, không đổi khác, thế nên gọi là Diệt đế.

Gọi là *Thánh đế*: Thánh là chư Phật và đệ tử Phật. Đây là sự thật của các Thánh giả. Tức các vị đó đối với chân lý này, thấy, biết, hiểu rõ, chánh giác là *đế*. Do nhân duyên này gọi là Khổ diệt Thánh đế.

Lại nữa, Khổ diệt Thánh đế là quy ước theo khái niệm và ngôn ngữ tập quán mà giả lập danh từ Khổ diệt Thánh đế này. Hằng sa chư Phật và đệ tử trong quá khứ đều có quy ước về tên gọi như vậy.

IV. Thánh đế về Đạo diệt khổ

Khổ diệt đạo thánh đế là gì? Đó là con đường mà Thánh đi, dẫn đến vĩnh viễn đoạn tận khổ trong quá khứ, vị lai, hiện tại, vứt bỏ, nhổ sạch, diệt tận, ly nhiễm, tịch diệt, tịch tĩnh, ẩn mất.

1. *Thánh đạo tám chi*

Đó là những gì? Đó là Thánh đạo tám chi: chánh kiến, chánh tư duy, chánh ngữ, chánh nghiệp, chánh mạng, chánh cần, chánh niệm, chánh định.

i. *Chánh kiến* là gì? Thánh đệ tử tư duy về khổ, tư duy về tập, tư duy về diệt, tư duy về đạo;[401] sự giản trạch pháp tương ưng tác ý vô lậu: giản trạch, cực giản trạch, tối cực giản trạch, hiểu rõ, hoàn toàn hiểu rõ, tiếp cận hiểu rõ, tâm cơ nhạy bén, thông suốt, thẩm sát, thông duệ, minh giác, tuệ hành, tì-bát-xá-na. Đây gọi là chánh kiến.

---

[401] *Vibhaṅga: yā paññā pajānanā...pe... amoho dhammavicayo sammādiṭṭhi dhammavicayasambojjhaṅgo maggaṅgaṃ maggapariyāpannaṃ.*
"Những gì là trí, là tri, cho đến, vô si, trạch pháp, chánh kiến, trạch pháp giác chi, đạo chi, đạo tư cụ.

ii. *Chánh tư duy* là gì? Thánh đệ tử tư duy về khổ, cho đến tư duy về đạo;[402] tư duy tương ưng tác ý vô lậu: tư duy, hoàn toàn tư duy, tư duy sâu sát, tầm cầu, hoàn toàn tầm cầu, tầm cầu sâu sát, suy xét, hoàn toàn suy xét, suy xét sâu sát, làm cho tâm hoạt động thô nơi pháp.[403] Đây gọi là chánh tư duy.

iii. *Chánh ngữ* là gì? Thánh đệ tử tư duy về khổ, cho đến tư duy về đạo, do lực phân tích, do lực tư trạch tương ưng tác ý vô lậu, ngoại trừ bốn ác hành thuộc ngữ hướng đến tà mạng, đối với ngữ ác hành khác, đắc vô lậu viễn ly,[404] thắng viễn ly, cận viễn ly, cực viễn ly, tịch tĩnh, luật nghi,[405] vô tác,[406] vô tạo,[407] quẳng bỏ, phòng hộ, thuyền bè, cầu đò,

---

[402] *Vibhaṅga*: *yo takko vitakko...pe... sammāsaṅkappo maggaṅgaṃ maggapariyāpannaṃ*, những gì là tư duy, tầm cầu, cho đến, chánh tư duy, đạo chi, đạo tư cụ.

[403] 法麁動而轉, tính chất hoạt động của tầm (Pāli: *vitakka*, Skt. *vitarka*). Tì-bà-sa 42, 219a2: hoạt động truy tầm đối tượng của tâm (tâm sở) gọi là tầm (*vitarka*); quan sát đối tượng, gọi là tứ (*vicāra*). Hoạt động với tính chất thô, gọi là tầm; hoạt động với tâm vi tế, gọi là tứ. Đây là sự sai biệt của tầm và tứ. Cf. *Câu-xá* ii, tụng 33a: (bản Việt dịch), ĐTKVN, TVT tập 18, Luận bộ I, quyển 1; HĐHP, 2022; tr. 254, cht. 178.

[404] Vô lậu viễn ly: sự viễn ly bằng xuất thế đạo (vô lậu đạo) do hiện quán Thánh đế; trái với viễn ly bằng thế gian đạo do quán 6 hành tướng thế gian mà chứng đắc bốn thiền. Xem cht. 216.

[405] Luật nghi (*saṃvara*), năng lực phòng hộ các nghiệp đạo của giới do phát nguyện thọ (biệt giải thoát luật nghi, *pratimokṣa-saṃvara*), do đắc định (tĩnh lự luật nghi, *dhyāna-saṃvarā*), hoặc do hiện chứng Thánh đế (vô lậu luật nghi, *anāsrava-saṃvarā*). Ngữ nguyên, do động từ *saṃ-vṛ* (*saṃvṛṇoti*): trùm kín, bao che, từ đó hàm nghĩa phòng hộ, chế ngự. *Câu-xá*, Huyền Trang: 律儀 luật nghi; Chân Đế: 護護. Các chú giải Hán thường hiểu "luật" tức pháp luật; "nghi", chỉ nghi thức.

[406] Vô tác, hay bất tác (*akriyā*): sự không làm các hành vi bất thiện, lực tác động của giới do phát nguyện thọ. *Vibhaṅga*: *akiriyā*.

[407] Vô tạo (*akṛta*): hành vi đã làm nhưng không tích lũy để thành dị thục. *Vibhaṅga*: *akaraṇa*.

bờ đê, tường vách;⁴⁰⁸ đối với điều chế định, không leo qua, tính chất không leo qua, không vượt qua, tính chất không vượt qua,⁴⁰⁹ vô biểu ngữ nghiệp. Đây gọi là chánh ngữ.

iv. *Chánh nghiệp* là gì? Thánh đệ tử tư duy về khổ, cho đến tư duy về đạo; do lực tư trạch tương ưng tác ý vô lậu, ngoại trừ ba ác hành thuộc thân hướng đến tà mạng; đối với thân ác hành khác, đắc vô lậu viễn ly cho đến thành tựu thân nghiệp vô biểu. Đây gọi là chánh nghiệp.

v. *Chánh mạng* là gì? Thánh đệ tử tư duy về khổ, cho đến **[482a01]** tư duy về đạo; do lực tư trạch tương ưng tác ý vô lậu, nên đối với ác hành thuộc thân ngữ hướng đến tà mạng mà đắc vô lậu viễn ly, cho đến vô biểu thân nghiệp. Đây gọi là chánh mạng.

vi. *Chánh cần* là gì? Thánh đệ tử tư duy về khổ, cho đến tư duy về đạo, chuyên cần tinh tấn tương ưng tác ý vô lậu: dũng kiện, mạnh mẽ, mãnh liệt khó ngăn, khích lệ ý không ngừng. Đây gọi là chánh cần.

vii. *Chánh niệm* là gì? Thánh đệ tử tư duy về khổ, cho đến tư duy về đạo, những gì là niệm tương ưng tác ý vô lậu: tùy niệm, chuyên niệm, ức niệm, không quên không mất, không lơ đễnh xao lãng, tính chất của pháp không mất, tính chất ghi nhớ sáng tỏ của tâm. Đây gọi là chánh niệm.

viii. *Chánh định* là gì? Thánh đệ tử tư duy về khổ, cho đến tư duy về đạo, những gì là trụ tâm tương ưng tác ý vô lậu: bình đẳng trụ, tiếp cận trụ, an trụ, không tán không loạn, nhiếp trì, an chỉ, đẳng trì, tâm cảnh nhất như. Đây gọi là chánh định.

---

⁴⁰⁸ Thuyền bè... bờ đê: Kinh nói, "giới như bờ đê", vì ngăn ngừa ác giới. *Vibhaṅga: setughāto.* Câu-xá, (bản Việt dịch), ĐTKVN, TVT tập 19, *Luận bộ II, quyển 2;* HĐHP, 2022; tr. 352, cht. 143.

⁴⁰⁹ Ác giới khinh, như leo tường mà không vượt qua, giới thể chưa hủy. Ác giới trọng như vượt tường, giới thể bị hủy.

2. Đạo diệt khổ

Thánh đạo tám chi như được nói trên và hành[410] vô lậu khác, gọi là đạo dẫn đến diệt khổ.

Như nói *hành* của Thánh là đạo chân thật, vì cứu cánh lìa khổ, hướng đến Niết-bàn. Cũng vậy, nói *hành* của Thánh là đạo đế, tức nói rằng, "Đây gọi Thánh hành," thì chân thật là Thánh hành, nói "Đây gọi đạo," thì chân thật là đạo. Dù Phật xuất hiện thế gian, hay không xuất hiện thế gian, *pháp đạo* như vậy là pháp trụ, pháp giới. Tất cả Như Lai tự nhiên thông đạt. Đấng Đẳng Giác tuyên thuyết, thi thiết, kiến lập, phân biệt, khai thị, làm cho nó hiển lộ rõ. Tức nói rằng "Đây là thánh hành. Đây là đạo. Đây là tính chất của Thánh hành. Đây là tính chất của đạo," thì đó là *chân*, là *thật*, là *đế*, là *như*, không dối, không rỗng, không đảo ngược, không đổi khác, thế nên gọi là Đạo đế.

Gọi là *Thánh đế*: Thánh là chư Phật và đệ tử Phật. Đây là sự thật của các thánh giả. Tức các vị đó đối với vấn đề này: thấy, biết, hiểu rõ, chánh giác, là *đế*. Do nhân duyên này gọi là Khổ diệt đạo Thánh đế.

Lại nữa, Khổ diệt đạo Thánh đế là quy ước theo khái niệm và ngôn ngữ tập quán mà giả lập danh từ Khổ diệt đạo Thánh đế này." Hằng sa Phật và đệ tử trong quá khứ đều có quy ước về tên gọi như vậy.

---

[410] 行. Skt. *Pratipad*: sự thực hành- trong hợp từ Skt. *duḥkhanirodhagāmini-pratipad,* (Pāli: *dukkhanirodhagāmini-paṭipadā):* sự thực hành dẫn đến diệt khổ, đạo diệt khổ.

PHẨM 11: TĨNH LỰ

A. KINH

Một thời, Bạc-già-phạm trụ trong vườn Cấp Cô Độc, rừng Thệ-đa, thành Thất-la-phiệt.

Bấy giờ, Đức Thế Tôn bảo chúng Bí-sô:

"Có bốn thiên đạo⁴¹¹ khiến cho hữu tình chưa tịnh thì tịnh; đã tịnh thì tươi sáng.

"Bốn [thiên đạo] ấy là gì?

"Có một hạng ly dục, [482b01] ác bất thiện pháp, chứng và trụ sơ tĩnh lự, có tầm có tứ, hỷ lạc do viễn ly sanh. Đây gọi là thiên đạo thứ nhất.

"Có một hạng tầm tứ tịch tĩnh, nội đẳng tịnh, tâm cảnh nhất như, chứng và trụ tĩnh lự thứ hai không tầm không tứ, hỷ lạc do định sanh. Đây gọi là thiên đạo thứ hai.

"Có một hạng ly hỷ trụ xả, chánh niệm chánh tri, chứng và trụ tĩnh lự thứ ba, với thân cảm thọ lạc, mà Thánh nói nên xả. Đây gọi là thiên đạo thứ ba.

"Có một hạng đoạn lạc, đoạn khổ, hỷ ưu trước đã dứt, chứng và trụ tĩnh lự thứ tư, không khổ không lạc, xả và niệm thanh tịnh. Đây gọi là thiên đạo thứ tư.

---

⁴¹¹ Pāli: *devapada*: dấu vết dẫn lên thiên giới. Đây chỉ Phạm đạo, Cf. *Trường 16*, kinh 24 "Kiên Cố", tr. 102a26: con đường dẫn lên chư thiên Dục giới; tr. 102b09 Phạm đạo: đường dẫn lên chư thiên Sắc giới. Pāli: D 11 *Kevaddhasuttaṃ*, PTS. i. 215: *devayāniyo maggo*; i. 220: *brahmayāniyo maggo*.

"Bốn tĩnh lự như vậy đều khiến cho hữu tình chưa tịnh thì tịnh; đã tịnh thì tươi sáng.[412]

B. LUẬN

I. Sơ thiền

1. *Tu viễn ly*

<u>a</u>. *Ly dục*

Dục[413] là gì? Tham cũng gọi là dục.[414] Dục giới cũng gọi là dục. Năm cảnh diệu dục[415] cũng gọi là dục. Nay trong nghĩa này, ý nói năm cảnh diệu dục[416] gọi là dục. Vì sao vậy? Vì năm diệu dục rất khả ái, dễ say mê, rất đáng ưa muốn, rất đáng vui thích, rất đáng tham, rất đáng mong cầu, rất mê muộn, rất trói buộc, rất hy vọng, rất thắt chặt, nên trong đây gọi là dục.

Nhưng năm diệu dục chẳng phải là thực chất của dục. Thực chất của dục là tham duyên đến cái kia. Như Thế Tôn nói:

> *Cảnh đẹp trong đời chẳng phải dục,*
> *Dục là tham do người vọng tưởng.*
> *Cảnh đẹp trong đời vẫn như vậy;*

---

[412] *Tạp 30* kinh 847, tr. 216a29; S.55.34 *Devapadasuttaṃ* (1), PTS. v 392): cattārimāni, bhikkhave, devānaṃ devapadāni avisuddhānaṃ sattānaṃ visuddhiyā apariyodātānaṃ sattānaṃ pariyodapanāya. Tham khảo: *Trường 8* kinh Chúng tập, tr. 50c18; D. 33. *Saṅgītisuttaṃ*, iii. 222; *Tì-bà-sa 80*, tr. 415a03.

[413] Pāli: *kāma*.

[414] Skt. *rāga*: tham, tham nhiễm, tham trước, tham đắm; (√*rañj/ raj*): nhuộm màu); *chanda*: dục; *Câu-xá* ii tụng 24, dục là mong muốn hành động được tiến hành (*chandaḥ kartṛkāmatā*); mong muốn những cái được yêu thích.

[415] Pāli: *pañca kāma-guṇa*: năm chất liệu của dục.

[416] 五妙欲 (境), Skt. *pañca kāmaguṇāḥ* (*pañcasu kāmaguṇeṣu*), 5 dục cảnh: sắc, thanh, hương, vị, xúc.

Người trí trong đó đoạn trừ dục.[417]

Ý tụng này nói: sắc, thanh, hương, vị, xúc khoái lạc khả ái chẳng phải thực chất của dục. Thực chất của dục chính là tham do vọng tưởng duyên đến cảnh kia. Dục cảnh vẫn như cũ, người trí ở trong đó mà nói là ly dục.

Một thời, Tôn giả Xá-lợi-tử nói tụng như vậy cho mọi người. Lúc ấy, có một tà mạng ngoại đạo[418] ngồi cách đó không xa, cật vấn Xá-lợi-tử bằng kệ tụng:

Nếu cảnh trong đời chẳng phải dục,
Dục là tham do người vọng tưởng;
Nên gọi Bí-sô kẻ hưởng dục,
Vì vọng tưởng khởi ác tầm tư.[419]

Khi ấy, Xá-lợi-tử đáp lại ngoại đạo: "Khởi tầm tư ác mới thật gọi là thọ dục. Nhưng chẳng phải các Bí-sô đều khởi tầm tư bất thiện, vọng tưởng nơi diệu cảnh thế gian, cho nên ông không nên nạn vấn như thế." Xá-lợi-tử cật vấn ngược lại bằng kệ tụng:

---

417 *Tạp 28* kinh số 752, tr. 199a6: 世間雜五色彼非為愛欲 貪欲覺想者 是則士夫欲眾色常住世 行者斷心欲; không có Pāli tương đương. Cf. *Tạp 48* kinh 1286 tr. 354b18;S. 1.34 *Nasantisuttaṃ: na te kāmā yāni citrāni loke; saṅkapparāgo purisassa kāmo, tiṭṭhanti citrāni tatheva loke, athettha dhīrā vinayanti chandaṃ.*

418 *Tạp 18* kinh số 490, tr. 127b4: Xuất gia ngoại đạo Diêm-phù-sa (**Pāli**: *Jambukhādaka-paribbājaka*), người bạn cũ của Xá-lợi-phất. Diêm-phù-sa hỏi Xá-lợi-phất "Dục là gì?" Vấn đáp như dẫn trên. Pāli, S. 38 *Jambukhādakasaṃyutta*, ghi những đối thoại giữa *Sāriputta* và *Jambukhādako paribbājako*, nhưng không thấy mẫu đối thoại này.

419 *Vyākhyā* (*Kośavyākhyā*) giải thích: có ba loại hưởng thụ dục (*kāmopabhoga*): do bởi thân, ngữ, ý. Vị chưa ly tham, khi hưởng thụ các dục bởi ý, chưa phải là phi tỳ-kheo, mà chỉ là giới không thanh tịnh. Khi nào vi phạm các học xứ của Như Lai bằng thân, ngữ mà hưởng dục, khi ấy mới là phi tỳ-kheo. Xem *Câu-xá* (bản Việt dịch), ĐTKVN, TVT tập 19, Luận bộ II, quyển 2, Phân biệt thế gian; HĐHP, 2022; tr. 61, cht. 48.

Nếu cảnh đẹp trong đời là dục,
Nói dục không do người vọng tưởng,
[482c01] *Nên gọi thầy ông người hưởng dục,*
Vì thường thấy sắc đẹp đáng ưa.

Ngoại đạo kia im lặng không thể đáp. Vì thầy của ông ấy thật sự có nhìn thấy sắc khả ái. Do đây biết dục là tham, chứ không phải cảnh.

Khi ấy, có một người nữ kéo nước, nghe kệ trên, liền nói tụng:

Dục, ta biết gốc ngươi.
Ngươi từ vọng tưởng sanh.
Ta không còn phân biệt,
*Ngươi lại từ đâu sanh?*⁴²⁰

Lúc đó, có một chủng tánh Át-tra-la⁴²¹ nghe kệ trên, cũng nói tụng:

Mâu-ni ngủ yên ổn
Gặp ác, không sầu não
Người tâm vui tĩnh lự
Không du hí các dục.

Ý tụng này nói: diệu cảnh khả ái đều chẳng phải là dục thật sự. Tham ái khởi lên bởi vọng tưởng mới chính là dục. Cho nên trong đây nói bốn trường hợp:

1. Có một hạng bổ-đặc-già-la, nơi các cảnh dục, thân viễn ly mà tâm không viễn ly. Đó là hạng người cạo bỏ râu tóc, khoác áo ca-sa, chánh tín xuất gia, bản thân gia nhập pháp lữ, mà tâm còn luyến tiếc hưởng thọ các dục, thường hay phát khởi tham ái mãnh liệt. Thân kia xuất gia, tâm còn chưa xuất, cho nên gọi là thân viễn ly dục mà tâm không viễn ly.

---

⁴²⁰ *Căn bản thuyết nhất thiết Hữu bộ Tì-nại-da dược sự*, quyển 7, tr. 30b17. Các *Tạp A-hàm* dẫn trên và Pāli tương đương không thấy chi tiết này. *Tăng nhất 49*, phẩm 51 "Phi thường" kinh số 3, chuyện quá khứ, (tr. 815c17) vương tử Tu-bồ-đề xuất gia thành Bích-chi-phật, sau khi thuyết kệ này, nhập Niết-bàn. *Tăng nhất 32*, tr. 727a19, chuyện kể tương tự với vài chi tiết không đồng. Không thấy Pāli tương đương.

⁴²¹ 遏吒羅, Skt. không rõ.

2. Có một hạng bổ-đặc-già-la, nơi các cảnh dục, tâm viễn ly, không phải thân viễn ly. Hạng này tuy có vợ con, thọ dụng nhà cửa, ruộng vườn, ngoạ cụ, tràng hoa, anh lạc, y phục, ẩm thực thượng diệu; tích chứa đủ loại vàng, bạc, trân bảo, đầy tớ, nô tì, người hầu giúp việc; hoặc có lúc phát khởi các nghiệp đánh đập, mắng chửi; nhưng không sanh đắm nhiễm nơi các dục, không thường phát khởi tham ái mãnh liệt. Thân kia tại gia nhưng tâm đã xuất. Đây gọi là tâm viễn ly dục nhưng thân không viễn ly.

3. Có một hạng bổ-đặc-già-la, nơi các cảnh dục, thân tâm đều viễn ly. Hạng này cạo bỏ râu tóc, mặc áo ca-sa, chánh tín xuất gia, thân gia nhập pháp lữ. Tâm không luyến tiếc nơi các cảnh dục, không thường phát khởi tham ái duyên đến kia; khi tâm khởi thất niệm, liền rất xấu hổ hối lỗi. Thân vị ấy xuất gia, tâm cũng xuất. Đây gọi là thân tâm đều viễn ly các dục.

4. Có một hạng bổ-đặc-già-la, nơi các cảnh dục, thân tâm đều không viễn ly. Đó là hạng nuôi dưỡng vợ con, thọ dụng nhà cửa, ruộng vườn, ngoạ cụ, tràng hoa, anh lạc, y phục, ẩm thực thượng diệu; tích chứa đủ loại vàng, bạc, trân bảo, đầy tớ, nô tì, người hầu giúp việc; hoặc có lúc phát khởi các nghiệp đánh đập, mắng chửi; lại **[483a01]** vô cùng say đắm các dục, thường luôn phát khởi tham ái mãnh liệt. Thân tâm người kia đều không xuất gia. Đây gọi là thân tâm đều không viễn ly các dục.

*Ly dục*⁴²² là gì? Đó là viễn ly các dục, cực viễn ly, trống không, không thủ đắc, nên gọi là ly dục.

b. *Ly ác bất thiện pháp*

- *Pháp ác bất thiện*⁴²³ là gì?

Đó là năm cái: tham dục cái, sân khuể cái, hôn trầm thụy miên cái, trạo cử ác tác cái, nghi cái.

(1) *Tham dục cái*⁴²⁴ là gì?

---

⁴²² **Pāli:** *viviccēva kāmēhi.*

⁴²³ **Pāli:** *vivicca akusalēhi dhammēhi*: viễn ly các pháp ác bất thiện.

⁴²⁴ **Pāli:** *kāmacchandanīvaraṇaṃ.*

Tham nơi các dục: tham, tham mãi, khát khao, chấp giữ, phòng hộ, dính chặt, thích thú, mê muội, đam mê, nghiện ngập, trong lòng bị tâm hy cầu trói buộc, đắm đuối, tập khởi của khổ, đồng loại tham, sanh từ tham, gọi chung là tham dục. Tham dục như vậy, trùm kín tâm, che tâm, ngăn tâm, quấn chặt tâm, ẩn kín tâm, che mờ tâm, bọc kín tâm, đậy kín tâm, thế nên gọi là cái. Cái tức là tham dục, nên gọi là tham dục cái.

(2) *Sân khuể cái*[425] là gì?

Đó là muốn gây tổn hại hữu tình, trong lòng ghim gút, muốn gây ưu não, đã sân khuể, sẽ sân khuể, hiện sân khuể; thích gây tai họa, rất thích gây tai họa, ý rất giận hờn; các hữu tình mâu thuẫn xung đột lẫn nhau muốn gây tai hại cho nhau, đã gây tai hại, sẽ gây tai hại, hiện gây tai hại, gọi chung là sân khuể. Sân khuể như vậy, trùm kín tâm, *cho đến* bọc kín tâm, đậy kín tâm, thế nên gọi là cái. Cái tức là sân khuể, nên gọi là sân khuể cái.

(3) *Hôn trầm thụy miên cái*[426] là gì?

Tính nặng nề của thân, tính nặng nề của tâm, tính không dẻo dai[427] của thân, tính không dẻo dai của tâm, tính hôn trầm[428] của thân, tính hôn trầm của tâm, lờ đờ, dã dượi, gọi chung là *hôn trầm*.

Trạng thái ngủ mơ màng của nhóm tâm nhiễm ô, không thể đảm nhiệm, tính muội lược của tâm, gọi chung là *thụy miên*.[429]

Hôn trầm thụy miên như vậy, trùm kín tâm, *cho đến* bọc kín tâm, đậy kín tâm, thế nên gọi là *cái*. *Cái* tức là hôn trầm thụy miên, nên gọi

---

[425] Pāli: *byāpādanīvaraṇaṃ*.

[426] Pāli: *thinami ddhanīvaraṇaṃ*.

[427] 堪任性. Skt. *karmaṇyatā*: khả năng hành sự một cách dẻo dai, khéo léo; khả năng thích ứng với mọi hành động, hành trì.

[428] Pāli: *thīna*; Skt. *styāna*: sự đông cứng, trì trệ, trơ lì như đá.

[429] Pāli., Skt. *middha*: trạng thái mơ màng hoặc dã dượi (trạng thái lờ đờ mới ngủ dậy), hoặc dửng dưng. Thụy miên thuộc loại tâm sở bất định: dửng dưng đối với pháp thiện, nó thuộc nhóm tâm nhiễm ô. Dửng dưng đối với pháp bất thiện, nó thuộc nhóm tâm thiện.

là hôn trầm thụy miên cái.

(4) *Trạo cử ố tác cái*[430] là gì?

Đó là tâm không tịch tĩnh, trạo cử,[431] đẳng trạo cử, tính trạo cử của tâm, gọi chung là *trạo cử.*

Các trạng thái tâm hối tiếc, tâm ảo não, tâm biến đổi thuộc nhóm tâm nhiễm ô, tâm thay đổi, tâm hối tiếc, ghét điều ta đã làm, tính cách ghét điều đã làm, gọi chung là *ố tác.*[432]

Trạo cử ố tác như vậy, trùm kín tâm, *cho đến* bọc kín tâm, đậy kín tâm, thế nên gọi là *cái. Cái* tức là trạo cử ố tác, nên gọi là trạo cử ố tác cái.

(5) *Nghi cái*[433] là gì?

Đối với Phật-Pháp-Tăng và Khổ-Tập-Diệt-Đạo mà sanh khởi nghi hoặc, phân vân, hai lối, do dự, mũi tên nghi, không quyết định, không dứt khoát, không thẩm quyết, đã không nhất định một hướng, sẽ không nhất một hướng, hiện không nhất một hướng. Gọi chung **[483b01]** là *nghi.* Tánh nghi như vậy, trùm kín tâm, *cho đến* bọc kín tâm, đậy kín tâm, thế nên gọi là *cái. Cái* tức là nghi, nên gọi là nghi cái.

- *Ly pháp ác bất thiện* là gì?

Đối với pháp ác bất thiện như vậy, viễn ly, cực viễn ly, trống không, không thủ đắc, nên gọi là ly pháp ác bất thiện.[434]

---

430 **Pāli:** *uddhaccakukkuccanīvaraṇaṃ.*

431 **Pāli:** *uddhacca,* trạng thái bị kích động, phấn khích, dao động, tháo động, bồn chồn không yên. **Skt.** *auddhatya.*

432 **Pāli:** *kukkucca;* **Skt.** *kaukṛtya:* ghét, hối tiếc điều đã làm. Ố tác là loại tâm sở bất định: khi hối tiếc việc thiện đã làm, nó thuộc nhóm tâm ô nhiễm; khi hối tiếc việc ác đã làm, nó thuộc nhóm tâm thiện.

433 **Pāli:** *vicikicchānīvaraṇaṃ.*

434 Bản Hán hết quyển 6.

2. Sơ tĩnh lự thiền chi

(1-2) *Có tầm có tứ*.[435] Thế nào là tầm? Người ly dục, ác bất thiện pháp, tâm tầm cầu, tầm cầu khắp, tầm cầu sát, tâm hiển lộ, cực hiển lộ, hiện tiền hiển lộ rõ, tính toán suy luận, tư duy phân biệt.[436] Gọi chung là *tầm*.

Thế nào là *tứ*? Tâm tư sát, tư sát khắp, cận tư sát, tùy hành, tùy chuyển, trôi theo, dính theo.[437] Gọi chung là *tứ*.

Tầm và tứ khác nhau thế nào?

Tính chất thô của tâm là tầm, tính vi tế của tâm là tứ.[438] Nghĩa này thế nào? Như khi đánh chuông, tiếng thô tạm phát, tiếng tế chuyển theo; tiếng thô dụ cho tầm, tiếng tế dụ cho tứ. Như khi lắc linh, chụp bát, thổi kèn, đánh trống, bắn tên, sấm nổ, hai tiếng thô tế cũng dụ như vậy. Lại như loài chim bay lượn hư không. Để bay lên được theo ý, chúng phải vỗ cánh, tung thân. Vỗ cánh dụ tầm, tung thân dụ tứ. Đây là hai đặc điểm sai biệt của tầm tứ.

Thế nào là *có tầm có tứ*? Người ly dục, ác bất thiện pháp mà tầm và tứ cùng có mặt[439] với phẩm loại tương ưng tâm.

---

[435] 有尋有伺. **Pāli:** *savitakkaṃ savicāraṃ*. **Skt.** *savitarka-savicāra*.

[436] *Vibhaṅga*, 258: *yo takko vitakko saṅkappo appanā byappanā cetaso abhiniropanā sammāsaṅkappo – ayaṃ vuccati 'vitakko'*: suy đạc, tầm cầu, tư duy, chú tâm, chuyên tâm, tâm hiện tiền, chánh tư duy – gọi là 'tầm'.

[437] *vicāra. Vibhaṅga* dẫn trên. *yo cāro vicāro anuvicāro upavicāro cittassa anusandhanatā anupekkhanatā – ayaṃ vuccati 'vicāro',* tiến hành (dò xét), tiến hành sâu sát (dò xét chi tiết), tiến hành theo dõi, theo dõi sâu sát (cận tư sát), tâm tùy thuộc (buộc chặt theo), tâm giám sát – gọi là 'tứ'.

[438] Xem cht. 403.

[439] Tiền tố *sa~* trong hai từ này hàm nghĩa *saha*, "cùng có mặt với", lập thành tính từ mà Hán dịch phổ thông là cụ túc. *Vibhaṅga: iti iminā ca vitakkena iminā ca vicārena upeto hoti samupeto upāgato samupāgato upapanno sampanno samannāgato. tena vuccati "savitakkaṃ savicāra" nti*: Trạng thái sơ tĩnh lự đạt được, viên mãn,

(3-4) *Hỷ lạc do viễn ly sanh.*⁴⁴⁰ Thế nào là *ly?*⁴⁴¹ Ly dục cũng gọi là ly, ly ác bất thiện pháp cũng gọi là ly; xuất gia cũng gọi là ly, thiện căn sắc giới cũng gọi là ly,⁴⁴² sơ tĩnh lự cũng gọi là ly. Nay trong nghĩa này, gọi sơ tĩnh lự là ly.

Thế nào là *hỷ?*⁴⁴³ Đó là tâm hân hoan của người ly dục ác bất thiện pháp, cực hân hoan, hiện tiền cực hân hoan, tánh hân hoan, đồng loại hân hoan, thích ý, xứng ý, tính hỷ, đồng loại hỷ, lạc do hòa hợp, lạc do không [483c01] biệt ly, vui vẻ thích thú, tính hoạt bát, phấn khởi, tánh phấn khởi, hoan hỷ, tánh hoan hỷ. Gọi chung là *hỷ.*

Thế nào là *lạc?* Người ly dục, ác bất thiện pháp mà tính nặng nề của thân đã đoạn, tính nặng nề của tâm đã đoạn, tính không dẻo dai⁴⁴⁴ của thân và tính không dẻo dai của tâm đã đoạn; sở đắc tính linh hoạt của thân, tính linh hoạt của tâm, tính nhu nhuyễn của thân, tính nhu nhuyễn của tâm, tính dẻo dai của thân, tính dẻo dai của tâm, tính chất thân không bị trùm kín, tâm không bị trùm kín, tính khinh an của thân, tính khinh an của tâm, tính không bứt rứt của thân, tính không bứt rứt của tâm, tính nhu hòa của thân, tính nhu hòa của tâm. Gọi chung là *lạc.*

Thế nào là *hỷ lạc do viễn ly sanh?* Hỷ lạc trên đây nhân bởi *ly,* y chỉ *ly,* do *ly* mà được kiến lập, do thế lực của *ly* mà phát khởi, đẳng khởi,

---

thành tựu, với sự có mặt của tầm và tứ này, được nói là "hữu tầm hữu tứ"

⁴⁴⁰ 離生喜樂. **Pāli:** *vivekajaṃ pītisukhaṃ.*

⁴⁴¹ **Pāli:** *viveka/vivicca:* tách rời/ra khỏi, xa lánh, viễn ly.

⁴⁴² Thiện căn sắc giới do bởi ly nhiễm Dục giới, **Skt.** *vītarāga.*

⁴⁴³ **Pāli:** *pīti;* **Skt.** *prīti.* Lưu ý phân biệt hỷ/ *prīti* và hỷ/*saumanasyam;* trong Skt: Trừ đệ tam thiền, trong ba địa dưới cảm thọ sướng thích thuộc tâm (*caitasikī śātā vedanā*) được gọi là hỷ căn (*saumanasyendriya*), vì trong đây đã ly tham đối với hỷ (*prīti-vītarāgatvāt*), chỉ có lạc thọ chứ không có hỷ căn, vì hỷ (*prīti*) chính là hỷ căn (*saumanasya*). Phân biệt hỷ trong sơ và nhị thiền, **Skt.:** *prīti,* hàm ý phấn chấn; hỷ trong 5 thọ căn (*vedanā*), **Skt.** *saumanasya,* hàm nghĩa thích ý, tâm ý thư thới. Cả hai từ **Skt.,** Hán đều dịch chung là "hỷ".

⁴⁴⁴ 不堪任性 tánh không kham nhiệm, xem cht. 427.

sanh, đẳng sanh, hướng đến xuất hiện. Nên đây gọi là *hỷ lạc do viễn ly sanh.*

(5) *Sơ*: theo trong số thứ tự, tĩnh lự này ở lớp thứ nhất. Lại nữa, trong chín lớp định, tĩnh lự này ở lớp đầu tiên.

Tĩnh lự: Trong định này, tầm, tứ, hỷ, lạc, tâm nhất cảnh tánh; cả năm chi này gọi là sơ tĩnh lự. Như có tụng nói:

> *Tâm hành theo tham dục,*
> *Hoặc khởi theo sân khuể,*
> *Mà tu tập tĩnh lự,*
> *Chư Phật không ngợi khen.*

> *Hôn, thụy cái buộc tâm,*
> *Vô tri, tu tĩnh lự,*
> *Thân tướng tuy an tĩnh,*
> *Chư Phật không ngợi khen.*

> *Trạo, hối cái buộc tâm,*
> *Các căn không tịch tĩnh,*
> *Tuy siêng tu tĩnh lự,*
> *Chư Phật không ngợi khen.*

> *Với Tam bảo, Tứ đế,*
> *Tâm nghi ngờ, do dự,*
> *Tuy siêng tu tĩnh lự,*
> *Chư Phật không ngợi khen.*

> *Viễn ly dục và ác,*
> *Tầm tứ đều như lý,*
> *Thân nhu hòa an tĩnh,*
> *Thọ ly sanh hỷ lạc.*

> *Thân như khối bột tắm,*
> *Toàn thân đều thấm ướt,*

Không mạnh cũng không yếu,
Nước ái không làm trôi.

Cả năm chi: tầm, tứ...
Hiền Thánh, Tiên đã chứng,
Gọi chung sơ tĩnh lự,
Được chư Phật ngợi khen.

Các tâm-ý-thức trong định này, gọi là tâm câu hữu sơ tĩnh lự. Nghiệp được tạo bởi tâm ý, sau khi đã tư, sẽ tư, hiện tiền tư, các tư và đẳng tư[445] được gọi là ý nghiệp câu hữu sơ **[484a01]** tĩnh lự.[446] Các thắng giải của tâm, đã thắng giải, sẽ thắng giải, gọi là thắng giải câu hữu với sơ tĩnh lự. Lại trong định này, hoặc thọ, hoặc tưởng, hoặc dục, hoặc tác ý, hoặc niệm, hoặc định, hoặc tuệ, gọi là các pháp[447]câu hữu với sơ tĩnh lự.

Các pháp như vậy cũng được gọi là *sơ tĩnh lự*.

3. *Danh nghĩa*

Tên gọi tĩnh lự này căn cứ nghĩa gì mà lập?

---

[445] *Câu-xá*, phẩm iv Phân biệt Nghiệp, tụng 1cd: *cetanā mānasaṃ karma, tajjaṃ vākkāyakarmaṇi*, "tư chính là ý nghiệp; sở tác bởi tư (nghiệp sau khi đã tư) là thân và ngữ nghiệp." *Trung 27*, kinh 111 "Đạt phạm hạnh", tr. 600a24: có 2 loại nghiệp: tư (*cetanā*), và nghiệp sau khi tư (*cetayitvā karma*). Pāli, A VI 63 *Nibbedhikasuttaṃ*, PTS. iii. 415: *cetanāhaṃ, bhikkhave, kammaṃ vadāmi. cetayitvā kammaṃ karoti – kāyena vācāya manasā.*"

[446] Tâm sở tư (*cetanā*) hoạt động trong sơ tĩnh lự, nói là ý nghiệp có mặt (câu hữu) trong sơ tĩnh lự.

[447] Các pháp: đây chỉ các tâm sở xuất hiện trong quá trình nhận thức của sơ thiền. Các tâm sở này được gọi là đại địa pháp (*mahābhūmika-dharma*), *Câu-xá* phẩm ii Phân biệt căn, tụng 24: *vedanā cetanā saṃjñā cchandaḥ sparśo matiḥ smṛtiḥ/ manaskāro'dhimokṣaś ca samādhiḥ sarvacetasi||* thọ, tư, tưởng, dục, xúc, huệ, niệm, tác ý, thắng giải, định; chúng hiện diện trong tất cả tâm.

a. Tĩnh lự

Do làm cho các pháp ác bất thiện và tạp nhiễm khác tịch tĩnh; các pháp hữu lậu sanh, già, chết, khổ dị thục tương lai, sự thiêu đốt của hậu hữu, làm cho các pháp này được tịch tĩnh.[448] Nên gọi là *tĩnh lự*.

Lại nữa, sau khi các ác bất thiện pháp và tạp nhiễm khác, pháp hữu lậu sanh, già, chết, khổ dị thục tương lai, sự thiêu đốt của hậu hữu được tịch tĩnh rồi, tĩnh lự này khởi, đẳng khởi, sanh, đẳng sanh, hướng đến xuất hiện. Nên gọi là *tĩnh lự*.

Lại nữa, sau khi các ác bất thiện pháp và tạp nhiễm khác, pháp hữu lậu sanh, già, chết, khổ dị thục tương lai, sự thiêu đốt của hậu hữu được tịch tĩnh rồi, tĩnh lự này tỏa sáng rực rỡ. Nên gọi là *tĩnh lự*.

b. Chứng và trú

Cụ túc:[449] Đây y vào sự xuất gia, y vào sự viễn ly sanh ra thiện pháp, tinh cần tu tập, không gián không đoạn, mới được viên mãn. Nên gọi

---

[448] Skt. *Dhyāna:* (a) do động từ căn √**dhyai**, suy tưởng, trầm tư mặc tưởng (Wogihara). Pāli: *jhāna.* Theo quy tắc biến đổi ngữ âm giữa Sanskrit tiêu chuẩn và Sanskrit hỗn chủng, các phụ âm kép như *dhy~* trong hỗn chủng đọc là (j) *jh~*, như *anumadhyama*, trong hỗn chủng đọc là *anumajjhima* (Edgerton Grammar 2.14). Do đó *dhyāna* đọc theo hỗn chủng, như Pāli sẽ là *jhāna*. (b) *jhāna*, đọc theo ngữ âm hỗn chủng, có thể cùng ngữ tộc với *jhāpita*, thường phiên âm là xà-duy hay trà-tì: hỏa thiêu hay thiêu xác (Wogihara). Có lẽ do tổng hợp cả hai ngữ nguyên mà *Pháp uẩn* cho định nghĩa *dhyāna* hay *jhāna* như trên: *tư duy* và *thiêu đốt*. Buddhaghosa, *Visuddhimagga* (London 150), cũng giải thích như *Pháp uẩn*: *ārammaṇūpanijjhānato paccanīkajhāpanato vā jhānaṃ.* Ñāṇamoli, tr. 143. "Được gọi là *jhāna*, vì nó rọi sáng (lighting, *upanijjhāna*: tư duy, phản tỉnh) đối tượng và vì nó đốt cháy (burning up, *jhāpana*) chướng ngại (*paccanīka*)."

[449] Pāli: *upasampajja;* Skt. *Upasampadya:* sau khi đạt được, sau khi chứng đắc; các bản Hán dịch thường hiểu là *cụ túc,* "có đầy đủ", hoặc *thành tựu*. *Vibhaṅga:* những từ đồng nghĩa của *upasampajja: lābho* (đắc), *paṭilābho* (hoạch đắc), *patti* (đến đích), *sampatti* (đạt đến đích), *phussanā* (xúc chứng), thân chứng (*sacchikiriyā*), cụ túc

là *cụ túc*.

Trụ:[450] Thành tựu tĩnh lự này, hiện hành, tùy hành, biến hành, biến tùy hành, động, chuyển, giải, hành.[451] Nên gọi là *trụ*.

II. Tĩnh lự thứ hai

1. *Các thiền chi*

Tầm tứ tịch tĩnh: tầm và tứ như đã nói trên. Trong tĩnh lự thứ hai, hai pháp này tịch tĩnh, biến tịch tĩnh, cận tịch tĩnh, trống không, hoàn toàn không tồn tại. Nên gọi là *tầm tứ tịch tĩnh*.

(1) *Nội đẳng tịnh*: Thế nào là nội đẳng tịnh? Do tầm tứ tịch tĩnh, các tín, tín tánh, hiện tiền tín tánh, tùy thuận ấn khả, ái mộ, ái mộ tánh, tâm trừng, tâm tịnh.[452] Gọi chung là *nội đẳng tịnh*.

(*upasampadā*). Các từ đồng nghĩa này đều hàm ý "trạng thái thâm nhập" tức *nhập định*.

[450] **Pāli**: *viharati*: vị ấy an trú (sống trong trạng thái/ điều kiện ấy)

[451] *Vibhaṅga* (257): *iriyati vattati pāleti yāpeti carati viharati. Tena vuccati "viharatī"ti*: động thái, động chuyển, hộ trì, di hành, tiến hành, cư trú; đây gọi là trú.

[452] **Pāli**: *ajjhattaṃ sampasādanaṃ*. **Skt**. *Adhyātma saṃprasāda*: (a) Tịnh tín bên trong. *Thuận chính lý 78*, tr. 762a27: "tín có đặc tính là tịnh (*prasāda*: lắng trong), nên cũng gọi là "tịnh tín", như minh châu tịnh thủy, vì nó khiến cho tâm tịnh. Nó phát sinh do bởi duyên là nội tâm bình đẳng cho nên tín căn này được gọi là *nội đẳng tịnh*. Hoặc những phẩm chất của nhị thiền có duyên là bình đẳng dẫn sanh tịnh này. Do vậy mà lập danh là *nội đẳng tịnh*." Ý nghĩa này đồng với giải thích của *Visuddhimagga* (PTS. 157): *sampasādanaṃ vuccati saddhā ... vitakkavicārakkhobhavūpasamanena ca cetaso sampasādayati, tasmāpi sampasādananti vuttaṃ*: "Tín, được gọi là trừng tịnh... Vì nó khiến cho tâm trừng tịnh do làm lắng dịu sự dao động bởi tầm và tứ, cho nên cũng được gọi là trừng tịnh."(b) Trong đây, Huyền Trang dịch "nội đẳng tịnh" cũng hàm nghĩa, trạng thái lắng trong và trôi đều của dòng tâm thức. *Tì-bà-sa 80* tr. 416a11: "*Nội* (*adhyātma-*), chỉ nội tâm; *tịnh* (*-prasāda*) chỉ cho tín. Do bình đẳng (*sam = sama*) bởi tín mà nội tâm thành tịnh, do đó nói *nội đẳng tịnh* (*adhyātma-saṃprasāda*).

(2) *Tâm nhất thú tánh*.⁴⁵³ Thế nào là tâm nhất thú tánh? Do tầm tứ tịch tĩnh nên tâm không phân tán, không loạn động, không chảy tràn, an trụ trên một điểm. Nên gọi là *tâm nhất thú tánh*.

Không tầm không tứ: Trong tĩnh lự thứ hai, tầm tứ không khả đắc, không hiện hành, không tồn tại. Nên gọi là *không tầm không tứ*.

(3-4) *Hỷ lạc do định sanh*.⁴⁵⁴

Thế nào là *định*? Tầm tứ tịch tĩnh, tâm trụ, đẳng trụ, cận trụ, an trụ, không tán không loạn, nhiếp trì, an chỉ, đẳng trì, tâm nhất cảnh tánh. Gọi chung là *định*.⁴⁵⁵

Thế nào là *hỷ*? Tầm tứ tịch tĩnh, tâm hân hoan, cực hân hoan, *nói rộng cho đến*, hoan hỷ, hoan hỷ tánh. Gọi chung là *hỷ*.

Thế nào là *lạc*? Sau khi tầm tứ tịch tĩnh, tính trì trọng của thân đã đoạn, tính trì trọng của tâm đã đoạn, *nói rộng cho đến*, tính nhu hòa của thân, tính nhu hòa của tâm. Gọi chung là *lạc*.

Thế nào gọi là **[484b01]** *hỷ lạc do định sanh*?

Hỷ lạc nói trên đây, nhân bởi định, y chỉ định, do định mà kiến lập, do thế lực của định mà phát khởi, đẳng khởi, sanh, đẳng sanh, hướng đến xuất hiện. Nên đây gọi là *hỷ lạc do định sanh*.

2. Danh nghĩa

Đệ nhị: Theo trong số thứ tự, tĩnh lự này ở lớp thứ hai. Lại nữa, trong chín lớp định, tĩnh lự này ở lớp thứ hai.

Tôn giả Thế Hữu nói... như sóng lặng thì nước lắng trong..." Câu-xá 28, bản Hán tr. 147b19: "Trạng thái vận hành tịch tĩnh của chuỗi tương tục do viễn ly sự khuấy động bởi tầm và tứ, đó là nội đẳng tịnh. Do sự khuấy động bởi tầm-tứ mà dòng tương tục vận hành không tĩnh lặng. Giống như dòng sông gợn sóng."

⁴⁵³ 心一趣性: tính tập trung trên một điểm của tâm. Pāli: *cetaso ekodibhāvaṃ*. Skt. *cittaikāgratā*.

⁴⁵⁴ Pāli: *samādhija-pītisukha*.

⁴⁵⁵ Pl./Skt. *Samādhi*.

Tĩnh lự: trong định này, nội đẳng tịnh, hỷ, lạc, tâm nhất cảnh tánh, cả bốn chi này họp thành gọi là tĩnh lự thứ hai.[456] Như có tụng nói:

> *Tầm tứ đều tịch tĩnh;*
> *Như mưa, bụi bặm lắng.*
> *Nội tịnh, tâm nhất thú,*
> *Xúc diệu lạc bồ-đề.*
>
> *Không tầm tứ, có hỷ*
> *Lạc, nội tịnh và định:*
> *Gọi tĩnh lự thứ hai*
> *Được chư Phật ngợi khen.*

Các tâm-ý-thức trong định này, gọi là tâm câu hữu tĩnh lự thứ hai. Nghiệp được tạo bởi tâm ý, sau khi đã tư, sẽ tư, hiện tiền tư, các tư và đẳng tư, được gọi là ý nghiệp câu hữu tĩnh lự thứ hai. Các thắng giải của tâm, đã thắng giải, sẽ thắng giải, gọi là thắng giải câu hữu với tĩnh lự thứ hai. Lại trong định này, hoặc thọ, hoặc tưởng, *cho đến*, hoặc tuệ, gọi là các pháp câu hữu với tĩnh lự thứ hai.

Căn cứ ý nghĩa của tên gọi tĩnh lự này, *cụ túc* và *trụ*, đều được nói như trên.

III. Tĩnh lự thứ ba

1. *Thiền chi*

Ly hỷ.[457] Thế nào là *hỷ*? Tâm hân hoan, cực hân hoan, *cho đến*, hoan hỷ, tánh hoan hỷ. Gọi chung là *hỷ*. Tâm ly nhiễm hỷ, giải thoát hỷ này, nên gọi là *ly hỷ*.

---

[456] *Vibhaṅga* (259): "*(dutiya) jhāna' nti sampasādo, pītisukhaṃ, cittassekaggatā. Visuddhimagga* kể có 3 chi: *pīti sukhaṃ cittekaggatāti imesaṃ pana tiṇṇaṃ uppattivasena tivaṅgasamannāgatatā veditabbā*; trong đó nội đẳng tịnh (*sampasādo*) không kể, vì được xem là trợ bạn của các thiền chi. Ba chi còn lại do đặc tính tư duy và thiêu đốt (*upanijjhānalakkhaṇa*) nên được kể là thiền chi.

[457] Pāli: *pītiyā ca virāgā*.

Trụ xả, chánh niệm, chánh tri: Bấy giờ, vị ấy an trụ hành xả, với chánh niệm, chánh tri.

- Thế nào là *xả?*[458] Khi ly hỷ, tánh bình đẳng, tánh chánh trực, tánh trụ tịch tĩnh tự nhiên của tâm. Gọi chung là *xả.*

- Thế nào là *chánh niệm?* Khi ly hỷ, các niệm, tùy niệm, *cho đến* tánh ghi nhớ sáng rõ của tâm. Gọi chung là *chánh niệm.*

- Thế nào là *chánh tri?* Khi ly hỷ, sự giản trạch pháp được phát khởi, giản trạch, *cho đến* tì-bát-xá-na. Gọi chung là *chánh tri.*

Thân cảm thọ lạc:[459] Thân đây là thân của ý,[460] ý có cảm thọ lạc trong thân, nên thân bốn đại chủng cũng được thư thái. Do nhân duyên này, nên nói là *thân cảm thọ lạc.* Lạc trong đây, là khi ly hỷ, tính trì trọng của thân đã đoạn, tính trì trọng của tâm đã đoạn, *cho đến* tính nhu hòa của thân, tính nhu hòa của tâm. Gọi chung là *lạc.* Đây là lạc thọ, chẳng phải lạc khinh an.[461]

---

[458] Skt. *upekṣā,* Pāli: *upekkhā.*

[459] Pāli: *sukhañca kāyena paṭisaṃvedeti.* Cảm thọ lạc bởi thân.
Vibhaṅga: "tưởng uẩn, hành uẩn, thức uẩn, đây được nói là *thân.*"
Visuddhimagga (tr.163): "lạc tương ưng với thân của *danh* (*nāma-kāya,* cả 3 uẩn thuộc *danh*), do đây, sau khi vị ấy xuất định vị ấy có cảm thọ lạc, do bởi sắc thân (*rūpakāya*) được xúc bởi sắc cực kỳ vi diệu."

[460] Vibhaṅga (259): *saññākkhandho, saṅkhārakkhandho, viññāṇakkhandho – ayaṃ vuccati "kāyo";* tưởng uẩn, hành uẩn, thức uẩn, đây gọi là "thân".

[461] *Câu-xá* phẩm viii, Phân biệt Định, tụng 9b, lạc trong sơ và nhị thiền được nói là khinh an. Lạc trong tam thiền thì không phải vậy. Cf. S. 48. 36. Vibhaṅgasuttaṃ 2 (PTS.v.210): *katamañca, bhikkhave, sukhindriyaṃ? yaṃ kho, bhikkhave, kāyikaṃ sukhaṃ, kāyikaṃ sātaṃ, kāyasamphassajaṃ sukhaṃ sātaṃ vedayitaṃ – idaṃ vuccati, bhikkhave, sukhindriyaṃ:* lạc căn là gì? Những gì là lạc thuộc thân, thân thư thái, lạc sinh bởi thân xúc được cảm giác là thư thái; lạc này được gọi là lạc căn.

Thánh nói nên **[484c01]** *xả:*⁴⁶² Thánh là chư Phật và các đệ tử. *Thuyết* (nói) tức là tuyên thuyết, phân biệt, khai thị, khích lệ người tu định *"nên xả"* lạc này, không nên đam mê vị ngọt của nó, chỉ nên trụ xả, chánh niệm, chánh tri.

2. Danh nghĩa

Đệ tam: Theo trong số thứ tự, tĩnh lự này ở lớp thứ ba. Lại nữa, trong chín lớp định, tĩnh lự này ở lớp thứ ba.

Tĩnh lự: Trong định này, hành xả,⁴⁶³ chánh niệm, chánh tri, thân thọ lạc, tâm nhất cảnh tánh; cả năm chi này gọi chung là tĩnh lự thứ ba.⁴⁶⁴ Như có tụng nói:

> *Ly hỷ, dấu tối thượng*
> *Xả, niệm, tri, lạc, định:*
> *Gọi tĩnh lự thứ ba,*
> *Được chư Phật khen ngợi.*

---

⁴⁶² Pāli: *yaṃ taṃ ariyā ācikkhantī*. Các vị *Theravādin* đọc câu này bằng cách cắt ngang đoạn trên và chỉ liên hệ xuống dưới: *upekkhako satimā sukhavihārīti*, và được hiểu, "(vị ấy chứng và trú tĩnh lự thứ ba này), điều mà các Thánh nói là vị ấy an trú lạc, có xả và niệm" (xem *Visuddhimagga*, dẫn trên). *Pháp uẩn* đọc câu này liên hệ với đoạn trên và dưới "xả" tiếp theo, do đó hiểu "thân cảm thọ *lạc*, điều mà Thánh nói *nên xả*." Nhưng, trong cả hai giải thích, "*lạc* cảm thọ bởi thân" là một chi của tĩnh lự thứ ba.

⁴⁶³ *Tì-bà-sa* 81, tr. 416c7: "xả trong đây chính là hành xả (*saṃskāropekṣā*). "Vì đặc tính của nó là khiến không hướng tâm đến hỷ. *Câu-xá* ii, phẩm Phân biệt Căn, tâm hoạt động bình đẳng (*samaṃ*) không dụng công (*anābhogaṃ*), gọi là hành xả. Xem *Câu-xá* (bản Việt dịch), ĐTKVN, TVT, tập 18, Luận bộ I, quyển 1; HĐHP, 2022; tr. 235, cht. 89. *Visuddhimagga* (London 160): an trú với sự giản trạch các chướng ngại và trung dung đối với mọi thủ xả, đây gọi là *hành xả* (*evamāgatā aggasukhepi tasmiṃ apakkhapātajananī upekkhā, ayaṃ jhānupekkhā nāma*).

⁴⁶⁴ *Vibhaṅga* (260): "(tatiya) jhāna" nti upekkhā, sati, sampajaññaṃ, sukhaṃ, cittassekaggatā.

Các tâm-ý-thức trong định này, gọi là tâm câu hữu tĩnh lự thứ ba. Nghiệp được tạo bởi tâm ý, sau khi đã tư, sẽ tư, hiện tiền tư, các tư và đẳng tư được gọi là ý nghiệp câu hữu tĩnh lự thứ ba. Các thắng giải của tâm, đã thắng giải, sẽ thắng giải, gọi là thắng giải câu hữu với tĩnh lự thứ ba. Lại trong định này, hoặc thọ, hoặc tưởng, *cho đến* hoặc tuệ, gọi là các pháp câu hữu với tĩnh lự thứ ba.

Căn cứ ý nghĩa của tên gọi tĩnh lự này, *cụ túc* và *trụ*, đều được nói như trên.

IV. Tĩnh lự thứ tư

1. *Thiền chi*

Đoạn lạc.[465] Thế nào là *lạc*? Thân lạc và tâm lạc được dẫn khởi bởi xúc thuận lạc, thọ bình đẳng,[466] được kể trong thọ, gọi chung là lạc. Lại nữa, khi tu tĩnh lự thứ ba, tâm lạc được dẫn khởi bởi xúc thuận lạc, thọ bình đẳng, được kể trong thọ, đó gọi là *lạc*.[467]

Đoạn khổ.[468] Thế nào là *khổ*? Thân khổ được dẫn khởi bởi xúc thuận khổ, thọ bất bình đẳng,[469] được kể trong thọ, gọi là *khổ*.

Khi ấy, khổ và lạc đây đều được biến tri đoạn, viễn ly, cực viễn ly, điều phục, cực điều phục, ẩn mất, trừ diệt. Cho nên gọi là *đoạn lạc đoạn khổ*.

Hỷ ưu trước đây đã dứt.

- Thế nào là *hỷ*? Tâm hỷ được dẫn khởi bởi xúc thuận hỷ, thọ bình đẳng, được kể trong thọ, gọi là hỷ. Lại nữa, khi tu tập tĩnh lự thứ hai,

---

[465] Pāli: *sukhassa ca pahānā.*

[466] 平等受, Skt. *sama-vedanā*: thọ quân bình, an ổn; trái với *viṣama-vedanā*, bất bình đẳng thọ, thọ không bình ổn, nguy hại.

[467] Lạc trong sơ và nhị thiền thuộc tâm lạc; lạc trong tam thiền, thân lạc. Lạc nói đây kể trong cả ba thiền trên.

[468] Pāli: *dukkhassa ca pahānā.*

[469] 不平等受. Skt. *aviṣama-vedanā*, xem cht. 340 & 466.

tâm hỷ được dẫn khởi bởi xúc thuận hỷ thọ,[470] thọ bình đẳng, được kể trong thọ, đây gọi là *hỷ*.

- Thế nào là *ưu*? Tâm ưu được dẫn khởi bởi xúc thuận ưu, thọ bất bình đẳng, được kể trong thọ, gọi là ưu. Ưu đây và hỷ trên, khi ấy đều được biến tri đoạn, *cho đến* ẩn mất, trừ diệt. Cho nên nói, *hỷ ưu trước đây đã dứt*.

Lại nữa, khi nhập sơ tĩnh lự, ưu được biến tri đoạn. Khi nhập tĩnh lự [485a01] thứ hai, khổ được biến tri đoạn. Khi nhập tĩnh lự thứ ba, hỷ được biến tri đoạn. Khi nhập tĩnh lự thứ tư, hoặc khổ hoặc lạc, hoặc hỷ hoặc ưu thảy đều được biến tri đoạn, viễn ly, cực viễn ly, điều phục, cực điều phục, ẩn mất, trừ diệt. Cho nên nói là *đoạn lạc đoạn khổ, hỷ ưu trước đã dứt*.

Không khổ không lạc: tức trong đây nêu rõ không có hai cảm thọ khổ-lạc, chỉ có cảm thọ thứ ba là phi khổ phi lạc.

Xả, niệm thanh tịnh:[471]

Thế nào là *xả*? Lúc bấy giờ, tâm của vị ấy bình đẳng, tính chánh trực, tính trụ tịch tĩnh tự nhiên không cảnh giác của tâm. Gọi chung là *xả*.

Thế nào là *niệm*? Các niệm của vị ấy lúc bấy giờ, tùy niệm, *nói rộng cho đến* tính ghi nhớ sáng rõ của tâm. Gọi chung là *niệm*.

Vị ấy, lúc bấy giờ, có xả và niệm thảy đều được thanh tịnh; khổ, lạc, ưu, hỷ, tầm, tứ, và hai hơi thở (ra và vào), thảy đều viễn ly, nên nói là *thanh tịnh*.

---

[470] Căn cứ theo *Câu-xá* phẩm viii Phân biệt Định, Huyền Trang dịch từ *prīti* là *hỷ* (đơn từ), và *saumanasya* là *hỷ thọ*, tức 1 trong 5 thọ căn. *Hỷ* trong tĩnh lự thứ hai nói trên được kể là hỷ thọ trong 5 thọ căn.

[471] 捨念清淨. **Pāli:** *upekkhāsatipārisuddhiṃ*. *Vibhaṅga*: *ayaṃ sati imāya upekkhāya vivaṭā hoti parisuddhā pariyodātā*: niệm này được khai phóng bởi xả mà thanh tịnh, thuần tịnh. *Vyākhyā*: *upekṣā-pariśuddhi* = *upekṣāyāḥ pariśuddhiḥ*, xả thanh tịnh = sự thanh tịnh của xả, y chủ thích thuộc cách (*ṣaṣṭhī-tatpuruṣa*), do bởi loại trừ 8 sự tai hại (tầm, tứ, lạc, hỷ, khổ, ưu, hơi thở ra, hơi thở vào). Niệm thanh tịnh (*smṛti-pariśuddhi*) cũng vậy.

2. Danh nghĩa

Đệ tứ: trong số thứ tự, tĩnh lự này ở lớp thứ tư. Lại nữa, trong chín lớp định, tĩnh lự này ở lớp thứ tư.

Tĩnh lự: trong định này, thọ không khổ không lạc, xả, niệm, tâm nhất cảnh tánh, cả bốn chi[472] này gọi chung là đệ tứ tĩnh lự. Như có tụng nói:

> *Lạc, khổ...đã diệt rồi,*
> *Tâm kiên trụ bất động,*
> *Được thiên nhãn thanh tịnh,*
> *Thấy rõ các cảnh sắc.*
> *Thọ không khổ không lạc,*
> *Xả, niệm tịnh và định,*
> *Gọi tĩnh lự thứ tư,*
> *Được chư Phật khen ngợi.*

Các tâm-ý-thức trong định này, gọi là tâm câu hữu tĩnh lự thứ tư. Nghiệp được tạo bởi tâm ý, sau khi đã tư, sẽ tư, hiện tiền tư, các tư và đẳng tư được gọi là ý nghiệp câu hữu tĩnh lự thứ tư. Các thắng giải của tâm, đã thắng giải, sẽ thắng giải, gọi là thắng giải câu hữu với tĩnh lự thứ tư. Lại trong định này, hoặc thọ, hoặc tưởng, *cho đến* hoặc tuệ, gọi là các pháp câu hữu với tĩnh lự thứ tư.

Căn cứ ý nghĩa của tên gọi tĩnh lự này, *cụ túc* và *trụ*, đều được nói như trên.

---

[472] *Vibhaṅga*, chỉ kể 3 chi: *upekkhā, sati, cittassekaggatā*.

PHẨM 12: VÔ LƯỢNG

A. KINH

Một thời, Bạc-già-phạm trụ trong vườn Cấp Cô Độc, rừng Thệ-đa, thành Thất-la-phiệt.

Bấy giờ, Đức Thế Tôn bảo chúng Bí-sô:

"Có bốn vô lượng. Bốn [vô lượng] ấy là gì?

"Có một hạng, bằng thắng giải[473] mà biến mãn một phương tâm câu hành với từ, không oán, không địch, viễn ly não hại, quảng đại [485b01] vô lượng, vì khéo tu tập, chứng nhập và an trụ. Phương thứ hai, phương thứ ba, phương thứ tư, trên, dưới, hoặc phương ngang, tất cả thế gian cũng như vậy. Đây gọi là vô lượng thứ nhất.

---

[473] *adhimukti.* Theo các vị Hữu bộ, tu 4 vô lượng thuộc loại thắng giải tác ý (*adhimukti-manaskāra*), vì đối tượng không trực tiếp hiện tiền, chỉ bằng giả tưởng chứ không bằng hiện thực. *Tì-bà-sa* 82, tr. 422c27: có 3 tác ý, (1) tự tướng tác ý, như tư duy địa với đặc tính là cứng... (2) cộng tướng tác ý, như 16 hành tướng (của 4 Thánh đế); (3) thắng giải tác ý, như bất tịnh quán, niệm hơi thở, giải thoát thắng xứ... Thắng giải (*adhimukti*) là 1 trong 10 tâm sở đại địa pháp; *Vyākhyā*: thắng giải = xác tín, là sự xác nhận (ấn khả) đối tượng về mặt phẩm chất. Hoặc nó có nghĩa là yêu thích, tức là sự ấn khả (xác nhận) tùy theo đối tượng đã được quyết định, như tâm tu tập quán hành. Pāli: *pharitvā*: làm sung mãn, biến mãn, *Vibhaṅga* thích từ: *pharitvā* = *adhimuccitvā*, sung mãn tức thắng giải. Sớ giải: *adhimuñicitvāti adhikabhāvena muñcitvā*, thắng giải: cởi mở, khai giải, bằng cách làm cho rộng lớn hơn. (*adhimuccati*: hướng tâm đến, quyết tâm, có niềm tin nơi, xác tín; Từ điển PTS).

"Lại có một hạng, bằng thắng giải mà biến mãn một phương tâm câu hành với bi, không oán, không địch, viễn ly não hại, quảng đại vô lượng, vì khéo tu tập, chứng nhập và an trụ. Phương thứ hai, phương thứ ba, phương thứ tư, trên, dưới, hoặc phương ngang, tất cả thế gian cũng như vậy. Đây gọi là vô lượng thứ hai.

"Lại có một hạng, bằng thắng giải mà biến mãn một phương tâm câu hành với hỷ, không oán, không địch, viễn ly não hại, quảng đại vô lượng, vì khéo tu tập, chứng nhập và an trụ. Phương thứ hai, phương thứ ba, phương thứ tư, trên, dưới, hoặc phương ngang, tất cả thế gian cũng như vậy. Đây gọi là vô lượng thứ ba.

"Lại có một hạng, bằng thắng giải mà biến mãn một phương tâm câu hành với xả, không oán, không địch, viễn ly não hại, quảng đại vô lượng, vì khéo tu tập, chứng nhập và an trụ. Phương thứ hai, phương thứ ba, phương thứ tư, trên, dưới, hoặc phương ngang, tất cả thế gian cũng như vậy. Đây gọi là vô lượng thứ tư."[474]

B. LUẬN

I. Từ vô lượng

1. *Từ tâm*

Thế nào gọi là *từ*?

---

[474] Pāli, D. 33 *Saṅgītisuttaṃ*, iii. 224: *catasso appamaññā. idhāvuso, bhikkhu mettāsahagatena cetasā ekaṃ disaṃ pharitvā viharati. tathā dutiyaṃ. tathā tatiyaṃ. tathā catutthaṃ. iti uddhamadho tiriyaṃ sabbadhi sabbattatāya sabbāvantaṃ lokaṃ mettāsahagatena cetasā vipulena mahaggatena appamāṇena averena abyāpajjena pharitvā viharati. karuṇāsahagatena cetasā...pe... muditāsahagatena cetasā... pe... upekkhāsahagatena cetasā ekaṃ disaṃ pharitvā viharati. tathā dutiyaṃ. tathā tatiyaṃ. tathā catutthaṃ. ...* Hán, Trung 21, kinh 86 Thuyết xứ, tr. 563b13. Trường 8 kinh Chúng tập, tr. 50c24: 四梵堂 bốn Phạm đường = 4 Phạm trụ (Skt. *catvāro brahmavihārāḥ*. Pāli: *cattāro brahmavihāre*). Tăng nhất 21, kinh số 10, tr. 658c20: 四等心 bốn đẳng tâm, 四梵堂 bốn Phạm đường: 慈悲喜護 từ, bi, hỷ, hộ.

Có một hạng tư duy như vầy: "Nguyện cho các loài hữu tình đều được an lạc thù thắng." Những gì là *từ*, là thiện thuộc sắc giới định[475] được phát khởi nội tại do lực của tư trạch, y xuất gia, hoặc viễn ly mà tư trạch: *từ*, tính thể của từ, gọi là thương yêu, tính thể thương yêu, thương tưởng, tính thể thương tưởng, gọi chung là *từ*.

Lại nữa, thọ, tưởng, hành, thức tương ưng với *từ*, và hành không tương ưng được phát khởi bởi hai nghiệp thân, ngữ.[476] Đây cũng gọi là *từ*.

2. Gia hành từ tâm định

Thế nào là gia hành[477] từ tâm định?[478] Tu gia hành như thế nào để nhập từ tâm định?

Có một hạng khởi tâm như vầy: "Nguyện cho các hữu tình đều được an lạc thù thắng." Tuy có tâm này, nhưng không có thắng giải[479] rằng "Nguyện cho các hữu tình đều được an lạc thù thắng như vậy như vậy." Tâm vị ấy tuy thiện, tịnh, diệu, tùy thuận, tỏa sáng, tăng trưởng, nghiêm sức, ứng cúng, sáng suốt, trợ bạn, tư lương, nhưng chưa gọi là gia hành từ tâm định, cũng chưa gọi là nhập từ tâm định.

Lại có một hạng nói như vầy: "Nguyện cho các hữu tình đều được an lạc thù thắng." Tuy có nói như vậy, nhưng không có thắng giải: "Nguyện cho các hữu tình đều được an lạc thù thắng như vậy như vậy." Lời của vị ấy tuy thiện, tịnh, diệu... *cho đến* tư lương, nhưng chưa gọi là gia hành từ tâm định, cũng chưa gọi là nhập từ tâm định.

---

[475] 色界定善, các thiền chi trong các tĩnh lự: hỷ, lạc v.v... là các thiện pháp thuộc sắc giới phát sinh với định.

[476] Các hành không tương ưng được phát khởi (*samutthānatas*: đẳng khởi) bởi thân và ngữ nghiệp, đó là các thứ như sanh, (*jāti*), đắc (*prāpti*), diệt định, vô tưởng định v.v...; những pháp này khi tương ưng với *từ* cũng được gọi là từ.

[477] 加行. Skt. *prayoga* (Pāli: *payoga*): khởi sự thực hành, nỗ lực tu; phương pháp thực hành.

[478] 慈心定, từ tâm định, từ tâm tam-muội, Skt. *maitrīcitta-samādhi*: y trên các định mà tu từ tâm.

[479] Xem cht. 473 trên.

Lại có một hạng người khởi tâm như vầy, nói như vầy: "Nguyện cho các hữu tình đều được thắng lạc." [485c01] Tuy có tâm và có nói như vậy, nhưng không có thắng giải: "Nguyện cho các hữu tình đều được an lạc thù thắng như vậy như vậy." Tâm và lời của vị ấy tuy đều là thiện, tịnh, diệu... *cho đến* tư lương, nhưng chưa gọi là gia hành từ tâm định, cũng chưa gọi là nhập từ tâm định.

Lại có một hạng khởi tâm như vầy, nói như vầy, và có thắng giải: "Nguyện cho các hữu tình đều được an lạc thù thắng như vậy như vậy." Tâm, lời và thắng giải của vị ấy tuy đều là thiện, tịnh, diệu... *cho đến* tư lương, nhưng chưa gọi là gia hành từ tâm định, cũng chưa gọi là nhập từ tâm định.

Như có người bị cái khổ của lạnh bức bách, khi được ấm thì phát sanh lạc. Người đó nắm giữ tướng lạc ấy, rồi phát khởi tâm, nói như vầy: "Nguyện cho các hữu tình đều được an lạc thù thắng như vậy như vậy." Tâm, lời và thắng giải của vị ấy tuy đều là thiện, tịnh, diệu... *cho đến* tư lương, nhưng chưa gọi là gia hành từ tâm định, cũng chưa gọi là nhập từ tâm định.

Lại có người bị cái khổ của nóng bức bách, khi được mát thì phát sanh lạc. Người đó nắm giữ tướng lạc ấy, rồi phát khởi tâm, nói như vầy: "Nguyện cho các hữu tình đều được an lạc thù thắng như vậy như vậy." Tâm, lời và thắng giải của vị ấy tuy đều là thiện, tịnh, diệu... *cho đến* tư lương, nhưng chưa gọi là gia hành từ tâm định, cũng chưa gọi là nhập từ tâm định.

Lại có người bị khổ bởi đói bức bách, khi được ăn thì phát sanh lạc. Người đó nắm giữ tướng lạc ấy rồi phát khởi tâm, nói như vầy: "Nguyện cho các hữu tình đều được an lạc thù thắng như vậy như vậy." Tâm, lời và thắng giải của vị ấy tuy đều là thiện, tịnh, diệu... *cho đến* tư lương, nhưng chưa gọi là gia hành từ tâm định, cũng chưa gọi là nhập từ tâm định.

Lại có người bị khổ bởi khát bức bách, khi được uống nước thì phát sanh lạc. Người đó nắm giữ tướng lạc ấy rồi phát khởi tâm, nói như vầy: "Nguyện cho các hữu tình đều được an lạc thù thắng như vậy như vậy." Tâm, lời và thắng giải của vị ấy tuy đều là thiện, tịnh, diệu... *cho đến* tư lương, nhưng chưa gọi là gia hành từ tâm định, cũng chưa gọi là nhập từ tâm định.

Lại có người thân thể dơ bẩn, tay chân rã rời, thiếu các tư cụ, thân hữu trái nghịch, chia lìa. Nay được tắm rửa, được xoa bóp, được tư cụ, thân hữu hòa hợp, nên phát sanh các lạc. Người đó nắm giữ tướng lạc ấy rồi phát khởi tâm, nói như vầy: "Nguyện cho các hữu tình đều được an lạc thù thắng như vậy như vậy." Tâm, lời và thắng giải của vị ấy tuy đều là thiện, tịnh, diệu... *cho đến* tư lương, nhưng chưa gọi là gia hành từ tâm định, cũng chưa gọi là nhập từ tâm định.

Lại có người, vào giữa mùa hạ nóng nực, bị sức nóng mặt trời bức thiết, nên thân tâm mệt nhừ, **[486a01]** khô khát, nóng bức. Khi gặp được hồ nước trong mát, liền nhảy xuống tắm, uống nước, nên sanh lạc. Người đó nắm giữ tướng lạc ấy, rồi phát khởi tâm, nói như vầy: "Nguyện cho các hữu tình đều được an lạc thù thắng như vậy như vậy." Tâm, lời và thắng giải của vị ấy tuy đều là thiện, tịnh, diệu... *cho đến* tư lương, nhưng chưa gọi là gia hành từ tâm định, cũng chưa gọi là nhập từ tâm định.

Lại có người thọ đầy đủ lạc dục giới như vậy, và thọ thắng lạc của tĩnh lự thứ ba.[480] Người đó nắm giữ tướng lạc ấy rồi phát khởi tâm, nói như vầy: "Nguyện cho các hữu tình đều được an lạc thù thắng như vậy như vậy." Tâm, lời và thắng giải của vị ấy tuy đều là thiện, tịnh, diệu... *cho đến* tư lương, nhưng chưa gọi là gia hành từ tâm định, cũng chưa gọi là nhập từ tâm định.

Nếu khi có lạc này phát sinh, vị ấy nhập cận phần định[481] của tĩnh lự thứ ba, hoặc đã nhập, hiện nhập tĩnh lự thứ ba, liền nắm giữ tướng lạc ấy, phát khởi tâm, nói như vầy: "Nguyện cho các hữu tình đều được an lạc thù thắng như vậy như vậy." Tâm, lời và thắng giải của vị ấy đều là thiện thù thắng, tịnh, diệu, tùy thuận *cho đến* tư lương. Đây mới gọi là gia hành từ tâm định, cũng gọi là nhập từ tâm định.

---

[480] Lạc cảm thọ bởi thân trong tĩnh lự thứ ba. Xem "phẩm xi, Tĩnh lự", về tĩnh lự thứ ba.

[481] Skt. *dhyāna-sāmantaka*: đã vượt qua tĩnh lự dưới, nhưng chưa nhập tĩnh lự trên.

Lại nữa, các tâm-ý-thức trong định này, gọi là tâm câu hữu với từ. Nghiệp được tạo bởi tâm ý, sau khi đã tư, sẽ tư, hiện tiền tư, các tư và đẳng tư được gọi là ý nghiệp câu hữu với từ. Các thắng giải của tâm, đã thắng giải, sẽ thắng giải, gọi là thắng giải câu hữu với từ. Lại trong định này, hoặc thọ, hoặc tưởng, hoặc dục, hoặc tác ý, hoặc niệm, hoặc định, hoặc tuệ, gọi là các pháp câu hữu với từ.

Các pháp như vậy cũng được gọi là gia hành từ tâm định, cũng gọi là nhập từ tâm định.

3. Gia hành vô lượng

Lại nữa, định từ tâm có hai loại: a. hạn hẹp, b. vô lượng.

a. Từ hạn hẹp

Thế nào là gia hành từ tâm định hạn hẹp? Tu gia hành như thế nào để nhập từ tâm định hạn hẹp?

Ở đây có người đối với các hữu tình trong phạm vi hạn hẹp, những hữu tình này là khả ái, khả lạc, khả hỷ, khả ý, như cha mẹ, anh em, chị em và bạn bè thân thuộc nào đó, hướng đến các hữu tình như vậy mà trụ tâm câu hữu với từ hạn hẹp: trụ, đẳng trụ, cận trụ, an trụ,[482] điều phục, tịch tĩnh, tối cực tịch tĩnh,[483] tâm nhất cảnh,[484] đẳng trì,[485] "Nguyện cho hữu tình đó được thắng lạc." Nhưng vào lúc đó, nếu tâm vị ấy tán loạn, rong ruổi cảnh khác, không tập trung vào một điểm, không giữ chặt niệm khiến trụ vào một sở duyên, mà "nguyện cho hữu tình trong phạm vi hạn hẹp được an lạc". Cho đến mức này, chưa gọi là gia hành từ tâm định hạn hẹp, cũng chưa gọi là nhập từ tâm định hạn hẹp.

Nhưng nếu lúc đó, vị ấy nắm giữ tự tâm không cho tán loạn, không để rong ruổi theo cảnh khác, mà tập trung vào một điểm, niệm an trụ

---

[482] Các cường điệu của các trạng thái an trụ: *vihāra/ viharati*: an trụ, trú ngụ, trụ tâm trong trạng thái.

[483] Các cường điệu của tịch tĩnh, Skt. *upaśānti/~śama*, trạng thái lắng đọng, đình chỉ các loạn động.

[484] 一趣, tâm nhất thú, hay tâm nhất cảnh, Skt. *cittaikāgratā*, xem cht. 453.

[485] 等持, tức định, Skt. *samādhi*.

trên một sở duyên, tư duy các đặc điểm của hữu tình **[486b01]** trong phạm vi hạn hẹp, "nguyện cho hữu tình trong phạm vi hạn hẹp đó được an lạc." Tư duy như vậy, phát cần tinh tấn, dũng kiện mãnh liệt, mạnh mẽ khó ngăn, khích lệ ý chí không ngừng. Đây gọi là gia hành từ tâm định hạn hẹp, cũng gọi là nhập từ tâm định hạn hẹp.

Với đạo đã sanh như vậy, vị ấy do tu tập, tu tập nhiều, khiến cho tâm trụ, đẳng trụ, cận trụ, an trụ, nhất thú, đẳng trì, không phân hai, không lui sụt, "nguyện cho hữu tình trong phạm vi hạn hẹp kia được an lạc;" cho đến mức này gọi là đã nhập từ tâm định hạn hẹp.

Lại nữa, các tâm-ý-thức trong định này được gọi là tâm câu hữu với từ hạn hẹp. Nghiệp được tạo bởi tâm ý, sau khi đã tư, sẽ tư, hiện tiền tư, các tư và đẳng tư được gọi là ý nghiệp câu hữu với từ hạn hẹp. Các thắng giải của tâm, đã thắng giải, sẽ thắng giải, gọi là thắng giải câu hữu với từ hạn hẹp. Lại trong định này, hoặc thọ, hoặc tưởng, hoặc dục, hoặc tác ý, hoặc niệm, hoặc định, hoặc tuệ, gọi là các pháp câu hữu với từ hạn hẹp.

Các pháp như vậy cũng được gọi là gia hành từ tâm định hạn hẹp, cũng gọi là nhập từ tâm định hạn hẹp.

b. *Từ vô lượng*

Thế nào là gia hành từ tâm định vô lượng? Tu gia hành như thế nào để nhập từ tâm định vô lượng?

Vị ấy thường luôn tu tập từ tâm định hạn hẹp, làm cho tâm tùy thuận, điều phục, tịch tĩnh, tu luyện như vậy nhiều lần, làm cho tâm ấy thành chất trực, nhu nhuyễn, kham năng, làm chỗ y chỉ cho thắng định sau, nhiên hậu dần dần làm cho thắng giải biến mãn khắp phương Đông v.v... "Nguyện cho vô lượng hữu tình ấy đều được an lạc." Vị ấy lúc bấy giờ nếu tâm tán loạn, rong ruổi theo cảnh khác, không tập trung vào một điểm, không cố thủ niệm khiến trụ vào một sở duyên, mà "nguyện cho vô lượng hữu tình được an lạc." Cho đến mức này, chưa gọi là gia hành từ tâm định vô lượng, cũng chưa gọi là nhập từ tâm định vô lượng. Nhưng nếu lúc đó, vị ấy nắm giữ tự tâm không cho tán loạn, không để rong ruổi theo cảnh khác, khiến cho tập trung một điểm, niệm an trụ vào một sở duyên, tư duy các đặc điểm của vô lượng hữu tình, "nguyện cho vô lượng hữu tình được an lạc". Tư duy như vậy, phát cần tinh tấn, *cho đến* khích lệ ý không ngừng. Đây gọi là gia hành từ tâm định vô lượng, cũng gọi là nhập từ tâm định vô lượng.

Với đạo đã sanh như vậy, vị ấy do tu tập, tu tập nhiều, khiến cho tâm trụ, đẳng trụ, cận trụ, an trụ, nhất thú, đẳng trì, không phân hai, không lui sụt, "nguyện cho vô lượng hữu tình kia được an lạc;" cho đến mức này gọi là đã nhập từ tâm định vô lượng.

Lại nữa, các tâm-ý-thức trong định này được gọi là tâm câu hữu với từ vô lượng. Nghiệp được tạo bởi tâm ý, sau khi đã tư, sẽ tư, hiện tiền tư, các tư và đẳng tư được gọi là ý nghiệp câu hữu với từ vô lượng. Các thắng giải của tâm, đã thắng giải, sẽ thắng giải, gọi là thắng giải câu hữu **[486c01]** với từ vô lượng. Lại trong định này, hoặc thọ, hoặc tưởng, hoặc dục, hoặc tác ý, hoặc niệm, hoặc định, hoặc tuệ, gọi là các pháp câu hữu với từ vô lượng.

Các pháp như vậy cũng được gọi là gia hành từ tâm định vô lượng, cũng gọi là nhập từ tâm định vô lượng.

II. Bi vô lượng

1. *Bi tâm*

Thế nào là *bi*?[486] Có người tư duy như vầy: "Nguyện cho các loài hữu tình đều được lìa khổ." Những gì là bi? Là thiện thuộc sắc giới định được phát khởi nội tại do lực của tư trạch, y xuất gia, hoặc viễn ly mà tư trạch: bi, tính thể của bi, gọi là buồn thương, tính buồn thương, trắc ẩn, tính trắc ẩn, gọi chung là *bi*.

Lại nữa, thọ, tưởng, hành, thức tương ưng với bi, và hành không tương ưng được phát khởi bởi hai nghiệp thân, ngữ. Đây cũng gọi là *bi*.

2. *Gia hành bi*

Lại nữa, định tâm bi có hai loại: a. hạn hẹp; b. vô lượng

---

[486] Skt. *karuṇā.*

a. Bi hạn hẹp

Thế nào là gia hành bi tâm định hạn hẹp? Tu gia hành như thế nào để nhập bi tâm định hạn hẹp?

Ở đây có người đối với các hữu tình trong phạm vi hạn hẹp, những hữu tình này là khả ái, khả lạc, khả hỷ, khả ý, như cha mẹ, anh em, chị em và bạn bè thân thuộc nào đó, hướng đến các hữu tình như vậy mà trụ tâm câu hữu với bi hạn hẹp: trụ, đẳng trụ, cận trụ, an trụ, điều phục, tịch tĩnh, tối cực tịch tĩnh, tâm nhất cảnh, đẳng trì, "nguyện cho hữu tình đó được lìa khổ." Nhưng vào lúc đó, nếu tâm vị ấy tán loạn, rong ruổi cảnh khác, không tập trung vào một điểm, không giữ chặt niệm khiến trụ vào một sở duyên, mà "nguyện cho hữu tình trong phạm vi hạn hẹp được lìa khổ". Cho đến mức này, chưa gọi là gia hành bi tâm định hạn hẹp, cũng chưa gọi là nhập bi tâm định hạn hẹp.

Nhưng nếu lúc đó, vị ấy nắm giữ tự tâm không cho tán loạn, không để rong ruổi theo cảnh khác, mà tập trung vào một điểm, niệm an trụ trên một sở duyên, tư duy các đặc điểm của hữu tình trong phạm vi hạn hẹp, "nguyện cho hữu tình trong phạm vi hạn hẹp đó được lìa khổ." Tư duy như vậy, phát cần tinh tấn, dũng kiện mãnh liệt, mạnh mẽ khó ngăn, khích lệ ý không ngừng. Đây gọi là gia hành bi tâm định hạn hẹp, cũng gọi là nhập bi tâm định hạn hẹp.

Với đạo đã sanh như vậy, vị ấy do tu tập, tu tập nhiều, khiến cho tâm trụ, đẳng trụ, cận trụ, an trụ, nhất thú, đẳng trì, không phân hai, không lui sụt, "nguyện cho hữu tình trong phạm vi hạn hẹp kia được lìa khổ;" cho đến mức này gọi là đã nhập bi tâm định hạn hẹp.

Lại nữa, các tâm-ý-thức trong định này được gọi là tâm câu hữu với bi hạn hẹp. Nghiệp được tạo bởi tâm ý, sau khi đã tư, sẽ tư, hiện tiền tư, các tư và đẳng tư được gọi là ý nghiệp câu hữu với bi hạn hẹp. Các thắng giải của tâm, đã thắng giải, sẽ thắng giải, gọi là thắng giải câu hữu với bi hạn hẹp. Lại trong định này, hoặc thọ, hoặc tưởng, hoặc dục, hoặc tác ý, hoặc niệm, hoặc định, hoặc tuệ, gọi là các pháp câu hữu với bi hạn hẹp.

Các pháp như vậy cũng được gọi là gia hành bi tâm định hạn hẹp, cũng gọi là nhập bi tâm định hạn hẹp. **[487a01]**

b. *Bi vô lượng*

Thế nào là gia hành bi tâm định vô lượng? Tu gia hành như thế nào để nhập bi tâm định vô lượng?

Vị ấy thường luôn tu tập bi tâm định hạn hẹp, làm cho tâm tùy thuận, điều phục, tịch tĩnh, tu luyện như vậy nhiều lần, làm cho tâm ấy thành chất trực, nhu nhuyễn, kham năng, làm chỗ y chỉ cho thắng định sau, nhiên hậu dần dần làm cho thắng giải biến mãn khắp phương Đông v.v... mà "nguyện cho vô lượng hữu tình phương ấy đều được lìa khổ." Vị ấy lúc bấy giờ nếu tâm tán loạn, rong ruổi theo cảnh khác, không tập trung vào một điểm, không cố thủ niệm khiến trụ vào một sở duyên, mà "nguyện cho vô lượng hữu tình được lìa khổ." Cho đến mức này, chưa gọi là gia hành bi tâm định vô lượng, cũng chưa gọi là nhập bi tâm định vô lượng. Nhưng nếu lúc đó, vị ấy nắm giữ tự tâm không cho tán loạn, không để rong ruổi theo cảnh khác, khiến cho tập trung một điểm, niệm an trụ vào một sở duyên, tư duy các đặc điểm của vô lượng hữu tình, "nguyện cho vô lượng hữu tình được lìa khổ." Tư duy như vậy, phát cần tinh tấn, *cho đến* khích lệ ý không ngừng. Đây gọi là gia hành bi tâm định vô lượng, cũng gọi là nhập bi tâm định vô lượng.

Với đạo đã sanh như vậy, vị ấy do tu tập, tu tập nhiều, khiến cho tâm trụ, đẳng trụ, cận trụ, an trụ, nhất thú, đẳng trì, không phân hai, không lui sụt, "nguyện cho vô lượng hữu tình kia được lìa khổ;" cho đến mức này gọi là đã nhập bi tâm định vô lượng.

Lại nữa, các tâm-ý-thức trong định này được gọi là tâm câu hữu với bi vô lượng. Nghiệp được tạo bởi tâm ý, sau khi đã tư, sẽ tư, hiện tiền tư, các tư và đẳng tư được gọi là ý nghiệp câu hữu với bi vô lượng. Các thắng giải của tâm, đã thắng giải, sẽ thắng giải, gọi là thắng giải câu hữu với bi vô lượng. Lại trong định này, hoặc thọ, hoặc tưởng, hoặc dục, hoặc tác ý, hoặc niệm, hoặc định, hoặc tuệ, gọi là các pháp câu hữu với bi vô lượng.

Các pháp như vậy cũng được gọi là gia hành bi tâm định vô lượng, cũng gọi là nhập bi tâm định vô lượng.

III. Hỷ vô lượng

1. *Hỷ tâm*

Thế nào là hỷ?[487] Có hạng người tư duy như vầy: "Hữu tình có được ích lợi đáng nên chúc mừng."

Những gì là hân hoan, là thiện thuộc sắc giới định được phát khởi nội tại do lực của tư trạch, y xuất gia, hoặc viễn ly mà tư trạch: tâm hân hoan, cực hân hoan, hiện tiền cực hân hoan, tính hân hoan, đồng loại hân hoan, thích ý, duyệt ý, tính hỷ, đồng loại hỷ, lạc do hòa hợp, lạc do không biệt ly, hân hoan, vui vẻ, tính kham nhiệm, phấn khởi, tính phấn khởi, hoan hỷ, tính hoan hỷ. Gọi chung là *hỷ*.

Lại nữa, thọ, tưởng, hành, thức tương ưng với hỷ, và hành không tương ưng được phát khởi bởi hai nghiệp thân, ngữ. Đây cũng gọi là *hỷ*.

2. *Gia hành hỷ*

Lại nữa, hỷ tâm định **[487b01]** có hai loại: a. hạn hẹp, b. vô lượng

a. *Hỷ hạn hẹp*

Thế nào là gia hành hỷ tâm định hạn hẹp? Tu gia hành như thế nào để nhập hỷ tâm định hạn hẹp?

Ở đây có người đối với các hữu tình trong phạm vi hạn hẹp, những hữu tình này là khả ái, khả lạc, khả hỷ, khả ý, như cha mẹ, anh em, chị em và bạn bè thân thuộc nào đó, hướng đến các hữu tình hạn hẹp như vậy mà trụ tâm câu hữu với hỷ hạn hẹp: trụ, đẳng trụ, cận trụ, an trụ, điều phục, tịch tĩnh, tối cực tịch tĩnh, tâm nhất cảnh, đẳng trì, "Chúc mừng hữu tình đó được an lạc lìa khổ." Nhưng vào lúc đó, nếu tâm vị ấy tán loạn, rong ruổi cảnh khác, không tập trung vào một điểm, không giữ chặt niệm khiến trụ vào một sở duyên, mà "Chúc mừng hữu tình đó được an lạc lìa khổ." Cho đến mức này, chưa gọi là gia hành hỷ tâm định hạn hẹp, cũng chưa gọi là nhập hỷ tâm định hạn hẹp.

Nếu lúc đó, vị ấy nắm giữ tự tâm không cho tán loạn, không để rong ruổi theo cảnh khác, mà tập trung vào một điểm, niệm an trụ trên một

---

487 Pāli: *muditā*.

sở duyên, tư duy các đặc điểm của hữu tình trong phạm vi hạn hẹp, "Chúc mừng hữu tình đó được an lạc lìa khổ." Tư duy như vậy, phát cần tinh tấn, dũng kiện mãnh liệt, mạnh mẽ khó ngăn, khích lệ ý không ngừng. Đây gọi là gia hành hỷ tâm định hạn hẹp, cũng gọi là nhập hỷ tâm định hạn hẹp.

Với đạo đã sanh như vậy, vị ấy do tu tập, tu tập nhiều, khiến cho tâm trụ, đẳng trụ, cận trụ, an trụ, nhất thú, đẳng trì, không phân hai, không lui sụt, "Chúc mừng hữu tình đó được an lạc lìa khổ;" cho đến mức này gọi là đã nhập hỷ tâm định hạn hẹp.

Lại nữa, các tâm-ý-thức trong định này được gọi là tâm câu hữu với hỷ hạn hẹp. Nghiệp được tạo bởi tâm ý, sau khi đã tư, sẽ tư, hiện tiền tư, các tư và đẳng tư được gọi là ý nghiệp câu hữu với hỷ hạn hẹp. Các thắng giải của tâm, đã thắng giải, sẽ thắng giải, gọi là thắng giải câu hữu với hỷ hạn hẹp. Lại trong định này, hoặc thọ, hoặc tưởng, hoặc dục, hoặc tác ý, hoặc niệm, hoặc định, hoặc tuệ, gọi là các pháp câu hữu với hỷ hạn hẹp.

Các pháp như vậy cũng được gọi là gia hành hỷ tâm định hạn hẹp, cũng gọi là nhập hỷ tâm định hạn hẹp.

b. Hỷ vô lượng

Thế nào là gia hành hỷ tâm định vô lượng? Tu gia hành như thế nào để nhập hỷ tâm định vô lượng?

Vị ấy thường luôn tu tập hỷ tâm định hạn hẹp, làm cho tâm tùy thuận, điều phục, tịch tĩnh, tu luyện như vậy nhiều lần, làm cho tâm ấy thành chất trực, nhu nhuyễn, kham năng, làm chỗ y chỉ cho thắng định sau, nhiên hậu dần dần làm cho thắng giải biến mãn khắp phương Đông v.v... mà "chúc mừng vô lượng hữu tình ấy được an lạc lìa khổ." Vị ấy lúc bấy giờ nếu tâm tán loạn, rong ruổi theo cảnh khác, không tập trung vào một điểm, không cố thủ niệm khiến trụ vào một sở duyên, mà "chúc mừng vô lượng hữu tình được an lạc lìa khổ." Cho đến mức này, chưa gọi là gia hành hỷ tâm định vô lượng, **[487c01]** cũng chưa gọi là nhập hỷ tâm định vô lượng. Nhưng nếu lúc đó, vị ấy nắm giữ tự tâm không cho tán loạn, không để rong ruổi theo cảnh khác, khiến cho tập trung một điểm, niệm an trụ vào một sở duyên, tư duy các đặc điểm của vô lượng hữu tình, "chúc mừng hữu tình đó được an lạc lìa khổ." Tư duy như vậy, phát cần tinh tấn, *cho đến* khích lệ ý không ngừng. Đây gọi là gia hành hỷ tâm định vô lượng, cũng gọi là nhập hỷ tâm định vô lượng.

Với đạo đã sanh như vậy, vị ấy do tu tập, tu tập nhiều, khiến cho tâm trụ, đẳng trụ, cận trụ, an trụ, nhất thú, đẳng trì, không phân hai, không lui sụt, "chúc mừng vô lượng hữu tình đó được an lạc lìa khổ." Cho đến mức này gọi là đã nhập hỷ tâm định vô lượng.

Lại nữa, các tâm-ý-thức trong định này được gọi là tâm câu hữu với hỷ vô lượng. Nghiệp được tạo bởi tâm ý, sau khi đã tư, sẽ tư, hiện tiền tư, các tư và đẳng tư được gọi là ý nghiệp câu hữu với hỷ vô lượng. Các thắng giải của tâm, đã thắng giải, sẽ thắng giải, gọi là thắng giải câu hữu với hỷ vô lượng. Lại trong định này, hoặc thọ, hoặc tưởng, hoặc dục, hoặc tác ý, hoặc niệm, hoặc định, hoặc tuệ, gọi là các pháp câu hữu với hỷ vô lượng.

Các pháp như vậy cũng được gọi là gia hành hỷ tâm định vô lượng, cũng gọi là nhập hỷ tâm định vô lượng.

IV. Xả vô lượng

1. *Xả tâm*

Thế nào là xả?

Có một hạng tư duy như vầy: "Ta hãy trụ xả bình đẳng với các hữu tình." Những gì là tính bình đẳng của tâm, thiện thuộc sắc giới định được phát khởi nội tại do lực của tư trạch y xuất gia, hoặc viễn ly mà tư trạch: tính chất trực của tâm, tính an trụ tịch tĩnh không cảnh giác của tâm, gọi chung là xả.

Lại nữa, thọ, tưởng, hành, thức tương ưng với xả, và hành không tương ưng được phát khởi bởi hai nghiệp thân, ngữ. Đây cũng gọi là xả.

2. *Gia hành xả*

Thế nào là gia hành xả tâm định? Tu gia hành như thế nào để nhập xả tâm định?

Có một hạng tuy gặp hữu tình khả ái, khả lạc, khả hỷ, khả ý..., nhưng không khởi phân biệt: "Đây là mẹ ta, đây là cha ta, *cho đến* đây là bằng hữu v.v... của ta," mà chỉ khởi thắng giải hữu tình bình đẳng. Như người không mong cầu đi vào một khu rừng, tuy thấy cây sa-la, hoặc cây đa-la, hoặc cây dạ-man, hoặc cây mã-tướng, hoặc cây ô-đàm-bạt-la, hoặc cây nặc-cù-đà⁴⁸⁸... nhưng không khởi phân biệt: "Đây là cây sa-la, đây là cây đa-la *cho đến* đây là cây nặc-cù-đà"... mà chỉ khởi thắng giải rừng cây bình đẳng. Người tu hành xả không khởi phân biệt các hữu tình, nên biết cũng như vậy. Đây gọi là gia hành xả tâm định, cũng gọi là nhập xả tâm định.

Lại nữa, xả tâm định có hai loại: a. hạn hẹp, b. vô lượng. **[488a01]**

a. *Xả hạn hẹp*

Thế nào là gia hành xả tâm định hạn hẹp? Tu gia hành như thế nào để nhập xả tâm định hạn hẹp?

Ở đây có người đối với các hữu tình trong phạm vi hạn hẹp, những hữu tình này là khả ái, khả lạc, khả hỷ, khả ý, như cha mẹ, anh em, chị em và bạn bè thân thuộc nào đó, hướng đến các hữu tình hạn hẹp như vậy mà trụ tâm câu hữu với xả hạn hẹp: trụ, đẳng trụ, cận trụ, an trụ, điều phục, tịch tĩnh, tối cực tịch tĩnh, tâm nhất cảnh, đẳng trì, "trụ bình đẳng xả đối với hữu tình ấy." Nhưng vào lúc đó, nếu tâm vị ấy tán loạn, rong ruổi cảnh khác, không tập trung vào một điểm, không giữ chặt niệm khiến trụ vào một sở duyên, mà "trụ bình đẳng xả đối với hữu tình ấy." Cho đến mức này, **[488b01]** chưa gọi là gia hành xả tâm định hạn hẹp, cũng chưa gọi là nhập xả tâm định hạn hẹp.

Nhưng nếu lúc đó, vị ấy nắm giữ tự tâm không cho tán loạn, không để rong ruổi theo cảnh khác, mà tập trung vào một điểm, niệm an trụ trên một sở duyên, tư duy các đặc điểm của hữu tình trong phạm vi hạn hẹp, "trụ bình đẳng xả đối với hữu tình ấy." Tư duy như vậy, phát

---

⁴⁸⁸ 娑羅多羅夜鬘馬相鄔曇跋羅諾瞿陀. Các loại cây: sa-la, đa-la (*tāla*, cây cọ), dạ-man (*yaman*: cây huyết rồng?), mã tướng (*aśvattha*, cây bồ-đề), ô-đàm-bạt-la (*udumbara*: một loại sung), nặc-cù-đà (*nigrodha*: cây đa Ấn-độ).

cần tinh tấn, dũng kiện mãnh liệt, mạnh mẽ khó ngăn, khích lệ ý không ngừng. Đây gọi là gia hành xả tâm định hạn hẹp, cũng gọi là nhập xả tâm định hạn hẹp.

Với đạo đã sanh như vậy, vị ấy do tu tập, tu tập nhiều, khiến cho tâm trụ, đẳng trụ, cận trụ, an trụ, nhất thú, đẳng trì, không phân hai, không lui sụt, "trụ bình đẳng xả đối với hữu tình ấy." Cho đến mức này gọi là đã nhập xả tâm định hạn hẹp.

Lại nữa, các tâm-ý-thức trong định này được gọi là tâm câu hữu với xả hạn hẹp. Nghiệp được tạo bởi tâm ý, sau khi đã tư, sẽ tư, hiện tiền tư, các tư và đẳng tư được gọi là ý nghiệp câu hữu với xả hạn hẹp. Các thắng giải của tâm, đã thắng giải, sẽ thắng giải, gọi là thắng giải câu hữu với xả hạn hẹp. Lại trong định này, hoặc thọ, hoặc tưởng, hoặc dục, hoặc tác ý, hoặc niệm, hoặc định, hoặc tuệ, gọi là các pháp câu hữu với xả hạn hẹp.

Các pháp như vậy cũng được gọi là gia hành xả tâm định hạn hẹp, cũng gọi là nhập xả tâm định hạn hẹp.

b. *Xả vô lượng*

Thế nào là gia hành xả tâm định vô lượng? Tu gia hành như thế nào để nhập xả tâm định vô lượng?

Vị ấy thường luôn tu tập xả tâm định hạn hẹp, làm cho tâm tùy thuận, điều phục, tịch tĩnh, tu luyện như vậy nhiều lần, làm cho tâm ấy thành chất trực, nhu nhuyễn, kham năng, làm chỗ y chỉ cho thắng định sau, nhiên hậu dần dần làm cho thắng giải biến mãn phương Đông v.v... mà trụ bình đẳng xả đối với vô lượng hữu tình ấy. Vị ấy lúc bấy giờ nếu tâm tán loạn, rong ruổi theo cảnh khác, không tập trung vào một điểm, không cố thủ niệm khiến trụ vào một sở duyên, mà trụ bình đẳng xả đối với vô lượng hữu tình. Cho đến mức này, chưa gọi là gia hành xả tâm định vô lượng, cũng chưa gọi là nhập xả tâm định vô lượng.

Nhưng nếu lúc đó, vị ấy nắm giữ tự tâm không cho tán loạn, không để rong ruổi theo cảnh khác, khiến cho tập trung một điểm, niệm an trụ vào một sở duyên, tư duy các đặc điểm của vô lượng hữu tình, mà trụ tâm bình đẳng đối với các hữu tình ấy. Tư duy như vậy, phát cần tinh tấn, *cho đến* khích lệ ý không ngừng. Đây gọi là gia hành xả tâm định vô lượng, cũng gọi là nhập xả tâm định vô lượng.

Với đạo đã sanh như vậy, vị ấy do tu tập, tu tập nhiều, khiến cho tâm trụ, đẳng trụ, cận trụ, an trụ, nhất thú, đẳng trì, không phân hai, không lui sụt, trụ tâm bình đẳng đối với các hữu tình ấy. Cho đến mức này gọi là đã nhập xả tâm định vô lượng.

Lại nữa, các tâm-ý-thức trong định này được gọi là tâm câu hữu với xả vô lượng. Nghiệp được tạo bởi tâm ý, sau khi đã tư, sẽ tư, hiện tiền tư, các tư và đẳng tư được gọi là ý nghiệp câu hữu với xả vô lượng. Các thắng giải của tâm, đã thắng giải, sẽ thắng giải, gọi là thắng giải câu hữu với xả vô lượng. Lại trong định này, hoặc thọ, hoặc tưởng, hoặc dục, hoặc tác ý, hoặc niệm, hoặc định, hoặc tuệ, gọi là các pháp câu hữu với xả vô lượng.

Các pháp như vậy cũng được gọi là gia hành xả tâm định vô lượng, cũng gọi là nhập xả tâm định vô lượng.[489]

---

[489] Bản Hán hết quyển 7.

PHẨM 13: VÔ SẮC

A. KINH

[488b23] Một thời, Bạc-già-phạm trụ trong vườn Cấp Cô Độc, rừng Thệ-đa, thành Thất-la-phiệt.

Bấy giờ, Đức Thế Tôn bảo chúng Bí-sô:

"Có bốn vô sắc. Bốn [vô sắc] ấy là gì?

1. *Không vô biên xứ*. Bí-sô, vượt qua các sắc tưởng, diệt hữu đối tưởng, không tư duy các tưởng đa dạng, nhập không vô biên, chứng và trú không vô biên xứ. Đây gọi là vô sắc thứ nhất.

2. *Thức vô biên xứ*. Bí-sô, vượt qua tất cả không vô biên xứ, nhập thức vô biên, chứng và trú thức vô biên xứ. Đây gọi là vô sắc thứ hai.

3. *Vô sở hữu xứ*. Lại có Bí-sô, vượt qua tất cả thức vô biên xứ, nhập vô sở hữu, chứng và trú vô sở hữu xứ. Đây gọi là vô sắc thứ [488c01] ba.

4. *Phi tưởng phi phi tưởng xứ*. Bí-sô, vượt qua tất cả vô sở hữu xứ, nhập phi tưởng phi phi tưởng, chứng và trú phi tưởng phi phi tưởng xứ. Đây gọi là vô sắc thứ tư."[490]

---

[490] Pāli, D. 33 *Saṅgītisuttaṃ*, iii. 188: *cattāro āruppā... bhikkhu sabbaso rūpasaññānaṃ samatikkamā paṭighasaññānaṃ atthaṅgamā nānattasaññānaṃ amanasikārā ' ananto ākāso ' ti ākāsānañcāyatanaṃ upasampajja viharati. sabbaso ākāsānañcāyatanaṃ samatikkamma ' anantaṃ viññāṇa ' nti viññāṇañcāyatanaṃ upasampajja viharati. sabbaso viññāṇañcāyatanaṃ samatikkamma ' natthi kiñcī ' ti*

B. LUẬN

1. Không vô biên xứ

- Vượt qua các sắc tưởng.[491]

Thế nào là các sắc tưởng?[492] Đó là tưởng tương ưng nhãn thức: tưởng, đẳng tưởng, hiện tiền đẳng tưởng, biết rõ, nắm bắt ảnh tượng,[493] đã tưởng, sẽ tưởng. Gọi chung là sắc tưởng.

Có vị nói, tưởng, đẳng tưởng, *cho đến* đã tưởng, sẽ tưởng, tương ưng với năm thức, gọi chung là sắc tưởng. Nay trong nghĩa này, chỉ nói tưởng, đẳng tưởng, *cho đến* đã tưởng, sẽ tưởng tương ưng nhãn thức, gọi chung là sắc tưởng.

Bấy giờ, do siêu việt, đẳng siêu việt sắc tưởng như vậy, nên gọi là *vượt qua các sắc tưởng.*

- Diệt hữu đối tưởng.[494]

Thế nào là hữu đối tưởng?[495] Đó là tưởng, đẳng tưởng, *cho đến* đã tưởng, sẽ tưởng, mà tương ưng với bốn thức: nhĩ thức, v.v... gọi chung là hữu đối tưởng.

ākiñcaññāyatanaṃ upasampajja viharati. sabbaso ākiñcaññāyatanaṃ samatikkamma nevasaññānāsaññāyatanaṃ upasampajja viharati. Trường 8, kinh Chúng tập, tr. 50c25: 四無色定 bốn vô sắc định. *Trung 50* kinh 192 "Ca-lâu Ô-đà-di", tr. 743b28. *Vibhaṅga* (PTS. 244), luận chung với 4 thiền trong 12. *Jhānavibhaṅgo.*

[491] Pāli: *sabbaso rūpasaññānaṃ samatikkamā.*

[492] Skt. *rūpa-saṃjñā*, Pāli: *rūpa-saññā.*

[493] *Câu-xá*, phẩm i Phân biệt Giới, tụng 14d: *saṃjñā, nimittodgrahaṇātmikā*, tưởng, tự thể là cái nắm bắt ảnh tượng (tín hiệu). Luận thích: "Sự nắm bắt các tín hiệu xanh, vàng, dài, ngắn, nam, nữ, khổ và phi khổ các thứ, đó là tưởng uẩn."

[494] Pāli: *paṭighasaññānaṃ atthaṅgamā.*

[495] Pāli: *paṭighasaññānaṃ*; Skt. *sapratighasaṃjñā*: tưởng với các đối tượng có đối ngại: sắc, thanh, hương, vi, xúc. Trong đó, sắc thuộc loại hữu kiến (Skt. *sanidarśana*, thấy được bởi mắt) và hữu đối; bốn sắc còn lại thuộc loại vô kiến (không thể thấy bởi mắt) và hữu đối.

Có vị nói, tưởng, đẳng tưởng, *cho đến* đã tưởng, sẽ tưởng tương ưng sân khuể,[496] gọi chung là *hữu đối tưởng*. Nay trong nghĩa này, chỉ nói tưởng, đẳng tưởng, *cho đến* đã tưởng, sẽ tưởng tương ưng với bốn thức, nhĩ thức v.v... gọi chung là hữu đối tưởng.

Bấy giờ, biến tri đoạn, viễn ly, cực viễn ly, điều phục, cực điều phục, ẩn mất, trừ diệt hữu đối tưởng như vậy, nên gọi là *diệt hữu đối tưởng*.

- *Không tư duy các tưởng đa dạng.*[497]

Thế nào là tưởng đa dạng? Những gì là tưởng về sắc, thanh, hương, vị, xúc nhiễm ô của người bị triền cái quấn chặt; những gì là tưởng bất thiện, tưởng dẫn khởi bởi phi lý, tưởng chướng ngại định, gọi chung là các *tưởng đa dạng*. Bấy giờ, tưởng ấy không còn được dẫn phát nữa, không còn được ức niệm nữa, không còn được tư duy nữa, đã không còn được tư duy, sẽ không còn được tư duy, thế nên gọi là *không tư duy tưởng đa dạng*.

- *Nhập không vô biên, chứng và trú không vô biên xứ.*[498]

Thế nào là gia hành định không vô biên xứ? Tu gia hành gì để nhập không vô biên xứ?

Người mới bắt đầu định này, trước nên tư duy rằng tĩnh lự thứ tư là thô-khổ-chướng, thứ đến tư duy không vô biên xứ là tĩnh-diệu-ly.[499] Vị

---

[496] 瞋恚相應想. Skt. *pratigha*: sân, *pratighāta*: đối ngại, cả hai cùng ngữ tộc, do động từ căn *prati-√han* (~*hanti*), kích, đánh, tấn công, đối nghịch, đối kháng.

[497] Pāli: *nānattasaññānaṃ amanasikārā*.

[498] Pāli: '*ananto ākāso*' ti *ākāsānañcāyatanaṃ upasampajja viharati*. (do không tác ý tưởng đa dạng, mà có tri giác rằng) "hư không vô biên", vị ấy sau khi chứng nhập, rồi an trụ.

[499] 麁苦障-靜妙離. Skt. *audārika-duḥkhila-sthūlabhittika, śānta- praṇīta-niḥsaraṇa*, sáu hành tướng khi tu thế gian đạo. *Câu-xá* phẩm vi, Hiền Thánh, tụng 49ac; Luận thích: *Thô*: "thô trọng", vì không tịch tĩnh, do cần có nỗ lực tối đa (mới có thể vượt qua địa này). *Khổ*: "cực hoang vu", vì không mỹ diệu, do bởi nghịch ý, với quá nhiều trạng thái thô trọng. *Chướng*: "bức tường dầy" vì do bởi nó mà không thoát ly hạ

ấy lúc bấy giờ nếu tâm tán loạn, rong ruổi theo cảnh khác, không tập trung vào một điểm, không cố thủ niệm khiến trụ vào một sở duyên để cho niệm an trú trong không vô biên xứ định. Cho đến mức này, chưa gọi là gia hành không vô biên xứ định, cũng chưa gọi là nhập không vô biên xứ định. Nhưng nếu lúc đó, vị ấy nắm giữ tự tâm không cho tán loạn, không để rong ruổi theo cảnh khác, khiến cho tập trung một điểm, niệm an trụ vào một sở duyên, tu tập tư duy tướng của không vô biên xứ định. Tư duy như vậy, phát cần tinh tấn, *cho đến* khích lệ ý không ngừng; đây gọi là gia hành không vô biên xứ định, **[489a01]** cũng gọi là nhập không vô biên xứ định.

Với đạo đã sanh như vậy, vị ấy do tu tập, tu tập nhiều, khiến cho tâm trụ, đẳng trụ, cận trụ, an trụ, nhất thú, đẳng trì, không phân hai, không lui sụt, cho đến mức này gọi là đã nhập không vô biên xứ định.

Lại nữa, các tâm-ý-thức trong định này được gọi là tâm câu hữu với không vô biên xứ định. Nghiệp được tạo bởi tâm ý, sau khi đã tư, sẽ tư, hiện tiền tư, các tư và đẳng tư được gọi là ý nghiệp câu hữu với không vô biên xứ định. Các thắng giải của tâm, đã thắng giải, sẽ thắng giải, gọi là thắng giải câu hữu với không vô biên xứ định. Lại trong định này, hoặc thọ, hoặc tưởng, hoặc dục, hoặc tác ý, hoặc niệm, hoặc định, hoặc tuệ, gọi là các pháp câu hữu với không vô biên xứ định.

Các pháp như vậy cũng được gọi là gia hành không vô biên xứ định, cũng gọi là nhập không vô biên xứ định.

2. Thức vô biên xứ

- *Vượt qua tất cả không vô biên xứ*: bấy giờ, vị ấy siêu việt, đẳng siêu việt tưởng không vô biên xứ, nên gọi là vượt qua tất cả không vô biên xứ.

- *Nhập thức vô biên, chứng và trụ thức vô biên xứ.* Thế nào là gia hành định thức vô biên xứ? Tu gia hành gì để nhập định thức vô biên xứ?

địa này, như tường ngục dày không thể thoát ly. Ngược lại với các đặc tính trên là các hành tướng tĩnh, diệu, ly.

Người mới tu định này, trước nên tư duy không vô biên xứ là thô-khổ-chướng, thứ đến tư duy thức vô biên xứ là tĩnh-diệu-ly, *chi tiết như nói về* không vô biên xứ.

3. Vô sở hữu xứ

- *Vượt qua toàn bộ thức vô biên xứ:* bấy giờ, vị ấy siêu việt, đẳng siêu việt tưởng thức vô biên xứ, nên gọi là vượt qua tất cả loại thức vô biên xứ.

- *Nhập vô sở hữu, chứng và trụ vô sở hữu xứ.* Thế nào là gia hành định vô sở hữu xứ, tu gia hành gì để nhập định vô sở hữu xứ?

Người mới tu nghiệp định này, trước nên tư duy thức vô biên xứ là thô-khổ-chướng, thứ đến tư duy vô sở hữu xứ là tĩnh-diệu-ly, *chi tiết như nói về* không vô biên xứ.

4. Phi tưởng phi phi tưởng xứ

- *Vượt qua toàn bộ vô sở hữu xứ:* bấy giờ, vị ấy siêu việt, đẳng siêu việt tưởng vô sở hữu xứ, nên gọi là vượt qua tất cả loại vô sở hữu xứ.

- *Nhập, chứng và trụ phi tưởng phi phi tưởng xứ.* Thế nào là gia hành định phi tưởng phi phi tưởng xứ. Tu gia hành như thế nào để nhập định phi tưởng phi phi tưởng xứ?

Người mới tu nghiệp định này, trước nên tư duy vô sở hữu xứ là thô-khổ-chướng, thứ đến tư duy phi tưởng phi phi tưởng xứ là tĩnh-diệu-ly, *chi tiết như nói về* không vô biên xứ.

PHẨM 14: TU ĐỊNH

A. KINH

[489b01] Một thời, Bạc-già-phạm trụ trong vườn Cấp Cô Độc, rừng Thệ-đa, thành Thất-la-phiệt.

Bấy giờ, Đức Thế Tôn nói với Chúng Bí-sô:

"Có bốn tu định. Bốn [tu định] ấy là những gì?

Có tu định, nếu được tập, được tu, tu tập nhiều, có thể dẫn đến chứng đắc hiện pháp lạc trú. Lại có tu định, nếu được tập, được tu, tu tập nhiều, có thể dẫn đến chứng đắc tri kiến thù thắng. Lại có tu định, nếu được tập, được tu, tu tập nhiều, có thể dẫn đến chứng đắc tuệ phân biệt thù thắng.⁵⁰⁰ Lại có tu định, nếu được tập, được tu, tu tập nhiều, có thể dẫn đến chứng đắc vĩnh viễn lậu tận."

a. Thế nào là tu định, nếu được tập, được tu, tu tập nhiều, có thể dẫn đến chứng đắc hiện pháp lạc trú? Bí-sô mà ở nơi tự thân có hỷ lạc do viễn ly sanh, thấm nhuần, thấm nhuần khắp, sung mãn, sung mãn khắp, sướng thích, sướng thích khắp; hỷ lạc do viễn ly sanh không có chỗ nào trong tự thân mà không sung mãn.⁵⁰¹ Đây gọi là tu định, nếu được tập, được tu, tu tập nhiều, có thể dẫn đến chứng đắc hiện pháp lạc trú.

b. Thế nào là tu định, nếu được tập, được tu, tu tập nhiều, có thể dẫn đến chứng đắc tri kiến thù thắng? Bí-sô nắm giữ quang minh tưởng⁵⁰² một cách thiện xảo, thiện xảo tư duy, thiện xảo tu tập, thiện xảo thông

---

⁵⁰⁰ 勝分別慧. **Pāli:** *satisampajaññāya*: dẫn đến chánh niệm chánh tri.

⁵⁰¹ Bản **Pāli:** " v.v... chứng và trú đệ tứ tĩnh lự."

⁵⁰² **Skt.** *āloka-saṃjñā*, **Pāli:** *āloka-saññā*.

đạt quang minh tưởng, hoặc ngày hoặc đêm không có sai khác, hoặc trước hoặc sau không có sai khác, hoặc trên hoặc dưới không có sai khác. Tâm mở rộng, lìa triền cái, tu tâm câu hành với ánh sáng chiếu, loại trừ bóng tối của tâm, tu định vô lượng. Đây gọi là tu định, nếu được tập, được tu, tu tập nhiều, có thể dẫn đến chứng đắc tri kiến thù thắng.

c. Thế nào là tu định, nếu được tập, được tu, tu tập nhiều, có thể dẫn đến chứng đắc tuệ phân biệt thù thắng? Bí-sô khéo biết cảm thọ sanh, khéo biết cảm thọ trụ, khéo biết cảm thọ diệt, biến mất; an trụ niệm nơi này, không phải không an trụ niệm. Và khéo biết tưởng, khéo biết tầm, an trụ niệm nơi này, không phải không an trụ niệm. Đây gọi là tu định, nếu được tập, được tu, tu tập nhiều, có thể dẫn đến chứng đắc tuệ phân biệt thù thắng.

d. Thế nào là tu định, nếu được tập, được tu, tu tập nhiều, có thể dẫn đến chứng đắc vĩnh viễn lậu tận? Bí-sô thường xuyên an trụ với tùy quán sự sanh diệt của năm thủ uẩn, rằng "Đây là sắc; đây là tập khởi của sắc, đây là diệt của sắc. Đây là thọ-tưởng-hành-thức, đây là tập khởi của thọ-tưởng-hành-thức; đây là diệt của thọ-tưởng-hành-thức." Đây gọi là tu định, nếu được tập, được tu, tu tập nhiều, có thể dẫn đến chứng đắc vĩnh viễn lậu tận."

Bấy giờ, để tóm tắt nghĩa trên, Đức Thế Tôn nói lại bằng kệ tụng:
[489c01]

> *Đoạn dục, tưởng, ưu, não*
> *Ly hôn trầm, ố tác,*
> *Đắc xả, niệm thanh tịnh,*
> *Pháp tầm tứ đi trước.*
> *Đầu tiên hiện pháp lạc,*
> *Thứ đến thắng tri kiến,*
> *Tuệ phá vô minh, lậu.*
> *Sau chứng quả giải thoát.*[503]

---

[503] *Pāli*, A. 4. 41 *Samādhibhāvanāsuttaṃ*, ii. 45 *catasso imā, bhikkhave, samādhibhāvanā. katamā catasso? atthi, bhikkhave, samādhibhāvanā bhāvitā bahulīkatā diṭṭhadhammasukhavihārāya saṃvattati;*

B. LUẬN

1. Hiện pháp lạc trú

- *Ở nơi tự thân*. Thân thể cũng gọi là thân, căn cũng gọi là thân, năm sắc căn cũng gọi là thân, tụ của bốn đại chủng sở tạo cũng gọi là thân. Nay trong nghĩa này, nói tụ của bốn đại chủng sở tạo là thân.

- *Hỷ lạc do viễn ly sanh*. Những gì là hỷ lạc thuộc sơ tĩnh lự, thọ quân bình[504], được kể trong thọ, thân khinh an, tâm khinh an; đây gọi là *hỷ lạc*. Hỷ lạc như vậy, khởi, đẳng khởi, sanh, đẳng sanh, tụ tập, xuất hiện, phát sinh do ly dục, ác bất thiện pháp, gọi là *hỷ lạc do viễn ly sanh*.

- *Thấm nhuần, thấm nhuần khắp, sung mãn, sung mãn khắp, sướng thích, sướng thích khắp*: từ nơi thân, là tụ của bốn đại chủng sở tạo, hỷ lạc do viễn ly sanh phát khởi: khởi, đẳng khởi, sanh, đẳng sanh, tụ tập, xuất hiện. *Thấm nhuần, thấm nhuần khắp* là một nghĩa; *tràn đầy, tràn đầy khắp* là một nghĩa; *chan chứa, chan chứa khắp* là một nghĩa. Do sự sai biệt của trưởng dưỡng thấp, hoặc trung bình, hoặc cao khác nhau. Thí như nông phu, đầu tiên tưới ruộng bằng lượng nước ít, bấy giờ ruộng *thấm nhuần*, thấm nhuần khắp. Thứ đến tưới ruộng bằng lượng nước trung bình, bấy giờ ruộng *tràn đầy*, tràn đầy khắp. Sau đó, tưới ruộng bằng lượng nước nhiều, bấy giờ ruộng nước *chan chứa*, chan chứa khắp. Bí-sô cũng vậy, đầu tiên thân tụ của đại chủng sở tạo được trưởng dưỡng bằng hỷ lạc do viễn ly sanh hạ phẩm, khi ấy tự thân thấm nhuần, thấm nhuần khắp. Thứ đến thân tụ của đại chủng sở tạo

---

...*ñāṇadassanappaṭilābhāya saṃvattati; ... satisampajaññāya saṃvattati; ...āsavānaṃ khayāya saṃvattati...* Đại tập pháp môn kinh 1, tr. 229b08: Bốn tam-ma-địa tưởng được Phật nói. (1) Tam-ma-địa tưởng dẫn đắc lạc hành trong hiện tại (hiện pháp lạc trú). (2) Tam-ma-địa tưởng dẫn đến tri kiến. (3) Tam-ma-địa tưởng dẫn đến đắc tuệ phân biệt. (4) Tam-ma-địa tưởng dẫn đến thân chứng lậu tận. Cf. Đại trí độ 47, tr. 400a05: Phật nói, có 4 tu định, (1) Tu tam-muội (*samādhi*, định) này thì được hiện tại hoan hỷ lạc. (2) Tu định đắc tri kiến, thấy sự sanh tử của chúng sanh. (3) Tu định đắc trí tuệ phân biệt. (4) Tu định đắc lậu tận.

504 Xem cht. 340 & 466.

được trưởng dưỡng bằng hỷ lạc do viễn ly sanh trung phẩm, khi ấy tự thân sung mãn (tràn đầy), sung mãn (tràn đầy) khắp. Sau đó, thân tụ của đại chủng sở tạo được trưởng dưỡng bằng hỷ lạc do viễn ly sanh thượng phẩm, khi ấy tự thân chan chứa (sướng thích), sướng thích khắp. Trong tự thân, không có chỗ nào mà không có hỷ lạc do viễn ly sanh sung mãn: từ chân đến đầu, không có chỗ nào mà sự trưởng dưỡng bởi hỷ lạc do viễn ly sanh không sung mãn. Đây gọi là *tu định*.[505]

Thế nào là *định*? Hỷ lạc do viễn ly sanh thấm nhuần nơi tự thân, thấm nhuần khắp, sung mãn, sung mãn khắp, sướng thích, sướng thích khắp, nên tâm trụ, đẳng trụ, cận trụ, an trụ, không tán, không loạn, nhiếp trì, an chỉ, đẳng trì, tâm nhất cảnh tánh. Gọi chung là *định*.

Thế nào là *tu*? Đối với định nầy, hoặc tu hoặc tập, thường xuyên tu tập, thường trực tu tập, không xả gia hành. Gọi chung **[490a01]** là *tu*.

- *Nếu tu tập, tu tập nhiều*: nêu rõ tự tại đạt được trong định này.

- *Dẫn đến chứng đắc hiện pháp lạc trú*: nếu tu tập, tu tập nhiều định này, ngay trong hiện tại chứng đắc lạc trú, khả ái, khả lạc, khả hân, khả ý, không mong cầu, không luyến tiếc, tịch tĩnh, an ổn, đây gọi là *lạc trú*.

Đắc, hoạch, thành tựu,[506] thân cận, xúc chứng lạc trú này, nên gọi là *chứng đắc*.

Lại nữa, tâm nhất cảnh tánh câu hành với hỷ lạc do viễn ly sanh được kể trong sơ tĩnh lự, đây gọi là *định*. Đối với định nầy, hoặc tu hoặc tập, thường xuyên tu tập, thường trực tu tập, không xả gia hành, gọi là *tu*. *Nếu tu tập, tu tập nhiều*: nêu rõ tự tại đạt được trong định này. *Dẫn đến chứng đắc hiện pháp lạc trú*. Nghĩa như trên đã nói.

2. Quang minh tưởng định

- *Nắm giữ quang minh tưởng một cách thiện xảo*:

Thế nào là gia hành quang minh định? Tu gia hành như thế nào để nhập quang minh định?

---

[505] Pāli, Skt. *samādhibhāvanā*.

[506] Đắc-hoạch-thành tựu, Skt. *prāpti, pratilābha, samanvāgata*; xem cht. 327.

Người mới tu nghiệp định này, trước tiên nên khéo nắm giữ tướng mặt trăng tròn tịnh, hoặc khéo nắm giữ tướng mặt trời tròn tịnh, hoặc khéo nắm giữ ánh sáng tinh tú, ánh sáng cung điện chư thiên, ánh sáng của thuốc, ánh sáng minh châu⁵⁰⁷; hoặc khéo giữ ánh sáng đèn, đuốc, hoặc khéo giữ ánh sáng đốt cháy thành ấp; hoặc khéo giữ ánh sáng đốt cháy nơi đồng hoang, núi, đầm; hoặc khéo giữ ánh sáng lửa củi bốc cháy từ mười bó củi, hoặc hai mươi bó, hoặc ba mươi bó, hoặc bốn mươi bó, hoặc năm mươi bó, hoặc trăm bó, hoặc ngàn bó, hoặc trăm ngàn bó, hoặc vô lượng trăm bó, hoặc vô lượng ngàn bó, hoặc vô lượng trăm ngàn bó. Ánh sáng lửa này rực sáng, cực kỳ rực sáng, rực rỡ, rực rỡ khắp. Sau khi nắm giữ một tướng ánh sáng nào rồi, phân biệt, suy xét kỹ, tư duy, tỏ rõ, quan sát, an trú một cách kiên định với thắng giải. Vào lúc đó, nếu tâm vị ấy tán loạn, rong ruổi theo cảnh khác, không tập trung vào một cảnh, không có thủ niệm an trụ vào một sở duyên, mà tư duy các tướng ánh sáng đã nắm giữ. Ngang mức này chưa gọi là gia hành quang minh định, cũng chưa gọi là nhập quang minh định. Nhưng nếu lúc đó, vị ấy nắm giữ tự tâm không cho tán loạn, không để chạy theo cảnh khác, khiến cho tập trung vào một cảnh, niệm an trụ vào một sở duyên, mà tư duy các tướng ánh sáng như vậy. Tư duy như vậy, phát cần tinh tấn, *cho đến* khích lệ ý không ngừng. Đây gọi là gia hành quang minh định, cũng gọi là nhập quang minh định.

Với đạo đã sanh như vậy, vị ấy tu tập, tu tập nhiều, làm cho tâm trụ, đẳng trụ, cận trụ, an trụ, **[490b01]** nhất thú, đẳng trì, không phân hai, không lui sụt, tư duy các tướng quang minh như vậy. Ngang mức đây gọi là đã nhập quang minh định, nhưng chưa gọi là quang minh tưởng định.

Thế nào gọi là *quang minh tưởng định?*

Y chỉ quang minh định trên, tư duy các tướng quang minh như trên, các tưởng, đẳng tưởng, tỏ rõ, nắm giữ ảnh tượng, đã tưởng, sẽ tưởng. Đây gọi là quang minh tưởng định. Quang minh tưởng định này cũng gọi là *quang minh tưởng.*

---

⁵⁰⁷ 末尼. **Skt.** *maṇi*: ngọc ma-ni.

- *Nắm giữ tưởng quang minh một cách thiện xảo*: nắm giữ tưởng này một cách cẩn trọng, nắm giữ một cách ân cần, nắm giữ một cách tôn trọng; tư duy nhân ấy, môn ấy, lý ấy, phương tiện ấy, hành tướng ấy, nên gọi là nắm giữ một cách thiện xảo.

- *Khéo tư duy*: sau khi thường xuyên phát khởi tưởng quang minh, thường xuyên tư duy tưởng quang minh tướng.

- *Khéo tu tập*: thường xuyên tu tập tưởng này, tu tập nhiều, gọi là *khéo tu tập*.

- *Khéo thông đạt*: tỏ rõ tưởng này, hiểu sâu, quan sát tinh tường, gọi là *khéo thông đạt*.

- *Hoặc đêm hoặc ngày không có sai khác*: thẩm sát, tư duy, tỏ rõ, quán sát, kiên cố an trụ với thắng giải, phân biệt các tướng quang minh trên ban ngày như thế nào, ban đêm cũng tu như vậy. Thẩm sát, tư duy, tỏ rõ, quán sát, kiên cố an trụ với thắng giải, phân biệt các tướng quang minh trên ban đêm như thế nào, ban ngày cũng tu như vậy. Đây gọi là *hoặc đêm hoặc ngày không có sai khác*.

- *Hoặc trước hoặc sau không có sai khác*: thẩm sát, tư duy, tỏ rõ, quán sát, kiên cố an trụ với thắng giải, phân biệt các tướng quang minh trên trước mặt như thế nào, sau lưng cũng tu như vậy. Như tu tập ở sau lưng, trước mặt cũng tu như vậy.

Lại nữa, vào thời trước, thẩm sát, tư duy, tỏ rõ, quán sát, kiên cố an trụ với thắng giải, phân biệt các tướng quang minh trên như thế nào, thời nay cũng tu như vậy. Như thời nay tu tập, thời trước cũng tu như vậy, nên gọi là *hoặc trước hoặc sau không có sai khác*.

- *Hoặc dưới hoặc trên không có sai khác*: Ở phương dưới, thẩm sát, tư duy, tỏ rõ, quán sát, kiên cố an trụ với thắng giải, phân biệt các tướng quang minh phương dưới như thế nào, ở phương trên cũng tu như vậy. Như tu tập ở phương trên, phương dưới cũng tu như vậy. Nên gọi là *hoặc dưới hoặc trên không có sai khác*.

- *Tâm mở rộng*: tâm câu hành với ánh sáng chiếu sáng tươi đẹp đã được phát khởi.

- *Lìa triền cái*: tâm viễn ly triền cái hôn trầm, thụy miên.

- *Tu tâm câu hành với ánh sáng chiếu:*[508] Tu tập tâm câu hành quang minh chiếu sáng tường tịnh.

- *Loại trừ bóng tối của tâm:* trong tâm đây tướng bóng tối không xuất hiện, chỉ xuất hiện tướng ánh sáng. Như ánh sáng đèn đuốc soi chiếu loại trừ bóng tối. **[490c01]**

- *Tu vô lượng định:* tu vô lượng quang minh tướng định. Đây gọi là "tu định."

Thế nào là *định*? Tâm trụ, đẳng trụ, *cho đến*, tâm nhất cảnh tánh được phát khởi bởi thẩm sát, tư duy, tỏ rõ, quán sát, kiên cố an trụ với thắng giải, phân biệt các tướng quang minh; gọi chung là *định*.

Thế nào là *tu*? Đối với định nầy, hoặc tu hoặc tập, thường xuyên tu tập, không xả gia hành; gọi chung là *tu*.

- *Hoặc tập hoặc tu, tu tập nhiều:* nêu rõ sự tự tại đạt được trong định này.

- *Dẫn đến chứng đắc tri kiến thù thắng.*

Thế nào gọi là *tri kiến thù thắng*? Tu tập định này, tu tập nhiều, cho đến giai đoạn viên mãn. Ngoài con mắt có sẵn mà phát khởi thiên nhãn thanh tịnh vốn là đại chủng sở tạo[509] của sắc giới. Y trên thiên nhãn này mà phát sinh tịnh nhãn thức, nương nhãn thức này mà quán sát khắp các sắc trước sau, phải trái, trên dưới. Cũng như thiên nhãn thanh tịnh vốn là sắc sở tạo của sắc giới phát khởi bên cạnh mắt bản hữu, cũng vậy, tịnh nhãn thức phát sinh như vậy, y nhãn thức này mà lãnh thọ, quán sát các sắc thế này, thế kia. Trong đây gọi là "tri kiến thù thắng."

---

[508] 修照俱心. **Pāli:** *sappabhāsaṃ cittaṃ bhāveti:* Tu tập tâm câu hành với quang huy ánh sáng. Sớ giải: tâm câu hành quang huy cùng với quang huy của thiên nhãn (*dibbacakkhuñāṇobhāsena sahobhāsaṃ*). Hán dịch "chiếu", **Skt.** *prabhāsa:* sự chói sáng của ánh sáng, quang huy.

[509] Đại chủng sở tạo (**Skt.** *mahābhūtānyupādāya*): sắc được tạo do bởi bốn đại chủng tụ hội, gọi tắt là sở tạo (sắc; *upādāya-rūpa*).

Có vị nói rằng, do ý thanh tịnh nên quán thấy bằng thắng giải; tức mắt thịt của con người biến thành thiên nhãn, nên gọi là *tri kiến thù thắng*.

Nay trong nghĩa này, *thắng tuệ* tương ưng với nhãn thức thanh tịnh được nói trên, gọi là *trí*, cũng gọi là *kiến*. Nghĩa là thắng tuệ tương ưng với thiên nhãn thức; tuệ này lãnh nạp, quán sát các sắc thế này thế kia. Trong đây gọi là "tri kiến thù thắng."

Vị ấy tu tập định này, tu tập nhiều, dẫn đến chứng đắc tri kiến thù thắng. Đắc, hoạch, thành tựu, thân cận, xúc chứng tri kiến thù thắng, nên gọi là *chứng đắc*.

Lại nữa, tâm nhất cảnh tánh câu hành với quang minh tưởng, được gọi là *định*. Tu tập định này, thường xuyên tu tập, không xả gia hành, nên gọi là *tu*.

- *Tu tập, tu tập nhiều*: nêu rõ sự tự tại trong định ấy.

- *Dẫn đến chứng đắc tri kiến thù thắng*, nghĩa như trên đã nói.

3. Thắng phân biệt tuệ

- *Khéo biết cảm thọ sanh, khéo biết cảm thọ trụ, khéo biết cảm thọ diệt, biến mất*: quán sát tường tận cảm thọ sanh, quán sát tường tận cảm thọ trụ, quán sát tường tận cảm thọ diệt tận, biến mất.

- *An trụ niệm nơi đây, không phải không an trụ niệm*: quán sát tường tận *cảm thọ sanh* với đầy đủ chánh niệm, chánh tri; quán sát tường tận *cảm thọ trụ* với đầy đủ chánh niệm, chánh tri; quán sát tường tận *cảm thọ diệt* với đầy đủ chánh niệm, chánh tri.

- *Khéo biết tưởng, khéo biết tầm*: quán sát tường tận tưởng phát sanh[510], quán sát tường tận tầm phát sanh; quán sát tường tận tưởng trụ, quán sát tường tận tầm trụ; quán sát tường tận tưởng diệt, quán sát tường tận tầm diệt, biến mất.

---

[510] Pāli: *bhikkhuno viditā saññā uppajjanti*: tưởng sinh, tỳ-kheo biết tưởng sinh. Tưởng trụ, tưởng diệt, cũng biết.

- *Niệm an trụ trong đây, không phải niệm không an trụ*: **[491a01]** quán sát tường tận *tưởng, tầm sanh* với đầy đủ chánh niệm chánh tri; quán sát tường tận *tưởng, tầm trụ* với đầy đủ chánh niệm chánh tri; quán sát tường tận *tưởng, tầm diệt* với đầy đủ chánh niệm chánh tri. Đây gọi là *tu định*.

Thế nào là *định*? Bấy giờ, vị ấy khởi niệm như vầy: "Ta nên chánh tư duy các pháp, không khởi pháp bất thiện, chỉ khởi các pháp thiện, không khởi pháp vô kí, chỉ khởi pháp hữu kí; khiến cho pháp bất thiện không trụ lâu, khiến cho các pháp thiện được trụ lâu; khiến cho pháp vô kí không trụ lâu, khiến cho pháp hữu kí được trụ lâu." Vị ấy lúc bấy giờ cũng quán sát tâm, cũng quán sát tâm sở pháp. Khi vị ấy quán sát tâm, tâm sở pháp, tâm trụ, đẳng trụ, *cho đến tâm nhất cảnh tánh được phát khởi bởi quán sát này*, gọi chung là *định*.

Thế nào là *tu*? Đối với định nầy, hoặc tu hoặc tập, thường xuyên tu tập, không xả gia hành; gọi chung là *tu*.

- *Hoặc tập hoặc tu, tu tập nhiều*: nêu rõ sự tự tại đạt được trong định này.

- *Dẫn đến chứng đắc tuệ phân biệt thù thắng*: tu tập định này, tu tập nhiều, làm cho tất cả tuệ bất thiện, tuệ dẫn khởi bởi phi lý, những gì là tuệ bất thiện chướng ngại định, thảy đều tan hoại; xả trí, không khởi, sanh trưởng tuệ trái nghịch với đây, an trụ kiên cố. Do đây nên nói, "dẫn đến chứng đắc tuệ phân biệt thù thắng". Tức đắc, hoạch, thành tựu, thân cận, xúc chứng tuệ này; gọi là *chứng đắc*.

Lại nữa, tâm nhất cảnh tánh câu hành với thẩm quán thọ, tưởng, tầm, gọi là *định*.

Đối với định nầy, hoặc tu hoặc tập, thường xuyên tu tập, không xả gia hành; gọi chung là *tu*.

- *Hoặc tập hoặc tu, tu tập nhiều*: nêu rõ sự tự tại đạt được trong định này.

- *Dẫn đến chứng đắc tuệ phân biệt thù thắng*, ý nghĩa được nói như trên.

4. Vĩnh viễn lậu tận

- *Thường xuyên an trú với tùy quán sự sanh diệt của năm thủ uẩn*: Như thật biết sắc sanh và biến hoại; như thật biết thọ, tưởng, hành, thức sanh và biến hoại. Đây gọi là *tu định*.

Thế nào là *định*? Tâm trụ đẳng trụ, *cho đến* tâm nhất cảnh tánh, được phát khởi do thường xuyên an trú với tùy quán sự sanh diệt của năm thủ uẩn, gọi chung là *định*.

Thế nào là *tu*? Đối với định nầy, hoặc tu hoặc tập, thường xuyên tu tập, không xả gia hành; gọi chung là *tu*.

- *Hoặc tập hoặc tu, tu tập nhiều*: nêu rõ sự tự tại đạt được trong định này.

- *Dẫn đến chứng đắc vĩnh viễn lậu tận*: Có ba lậu: dục lậu, hữu lậu, vô minh lậu. Vị ấy nếu tu tập định này, tu tập nhiều, dẫn đến ba lậu diệt tận, đẳng tận, **[491b01]** biến mãn tận, cứu cánh tận. Thế nên nói là các lậu vĩnh viễn đoạn tận.

Đắc, hoạch, thành tựu, thân cận, xúc chứng vĩnh viễn lậu tận này, gọi là *chứng đắc*.

Lại nữa, tâm nhất cảnh tánh thuộc vô gián đạo hướng đến quả A-la-hán[511] câu hành với xả, niệm thanh tịnh trong tĩnh lự thứ tư, nên gọi là *định*.

Đối với định nầy, hoặc tu hoặc tập, thường xuyên tu tập, không xả gia hành; gọi chung là *tu*.

- *Hoặc tập hoặc tu, tu tập nhiều*: nêu rõ sự tự tại đạt được trong định này.

- *Dẫn đến chứng đắc vĩnh viễn lậu tận*: ý nghĩa được nói như trên.

---

[511] Y chỉ tĩnh lự thứ tư với tâm nhất cảnh tánh mà khởi vô gián đạo (ānantaryamārga) để đoạn trừ tùy miên tu sở đoạn trong Hữu đảnh, hướng đến đắc quả A-la-hán; tâm nhất cảnh tánh, tức định tâm, cùng khởi và hoạt động cùng lúc với xả, niệm thanh tịnh, hai thiền chi trong tĩnh lự thứ tư.

PHẨM 15: GIÁC CHI

A. KINH

Một thời, Bạc-già-phạm trụ trong vườn Cấp Cô Độc, rừng Thệ-đa, thành Thất-la-phiệt.

Bấy giờ, có Bí-sô đến chỗ Phật, đến rồi đảnh lễ hai chân Thế Tôn, lui đứng một bên, bạch Phật rằng:

"Bạch Thế Tôn, Thế Tôn từng nói 'Giác chi, giác chi'; điều này có nghĩa như thế nào?"

Thế Tôn dạy:

"Nói giác chi, đây nói rõ là bảy giác chi.

Bảy [giác chi] ấy là những gì? Đó là: niệm giác chi, trạch pháp giác chi, tinh tấn giác chi, hỷ giác chi, khinh an giác chi, định giác chi, xả giác chi. Giác chi như vậy, khởi theo thứ lớp, đắc theo thứ lớp, tu tập làm cho viên mãn."

Bí-sô lại bạch Phật:

"Bạch Thế Tôn, thế nào là giác chi khởi theo thứ lớp, đắc theo thứ lớp, tu tập làm cho viên mãn?"

Phật bảo Bí-sô:

"Một người an trụ với tuần quán nơi nội thân, an trụ chánh niệm, viễn ly ngu si, khi ấy niệm giác chi liền khởi, đắc niệm giác chi, tu tập cho đến viên mãn.

Người ấy, do niệm giác chi này, giản trạch pháp, cực giản trạch pháp, tầm tư, biến tầm tư, tứ sát, biến tứ sát, tứ sát tường tận, khi ấy trạch pháp giác chi liền khởi, đắc trạch pháp giác chi, tu tập cho đến viên mãn.

Người ấy, do trạch pháp, phát cần tinh tấn, tâm không hạ liệt, khi ấy tinh tấn giác chi liền khởi, đắc tinh tấn giác chi, tu tập cho viên mãn.

Người ấy, do tinh tấn, phát sanh thắng hỷ, viễn ly vị ngọt của ái, khi ấy hỷ giác chi liền khởi, đắc hỷ giác chi, tu tập cho viên mãn.

Do hỷ này, thân tâm người ấy khinh an, viễn ly sự thô nặng, khi ấy khinh an giác chi liền khởi, đắc khinh an giác chi, tu tập cho viên mãn.

Do khinh an, người ấy cảm thọ khoái lạc, do lạc nên tâm định, khi ấy định giác chi liền khởi, đắc định giác chi, tu tập cho viên mãn.

Do tâm định, người ấy diệt tham ưu, trụ tăng thượng xả, khi ấy xả giác chi liền khởi, đắc xả giác chi, tu tập cho viên mãn.

An trụ với tuần quán thọ [**491c01**] tâm, pháp, *chi tiết cũng như vậy.*

Như vậy là giác chi khởi theo thứ lớp, đắc theo thứ lớp, tu tập cho được viên mãn."⁵¹²

B. LUẬN

1. Niệm giác chi.⁵¹³

Thế nào là niệm giác chi?

Thế Tôn nói:

"Thánh đệ tử, an trú tuần quán thân nơi nội thân này, với đầy đủ chánh cần, chánh tri, chánh niệm, trừ bỏ tham ưu thế gian. An trụ tuần quán thân nơi ngoại thân kia, với đầy đủ chánh cần, chánh tri, chánh

---

⁵¹² *Tạp 26*, kinh 705, tr. 189b27: 念覺支擇法覺支精進覺支 猗覺支喜覺 支定覺支捨覺支,7 giác chi: niệm, trạch pháp, tinh tấn, khinh an, hỷ, định, xả. *Tạp 27*, kinh số 733. Không thấy Pāli tương đương. Tham khảo, D. 33 *Saṅgītisuttaṃ*, iii. 252: satta bojjhaṅgā – satisambojjhaṅgo, dhammavicayasambojjhaṅgo, vīriyasambojjhaṅgo, pītisambojjhaṅgo, passaddhisambojjhaṅgo, samādhisambojjhaṅgo, upekkhāsambojjhaṅgo. Vibhaṅga, 10. *Bojjhaṅgavibhaṅgo*, PTS. 227.

⁵¹³ Skt. *smṛtisaṃbodhyaṅga*, Pāli: *satisambojjhaṅgo*.

niệm, trừ bỏ tham ưu thế gian. An trụ tuần quán thân nơi nội ngoại thân, với đầy đủ chánh cần, chánh tri, chánh niệm, trừ bỏ tham ưu thế gian. Ba tuần quán nội ngoại thọ, tâm, pháp, chi tiết cũng như vậy."

Khi tu tập bốn niệm trụ như vậy, các niệm, tùy niệm, chuyên niệm, ức niệm, không quên không mất, không lơ đểnh xao lãng, tính chất pháp không quên mất, tánh ghi nhớ của tâm tương ưng tác ý vô lậu; gọi chung là *niệm*, cũng gọi là *niệm căn*, cũng gọi là *niệm lực*, cũng gọi là *niệm giác chi*, cũng gọi là *chánh niệm*. Chánh niệm ấy thuộc Thánh đạo vô lậu, xuất thế, vô thủ, câu hữu với đạo, tùy hành với đạo, vận chuyển theo đạo, dẫn đến chân chánh đoạn tận khổ, chấm dứt biên tế khổ.

Bằng chánh niệm ấy, các vị hữu học như những gì được thấy mà tư duy quán sát các hành, cho đến chỗ rốt ráo, thấy rõ sâu sắc những tai hại trong các hành, thấy rõ công đức nơi Niết-bàn bất tử, hoặc quả A-la-hán, hoặc tâm giải thoát, tư duy quán sát cho đến chỗ rốt ráo. Các niệm, tùy niệm, *cho đến* tính ghi nhớ rõ của tâm tương ưng tác ý vô lậu; đây gọi là *niệm giác chi*.

2. Trạch pháp giác chi[514]

Thế nào là trạch pháp giác chi?

Như Thế Tôn nói:

"Thánh đệ tử biết như thật pháp thiện, bất thiện; pháp hữu tội, vô tội; pháp nên tu, không nên tu; pháp hạ liệt, thắng diệu; pháp đen, trắng; pháp có đối địch; pháp duyên sanh."[515]

- *Biết như thật pháp thiện, bất thiện.*

---

[514] Skt. *dharmavicaya-saṃbodhyaṅga*, Pāli: *dhammavicayasambojjhaṅgo*.
  Vicaya: giản trạch, tư trạch, thẩm tra, thẩm sát, khảo sát.
[515] Cf. A.3.29 *Andhasuttaṃ*, i.129: *kusalākusale dhamme jāneyya;*
  sāvajjānavajje dhamme jāneyya, hīnappaṇīte dhamme jāneyya,
  kaṇhasukkasappaṭibhāge dhamme jāneyya.

Thế nào là pháp thiện? Đó là thân, ngữ nghiệp thiện; tâm, tâm sở pháp thiện; tâm bất tương ưng hành thiện; và trạch diệt.[516] Đây gọi là pháp thiện.

Thế nào gọi là pháp bất thiện? Thân, ngữ nghiệp bất thiện; tâm, tâm sở pháp bất thiện; tâm bất tương ưng hành bất thiện. Đây gọi là pháp bất thiện.

Bằng tuệ chân chánh như thật, vị ấy giản trạch, cực kỳ giản trạch, tầm tư khắp, tư sát khắp, quán sát tinh tường thấu đáo các pháp thiện, bất thiện như vậy. Đây gọi là *biết như thật pháp thiện, bất thiện.*

- *Biết như thật pháp hữu tội, vô tội.*

Thế nào là pháp hữu tội?[517] Ba ác hành, ba bất thiện căn, mười bất thiện nghiệp đạo. Đây gọi là pháp hữu tội.

Thế nào là pháp vô tội? Ba diệu hành, ba thiện căn, mười thiện nghiệp đạo. Đây gọi là [492a01] pháp vô tội.

Bằng tuệ chân chánh như thật, vị ấy giản trạch, cực kỳ giản trạch, tầm tư khắp, tư sát khắp, quán sát tinh tường thấu đáo các pháp hữu tội, vô tội như vậy. Đây gọi là *biết như thật pháp hữu tội, vô tội.*

- *Biết như thật pháp nên tu, không nên tu.*[518]

Thế nào là pháp nên tu?

Ba diệu hành, ba thiện căn, mười thiện nghiệp đạo, thân cận thiện sĩ, lắng nghe Chánh Pháp, tác ý như lý, pháp tùy pháp hành, cung kính

---

[516] *Câu-xá* phẩm I, Phân biệt Giới, tụng 5c, Luận thích: "Những gì đối với các pháp hữu lậu mà thoát ly hệ phược (ly hệ, *visaṃyoga*), chứng đắc giải thoát, được gọi là trạch diệt, diệt do tư trạch. *Trạch* tức giản trạch, là huệ đặc sắc (huệ đoạn trừ phiền não). Do tư duy, lý giải một cách cá biệt đối với các Thánh đế khổ, v.v..., đó là diệt đạt được do năng lực tư trạch." (Bản Việt dịch), *ĐTKVN, TVT, tập 18, Luận bộ I*; HĐHP, 2022; tr. 59, cht. 15.

[517] 有罪. **Pāli**: *sāvajja*; **Skt**. *sāvadya*: bị chê, đáng khiển trách.

[518] Không có trong **Pāli** dẫn trên. **Skt**. *sevitavya-asevitavya*: thân cận và không nên thân cận.

nghe pháp, khéo hộ căn môn, ăn uống biết lượng, đầu đêm cuối đêm thường luôn tỉnh thức, siêng tu các điều thiện. Đây gọi là pháp nên tu. Lại nữa, bốn niệm trụ, bốn chánh thắng, bốn thần túc, năm căn, năm lực, bảy đẳng giác chi, tám chi thánh đạo, bốn chánh hành, bốn pháp tích, sa-ma-tha, tì-bát-xá-na, cũng gọi là pháp nên tu.

Thế nào là pháp không nên tu?

Ba ác hành, ba bất thiện căn, mười nghiệp đạo bất thiện, thân cận người bất thiện, nghe theo pháp bất chánh, tác ý không như lý, hành phi pháp hành, nghe không cung kính, hỏi không cung kính, không hộ trì căn môn, ăn uống không biết lượng, đầu đêm cuối đêm quen theo thói ngủ nghỉ, không siêng tu các điều thiện. Đây gọi là pháp không nên tu.

Bằng tuệ chân chánh như thật, vị ấy giản trạch, cực kỳ giản trạch, tầm tư khắp, tư sát khắp, quán sát tinh tường thấu đáo các pháp nên tu, không nên tu như vậy. Đây gọi là *biết như thật pháp nên tu, không nên tu.*

- *Biết như thật pháp hạ liệt, thắng diệu.*[519]

Thế nào là pháp hạ liệt? Pháp bất thiện và hữu phú vô ký. Đây gọi là pháp hạ liệt.

Thế nào là pháp thắng diệu? Các pháp thiện và vô phú vô ký. Đây gọi là pháp thắng diệu.

Bằng tuệ chân chánh như thật, vị ấy giản trạch, cực kỳ giản trạch, tầm tư khắp, tư sát khắp, quán sát tinh tường thấu đáo các pháp hạ liệt, thắng diệu như vậy. Đây gọi là *biết như thật pháp hạ liệt, thắng diệu.*

- *Biết như thật pháp đen trắng.*[520]

Thế nào là pháp đen trắng?

Pháp bất thiện gọi là đen, pháp thiện gọi là trắng, pháp hữu tội gọi là đen, pháp vô tội gọi là trắng, pháp không nên tu gọi là đen, pháp nên

---

[519] Skt. *hīna-praṇīta*, Pāli: *hīna-paṇīta.*

[520] Pāli: *kaṇha-sukka*. Skt. *kṛṣṇa-śukla*. Cf. *Câu-xá*, phẩm iv Phân biệt Nghiệp, tụng 59-60: nghiệp đen-trắng.

tu gọi là trắng, pháp hạ liệt gọi là đen, pháp thắng diệu gọi là trắng. Đây gọi là pháp đen trắng.

Bằng tuệ chân chánh như thật, vị ấy giản trạch, cực kỳ giản trạch, tầm tư khắp, tư sát khắp, quán sát tinh tường thấu đáo các pháp đen, trắng như vậy. Đây gọi là biết như thật pháp đen, trắng.

- *Biết như thật pháp có đối địch.*[521]

Thế nào là pháp có đối địch? Tham-vô tham đối địch nhau, sân-vô sân đối địch nhau, **[492b01]** si-vô si đối địch nhau. Đây gọi là pháp có đối địch.

Bằng tuệ chân chánh như thật, vị ấy giản trạch, cực kỳ giản trạch, tầm tư khắp, tư sát khắp, quán sát tinh tường thấu đáo pháp có đối địch như vậy. Đây gọi là *biết như thật pháp có đối địch.*

- *Biết như thật pháp duyên sanh.*

Thế nào là pháp duyên sanh? Pháp duyên khởi và pháp duyên đã sanh. Gọi chung là *pháp duyên sanh.*[522]

Bằng tuệ chân chánh như thật, vị ấy giản trạch, cực kỳ giản trạch, tầm tư khắp, tư sát khắp, quán sát tinh tường thấu đáo pháp duyên sanh như vậy. Đây gọi là *biết như thật pháp duyên sanh.*

Khi vị ấy như thật biết pháp thiện, bất thiện,... *chi tiết cho đến,* pháp duyên sanh; những gì là sự giản trạch pháp: giản trạch, cực giản trạch, tối cực giản trạch, hiểu rõ, hoàn toàn hiểu rõ, tiếp cận hiểu rõ, tâm cơ nhạy bén, thông suốt, thẩm sát, thông duệ, minh giác, tuệ hành, tì-bát-xá-na tương ưng với tác ý vô lậu; gọi chung là *tuệ,* cũng gọi là *tuệ căn,* cũng gọi là *tuệ lực,* cũng gọi là *trạch pháp giác chi,* cũng gọi là *chánh kiến,* thuộc Thánh đạo vô lậu, xuất thế, vô thủ, câu hữu với đạo, tùy hành với đạo, vận chuyển theo đạo, dẫn đến chân chánh đoạn tận khổ, chấm dứt biên tế khổ.

---

521 Pāli: *sappaṭibhāga*. Skt. *sapratibhāga, prabibhāga:* đối phần.

522 Skt. *pratītyasamutpāda,* Pāli: *paṭiccasamuppāda:* duyên khởi. Pāli: *paṭiccasamuppanna;* Skt. *pratītyasamutpanna:* duyên dĩ sinh. Phân biệt ý nghĩa, xem "phẩm 21, Duyên khởi".

Bằng trạch pháp ấy, các vị hữu học như những gì được thấy mà tư duy quán sát các hành cho đến chỗ rốt ráo, thấy rõ sâu sắc những tai hại trong các hành, thấy rõ công đức nơi Niết-bàn bất tử, hoặc quả A-la-hán, hoặc tâm giải thoát, tư duy quán sát cho đến chỗ rốt ráo. Những gì là sự giản trạch pháp: giản trạch, *cho đến tì-bát-xá-na* tương ưng với tác ý vô lậu; đây gọi là *trạch pháp giác chi*.

3. Tinh tấn giác chi

Thế nào là tinh tấn giác chi?[523]

Như Thế Tôn nói:

"Thánh đệ tử, vì để cho pháp ác bất thiện đã sanh được đoạn trừ, nên khởi dục, phát cần tinh tấn, sách tâm, trì tâm. Vì để cho pháp ác bất thiện chưa sanh không sanh, nên khởi dục, phát cần tinh tấn, sách tâm, trì tâm. Vì để cho pháp thiện chưa sanh thì phát sanh, nên khởi dục, phát cần tinh tấn, sách tâm, trì tâm. Vì để cho pháp thiện đã sanh thì kiên trụ, không quên, phát triển, tu tập viên mãn, tăng trưởng bội phần quảng đại, bằng trí tuệ mà tác chứng, nên khởi dục, phát cần tinh tấn, sách tâm, trì tâm."

Khi tu tập bốn chánh thắng như vậy, những gì là tinh tấn: siêng năng, dũng kiện mạnh mẽ, mãnh liệt khó ngăn, khích lệ ý không ngừng tương ưng với tác ý vô lậu; gọi chung là *tinh tấn*, cũng gọi là *tinh tấn căn*, cũng gọi là *tinh tấn lực*, cũng gọi là *tinh tấn giác chi*, cũng gọi là *chánh cần*; thuộc Thánh đạo vô lậu, xuất thế, vô thủ, câu hữu với đạo, tùy hành với đạo, vận chuyển theo đạo, dẫn đến chân chánh đoạn tận khổ, chấm dứt biên tế khổ.

Bằng tinh tấn ấy, các vị hữu học **[492c01]** như những gì được thấy mà tư duy quán sát các hành cho đến chỗ rốt ráo, thấy rõ sâu sắc những tai hại trong các hành, thấy rõ công đức nơi Niết-bàn bất tử, hoặc quả A-la-hán, hoặc tâm giải thoát, tư duy quán sát cho đến chỗ rốt ráo. Những gì là tinh tấn: siêng năng, *cho đến* khích lệ ý không ngừng tương ưng với tác ý vô lậu; đây gọi là *tinh tấn giác chi*.

---

[523] **Pāli:** *vīriyasambojjhaṅgo*; Xem "phẩm vii, Chánh thắng".

4. Hỷ giác chi

Thế nào là hỷ giác chi?[524]

Thế Tôn dạy:[525]

"Đại Danh nên biết, Thánh đệ tử tùy niệm chư Phật bằng phẩm tính như vầy: 'Thế Tôn đây là Như Lai, A-la-hán, Chánh đẳng giác, Minh hành viên mãn, Thiện thệ, Thế gian giải, Vô thượng trượng phu điều ngự sĩ, Thiên nhơn sư, Phật, Bạc-già-phạm.' Khi Thánh đệ tử ấy tùy niệm Phật bằng phẩm tính như vậy, tâm không bị quấn chặt bởi tham, tâm không bị quấn chặt bởi sân, tâm không bị quấn chặt bởi si. Bấy giờ, tâm vị ấy chánh trực hướng đến Như Lai, do tâm chánh trực nên đắc uy thế của nghĩa, đắc uy thế của pháp.[526] Vị ấy phát khởi hân hoan do hướng đến Như Lai[527], do hân hoan nên hỷ sanh, do tâm hỷ nên thân khinh an, do thân khinh an nên cảm thọ lạc, do lạc nên tâm định, do tâm định nên an trụ bình đẳng đối với các loài hữu tình không bình đẳng,[528] an trụ không não hại đối với các loài hữu tình não hại, được dự vào dòng nước Chánh Pháp (đắc Dự lưu pháp), cho đến chứng đắc cứu cánh Niết-bàn. Do tu tùy niệm chư Phật.

"Lại nữa Đại Danh, Thánh đệ tử tùy niệm Chánh Pháp bằng phẩm tính như vầy: 'Chánh Pháp của Phật thiện thuyết, hiện kiến, vô nhiệt, ứng thời, dẫn đạo, cận quán, bậc trí nội chứng.' Khi Thánh đệ tử ấy tùy niệm Chánh Pháp bằng phẩm tính như vậy, tâm không bị quấn chặt bởi tham, tâm không bị quấn chặt bởi sân, tâm không bị quấn chặt bởi si. Bấy giờ, tâm vị ấy chánh trực hướng đến Chánh Pháp, do tâm chánh trực nên đắc uy thế của nghĩa, đắc uy thế của pháp. Vị ấy phát khởi hân

---

[524] Pāli: *pītisambojjhaṅgo.*

[525] Cf. Pāli, A.6.10 *Mahānāmasuttaṃ,* iii. 285.

[526] 義威勢, 法威勢. Pāli: *atthavedaṃ, dhammavedaṃ:* tín thọ nghĩa, tín thọ pháp. Sớ giải: y chỉ luận nghĩa, y chỉ pháp, mà hỷ phát sinh. Hán đọc *vega* (tốc lực, thế lực), thay vì *veda* (tin hiểu); theo đây, do thế lực của pháp và nghĩa mà hỷ phát sinh.

[527] Pāli: vị ấy đạt được hân hoan liên hệ đến pháp.

[528] Pāli: *visamagatāya pajāya;* sớ giải: đối với các hữu tình tà hành với tham, sân, si.

hoan do hướng đến Chánh Pháp, do hân hoan nên hỷ sanh, do tâm hỷ nên thân khinh an, do thân khinh an nên cảm thọ lạc, do lạc nên tâm định, do tâm định nên an trụ bình đẳng đối với các loài hữu tình không bình đẳng, an trụ không não hại đối với các loài hữu tình não hại, được dự vào dòng nước Chánh Pháp (đắc Dự lưu pháp), cho đến chứng đắc cứu cánh Niết-bàn. Do tu tùy niệm Chánh pháp.

"Lại nữa Đại Danh, Thánh đệ tử tùy niệm Tăng-già bằng phẩm tính như vầy: 'Tăng đệ tử Phật cụ túc diệu hành, chất trực hành, như lý hành, pháp tùy pháp hành, hòa kính hành, tùy pháp hành. Trong đây, có Dự lưu hướng, Dự lưu quả; có Nhất lai hướng, Nhất lai quả; có Bất hoàn hướng, Bất hoàn quả; **[493a01]** có A-la-hán hướng, A-la-hán quả. Như vậy tổng thể có bốn đôi, tám hạng bổ-đặc-già-la. Tăng đệ tử Phật cụ túc giới, định, tuệ, giải thoát, giải thoát tri kiến, là vị ứng thỉnh, ứng khuất, ứng cung kính, là ruộng phước vô thượng, thế gian ứng cúng.' Khi Thánh đệ tử ấy tùy niệm Tăng bằng phẩm tính như vậy, tâm không bị quấn chặt bởi tham, tâm không bị quấn chặt bởi sân, tâm không bị quấn chặt bởi si. Bấy giờ, tâm vị ấy chánh trực hướng đến Tăng-già, do tâm chánh trực nên đắc uy thế của nghĩa, đắc uy thế của pháp. Vị ấy phát khởi hân hoan do hướng đến Tăng, do hân hoan nên hỷ sanh, do tâm hỷ nên thân khinh an, do thân khinh an nên cảm thọ lạc, do lạc nên tâm định, do tâm định nên an trụ bình đẳng đối với các loài hữu tình không bình đẳng, an trụ không não hại đối với các loài hữu tình não hại, được dự vào dòng nước Chánh Pháp (đắc Dự lưu pháp), cho đến chứng đắc cứu cánh Niết-bàn. Do tu tùy niệm Tăng.

"Lại nữa, Đại Danh, Thánh đệ tử tùy niệm Giới của mình bằng phẩm tính như vầy: 'Tịnh giới của ta không khuyết, không lủng, không tạp, không uế, kham nhận cúng dường, không mờ ám, cứu cánh thiện, thọ trì thiện, bậc trí khen ngợi, thường không chỉ trích.'529 Khi Thánh đệ tử ấy tùy niệm Giới bằng phẩm tính như vậy, tâm không bị quấn chặt bởi tham, tâm không bị quấn chặt bởi sân, tâm không bị quấn chặt bởi si.

---

529 **Pāli:** *akhaṇḍāni acchiddāni akammāsāni bhujissāni viññuppasatthāni aparāmaṭṭhāni samādhisaṃvattanikāni:* "giới không vỡ vụn, không sứt mẻ, không pha tạp, giới tinh sạch, được trí giả tán thưởng, không thủ trước, dẫn đến chánh định."

Bấy giờ, tâm vị ấy chánh trực hướng đến Giới, do tâm chánh trực nên đắc uy thế của nghĩa, đắc uy thế của pháp. Vị ấy phát khởi hân hoan do hướng đến Giới, do hân hoan nên hỷ sanh, do tâm hỷ nên thân khinh an, do thân khinh an nên cảm thọ lạc, do lạc nên tâm định, do tâm định nên an trụ bình đẳng đối với các loài hữu tình không bình đẳng, an trụ không não hại đối với các loài hữu tình não hại, được dự vào dòng nước Chánh Pháp (đắc Dự lưu pháp), cho đến chứng đắc cứu cánh Niết-bàn. Do tu tùy niệm Giới.

"Lại nữa, Đại Danh, Thánh đệ tử tùy niệm Thí của mình bằng phẩm tính như vầy: 'Nay ta thật sự có lợi đắc thù thắng, tuy ở trong vô lượng chúng sanh bị quấn chặt bởi cáu bẩn keo kiệt mà tâm tránh xa tất cả cáu bẩn keo kiệt, thực hành bố thí; tuy sống tại gia nhưng không dính mắc tất cả tài bảo, duỗi tay ban bố, mở đại hội tế tự, cúng dường ruộng phước, thí xả đầy đủ, phân bố an lạc khắp.' Khi thánh đệ tử ấy tùy niệm Thí của mình bằng phẩm tính như vậy, tâm không bị quấn chặt bởi tham, tâm không bị quấn chặt bởi sân, tâm không bị quấn chặt bởi si. Bấy giờ, tâm vị ấy chánh trực hướng đến Thí, do tâm chánh trực nên đắc uy thế của nghĩa, đắc uy thế của pháp. Vị ấy phát khởi hân hoan do hướng đến Thí, do hân hoan nên hỷ sanh, do tâm hỷ nên thân khinh an, [493b01] do thân khinh an nên cảm thọ lạc, do lạc nên tâm định, do tâm định nên an trụ bình đẳng đối với các loài hữu tình không bình đẳng, an trụ không não hại đối với các loài hữu tình não hại, được dự vào dòng nước Chánh Pháp (đắc Dự lưu pháp), cho đến chứng đắc cứu cánh Niết-bàn. Do tu tùy niệm Thí.

"Lại nữa, Đại Danh, Thánh đệ tử tùy niệm chư Thiên bằng phẩm tính như vầy: 'Tứ đại vương chúng thiên, Tam thập tam thiên, Dạ-ma thiên, Đổ-sử-đa thiên, Lạc biến hóa thiên, Tha hóa tự tại thiên. Chư Thiên như vậy do thành tựu tín, giới, văn, xả, tuệ, nên từ chỗ này chết, sanh trong cõi thiên kia thọ các khoái lạc. Ta cũng có tín, giới, văn, xả, tuệ, cũng sẽ sanh về đó, cùng các thiên chúng thọ hưởng khoái lạc.' Khi thánh đệ tử ấy tùy niệm chư Thiên bằng phẩm tính như vậy, tâm không bị quấn chặt bởi tham, tâm không bị quấn chặt bởi sân, tâm không bị quấn chặt bởi si. Bấy giờ, tâm vị ấy chánh trực hướng đến chư Thiên, do tâm chánh trực nên đắc uy thế của nghĩa, đắc uy thế của pháp. Vị ấy phát khởi hân hoan do hướng đến chư Thiên, do hân hoan nên hỷ sanh, do tâm hỷ nên

thân khinh an, do thân khinh an nên cảm thọ lạc, do lạc nên tâm định, do tâm định nên an trụ bình đẳng đối với các loài hữu tình không bình đẳng, an trụ không não hại đối với các loài hữu tình não hại, được dự vào dòng nước Chánh Pháp (đắc Dự lưu pháp), cho đến chứng đắc cứu cánh Niết-bàn. Do tu tùy niệm chư Thiên.

Khi vị ấy tu sáu tùy niệm như vậy, những gì là hỷ: tâm hân hoan, cực hân hoan, hiện tiền cực hân hoan, tính hân hoan, đồng loại hân hoan, thích ý, duyệt ý, tính hỷ, đồng loại hỷ, lạc do hòa hợp, lạc do không biệt ly, hân hoan, vui vẻ, tính kham nhiệm, phấn khởi, tính phấn khởi, hoan hỷ, tính hoan hỷ tương ưng với tác ý vô lậu; gọi chung là *hỷ*, cũng gọi là *hỷ giác chi*, thuộc Thánh đạo vô lậu, xuất thế, vô thủ, câu hữu với đạo, tùy hành với đạo, vận chuyển theo đạo, dẫn đến chân chánh đoạn tận khổ, chấm dứt biên tế khổ.

Bằng hỷ giác chi ấy, các vị hữu học như những gì được thấy mà tư duy quán sát các hành cho đến chỗ rốt ráo, thấy rõ sâu sắc những tai hại trong các hành, thấy rõ công đức nơi Niết-bàn bất tử, hoặc quả A-la-hán, hoặc tâm giải thoát, tư duy quán sát cho đến chỗ rốt ráo. Những gì là hỷ: tâm hân hoan, *cho đến* hoan hỷ, tính hoan hỷ tương ưng với tác ý vô lậu; đây gọi là *hỷ giác chi*.[530]

5. Khinh an giác chi

[493c07] Thế nào là khinh an giác chi?[531]

Thế Tôn nói:[532]

"Khánh Hỷ, nên biết, khi nhập sơ tĩnh lự, ngôn ngữ lắng dứt, do đây làm duyên, pháp khác cũng lắng dứt. Đây gọi là dấu hiệu dẫn đến khinh an thứ nhất.[533]

---

[530] Bản Hán hết quyển 8.

[531] Skt. *praśrabdhi-saṃbodhyaṅga*, Pāli: *passaddhisambojjhaṅgo*.

[532] *Tạp* 17, kinh số 474, tr. 121b10. S. 36. 15-16, *Ānandasuttaṃ*, iv. 273ff.

[533] *Tạp*, dẫn trên: 漸次諸行止息. Các hành đình chỉ theo tuần tự: sơ thiền, ngôn ngữ diệt, [...] tưởng thọ diệt tận định/tưởng thọ diệt. Pāli, op. cit. *anupubbasaṅkhārānaṃ nirodho*.

"Khi nhập tĩnh lự thứ hai, tầm tứ lắng dứt, do đây làm duyên, pháp khác cũng lắng dứt. Đây gọi là dấu hiệu dẫn đến khinh an thứ hai.

"Khi nhập tĩnh lự thứ ba, các hỷ lắng dứt, do đây làm duyên, pháp khác cũng lắng dứt. Đây gọi là dấu hiệu dẫn đến khinh an thứ ba.

"Khi nhập tĩnh lự thứ tư, hơi thở vô ra lắng dứt, do đây làm duyên, pháp khác cũng lắng dứt. Đây gọi là dấu hiệu dẫn đến khinh an thứ tư.[534]

"Khi nhập diệt thọ tưởng định, tưởng và thọ lắng dứt, do đây làm duyên, pháp khác cũng lắng dứt. Đây gọi là dấu hiệu dẫn đến khinh an thứ năm.

"Khánh Hỷ nên biết, lại có khinh an thượng diệu thứ sáu, là thắng, là tối thắng, là thượng, là vô thượng. Khinh an như vậy, tối thượng, tối diệu, không có khinh an nào hơn khinh an đây. Vậy khinh an này là gì? Đó là tâm giải thoát ly nhiễm tham; tâm giải thoát ly nhiễm sân và si. Đây gọi là dấu hiệu dẫn đến khinh an thứ sáu."

Tư duy các tướng khinh an như vậy: thân khinh an, tâm khinh an, tánh khinh an, loại khinh an tương ưng với tác ý vô lậu; gọi chung là khinh an, cũng gọi là khinh an giác chi, thuộc Thánh đạo vô lậu, xuất thế, vô thủ, câu hữu với đạo, tùy hành với đạo, vận chuyển theo đạo, dẫn đến chân chánh đoạn tận khổ, chấm dứt biên tế khổ.

Bằng khinh an giác chi ấy, các vị hữu học như những gì được thấy mà tư duy quán sát các hành, cho đến chỗ rốt ráo, thấy rõ sâu sắc những tai hại trong các hành, thấy rõ công đức nơi Niết-bàn bất tử, hoặc quả A-la-hán, hoặc tâm giải thoát, tư duy quán sát cho đến chỗ rốt ráo. Những gì là khinh an: thân khinh an, tâm khinh an, tánh khinh an, loại khinh an tương ưng với tác ý vô lậu; đây gọi là *khinh an giác chi*.

6. Định giác chi

Thế nào là định giác chi?[535]

Thế Tôn dạy:

---

[534] *Pháp uẩn nhảy 4 vô sắc, như được thấy trong* Tạp A-hàm, *và* Saṃyutta.
[535] Skt. *samādhi-saṃbodhyaṅga*, Pāli: *samādhisambojjhaṅgo*.

"Bí-sô nên biết, Ta nói y chỉ sơ tĩnh lự mà dứt sạch các lậu. Cũng vậy, Ta nói y chỉ tĩnh lự thứ hai, thứ ba, thứ tư, không [494a01] vô biên xứ, thức vô biên xứ, vô sở hữu xứ, dứt sạch các lậu.

"Bí-sô nên biết, Ta y chỉ vào nghĩa gì mà nói, y chỉ sơ tĩnh lự dứt sạch các lậu? Có Bí-sô, trước do tướng trạng các hành[536] như vậy mà ly dục, ác bất thiện pháp, chứng và trú sơ tĩnh lự có tầm có tứ, hỷ lạc do viễn ly sanh. Nhưng Bí-sô ấy không tư duy tướng trạng các hành như vậy, mà chỉ tư duy sắc-thọ-tưởng-hành-thức mà vị ấy thủ đắc. Tức các pháp ấy, như bệnh, như ung nhọt, như mũi tên, não hại, vô thường, khổ, không, phi ngã. Vị ấy vô cùng nhàm tởm, kinh sợ, ngăn cấm pháp ấy; sau đó nhiếp tâm, hướng đến cam lồ giới, tư duy tướng trạng tịch-tĩnh-diệu-ly của giới ấy, xả tất cả sanh y, ái tận, ly nhiễm, vĩnh diệt, Niết-bàn. Như thầy hay trò bắn tên giỏi, trước học bắn gần, bắn người làm bằng cỏ, đất; sau bắn xa, bắn vật kiên cố lớn, cũng làm cho tan vỡ. Bí-sô cũng vậy, trước do tướng trạng các hành như vậy, ly dục, ác bất thiện pháp, chứng và trú sơ tĩnh lự, có tầm có tứ, ly sanh hỷ lạc. Nhưng vị ấy không tư duy tướng trạng các hành như vậy, chỉ tư duy sắc-thọ-tưởng-hành-thức mà vị ấy hướng đến và thủ đắc. Tức tư duy các pháp ấy, như bệnh, như ung nhọt, như mũi tên, như sát hại, vô thường, khổ, không, phi ngã. Vị ấy vô cùng nhàm tởm, kinh sợ, đình chỉ pháp ấy; sau đó nhiếp tâm an trú trong cam lồ giới, tư duy tướng trạng tịch tĩnh, vi diệu, xả tất cả

---

536 如是諸行相狀, dịch là "tướng trạng của các hành như vậy", nhưng cũng có thể hiểu "các hành, (hình) tướng như vậy, trạng (thái) như vậy." Cf. *Tạp 31*, kinh 864: 若行若形若相. Tham khảo. *Du-già sư địa 13*, tr. 341c26, về hành, trạng, tướng: "Thế nào là *hành*? Đó là quán sát sở duyên bằng các hành tướng thô, như bệnh, như ung nhọt, như tên độc, hành vô thường v.v... mà nhập định. Thế nào là *trạng*? Khi muốn nhập một loại định nào, trước tiên tướng trạng của định ấy xuất hiện. Do tướng trạng ấy mà hành giả biết rằng không lâu ta sẽ nhập định này... Thế nào là *tướng*? Có hai. Một, sở duyên tướng, tức tự thể phân biệt; do duyên vào đây mà nhập các định. Hai, nhân duyên tướng, tức tư lương (điều kiện chuẩn bị) của định, do nhân duyên này mà nhập định..."

sanh y, ái tận, ly nhiễm, vĩnh diệt, Niết-bàn.[537] *Do vị ấy thấy biết như vậy, nên tâm giải thoát khỏi dục lậu; tâm giải thoát khỏi hữu lậu và vô minh lậu. Giải thoát rồi, vị ấy tự thấy biết ta đã giải thoát, 'sự sanh đã dứt, phạm hạnh đã lập, việc cần làm đã làm xong, không còn thọ thân sau.'*

"Như Lai y vào đây mà nói, y sơ tĩnh lự, dứt sạch các lậu."

Như nói y chỉ vào sơ tĩnh lự dứt sạch các lậu; nói y chỉ vào tĩnh lự thứ hai, thứ ba, thứ tư, không vô biên xứ, thức vô biên xứ, vô sở hữu xứ dứt sạch các lậu cũng như vậy.

Tức ở tĩnh lự thứ hai, nên nói như vầy: *"Lại có Bí-sô, trước do tướng trạng các hành như vậy mà tầm tứ tịch tĩnh, nội đẳng tịnh, tâm cảnh nhất như, chứng và trụ tĩnh lự thứ hai không tầm không tứ, hỷ lạc do định sanh. Nhưng vị ấy không tư duy tướng trạng các hành như vậy,..."* chi tiết như trên cho đến, *vô sở hữu xứ,* nên nói như vầy: *"Lại có Bí-sô, trước do tướng trạng các hành như vậy, vượt tất cả* **[494b01]** *thức vô biên xứ, nhập vô sở hữu, chứng và trú vô sở hữu xứ. Nhưng vị ấy không tư duy tướng trạng các hành như vậy, mà chỉ tư duy sắc-thọ-tưởng-hành-thức mà vị ấy thủ đắc, chi tiết cho đến Bí-sô nên biết, cho đến tưởng định,*[538] *nên làm những điều cần làm như vậy. Lại có phi tưởng phi phi tưởng xứ và diệt tận định. Ta nói, Bí-sô nên thường nhập và xuất các tu định này."*[539]

Khi vị ấy tu bảy định sở y[540] như vậy, những gì là định: tâm trụ, đẳng trụ, *cho đến* tâm nhất cảnh tánh tương ưng với tác ý vô lậu; gọi chung

---

[537] *Tư duy như bệnh... vĩnh diệt, Niết-bàn:* chi tiết về quán sát 6 hành tướng trong tu tập thế gian đạo: hạ giới 3 hành tướng: thô, khổ, chướng; thượng giới, 3 hành tướng: tĩnh, diệu, ly.

[538] *Tưởng định:* bảy định trên thuộc loại định "có tưởng". *Tì-bà-sa* 185, tr. 929b8, dẫn kinh: "Bí-sô, cho đến y chỉ tưởng định có thể đạt đến Thánh chỉ." Tưởng định: 4 tĩnh lự và 3 vô sắc.

[539] Đại ý, nên thường xuất và nhập, nhưng không y chỉ trên 2 định này mà diệt tận các lậu.

[540] 七依定. Bảy định, từ sơ thiền cho đến vô sở hữu xứ, y chỉ trên 7 định này mà tu quán dẫn đến diệt tận lậu. *Tì-bà-sa,* dẫn trên: "Có 7 y định; Ta nói y chỉ các định này mà diệt tận các lậu."

là *định*, cũng gọi là *định căn*, cũng gọi là *định lực*, cũng gọi là *định giác chi*, cũng gọi là *chánh định*, thuộc Thánh đạo vô lậu, xuất thế, vô thủ, câu hữu với đạo, tùy hành với đạo, vận chuyển theo đạo, dẫn đến chân chánh đoạn tận khổ, chấm dứt biên tế khổ.

Bằng định giác chi ấy, các vị hữu học như những gì được thấy mà tư duy quán sát các hành, cho đến chỗ rốt ráo, thấy rõ sâu sắc những tai hại trong các hành, thấy rõ công đức nơi Niết-bàn bất tử, hoặc quả A-la-hán, hoặc tâm giải thoát, tư duy quán sát cho đến chỗ rốt ráo. Những gì là định: tâm trụ, đẳng trụ, *cho đến* tâm nhất cảnh tánh tương ưng với tác ý vô lậu; đây gọi là *định giác chi*.

7. Xả giác chi

Thế nào là xả giác chi?

Có Bí-sô, tư duy đoạn giới, ly giới, diệt giới.[541] Do đây, phát khởi tánh bình đẳng của tâm, tánh chánh trực của tâm, tánh trụ tịch tĩnh tự nhiên không cảnh giác của tâm. Vị ấy nghĩ rằng, "Nay ta nên ly tham-sân-si nơi các pháp thuận dẫn tham, thuận dẫn sân, thuận dẫn si." Do đây, phát khởi tánh bình đẳng của tâm, tánh chánh trực của tâm, tánh trụ tịch tĩnh tự nhiên của tâm. Vị ấy lại nghĩ, "Nay ta không nên nhiếp thọ pháp tham-sân-si." Do đây, phát khởi tánh bình đẳng của tâm, tánh chánh trực của tâm, tánh trụ tịch tĩnh tự nhiên của tâm. Khi vị ấy tư

---

[541] 斷界離界滅界 Skt. *prahāṇadhātu, virāgadhātu, nirodhadhātu, Tạp 17,* kinh 464, tr.118b26: "Đoạn giới, vô dục giới, diệt giới, đó là các giải thoát giới." *quyển 27 kinh 715,* tr. 192c03: "Thế nào là giác phần (giác chi) không thức ăn? Có ba giới: đoạn giới, vô dục giới, diệt giới..." Pāli, S. 46.51 *Āhārasuttaṃ,* PTS.v.105: *ko ca, bhikkhave, anāhāro anuppannassa vā upekkhāsambojjhaṅgassa uppādāya...atthi, bhikkhave, upekkhāsambojjhaṅgaṭṭhānīyā dhammā;* không hoàn toàn tương đương. *Câu-xá phẩm vi, Hiền Thánh, tụng 78, ly (nhiễm) giới* là sự đoạn trừ tham. Sự đoạn trừ các phiền não còn lại, ngoại trừ tham, đó là *đoạn giới.* Sự đoạn trừ cơ sở (sắc hữu lậu v.v...) của các phiền não còn sót lại, đó là *diệt giới.*

duy, thẩm sát sáu pháp thuận xả[542], những gì là tánh bình đẳng của tâm, tánh chánh trực của tâm, tánh trụ tịch tĩnh tự nhiên của tâm mà tương ưng với tác ý vô lậu, gọi chung là *xả*, cũng gọi là *xả giác chi*, thuộc Thánh đạo vô lậu, xuất thế, vô thủ, câu hữu với đạo, tùy hành với đạo, vận chuyển theo đạo, dẫn đến chân chánh đoạn tận khổ, chấm dứt biên tế khổ.

Bằng xả giác chi ấy, các vị hữu học như những gì được thấy mà tư duy quán sát các hành, cho đến chỗ rốt ráo, thấy rõ sâu sắc những tai hại trong các hành, thấy rõ công đức nơi Niết-bàn bất tử, hoặc A-la-hán, hoặc tâm giải thoát, tư duy quán sát cho đến chỗ rốt ráo. Những gì là xả: tánh bình đẳng của tâm, tánh chánh trực của tâm, tánh trụ tịch tĩnh không cảnh giác của tâm tương ưng với tác ý vô lậu. Đây gọi là *xả giác chi*.

---

[542] 六順捨法, sáu pháp dẫn đến xả thọ: xả được thuận dẫn bởi nhãn xúc, cho đến ý xúc.

PHẨM 16: TẠP SỰ

A. KINH

[494c02] Một thời, Bạc-già-phạm trụ trong vườn Cấp Cô Độc, rừng Thệ-đa, thành Thất-la-phiệt.

Bấy giờ, Đức Thế Tôn nói với Chúng Bí-sô:

"Nếu các ngươi đoạn trừ vĩnh viễn một pháp, Như Lai bảo đảm chắc chắn các ngươi đắc quả Bất hoàn. Một pháp đó là tham, mà nếu các ngươi vĩnh viễn đoạn trừ, Như Lai bảo đảm chắc chắn các ngươi đắc quả Bất hoàn.

"Cũng vậy, sân, si, phẫn, hận, phú, não, tật, san, cuống, siểm, vô tàm, vô quí, mạn, quá mạn, mạn quá mạn, ngã mạn, tăng thượng mạn, ti mạn, tà mạn, kiêu, phóng dật, ngạo, phẫn phát, kiểu vọng, ngụy trá, hiện tướng, kích ma, lấy lợi cầu lợi, ác dục, đại dục, hiển dục, không hỷ túc, không cung kính, khởi ác ngôn, thích bạn ác, không kham nhẫn, đam thị, biến đam thị, nhiễm tham, tham phi pháp, tham trước, ác tham, hữu thân kiến, hữu kiến, vô hữu kiến, tham dục, sân khuể, hôn trầm, thụy miên, trạo cử, ố tác, nghi, mông hội, không vui, vươn ngáp, tánh ăn không điều độ, tánh muội liệt của tâm, tưởng linh tinh, không tác ý, thô nặng, để đột, thao thiết, tánh không hòa nhuyễn, tánh không điều nhu, không thuận đồng loại, dục tầm, khuể tầm, hại tầm, thân lý tầm, quốc độ tầm, bất tử tầm, khinh miệt tầm, giả tộc tầm, sầu, thán, khổ, ưu, nhiễu não. Nếu vĩnh đoạn một trong những pháp này, Như Lai bảo đảm chắc chắn vị ấy được Bất hoàn."

Bấy giờ, để tóm tắt ý nghĩa trên, Thế Tôn nói lại bằng kệ tụng:

Tham trói buộc hữu tình
Thường sanh các cõi xấu

Người trí đoạn hẳn rồi
Không trở lại thế gian.

Cũng vậy, nên biết sân, si... cho đến nhiễu não, mỗi pháp đều có tụng riêng như tham.[543]

B. LUẬN

I. Bất thiện căn[544]

1. Tham[545]

Thế nào là tham? Tham trong các cảnh dục: tham, đẳng tham, chấp tàng, phòng hộ, dính chặt, thích thú mê muộn, đam mê, say đắm, nội tâm trói buộc, mong cầu, đắm đuối, tập khởi của khổ, đồng loại tham, sanh của tham. Gọi chung là *tham.*

2. Sân[546]

Thế nào là sân?[547] Muốn gây tổn hại hữu tình; trong lòng ghim gút muốn gây rối hữu tình, đã sân, sẽ sân, hiện sân; thích gây tai họa, rất thích gây tai họa, ý rất phẫn nộ, làm điều trái nghịch đối với hữu tình, muốn làm tổn thương, đã làm tổn thương, sẽ làm tổn thương, đang làm tổn thương.[548] Gọi chung là *sân.*

---

[543] *Vibhaṅga 17. Khuddakavatthuvibhaṅgo,* PTS. 345.

[544] *Vibhaṅga,* nhóm ba pháp (*tikaniddeso*): 3 bất thiện căn (*tīṇi akusalamūlāni*): tham (*lobha*), sân (*dosa*), si (*moha*).

[545] Skt./Pāli: *lobha;* cũng thường đồng nghĩa với Skt. *abhidhyā,* Pāli: *abhijjhā,* xem "phẩm ix, Niệm trụ", cht. 339.

[546] Skt. *dveṣa,* Pāli: *dosa.*

[547] Skt. *dveṣa;* Pāli: *dosa*

[548] Trong đây có hai loại sân: (a) Skt. *dveṣa* (Pāli: *dosa*): sân hận, thù hận, có ác ý muốn gây hại, trong nhóm *lobha-dveṣa-moha* (tham sân si, tâm sở bất thiện); (b) *pratigha,* thù nghịch, chống đối, hủy diệt đối tượng không như ý, trong nhóm *rāga-pratigha-moha* (tham sân si, tùy miên căn bản).

3. Si[549]

Thế nào là si? Không biết tiền tế, không biết hậu tế, không biết tiền hậu tế, không biết bên trong, không biết bên ngoài, không biết trong ngoài, không biết nghiệp, không biết dị thục, không biết nghiệp dị thục, không biết nghiệp thiện đã tạo,[550] không biết nghiệp ác đã tạo, không biết nghiệp thiện ác đã tạo, không biết nhân, **[495a01]** không biết pháp sanh bởi nhân, không biết Phật, không biết Pháp, không biết Tăng, không biết Khổ, không biết Tập, không biết Diệt, không biết Đạo, không biết pháp thiện, không biết pháp bất thiện, không biết pháp có tội, không biết pháp vô tội, không biết pháp nên tu, không biết pháp không nên tu, không biết pháp hạ liệt, không biết pháp thắng diệu, không biết pháp đen, không biết pháp trắng, không biết pháp có đối địch, không biết pháp duyên sanh, không biết như thật sáu xúc xứ;[551] không thấy, không biết như vậy, ngu si, hắc ám, không hiện quán, vô minh, mù tối, bị trùm kín trong lưới, ngu ngốc, vẩn đục;[552] chướng cái làm mù, làm không mắt, làm vô trí, làm liệt tuệ, chướng ngại thiện phẩm, làm cho không được Niết-bàn.[553] Lậu vô minh, bộc lưu vô minh, ách vô minh;[554] rễ độc vô minh, cành độc vô minh, nhánh độc vô minh, lá độc vô minh, hoa độc vô minh, quả độc vô minh; si, ngu si, cuồng si, bướng bỉnh,[555] rất bướng bỉnh, cực kỳ bướng bỉnh, đồng loại si, pháp

---

[549] Pl./Skt. *moha.*

[550] 作業. Skt. *kṛtakarma*: nghiệp *đã* tạo tác, *đã* được thực hiện, nghiệp quá khứ, do đó hàm nghĩa được tích lũy để cho quả, phân biệt với nghiệp *đang* tạo tác.

[551] Trong đây, si (*moha*) đồng nghĩa vô minh (*avidyā*): *Không biết pháp thiện ... pháp duyên sanh*: thích từ, xem mục "trạch pháp giác chi", phẩm xv Giác chi".

[552] Trong đây, *si* đồng nghĩa ngu tối.

[553] *Si*, đồng nghĩa với *cái* (Pāli: *nīvaraṇa*).

[554] Si tức vô minh trong ba lậu (Skt. *traya āśravā*) , bốn bộc lưu (Skt. *catvāra oghāḥ*), bốn ách (Skt. *catvāro yogāḥ*). Xem *Câu-xá* (bản Việt dịch), *ĐTKVN, TVT, tập 20, Luận bộ III, quyển 3, Phân biệt Tùy miên*; HĐHP, 2022; tr. 150, cht. 16-17.

[555] Đại chánh: 欣 *hân*; các bản Tống Nguyên chép 佷 *ngận*.

sanh ra từ si. Gọi chung là *si*.

II. Tiểu phiền não[556]

4. Phẫn[557]

Thế nào là phẫn? Phẫn có hai loại: (a) phẫn thuộc ái, (b) phẫn thuộc phi ái.

a. Phẫn thuộc ái: phẫn nộ phát sinh đối với cha, mẹ, anh em, chị em, vợ con, nam, nữ và bất kỳ bạn bè thân thuộc nào khác; phẫn nộ nói: "Sao không cho tôi vật này, mà cho tôi vật kia? Sao không làm việc này cho tôi, mà làm việc như kia cho tôi?" Do đây phát sanh các hình thái phẫn nộ: phẫn, đẳng phẫn, biến phẫn, cực phẫn; đã phẫn, sẽ phẫn, đang phẫn; phát nóng, cực phát nóng, bốc khói, cực bốc khói, bốc lửa, cực bốc lửa, hung dữ, thô ác, tâm phát phẫn, nổi sắc dữ, phát lời dữ. Đây gọi là phẫn thuộc ái.

b. Phẫn thuộc phi ái: Có người tư duy như vầy: (a) "Nay người kia muốn làm điều vô nghĩa cho ta, muốn làm điều không lợi ích, muốn làm điều không an lạc, muốn làm điều không tăng ích, muốn làm điều không an ẩn cho ta. Thật vậy, người kia đã làm điều vô nghĩa cho ta, sẽ làm điều vô nghĩa cho ta, đang làm điều vô nghĩa cho ta." (b) "Có những người muốn làm điều vô nghĩa cho ta,... *cho đến* muốn làm điều không an ẩn cho ta, nhưng lại có kẻ muốn làm điều có ý nghĩa cho người ấy, muốn làm điều lợi ích, muốn làm điều an lạc, muốn làm điều tăng ích, muốn làm điều an ẩn cho người ấy. Thật vậy, có kẻ đã làm điều có ý nghĩa cho người ấy, sẽ làm điều có ý nghĩa cho người ấy, đang làm điều có ý nghĩa cho người ấy." (c) "Có những người muốn làm điều có ý nghĩa với ta,... *cho đến* muốn làm điều an ẩn với ta, nhưng có kẻ lại muốn làm điều vô nghĩa cho người ấy,... *cho đến* muốn làm điều

---

[556] *Câu-xá* ii tụng 27: *parīttakleśabhūmikāḥ*, tiểu phiền não địa pháp; trong đây trừ kiêu và mạn. *Vibhaṅga* phân loại các phiền não này thành nhóm hai, từng đôi một: phẫn và hận; phú và não; tật và xan; cuống và siểm.

[557] 忿 Pl. *kodha*, Skt. *krodha*.

không an ổn cho người ấy."⁵⁵⁸ Do đây phát sanh các sự phẫn nộ: phẫn, đẳng phẫn,... *cho đến* nổi **[495b01]** sắc dữ, phát lời hung dữ; đây gọi là phẫn thuộc phi ái. Phẫn thuộc ái và phi ái này, gọi chung là *phẫn*.

5. Hận⁵⁵⁹

Thế nào là hận? Có người tư duy như vầy: "Người kia đã muốn làm điều vô nghĩa cho ta, *chi tiết như trên, cho đến* ta cũng sẽ làm như vậy cho người kia." Điều này gây phát phẫn, từ sân mà sanh. Những gì là hận thường ấp ủ phẫn kết: hận, đẳng hận, biến hận, cực hận, nghiệp đã tạo khó hồi chuyển, bị nghiệp trói buộc, khởi nghiệp kiên cố, khởi oán, khởi hận, tánh oán hận của tâm; gọi chung là *hận*.

6. Phú⁵⁶⁰

Thế nào là phú? Có người phá giới, phá kiến, phá tịnh mạng, phá qui tắc, không cứu cánh giới đã thọ từ trước, không làm cho viên mãn, không làm cho thuần tịnh. Người ấy tự biết điều mình phạm đã từ lâu, nghĩ rằng: "Nếu ta nói ra, bày tỏ, chỉ rõ, thông tri, xác nhận các điều đã phạm với người khác, thì sẽ có tiếng xấu, danh dự xấu, bị đàn hạch, bị chán ghét, bị chê bai, hoặc bị buộc tội; sẽ không được người khác cung kính cúng dường. Ta thà nhân đây đọa ba đường ác, quyết không nêu bày việc đã phạm." Người ấy do sợ mang tiếng xấu, sợ danh dự xấu, *cho đến* sợ mất cung kính cúng dường, nên che giấu, che giấu kỹ, che giấu kín đáo điều mình đã phạm, ẩn giấu, ẩn giấu kỹ, ẩn giấu kín đáo, phòng hộ, phòng hộ kỹ, phòng hộ kín đáo, cất giấu, cất giấu kỹ, cất giấu thật kỹ, đã che giấu, sẽ che giấu, đang che giấu; những sự che giấu này gọi chung là *phú*.

---

558 Chín cơ sở hiềm hận: (a) Nó đã, đang và sẽ làm hại ta. (b) Nó đã, đang và sẽ làm tốt cho người ta ghét. (c) Nó đã, đang, sẽ làm hại người ta yêu. Cf. D 33 *Saṅgītisuttaṃ, nava āghātapaṭivināyā.*

559 恨, Pl./ Skt. *upanāha.*

560 覆, Pl. *makkha,* Skt. *mrakṣa:* phú tàng, ngụy thiện.

7. Não[561]

Thế nào là não? Có người ở trong Tăng, nhân pháp hay phi pháp mà khơi dậy sự đấu tụng. Để dứt sự tranh cãi, hòa hợp, các Bí-sô khuyên can, giáo hối, nhưng người ấy cố chấp, không nhận lời can gián. Tánh không nhận khuyên can đây, tánh không nhận giáo hối, tánh cố chấp, tánh cố thủ, tánh bướng bỉnh,[562] tánh không nghe ai, tánh khó khuyên bỏ, tánh nói năng vụng về, tánh cố chấp cục bộ,[563] tánh châm chích nhỏ nhen của tâm,[564] tánh bạo ngược của tâm; gọi chung là *não*.

8. Tật[565]

Thế nào là tật? Có người thấy người khác được cung kính cúng dường, được tôn trọng tán thán, được năm trần[566] khả ái, y phục, đồ ăn uống, đồ nằm, thuốc men và đồ dùng khác, bèn nghĩ rằng: "Người kia đã được các sự cung kính..., nhưng ta chẳng được." Do đây phát sanh ưu sầu, buồn bã, khổ, sầu khổ, ghen ghét, cực ghen ghét, ganh tị, cực ganh tị. Gọi chung là *tật*.

9. Xan[567]

Thế nào là xan? Xan có hai loại: (a) xan tài, (b) xan pháp.[568]

---

561 惱, Pl. *palāsa*, Skt. *pradāsa*: não hại, gây rối.

562 左取性: tiếp nhận bằng tay trái, cử chỉ không hòa nhã, tính lạnh lùng (*vāmatā*). Trái lại, tiếp nhận bằng tay phải (*dakkhiṇā/ dakṣiṇā*, cung kính 右取性).

563 師子執性, (Skt. *siṃhagrahatā?*) cố chấp như sư tử, do bản tính kiêu ngạo. Từ duy nhất xuất hiện trong *Pháp uẩn*, không rõ Skt. tương đương. Cf. *Vibhaṅga*: (...) *vivādaṭṭhānaṃ yugaggāho appaṭinissaggo – ayaṃ vuccati "palāso"*, ưa gây gổ, đấu tranh, cố chấp – đây gọi là *não*.

564 心蛆螫性: châm chích nọc độc như muỗi mòng; nói lời châm chích độc ác; Skt. √*daṃś*, *daśati* (Yogācāra).

565 嫉, Pl. *issā*, Skt. *īrṣyā*: ganh tị.

566 五塵, 5 dục cảnh.

567 慳, Pl. *macchariya*, Skt. *Mātsarya*: keo kiệt, bủn xỉn.

568 *Vibhaṅga* (358), có 5 loại xan, *pañca macchariyāni – āvāsamacchariyaṃ, kulamacchariyaṃ, lābhamacchariyaṃ, vaṇṇamacchariyaṃ,*

a. *Xan tài*: Gây chướng ngại, ngăn cản, làm cho người khác không được năm trần khả ái, y phục, đồ ăn uống, đồ nằm, thuốc men, và đồ dùng khác. Với các đồ dùng khả ái của mình, mình không bố thí, không bố thí rộng rãi, không bố thí rộng rãi mọi thời mọi thứ, không xả, không xả rộng rãi, không xả rộng rãi mọi thời mọi thứ,⁵⁶⁹ tánh keo kiệt của tâm. Đây gọi là san tài.

b. *Xan pháp*: Gây chướng ngại, ngăn cản, làm cho người khác không có được **[495c01]** Kinh, Luật, Luận;⁵⁷⁰ hoặc sự giáo thọ, giáo giới của thân giáo,⁵⁷¹ quĩ phạm;⁵⁷² hoặc các pháp bí yếu lần lượt lưu truyền. Với các pháp như trên mình có được, mình không trao cho người khác, không nói lại cho người khác, không thí thuyết rộng rãi, không xả, không hoàn toàn xả, tánh keo kiệt của tâm. Gọi chung là *xan*. Keo kiệt tài và pháp đây, gọi chung là *xan*.

10. Cuống⁵⁷³

Thế nào là cuống? Đong dối gạt, cân dối gạt, dối gạt bằng lời, bày chuyện lừa gạt, dụ dỗ, làm cho người khác tưởng thật. Lừa dối, lừa dối khéo, lừa dối khắp, cực lừa dối. Gọi chung là *cuống*.

11. Siểm⁵⁷⁴

Thế nào là siểm? Tánh bưng bít của tâm, tánh quanh co của tâm, tánh vòng vo của tâm, tánh nhận chìm của tâm, tánh không minh bạch của tâm, tánh không ngay của tâm, tánh không kham nhận của tâm.

---

dhammamacchariyaṃ: trú xứ xan, gia tộc xan, lợi dưỡng xan, sắc xan, pháp xan.

⁵⁶⁹ 施遍施隨遍施, **Skt.** *dāna, paridāna, anuparidāna*: cùng một nội hàm "cho", chỉ khác về cường điệu ngữ khí. 捨遍捨隨遍捨, **Skt.** *tyāga, parityāga, anuparityāga*: xả, cũng vậy.

⁵⁷⁰ 素怛纜毘奈耶阿毘達磨. **Skt.** *sūtram, vinaya, abhidharma*.

⁵⁷¹ 親教. **Pl.** *upajjhāya*, **Skt.** *upādhyāya*: hòa-thượng, ô-ba-đà-da.

⁵⁷² 軌範. **Pl.** *ācariya*, **Skt.** *ācārya*, a-xà-lê.

⁵⁷³ 誑. **Pl.** *sāṭheyya*, **Skt.** *śāṭhya*: khi cuống, lừa dối.

⁵⁷⁴ 諂. **Pl./Skt.** *māyā*: thủ đoạn làm mà mắt, gây ảo giác, huyễn.

Gọi chung là *siểm*.[575]

III. Bất thiện biến hành[576]

12. Vô tàm[577]

Thế nào là vô tàm? Không thẹn, không biết thẹn, không tự thẹn, không xấu hổ, không biết xấu hổ, không tự xấu hổ, không cung kính, tánh không cung kính, không tự tại,[578] tánh không tự tại, không tỏ vẻ e sợ đối với người tự tại. Gọi chung là *vô tàm*.

13. Vô quý[579]

Thế nào là vô quý? Không ngượng, không biết ngượng, không tự ngượng; vô sỉ, không biết sỉ, không tự sỉ; không ghê sợ điều xấu, không kinh sợ tội lỗi. Gọi chung là *vô quý*.[580]

---

[575] 8 phiền não nói trên: 忿恨覆惱嫉慳誑諂 phẫn, hận, phú, não, tật, xan, cuống, siểm, thêm hại và kiêu nói ở đoạn sau, hợp thành 10 tiểu phiền não theo *Câu-xá*, và *Duy thức luận*. *Câu-xá* ii, Phân biệt Căn, tụng 27: *krodhopanāhaśāṭhyeṣryāpradāsamrakṣamatsarāḥ/ māyāmadavihiṃsāśca parīttakleśabhūmikāḥ.*

[576] Vô tàm & vô quý; *Câu-xá* ii, tụng 26d, 2 tâm sở có mặt trong mọi tâm bất thiện, gọi là đại bất thiện địa (*akuśala-mahābhūmika*). *Vibhaṅga* phân loại và nhóm hai pháp.

[577] 無慚. Pl. *ahirika*, Skt. *ahrī*.

[578] 自在. Skt. *Pratīśī*: Sự sùng trọng; vị được kính trọng đối trước môn sinh là hàng sư trưởng có sự tôn kính. Xem *Câu-xá* phẩm ii, Phân biệt Căn, tụng 32, (bản Việt dịch), ĐTKVN, TVT, tập 18, Luận bộ I, Phân biệt Căn; HĐHP, 2022; tr. 250, cht. 162.

[579] 無愧. Pl. *anottappa*, Skt. *anapatrāpya*.

[580] Vô tàm và vô quý, *Câu-xá* dẫn trên: "Sự khác nhau giữa vô tàm và vô quý ở đây là, sự không cung kính, không sùng trọng, không úy kỵ và không phục tùng đối với các phẩm đức và người có phẩm đức, gọi là vô tàm. Pháp đối nghịch với sự cung kính ấy, là pháp mà các bậc thiện sĩ chê trách, gọi là tội. Đối với tội này không thấy sợ, gọi là vô quý. Ở đây nói sợ là nêu rõ quả không đáng ưa, nó làm phát sinh sự sợ hãi." (bản Việt dịch), ĐTKVN, TVT, tập 18; HĐHP, 2022; tr. 250-251. Vô tàm và vô quý được kể là 2 phiền não có mặt trong tất cả tâm sở bất thiện.

IV. Bảy mạn[581]

14. Mạn[582]

Thế nào là mạn? Với người thấp kém, cảm thấy mình hơn; hoặc với người bằng mình, cảm thấy mình bằng. Do đây khởi mạn, đã mạn, sẽ mạn; sự nâng cao mình, sự chấp thủ của tâm. Gọi chung là *mạn*.

15. Quá mạn[583]

Thế nào là quá mạn? Với người bằng mình, cảm thấy mình hơn; hoặc với người hơn mình, cảm thấy mình bằng. Do đây khởi mạn, *cho đến* sự chấp thủ của tâm. Gọi chung là *quá mạn*.

16. Mạn quá mạn[584]

Thế nào là mạn quá mạn? Với người hơn mình, cảm thấy mình hơn. Do đây khởi mạn, *cho đến* sự chấp thủ của tâm. Gọi chung là *mạn quá mạn*.

17. Ngã mạn[585]

Thế nào là ngã mạn? Nơi năm uẩn mà quán sát thấy là ta, là của ta. Do đây khởi mạn, *cho đến* sự chấp thủ của tâm. Gọi chung là *ngã mạn*.

18. Tăng thượng mạn[586]

Thế nào là tăng thượng mạn? Chưa đắc cho là đắc, chưa đạt cho là đạt, chưa xúc cho là xúc, chưa chứng cho là chứng. Do đây khởi mạn, *cho đến* sự chấp thủ của tâm. Gọi chung là *tăng thượng mạn*.

19. Ti mạn[587]

---

[581] Vibhaṅga (384), *satta mānā*, tổng thể, liệt vào nhóm bảy pháp. Cá biệt, mỗi mạn liệt vào nhóm một pháp.

[582] 慢. Pl./Skt. *māna* : tự đề cao, tự phụ.

[583] 過慢. Pl. *atimāna*; Skt. *atimāna*.

[584] 慢過慢. Pl. Skt. *mānātimāna*.

[585] 我慢. Pl. Skt. *Asmimāna*: tôi là…

[586] 增上慢. Pl. *adhimāna*; Skt. *abhimāna*.

[587] 卑慢. Pl. *omāna*, Skt. *ūnamāna*.

Thế nào là ti mạn? Với người hơn mình nhiều, cảm thấy mình thua ít. Do đây khởi mạn, *cho đến sự chấp thủ của tâm.* Gọi chung là *ti mạn.*

20. Tà mạn[588]

Thế nào là tà mạn? Mình không có đức mà cho là có đức. Do đây khởi mạn, *cho đến sự chấp thủ của tâm.* Gọi chung là *tà mạn.*

V. Kiêu dật[589]

21. Kiêu[590]

Thế nào là kiêu? Có hạng bổ-đặc-già-la tư duy như vầy: "Chủng tánh, gia tộc, sắc lực, sự nghiệp công xảo, tiền của, địa vị, hoặc giới, định, tuệ... của ta, thứ nào cũng thù thắng." Do đây kiêu hãnh, kiêu căng, say sưa, [496a01] say đắm, ngây ngất, cực mê, ngạo dật của tâm, sự chấp thủ của tâm, khởi, đẳng khởi, sanh, đẳng sanh, cao, đẳng cao, cử, đẳng cử, tánh phun trào của tâm. Gọi chung là *kiêu.*

22. Phóng dật[591]

Thế nào là phóng dật? Không tu, không tập, không thường trực tác hành, không thường xuyên tác hành, xả gia hành trong sự đoạn trừ pháp bất thiện và sự tích tập pháp thiện, gọi chung là *phóng dật.*[592]

23. Ngạo[593]

Thế nào là ngạo? Có hạng bổ-đặc-già-la, không cúng dường vị xứng đáng cúng dường, không cung kính vị xứng đáng cung kính, không

---

[588] 邪慢. **Pl.** *micchāmāna;* **Skt.** *mithyāmāna.*

[589] Nhóm có chung ngữ tộc √**mad**, phóng túng.

[590] 憍. **Pl. Skt.** *mānamada. Vibhaṅga* (350): kiêu ngạo, kiêu hãnh, tâm bốc cao như ngọn cờ, ngọn phướn (*...maññitattaṃ unnati unnāmo dhajo sampaggāho ketukamyatā cittassa*).

[591] 放逸. **Pl.** *pamāda,* Skt, *pramāda:* buông lung, phóng túng, say sưa.

[592] *Vibhaṅga:* thân ác hành, ngữ ác hành, ý ác hành, tâm buông trôi trong năm dục cảnh, không tôn trọng, không thường xuyên tu tập pháp thiện, không tác sự cứu cánh, ...

[593] 傲. *Vibhaṅga: thambho:* cứng đơ (*thambhitattaṃ*), thô cứng (*kakkhaḷiyaṃ*), thô lỗ (*phārusiyaṃ*), tâm thẳng tuột (*ujucittatā*),

tôn trọng vị đáng tôn trọng, không tán thán vị đáng tán thán, không thăm hỏi vị đáng thăm hỏi, không lễ bái vị đáng lễ bái, không nghinh đón vị đáng nghinh đón, không mời ngồi vị đáng mời ngồi, không nhường đường đi cho vị xứng đáng nhường đường. Do đây phát sanh thân không khiêm cung, không hoàn toàn khiêm cung, không hết mực khiêm cung, thân ngạo tâm ngạo, tánh khoái chí ngạo nghễ. Gọi chung là *ngạo*.

24. Phẫn phát⁵⁹⁴

Thế nào là phẫn phát? Tánh bạo hành⁵⁹⁵ của thân, tánh bạo hành của tâm, thân giận run, tâm giận run, thân phẫn phát, tâm phẫn phát, đã phẫn phát, sẽ phẫn phát. Gọi chung là *phẫn phát*.

VI. Năm Tà mạng⁵⁹⁶

25. Kiểu vọng⁵⁹⁷

Thế nào là kiểu vọng? Có người đa tham, vì muốn được cúng dường, muốn được đồ dùng, muốn được cung kính, muốn được tiếng khen, nên làm các việc khổ hạnh như: nhổ tóc, đốt râu, nằm trên tro, lõa thể, đi chậm chạp nhìn xuống, lớn tiếng ra oai, thể hiện kỹ năng... Gọi chung là *kiểu vọng*.⁵⁹⁸

---

không dịu dàng (*amudutā*). **Skt.** *stambha*, cột trụ, cột mốc, cứng đơ, phương hại, khoe khoang, tự tôn (Wogihara); mô tả gợi hình một kẻ kiêu ngạo.

594 憤發. **Skt.** *vikṣobhya, saṃkṣobhya*: bị kích động (*Yogācār term*). *Vibhaṅga: sārambha* (?): phẫn nộ, bị kích động (*Kumoi*).

595 擒害. Cầm và hại, giam cầm và đánh đập.

596 *Đại trí độ 19*, tr. 203a18: năm kiểu tà mạng, (1) trá hiện dị tướng, (2) tự nói công đức, (3) xem tướng cát hung, (4) lớn tiếng hiện uy, (5) tự khoe sở đắc.

597 矯妄, *Vibhaṅga: lapanā*, nói lời sáo rỗng, lắm chuyện, đặt chuyện, vì mục đích lợi dưỡng các thứ (*lābhasakkārasilokasannissitassa... paresaṃ ālapanā lapanā ...*) **Skt.** *lapanā*, hư đàm, siểm nịnh, kiểu vọng (Wogihara). Tì-bà-sa 113, tr. 584c21, liệt kiểu vọng vào loại tạp uế ngữ.

598 Theo nội dung, đây nên hiểu là ngụy trá (*kuhanā*), xem cht. 599 dưới.

26. Ngụy trá[599]

Thế nào là ngụy trá? Có người đa tham, vì muốn được cúng dường... *như trên*, nên đến nhà người nói như vầy: "Các ông nay khéo được thân người. Có những bậc thầy tụng trì Kinh, Luật, Đối pháp, khéo nói pháp yếu, thuộc nhiều truyện ký, chế tạo sớ luận, thích a-luyện-nhã, chỉ giữ ba y, thích lễ bái quanh tháp, thích mặc y phấn tảo, thích hành khất thực, thích ăn một bát, thích nhận thức ăn một lần, thích ăn chỉ một lần ngồi, thích ở dưới gốc cây, thích ở đất trống, thích ở nghĩa địa, thích ngồi không nằm, thích bất cứ chỗ ngồi nào; đắc quán bất tịnh, đắc trì tức niệm, đắc bốn tĩnh lự, đắc bốn vô lượng, đắc bốn vô sắc, đắc bốn thánh quả, đắc sáu thông tuệ, đắc tám giải thoát. Các vị Hiền Thánh này là chỗ nương tựa cho các ông, nên chỉ cần vào nhà các ông, đều được các ông cung kính cúng dường, tôn trọng tán thán. Đức hạnh của tôi chưa giảm chút nào so với các vị ấy, nay đến nhà ông, chỉ mong giống như các vị ấy." Đây gọi là *ngụy trá*.[600]

Lại có hạng ngụy trá, đó là người đa tham, vì muốn được cúng dường... *như trên*, nên đến nhà người khác nói như vầy: "Con nên xem ta như cha mẹ, [496b01] ta cũng xem con như con trai, con gái của ta. Từ nay về sau, chúng ta là thân thuộc, cùng chung buồn vui, vinh nhục. Trước đây, thế gian gọi ta là Sa-môn Thích tử. Từ nay trở đi, con gọi ta là Sa-môn nhà mình. Các vật dụng mà ta cần dùng cho thân, như y phục, thuốc men..., con nên hiến cúng. Nếu con không làm được như vậy, ta sẽ đến nhà kính tín khác. Con không thấy nhục sao?" Với những hành động, cách nói như vậy, gọi chung là *ngụy trá*.

27. Hiện tướng[601]

Thế nào là hiện tướng? Đó là hạng người đa tham, vì muốn được cúng dường... *như trên*, nên đến nhà người nói như vầy: "Này hiền sĩ, hiền nữ, y bát này, đồ ngồi, đồ nằm này, áo quần này... những đồ này thật là thiết yếu, nếu ta có được ta sẽ bảo hộ nó. Thật phước cho

---

[599] 詭詐. Pl. Skt. *Kuhanā*: ngụy trá, kiểu trá, giả trang đạo đức.

[600] Theo nội dung, đây nên hiểu là kiểu vọng (*lapanā*), xem cht. 597 trên.

[601] 現相. Pl. *nemittikatā*: ra dấu hiệu, gợi ý. Skt. *naimittikatā*. *Đại trí độ* hiểu là xem tướng cát hung, xem cht. 593.

người, ngoài người ra, ai có thể xả thí đây?" Làm những cách như vậy để được lợi, gọi chung là *hiện tướng*.

28. Kích ma[602]

Thế nào là kích ma? Đó là hạng người đa tham, vì muốn được cúng dường... *như trên*, nên đến nhà người khác nói như vầy: "Cha mẹ... của ông đầy đủ tịnh tín, giới, văn, xả, tuệ; nhờ thiện nghiệp đây, nên đã sanh cõi trời, người và được giải thoát. Còn ngươi thì không có tín, giới, văn, xả, tuệ, sau khi mạng chung, nhất định sanh cõi ác. Ngươi chấp nhận như thế sao?" Người khen chê như vậy để cầu lợi, gọi chung là *kích ma*.

29. Lấy lợi cầu lợi[603]

Thế nào là lấy lợi cầu lợi? Có hạng người, trước đó có được y bát và bất kỳ vật nuôi thân nào từ nhà người này, đem những thứ ấy đến nhà khác, bày cho thấy và nói: "Nhà kia cho tôi vật này, song thí chủ đó trong một thời gian dài, luôn cho tôi các vật: y, bát... Nếu nhà ông có thể bố thí như vị kia, thì đây cũng là chỗ y chỉ của tôi." Nhân phương tiện trên mà sau được lợi, như vậy gọi chung là *lấy lợi cầu lợi*.

VII. Các dục và tham

30. Ác dục[604]

Thế nào là ác dục? Có hạng người, thật sự không tụng trì Kinh, Luật, Đối pháp,... *nói rộng cho đến*, thật chẳng chứng được tám giải thoát, mà muốn làm cho người khác biết mình là người đã thật tụng trì Kinh, Luật, Đối pháp các thứ nhân đây mà được cúng dường, cung kính, tôn trọng, tán thán, làm chỗ nương tựa. Lại có hạng người, tự thân thật sự không xuất gia viễn ly, không sanh thiện pháp, mà tuyên bố, thể hiện, bộc lộ cho người khác thấy sự chứng đắc của mình. Các loại như vậy,

---

[602] 激磨. Pl. *nippesikatā*: trò tung hứng, Skt. *naiṣpeṣikatā*, *niṣpeṣika*, thúc dục yêu sách.

[603] 以利求利. Pl. *lābhena lābhaṃ nijigīsanatā*. Skt. *lābhena lābhaṃ niścikīrṣutāṃ* (Edgerton).

[604] 惡欲. Pl. *pāpicchatā*.

gọi chung là *ác dục*.[605]

31. Đại dục[606]

Thế nào là đại dục? Đó là hạng người đa tham, vì muốn được tài lợi các thứ rộng lớn, nên khởi lòng tham muốn, đã tham muốn, sẽ tham muốn.[607] Gọi chung là *đại dục*.

32. Hiển dục

Thế nào là hiển dục?[608] Có một hạng, thật sự là người tụng trì Kinh, Luật, Đối pháp,... *nói rộng cho đến* đắc trì [496c01] tức niệm, và đắc Dự lưu quả, Nhất lai quả; song không có danh tiếng, không ai biết đến, trong lòng muốn làm cho người khác biết mình có đức, nhân đây mà được cúng dường, cung kính, tôn trọng, tán thán, làm chỗ nương tựa. Lại có hạng người, tự thân thật sự xuất gia viễn ly, sanh các thiện pháp, (vì muốn cho người khác biết mình có đức) mà tuyên bố, hiển thị, bộc lộ cho người khác thấy sự chứng đắc của mình. Các loại như vậy gọi chung là *hiển dục*.

33. Không hỷ túc

Thế nào là không hỷ túc?[609] Đó là hạng người đã có được sắc, hương, vị, xúc và đồ dùng khác, nhưng không hài lòng, lại còn hy vọng, mong muốn, ưa thích tìm cầu. Gọi chung là *không hỷ túc*.

---

[605] *Thành thật luận 9*, tr. 309b26: "Thật sự không có phẩm chất gì mà muốn mọi người tưởng ta có, gọi là ác dục."

[606] Pl. mahicchatā, *Vibhaṅga*, văn giải thích hoàn toàn như *pāpicchatā* (ác dục).

[607] *Vibhaṅga*: không hài lòng với những gì đã có, mà muốn có nhiều thêm (*asantuṭṭhassa bhiyyokamyatā*).

[608] *Vibhaṅga* (PTS.351): *atricchatā*, cực kỳ ham muốn; không tương đồng với hiển dục trong *Pháp uẩn*.

[609] *Vibhaṅga* (370): *asantuṭṭhitā*.

34. Bất kính

Thế nào là không cung kính?[610] Có hạng người được thân giáo hay đồng thân giáo, quĩ phạm[611] hay đồng quĩ phạm, hay bất cứ bằng hữu giao thiệp đáng tôn trọng, đáng tin nào khác khuyên bảo như pháp: "Từ nay trở đi, ông chớ tạo thân nghiệp xấu, chớ tạo ngữ nghiệp xấu, chớ tạo ý nghiệp xấu, chớ có đến chỗ không nên đến, chớ có thân cận bạn ác, chớ có tạo ba nghiệp ác thú." Giáo hối như vậy, đúng thời, hợp pháp; tùy thuận mài dũa, tăng trưởng phẩm chất trang nghiêm, tùy nghi mà nhiệt tình hỗ trợ tư lương[612] trong sự tu đạo; nhưng hữu tình đó không hoan hỷ, không vui thích, ưa làm trái ngược với những gì sư trưởng nói, lấy phần trái mà không lấy phần phải, chê bai, xỉa xói, nói xấu. Những việc như vậy, gọi là *không cung kính.*

35. Ác ngôn

Thế nào là khởi ác ngôn?[613] Có hạng người được thân giáo hay đồng thân giáo, quĩ phạm hay đồng quĩ phạm, hay bất kỳ bằng hữu giao thiệp đáng tôn trọng, đáng tin cậy nào khác khuyên bảo như pháp: "Từ nay trở đi, ông chớ tạo thân nghiệp xấu, chớ tạo ngữ nghiệp xấu, chớ tạo ý nghiệp xấu, chớ có đến chỗ không nên đến, chớ có thân cận bạn ác, chớ có tạo ba nghiệp ác thú." Giáo hối như vậy, đúng thời, hợp pháp; tùy thuận mài dũa, tăng trưởng phẩm chất trang nghiêm, tùy thích nghi mà nhiệt tình hỗ trợ tư lương trong sự tu đạo; nhưng hữu tình đó không hoan hỷ, không vui thích, làm trái ngược với những gì sư trưởng dạy, nhận tay trái mà không nhận tay phải,[614] chê bai, bài

---

[610] Cf. *Vibhaṅga* (352): *asabhāgavutti.*

[611] 親教 thân giáo, 軌範 quỹ phạm; xem cht. 571, 572.

[612] 宜便常委助伴資糧. *Tập dị môn 17*, tr. 439b14 最勝常委念支. Cf. *Du-già sư địa luận 81* tr. 512c25: 常委分資糧 (**Skt.** *nipakāsya aṅgasaṃbhāraiḥ, Bodhisattvabhūmi,* dẫn bởi Edgerton): với tư lương như là chi phần của sự tinh tế. *Du-già luận ký 10* tr. 536a12 giải thích: "Thường xuyên suy xét tinh tế những điều được làm gọi là *thường ủy. Phần,* chỉ chánh kiến các thứ, vì (các chi đạo này) là tư lương."

[613] *Vibhaṅga* (360): *dovacassatā.*

[614] 左取/右取 tả thủ/hữu thủ, xem cht. 562.

bác và mạ lị sư trưởng. Những việc như vậy, gọi là *khởi ác ngôn*.

36. Bạn xấu

Thế nào là ưa bạn ác?[615] Đó là hạng người thích gần gũi bạn ác. Bạn ác, đó là những người giết dê, gà, heo; bắt chim, đánh cá, săn bắt, trộm cướp, đao phủ, cai ngục, bắt rắn, làm thịt chó, đặt bẫy, v.v...[616] Đây gọi là bạn ác. Lại có hạng hủy phạm thi-la, tập hành pháp ác, trong chứa dơ mục, ngoài hiện hiền trinh, như ốc sên dơ;[617] đi như chó mà kêu như lừa,[618] thật chẳng sa-môn tự xưng sa-môn, thật chẳng phạm hạnh tự xưng phạm hạnh. Đây cũng gọi là bạn ác. **[497a01]** Ở chỗ các hạng bạn xấu ác như vậy, thân cận thừa sự, tùy thuận ưa thích. Đây gọi là *ưa bạn ác.*

37. Không nhẫn

Thế nào là không kham nhẫn?[619] Đó là hạng người không thể kham nhẫn khổ xúc bởi lạnh, nóng, đói, khát, gió, mưa, muỗi, ruồi, rắn, bò cạp, và những sự khổ khác. Lại có hạng người, đối với sự bạo ác của người khác, không thể kham nhẫn, tự thân phát cấu hung hăng, quyết tâm đoạt mạng, thọ khổ đớn đau, phát ngôn cay độc. Hai hạng người này, gọi chung là *không kham nhẫn.*

38. Đắm say

Thế nào là đam thị, biến đam thị? Tham, sân, si triền của hạ phẩm, gọi là *đam thị.*[620] Tức trung phẩm này, gọi là *biến đam thị.* Lại nữa,

---

[615] *Vibhaṅga, dovacassatā ca pāpamittatā ca*: ác ngôn và ác hữu là cặp đôi trong nhóm hai pháp.

[616] Các nghề nghiệp thuộc loại bất luật nghi (*asaṃvara*), Câu-xá iv, tụng 36.

[617] 穢蝸牛, *Du-già luận ký 6*: ốc sên sinh trong nước lại làm cho nước bẩn.

[618] 螺音狗行. Cf. *Du-già sư địa 21*, tr. 398; *Du-già luận ký 22*, tr. 816b4: tiếng kêu như lừa nhưng điệu bộ đi là chó, dụ cho phi sa-môn mà giả trang sa-môn.

[619] *Vibhaṅga: akkhanti ca asoraccañca*: không kham nhẫn và không đôn hậu, cặp đôi trong nhóm hai pháp.

[620] 耽嗜 *gardhāśrita*: y đam thị, y chỉ tham lam (Wogihara), *Nhất thiết kinh âm nghĩa 2*, tr. 841a22: 耽=媅樂: đắm đuối lạc thú; 嗜: chìm đắm

tham, sân, si triền của trung phẩm, gọi là *đam thị*. Tức thượng phẩm này, gọi là *biến đam thị*.

39. Nhiễm tham

Thế nào là nhiễm tham? Đó là các tham, đẳng tham, cho đến đồng loại tham, sanh từ tham, tham trong các dục; gọi chung là *nhiễm tham*.

40. Phi pháp tham

Thế nào là phi pháp tham?[621] Đó là khởi tham nơi mẹ, con, chị, em và bất cứ thân thuộc nào khác: tham, đẳng tham, chấp tàng, phòng hộ, ái nhiễm, chấp chặt; đây gọi là *tham phi pháp*.

41. Tham trước

Thế nào là tham trước? Đó là khởi tham, đẳng tham, chấp tàng, phòng hộ, ái nhiễm, tham chấp tài vật của mình và những thứ mình nắm giữ. Đây gọi là *tham trước*.

42. Ác tham

Thế nào là ác tham? Đó là khởi tham, đẳng tham, chấp tàng, phòng hộ, ái nhiễm, tham chấp tài vật của người khác và cái mà người khác nắm giữ. Đây gọi là ác tham. Lại có ác tham, tìm cầu sanh mạng của chúng sanh khác, tham da, sừng các thứ, uống máu, ăn thịt. Hai loại như vậy, gọi chung là *ác tham*.

VIII. Kiến chấp

43. Thân kiến

---

trong rượu. *Du-già sư địa luận lược toản 8* tr. 115c14: "thể của tham dục trong năm dục cảnh gọi là *đam thị*."

[621] Skt. *adharma-rāga*. Tì-bà-sa 134 tr. 693a8: Vào thời đại đao binh kiếp, tuổi thọ loài người chỉ đến 10 tuổi, bấy giờ phi pháp tham nhiễm ô (loạn luân) thịnh hành."

Thế nào là hữu thân kiến?[622] Đó là ở nơi năm thủ uẩn mà khởi tưởng ngã, ngã sở. Do đây sanh nhẫn, lạc, tuệ quán, kiến.[623] Đây gọi là *hữu thân kiến.*

44. Hữu kiến

Thế nào là hữu kiến?[624] Đó là đối với tự thân và thế gian mà khởi tưởng thường hằng. Do đây sanh nhẫn, lạc, tuệ quán, kiến. Đây gọi là *hữu kiến.*

45. Vô kiến

Thế nào là vô hữu kiến?[625] Đó là đối với tự thân và thế gian mà khởi tưởng phi thường, phi hằng. Do đây sanh nhẫn, lạc, tuệ quán, kiến. Đây gọi là *vô hữu kiến.*

IX. Triền cái

46. Tham dục

Thế nào là tham dục?[626] Đó là khởi dục, khoái lạc, hân hoan, hoan hỷ, tìm cầu, hy vọng các cảnh dục. Đây gọi là tham dục. Có vị nói, tham, đẳng tham, đồng loại tham, sanh từ tham, tất cả tham trong các cảnh

---

[622] *Câu-xá* v, tụng 7, luận: "Ngã kiến và ngã sở kiến là hữu thân kiến (*satkāyadṛṣṭi*). *Hữu* tức *hữu hoại* (*sat = sīdati*). *Thân* có nghĩa là *tích tụ* (*kāya = caya*), chỉ cho tập hợp uẩn. *Thân* tức *tự hữu hoại* do đó nói là *hữu thân*, đó là năm thủ uẩn. Vì để loại trừ tưởng thường hằng và tưởng đơn nhất nên nêu tên gọi như vậy; vì tưởng này tất yếu khởi lên trước rồi sau mới chấp ngã. Kiến chấp nơi hữu thân, gọi là hữu thân kiến."

[623] 忍樂慧觀見: các yếu tố tâm lý hình thành quan điểm: nhẫn (Skt. *kṣānti*, Pāli: *khanti*): chấp nhận; lạc hay dục (Skt. Pāli: *ruci*): xu hướng, sở tích đối với quan điểm ấy; huệ quán (*prajñāṃ vyavacārayati*), quán sát bằng huệ, tâm sở huệ trong 10 đại địa pháp (Hữu bộ), hay trong 5 tâm sở biệt cảnh (Duy thức); kiến (Skt. *dṛṣṭi*, Pāli; *diṭṭhi*): quan điểm cố chấp.

[624] Pl. *bhavadiṭṭhi.*

[625] Pl. *vibhavadiṭṭhi*, phi hữu kiến.

[626] 貪欲. Tham dục, hay dục tham, Skt. *kāma-rāga.*

dục, gọi chung là *tham dục.*

47. Sân khuể

*Thế nào là sân khuể?*⁶²⁷ Đó là muốn gây tổn hại các hữu tình, trong lòng ghim gút,... *cho đến* hiện gây tai họa. Gọi chung là *sân khuể.*

48. Hôn trầm

*Thế nào là hôn trầm?*⁶²⁸ Đó là tính nặng nề của thân, tính nặng nề của tâm,... *cho đến* lờ đờ, dã dượi. Gọi chung là *hôn trầm.*

49. Thụy miên

*Thế nào là thụy miên?*⁶²⁹ Đó là trạng thái ngủ mơ màng, không linh hoạt, tính muội lược của tâm. Gọi chung là *thụy miên.*

50. Trạo cử

*Thế nào là trạo cử?*⁶³⁰ Đó là tâm không tịch tĩnh, trạo cử, đẳng trạo cử, tính trạo cử của tâm. Gọi chung là *trạo cử.*

51. Ố tác

*Thế nào là ố tác?*⁶³¹ Đó là **[497b01]** tâm biến đổi, tâm ảo não, tâm hối tiếc, ghét điều ta đã làm, tính cách ghét điều đã làm. Gọi chung là *ố tác.*

52. Nghi

*Thế nào là nghi?*⁶³² Sanh khởi nghi hoặc đối với Phật-Pháp-Tăng và Khổ-Tập-Diệt-Đạo. Phân vân, hai lối,... *cho đến* hiện không nhất định một hướng. Gọi chung là *nghi.*

X. Tạp toái sự

53. Mông hội

---

⁶²⁷ Pl. *vyāpāda.*

⁶²⁸ Pl. *thina.*

⁶²⁹ Pl. *middha.*

⁶³⁰ Pl. *uddhacca.*

⁶³¹ Pl. *kukkucca.*

⁶³² Pl. *vicikicchā,*

Thế nào là mông hội?[633] Đó là tánh nặng của thân, tánh nặng của tâm, tánh không linh hoạt của thân, tánh không linh hoạt của tâm, tánh mê loạn của thân, tánh mê loạn của tâm, đã mê loạn, sẽ mê loạn, hiện mê loạn. Gọi chung là *mê loạn (mông hội)*.

54. Bất mãn

Thế nào là không vui?[634] Có hạng người được giáo thọ, giáo giới bởi thân giáo hay đồng thân giáo, quĩ phạm hay đồng quĩ phạm, hay bất kỳ bằng hữu giao thiệp đáng tôn trọng, đáng tin nào khác, nhưng hệ niệm tư duy phòng xá, ngọa cụ mà tâm vị ấy không hoan hỷ, không yêu mến, không ưa thích, không hài lòng, buồn bã; gọi chung là *không vui*.

55. Vươn ngáp

Thế nào là tần thân khiếm khư?[635] Đó là thân ngước lên, cúi xuống, co duỗi tay chân, gọi là "tần thân". Mặt và mũi giãn, miệng há hốc, gọi là "*khiếm khư* (ngáp)".

56. Thực bất điều

Thế nào là trạng thái không điều hòa do bởi ăn?[636] Đó là vì không ăn, hoặc ăn quá lượng, hoặc ăn không thích hợp, nên sanh khổ thọ; gọi chung là ăn không điều độ.

---

[633] 瞢憒. Nghĩa theo Hán, 瞢 *mông*: không sáng tỏ; 憒 *hội*: lộn xộn. Cf. *Nhất thiết kinh âm nghĩa* 4. Skt. *tandrī* (Watanabe). *Vibhaṅga* (352): *tandrī tandiyanā tandimanakatā ālasyaṃ ālasyāyanā ālasyāyitattaṃ*, biếng nhác, dã dượi, uể oải.

[634] 不樂. *Arati*: không vui, không hài lòng, bất mãn.

[635] 頻申欠呿: vươn dài mà ngáp (*vijṛmbhikā*). *Vibhaṅga*: *vijambhitā*.

[636] 食不調性. *Vibhaṅga*: *bhattasammado*: những trạng thái sau khi ăn, buồn ngủ, mệt nhọc, bứt rứt, thân thể nặng nề (*bhuttāvissa bhattamucchā bhattakilamatho bhattapariḷāho kāyaduṭṭhullaṃ*).

57. Tâm muội liệt

Thế nào là trạng thái muội liệt của tâm?[637] Đó là tâm mờ tối, yếu kém, co rút; gọi chung là tánh muội liệt của tâm.[638]

58. Tưởng linh tinh

Thế nào là chủng chủng tưởng?[639] Người có triền, cái; có tưởng nhiễm ô bởi sắc, thanh, hương, vị, xúc, tưởng bất thiện, tưởng dẫn bởi phi lý, tưởng chướng ngại định; gọi chung là chủng chủng tưởng.

59. Không tác ý

Thế nào là không tác ý?[640] Đó là không dẫn phát, không ức niệm, không tư duy, đã không tư duy, sẽ không tư duy, tâm không cảnh giác thiện pháp được sanh ra từ xuất gia, từ viễn ly.

60. Tánh thô nặng

Thế nào là thô nặng?[641] Đó là tánh nặng của thân, tánh nặng của tâm, tánh không linh hoạt của thân, tánh không linh hoạt của tâm, tánh xơ cứng của thân, tánh xơ cứng của tâm, tánh không dẻo dai của thân, tánh không dẻo dai của tâm. Gọi chung là *thô nặng*.

---

[637] 心昧劣性. Pl. *cetaso līnatta*: tâm chìm, trì trệ, hôn trầm, không linh hoạt (*Vibhaṅga* 352: *cittassa akalyatā akammaññatā olīyanā salliyanā līnaṃ līyanā līyitattaṃ thinaṃ thīyanā thīyitattaṃ cittassa*).

[638] Trên đây gọi là "năm thức ăn của hôn trần-thụy miên; *Câu-xá* phẩm v, Phân biệt Tùy miên, tụng 59c, Luận thích: "Thức ăn của hôn trầm-thụy miên là gì? Năm pháp: (a) 蔘瞢*đẳng măng* (*tandrā*): dã dượi, mệt mỏi, lười nhác; (b) 不樂 *bất lạc* (*aratī*): không vui, không hài lòng; (c) 頻申*tần thân* (*vijṛmbhikā*): vươn ngáp; (d) 食不平性 *thực bất bình tánh* (*bhakte'samatā*): ăn không tiêu; (e) 心昧劣性 *tâm muội liệt tánh* (*cetaso līnatvam*): tâm chìm lĩm.

[639] 種種想. Skt. *nānātva-saṃjñā*: tưởng linh tinh, tưởng đa dạng.

[640] 不作意. Skt. *amanaskāra*; *Vibhaṅga* không thấy; Watanabe: *asaṃkalpa* (không tư duy).

[641] 麤重, trạng thái nặng nề của thân, của tâm, không linh hoạt không hoạt bát, cứng nhắc, không mềm dẻo. *Vibhaṅga*, không thấy.

61. Để đột

Thế nào là để đột?[642] Có hạng người, khi trao thức ăn, xin đồ chín mà cho đồ sống, xin đồ sống mà cho đồ chín, xin thô cho tế, xin tế cho thô, cho không bình đẳng, cho không như pháp, không biết cho hay không cho. Trong đây, thường khởi ngôn ngữ chống trái. Đây gọi là *để đột.*

Lại có hạng người, được thân giáo, đồng thân giáo, quĩ phạm, đồng quĩ phạm, và bất kỳ bằng hữu giao thiệp đáng tôn trọng đáng tín nào khác, nói rằng: "Cụ thọ, đối với sự nghiệp như vậy như vậy, nên làm theo thứ lớp." Người ấy nghĩ: "Việc gì ta phải làm theo thứ lớp như vậy." Trong đây, thường khởi ngôn ngữ chống trái. Đây gọi là *để đột.*

Lại có hạng người, hoặc **[497c01]** tự đến xin lỗi, hoặc người khác dạy xin lỗi, hoặc tự khải thỉnh, hoặc người khác dạy khải thỉnh; trong những trường hợp này mà thường khởi ngôn ngữ chống trái; đây gọi là *để đột.* Cũng vậy, hoặc nhân may vá y phục, công việc xây dựng; trong đây mà thường khởi ngôn ngữ chống trái; đây gọi là *để đột.*

62. Thao thiết

Thế nào là thao thiết?[643] Đó là hạng người khi phân tài lợi, bỏ cái này lấy cái kia, tính tham vô định, gọi là *thao.* Trước và sau bữa ăn, đến chỗ ăn uống, nếm món này, húp món kia, tốt xấu bất định, gọi là *thiết.* Hợp đây và trên, gọi chung là *thao thiết.*

63. Không hòa nhuyễn

Thế nào là tánh không hòa nhuyễn? Đó là tâm xơ cứng, tâm ương ngạnh, tâm ngang bướng, tâm không minh tịnh, tâm không linh hoạt, tâm không nhu nhuyễn, tâm không kham nhiệm. Gọi chung là tánh *không hòa nhuyễn.*

---

[642] 觝突: húc càn. *Tạp 33* tr. 235b4: 觝突不伏 chống đối (húc càn), không phục, như ngựa chứng co rút, thụt lùi. *Vibhaṅga: siṅga:* sừng, dê non (?), nhưng ý nghĩa giải thích không đồng *Pháp uẩn.*

[643] 饕餮. *Du-già luận ký 2* tr. 356c24: "Tham tài gọi là 饕 *thao;* tham thực gọi là 餮 *thiết. Yogācāra: grathita* (Pl. *gathita,* bị nô dịch bởi dục vọng thế gian, Edgerton), *lolupa* (cực kỳ tham luyến, Monier-Williams).

64. Không điều nhu[644]

Thế nào là tánh không điều nhu? Đó là thân xơ cứng, thân ương ngạnh, thân ngang bướng, thân không minh tịnh, thân không linh hoạt, thân không nhu nhuyễn, thân không kham nhậm; gọi chung là tánh *không điều nhu*.

65. Không thuận đồng loại

Thế nào là không thuận đồng loại? Đó là hạng người không thuận tùng thân giáo, đồng thân giáo, quĩ phạm, đồng quĩ phạm, và bất kỳ bậc tôn trọng đáng tín nào khác, bằng hữu giao thiệp. Đây gọi là *không thuận đồng loại*.

XI. Tầm tư[645]

66. Dục tầm

Thế nào là dục tầm? Đó là các tâm tầm cầu tương ưng dục tham: tầm cầu, biến tầm cầu, cận tầm cầu, tâm hiển liễu, cực hiển liễu, hiện tiền hiển liễu, trù lượng tính toán, tư duy phân biệt; gọi chung là *dục tầm*.

67. Khuể tầm

Thế nào là khuể tầm? Đó là các tâm tầm cầu tương ưng sân khuể, biến tầm cầu,... *cho đến* tư duy phân biệt. Gọi chung là *khuể tầm*.

68. Hại tầm

Thế nào là hại tầm? Đó là các tâm tầm cầu tương ưng hại, biến tầm cầu,... *cho đến* tư duy phân biệt. Gọi chung là *hại tầm*.

---

[644] Hiểu là tánh không hòa nhuyễn.

[645] Skt. *vitarka*, Pl. *vitakka*: Các tầm tư trong đây chia làm 2 nhóm (a) ba bất thiện tầm: dục tầm, nhuế tầm, hại tầm, Cf. *Tập dị môn 3* tr. 377a26; Pāli, cf. D 33 *Saṅgītisuttaṃ, tayo akusalavitakkā – kāmavitakko, byāpādavitakko, vihiṃsāvitakko.* (b) bốn tầm: thân lý tầm, quốc độ tầm, bất tử tầm, tùy niệm tầm (ký ức về những hoan lạc quá khứ), là những thức ăn của trạo cử và ố tác (*Câu-xá*, bản Hán, quyển 21, T29n1558_tr.110c19); *Pháp uẩn* thay tùy niệm tầm bằng lăng miệt tầm, và thêm thứ năm là giả tộc tầm.

69. Thân lý tầm

*Thế nào là thân lý tầm?*⁶⁴⁶ Đó là muốn làm cho thân quyến được an lạc, được bạn bè tốt đẹp, không có não hại, thành tựu tất cả pháp không não hại, vương thần ái trọng, quốc dân kính mộ, ngũ cốc sung túc, mưa móc đúng thời. Do nhân duyên này nên khởi tâm tầm cầu, biến tầm cầu,... *cho đến tư duy phân biệt. Gọi chung là *thân lý tầm*.

70. Quốc độ tầm

*Thế nào là quốc độ tầm?*⁶⁴⁷ Đó là muốn làm cho dân chúng quốc độ mình yêu mến được an lạc,... *nói rộng cho đến*, mưa móc đúng thời. Do nhân duyên này nên khởi tâm tầm cầu, biến tầm cầu,... *cho đến tư duy phân biệt. Gọi chung là *quốc độ tầm*.

71. Bất tử tầm

*Thế nào là bất tử tầm?*⁶⁴⁸ Có hạng người tư duy như vầy: "Đối với định thù thắng mà Phật đã dạy, ta khoan tu tập; trước hết nên tụng trì Kinh, Luật, Đối pháp, tuyên thuyết pháp yếu cho các hữu tình, học các truyện ký, chế tạo sớ luận, **[498a01]** ở a-luyện-nhã, chỉ trì ba y,... *nói rộng cho đến*, ngồi đâu cũng được. Làm những việc này xong, nhiên hậu tập định."

Lại có hạng người tư duy như vầy: "Đối với định thù thắng mà Phật đã dạy, ta khoan tu tập; trước hết nên đi tham quan núi, sông, quốc độ, vườn rừng, ao hồ, hang động, nghĩa trang, lễ quanh chế-đa, du quan các chùa. Làm những việc này rồi, nhiên hậu tu tập định."

Lại có hạng người tư duy như vầy: "Đối với thắng định mà Phật đã dạy, ta khoan tu tập, đợi qua bảy năm, sáu năm, năm năm, bốn năm, ba năm, hai năm, một năm, hoặc qua bảy tháng cho đến một tháng, hoặc qua bảy ngày cho đến một ngày, hoặc qua ngày này, hoặc qua đêm này, qua giờ này đã, nhiên hậu tập định." Tư duy như vậy, không biết thân mạng mình mỏng manh dễ mất, khởi tâm tầm cầu, biến tầm cầu,... *cho đến tư duy phân biệt. Gọi chung là *bất tử tầm*.

---

⁶⁴⁶ 親里尋. **Pāli**: *ñāti-vitakka*: tầm tư về thân quyến.

⁶⁴⁷ 國土尋. **Pāli**: *janapada-vitakka*.

⁶⁴⁸ 不死尋. **Pāli**: *amara-vitakka*.

72. Khinh miệt tầm

Thế nào là khinh miệt tầm?[649] Có hạng người tư duy như vầy: "Chủng tánh, gia tộc, sắc lực, sự nghiệp công xảo, tiền tài, địa vị, hoặc giới, định, tuệ của ta, thứ nào cũng thù thắng." Dựa vào những thứ này mà sanh khinh miệt. Do đây, nên khởi tâm tầm cầu, biến tầm cầu,... *cho đến* tư duy phân biệt. Gọi chung là *khinh miệt tầm*.

73. Giả tộc tầm

Thế nào là giả tộc tầm?[650] Có hạng người vin vào phi thân tộc làm thân tộc, muốn cho họ được an lạc, được bạn bè tốt đẹp, không có não hại, thành tựu tất cả pháp không não hại, vương thần ái trọng, quốc dân kính mộ, ngũ cốc sung túc, mưa móc đúng thời. Do nhân duyên này nên khởi tâm tầm cầu, biến tầm cầu,... *cho đến* tư duy phân biệt. Gọi chung là *giả tộc tầm*.

XII. Sầu khổ

74. Sầu

Thế nào là sầu? Có hạng người, do cha mẹ, anh em, chị em, thầy, bạn chết; hoặc do cả thân tộc đều diệt vong hết; hoặc do tất cả tiền tài, địa vị đều tiêu mất, nên tự thân liền phát nhiệt bừng bừng, thống thiết muốn chết, thọ khổ đắng cay. Vào lúc đó, tâm vị ấy nóng ran, nóng khắp, nội nhiệt, biến nhiệt, liền phát oán sầu; đã sầu, sẽ sầu, trong tâm sầu như bị trúng tên. Gọi chung là *sầu*.

75. Thán

Thế nào là thán? Có hạng người, do cha mẹ, anh em, chị em, thầy, bạn chết..., nên tự thân liền phát nhiệt... *cho đến* thọ khổ. Vào lúc đó, tâm người ấy nóng ran,... *cho đến* trong tâm sầu như bị trúng tên. Do nhân duyên này, phát lời than thở đau thương: "Khổ thay! Khổ thay! Cha tôi, mẹ tôi... *nói rộng cho đến* tiền của tôi, địa vị của tôi, sao trong chốc lát ra như thế này!" Trong đây có **[498b01]** những ngôn từ bi thương, oán trách, các loại ngữ nghiệp như vậy, gọi chung là *thán*.

---

[649] 陵蔑尋. Pāli: *anavaññattipaṭisaṃyutto vitakko*.

[650] 假族尋. Pāli: *parānuddayatāpaṭisaṃyutto vitakko*.

76. Khổ

Thế nào là khổ? Cảm thọ không quân bình tương ưng với năm thức, gọi chung là *khổ.*

77. Ưu

Thế nào là ưu? Cảm thọ không quân bình tương ưng với ý thức, gọi chung là *ưu.*

78. Nhiễu não

Thế nào là nhiễu não? Tâm nhiễu não, đã nhiễu não, sẽ nhiễu não, tánh nhiễu não, đồng loại nhiễu não. Gọi chung là *nhiễu não.*

Từ tham, sân, si cho đến nhiễu não, đều gọi là "tạp sự." Nếu vĩnh viễn đoạn trừ bất kỳ một pháp nào trong tạp sự đây, nhất định đắc quả Bất hoàn. Vì khi đoạn một pháp, những pháp khác cũng được đoạn theo, nên Phật xác định, vị kia nhất định đắc quả Bất hoàn.[651]

---

[651] Bản Hán hết quyển 9.

PHẨM 17: CĂN

A. KINH

[498b16] Một thời, Bạc-già-phạm trụ trong vườn Cấp Cô Độc, rừng Thệ-đa, thành Thất-la-phiệt.

Bấy giờ, có Phạm chí tên là Sanh Văn[652] đến chỗ Thế Tôn, chấp tay cung kính bạch Phật:

"Con muốn hỏi điều này, xin Tôn giả Kiều-đáp-ma[653] hứa khả.

Thế Tôn bảo Phạm chí kia: "Ông tùy ý hỏi. Như Lai sẽ giải đáp."

Phạm chí hỏi: "Căn có bao nhiêu?"

Thế Tôn đáp: "Có hai mươi hai."[654]

---

[652] 生聞梵志.*Trung A-hàm* quyển 36, 37, 38; *Tạp A-hàm* quyển 37: Sanh Văn phạm chí; *Tạp A-hàm 37*: 生漏婆羅門 Sanh Lậu bà-la-môn; đồng nhất với Pāli: *Jāṇusoṇī.* Tên ông xuất hiện khá nhiều trong các *A-hàm* cũng như *Nikāya*, nhưng không tìm thấy minh văn đoạn vấn đáp được dẫn ở đây.

[653] 喬答摩. Skt. *Gautama*; Pāli: *Gotama.*

[654] *Câu-xá*, cuối phẩm Phân biệt Giới, nêu danh 22 căn được cho là Phật thuyết trong Kinh, nhưng trong các *A-hàm*, không thấy con số 22 căn. Tản mạn nhiều nơi có thể thấy từng nhóm căn được Phật nói đến. *Câu-xá* phẩm ii Phân biệt Căn phân loại 22 căn thành 7 phạm trù: (1) 5 cơ quan nhận thức, mắt cho đến thân căn; (2) 2 cơ quan sinh dục, nam và nữ căn; (3) 1 mạng căn, cơ quan điều hành sự sống; (4) 1 ý căn, trung tâm xử lý các hoạt động tâm lý; (5) 5 thọ căn, các cơ quan cảm giác: khổ, cho đến ưu; (6) 5 thiện căn, các cơ quan điều hành tu thiện; (7) 3 vô lậu căn, các cơ quan nhận thức Thánh đế. Trong các *Nikāya Pāli* cũng không thấy con số chỉnh 22 căn;

"Hai mươi hai [căn] ấy là gì?

"Nhãn căn, nhĩ căn, tị căn, thiệt căn, thân căn, ý căn, nữ căn, nam căn, mạng căn, lạc căn, khổ căn, hỷ căn, ưu căn, xả căn, tín căn, tinh tấn căn, niệm căn, định căn, tuệ căn, vị tri đương tri căn, dĩ tri căn, cụ tri căn. Hai mươi hai căn này thâu tóm tất cả căn."

Phạm chí nghe Phật nói rồi, hoan hỷ, phấn khởi, cung kính ra về.[655]

B. LUẬN

I. Năm sắc căn

1. *Nhãn căn*

Nhãn căn[656] là gì?

Mắt đã thấy sắc, đang thấy sắc, sẽ thấy sắc và bỉ đồng phần[657] đối với sắc. Đây gọi là nhãn căn.

---

nhưng luận *Vibhaṅga* có một chương riêng về 22 căn trong chương V (*Indriyavibhaṅgo*). *Visuddhimagga* cũng đề cập 22 căn trong *Indriyasaccaniddeso*, PTS. 122.

655 *Câu-xá* ii, Phân biệt Căn, định nghĩa căn: "Căn có nghĩa là *tối thắng tự tại, quang hiển*"; Skt. *idi paramaiśvarye*. Theo đây, Skt. *indriya* do 2 gốc động từ √*id*: có uy lực tự tại (*parama*: tối thắng, bậc nhất; *aiśvarya*: tự tại, tự do, tự chủ). Hán dịch: *tối thắng tự tại*, và thêm từ *quang hiển*, được hiểu là do gốc động từ √*idh. indh*: thắp sáng. Tổng hợp cả hai từ nguyên, *indriya* được hiểu là cơ quan có uy lực tự tại tiếp thu đối tượng và làm sáng đối tượng ấy để có nhận thức về nó. Hán dịch *căn* theo ngữ cảnh này được hiểu là "căn cơ", tức guồng máy từ đó phát sinh nhận thức; phân biệt với *căn*: *mūla* hàm nghĩa "rễ cây" từ đó thực vật sinh trưởng.

656 眼根. Pāli: *cakkhundriya*. Skt. *cakṣur-indriya*.

657 彼同分. Skt. *tat-sabhāga*. *Câu-xá* i, Phân biệt Giới tụng 39c: *sabhāgaḥ, tatsabhāgāśca/ śeṣāḥ yo na svakarmakṛt* "đồng phần, khi nó hoạt động theo chức năng của nó; và bỉ đồng phần, khi không hoạt động với chức năng của nó." Luận: "Cái gì thực hiện chức năng của nó thì đó là đồng phần. Các sắc đã, đang và sẽ được thấy bởi mắt đều là

Lại nữa, sự tăng thượng của mắt[658] phát khởi nhãn thức đã, đang, sẽ biết rõ sắc và bỉ đồng phần sắc. Đây gọi là nhãn căn.

Lại nữa, mắt đã, đang, sẽ đối ngại[659] nơi sắc và bỉ đồng phần sắc. Đây gọi là nhãn căn.

Lại nữa, mắt đã, đang, sẽ họat động nơi sắc và **[498c01]** bỉ đồng phần. Đây gọi là nhãn căn.

Như vậy, những gì thuộc về nhãn quá khứ, vị lai, hiện tại, gọi là nhãn căn, cũng được gọi là sở tri,[660] sở thức, sở thông đạt, sở biến tri, sở đoán, sở giải, sở kiến, sở đắc, sở giác, sở hiện, đẳng giác, sở liễu, sở đẳng liễu, sở quán, sở đẳng quán, sở thẩm sát, sở quyết trạch, sở xúc, sở đẳng xúc, sở chứng, sở đẳng chứng.

đồng phần. Chúng là bỉ đồng phần trong bốn trường hợp: những sắc sau khi được thấy, đã, đang và sẽ diệt, hay thuộc pháp không sinh khởi." (BảnViệt dịch), *ĐTKVN, TVT, tập 18, Luận bộ I, quyển 1*; HĐHP, 2022; tr. 142, cht. 180: "Mắt riêng của mỗi người, khi đối với người ấy nó đang hoạt động, thì đối với người khác nó vẫn hoạt động, nên trong cả hai, đối với người ấy và với mọi người khác, nó đều là đồng phần."

[658] 眼增上. **Skt.** *adhipati*: cái uy thế, có ảnh hưởng quyết định. *Câu-xá* ii, Phân biệt Căn, tụng 1: 5 căn (mắt...) có uy thế quyết định trong 4 mục đích: (1) trang nghiêm thân; (2) đạo dưỡng, dẫn đường tránh những nguy hiểm, và tìm thức ăn; (3) phát sinh thức; (4) hoạt động với đối tượng tương ứng cá biệt.

[659] 礙 ngại. Bản chất của sắc đối tượng của mắt là có tính đối ngại (*sapratigha*: hữu đối), tính đối kháng của vật chất. *Vibhaṅga*: nhãn căn, là sắc vô kiến hữu đối (*anidassano sappaṭigho*). Sắc cảnh, được thấy bởi mắt, gồm cả hai đặc tính: *hữu kiến*, có thể thấy, và *hữu đối*, có đối ngại; nhưng nhãn căn là sắc tịnh (*rūpaprasāda*), chỉ có tính đối ngại nhưng không thể thấy nên có tính vô kiến. Xem *Câu-xá* i, tụng 29ac. (Bản Việt dịch), *ĐTKVN, TVT, tập 18*; HĐHP, 2022; tr. 112.

[660] 所知. Sở tri, và sở thức v.v... đều là những từ chỉ đối tượng của ý thức. Nhãn căn là sở y của nhãn thức, đồng thời cũng được nhận thức bởi ý thức.

Căn như thế chính là cái gì? Đó là tịnh sắc,[661] là sắc sở tạo bởi bốn đại chủng.[662] Những gì là mắt, trong địa ngục, trong bàng sanh, quỷ giới, hoặc thiên giới, hoặc nhân giới, hoặc trung hữu, *cho đến* mắt tu sở thành;[663] tất cả những danh hiệu, những từ đồng nghĩa, từ phổ quát của mắt, hoặc ấn tượng[664] về mắt, khái niệm[665] về mắt, ngôn thuyết về mắt; đây là mắt, là nhãn xứ, nhãn giới, nhãn căn, cái thấy, đạo lộ, dẫn đạo, bạch, tịnh, tàng, môn, ruộng, sự, dòng nước, ao hồ, biển, ghẻ, lỗ ghẻ, bờ này.[666]

Nhãn căn như vậy thuộc về nội xứ.

---

[661] 淨色. **Skt.** *Rūpaprasāda*: thể trong suốt của sắc.

[662] 大種所造色. **Skt.** *mahābhūtānyupādāya*: sắc y chỉ các đại chủng, gọi tắt là "sở tạo sắc" (*upādāya-rūpa*). Vibhaṅga: *yaṃ cakkhu catunnaṃ mahābhūtānaṃ upādāya pasādo... idaṃ vuccati cakkhundriyaṃ.*

[663] Mắt tu sở thành (*bhāvanāmaya*), tức thiên nhãn, do tu tập mà thành. Mắt thường, sinh đắc (*utpatti-lābhika*), do cha mẹ sinh.

[664] 想等想 tưởng, đẳng tưởng: nói là tưởng (*saṃjñā*), vì nó nắm bắt ảnh tượng để cấu trúc thành nhận thức.

[665] 施設. **Skt.** *Prajñapti*: sự cấu trúc thông tin thành khái niệm về đối tượng được nhận thức.

[666] Các từ đồng nghĩa chỉ về mắt: 見 *kiến* (*dṛś*: cái thấy, sự thấy) vì nó thấy; 道路 *đạo lộ* (*netra*), vì nó là kẻ dẫn đường; 引導 *dẫn đạo* (*nayana*), vì nó là công cụ hướng dẫn; 白 *bạch* (*pāṇḍara*) vì nó có màu trắng đục; 淨 *tịnh* (*prasāda*) vì thể của nó là tịnh sắc; 藏 *tàng*: kho, vì nó là sở y và sở duyên tích tập các pháp, tâm, tâm sở. 門 *môn* (*dvāra*), căn môn, vì nó là cổng của nhận thức; 田 *ruộng* (*kṣetra*) vì nó là môi trường phát sinh nhận thức của mắt; 事 *sự* (*vastu*) vì nó là căn cứ của nhận thức mắt; 流池海 *dòng nước, ao hồ, biển*, gọi chung là *ambaka*, vì nó giống như giọt nước (*ambu*); nói là *dòng nước*, vì nó dẫn các chất nhiễm vào tịnh tâm; 瘡瘡門 *sang, sang môn*, ghẻ và lỗ ghẻ (*nadī-vraṇa*), vì nó là nơi tiết ra các thứ bất tịnh. 此岸 *bờ này*, chỉ nội xứ. Cf. *Vibhaṅga* (PTS. 71): *lokopeso dvārāpesā samuddopeso paṇḍarampetaṃ khettampetaṃ vatthumpetaṃ nettampetaṃ nayanampetaṃ orimaṃ tīrampetaṃ suñño gāmopeso.*

2. *Nhĩ căn*

Nhĩ căn[667] là gì?

Tai đã, đang, sẽ nghe tiếng, và bỉ đồng phần. Gọi là nhĩ căn.

Lại nữa, sự tăng thượng của tai, phát khởi nhĩ thức đã, đang, sẽ biết rõ tiếng, và bỉ đồng phần. Gọi là nhĩ căn.

Lại nữa, tai đã, đang, sẽ đối ngại nơi tiếng, và bỉ đồng phần. Gọi là nhĩ căn.

Lại nữa, tai đã, đang, sẽ hoạt động nơi tiếng, và bỉ đồng phần. Gọi là nhĩ căn.

Như vậy, những gì thuộc về nhĩ quá khứ, vị lai, hiện tại, gọi là nhĩ căn, cũng gọi là sở tri… *cho đến* sở đẳng chứng.

Căn như thế chính là cái gì? Đó là tịnh sắc, là sắc sở tạo bởi bốn đại chủng. Những gì là tai, trong địa ngục,… *cho đến* tai do tu sở thành;[668] tất cả những danh hiệu, những từ đồng nghĩa, từ phổ quát của tai, hoặc ấn tượng về tai, khái niệm về tai, ngôn thuyết về tai; đây là tai, là nhĩ xứ, nhĩ giới, nhĩ căn, cái nghe, đạo lộ,… *cho đến* bờ này.

Nhĩ căn như vậy thuộc về nội xứ.

3. *Tỷ căn*

Tỷ căn[669] là gì? Mũi đã, đang, sẽ ngửi hương, và bỉ đồng phần. Gọi là tỷ căn.

Sự tăng thượng của mũi, phát khởi tỷ thức đã, đang, sẽ biết rõ hương, và bỉ đồng phần. Gọi là tỷ căn.

Lại nữa, mũi đã, đang, sẽ đối ngại nơi hương, và bỉ đồng phần. Gọi là tỷ căn.

Lại nữa, mũi đã, đang, sẽ hành hương, và bỉ đồng phần. Gọi là tỷ căn.

耳根. **Pāli:** *sotindriyaṃ.* **Skt.** *śrotrendrya.*

[668] Tai do *sinh đắc* và do *tu sở thành*; xem cht. 663 trên.

[669] 鼻根. **Pāli:** *ghānindriyaṃ.* **Skt.** *ghrāṇendriya.*

Như vậy, những gì thuộc về tỷ quá khứ, vị lai, hiện tại, gọi là tỷ căn, cũng gọi là sở tri... *cho đến sở đẳng chứng.*

Căn như thế chính là cái là gì? Đó là tịnh sắc, là sắc sở tạo bởi bốn đại chủng. Những gì là mũi, trong địa ngục,... *cho đến* trung hữu, phi tu sở thành;[670] tất cả những danh hiệu, những từ đồng nghĩa, từ phổ quát của mũi, hoặc ấn tượng về mũi, khái niệm về mũi, ngôn thuyết về mũi; đây là mũi, là tỷ xứ, **[499a01]** tỷ giới, tỷ căn, cái ngửi, đạo lộ,[671]..., *cho đến bờ này.*

Tỷ căn như vậy thuộc về nội xứ.

4. *Thiệt căn*

Thiệt căn[672] là gì?

Lưỡi đã, đang, sẽ nếm vị, và bỉ đồng phần. Gọi là thiệt căn.

Sự tăng thượng của lưỡi, phát khởi thiệt thức đã, đang, sẽ biết rõ vị, và bỉ đồng phần. Gọi là thiệt căn.

Lại nữa, lưỡi đã, đang, sẽ đối ngại nơi vị, và bỉ đồng phần. Gọi là thiệt căn.

Lại nữa, lưỡi đã, đang, sẽ hoạt động nơi vị, và bỉ đồng phần. Gọi là thiệt căn.

Như vậy, những gì thuộc về lưỡi quá khứ, vị lai, hiện tại, gọi là thiệt căn, cũng gọi là sở tri... *cho đến sở đẳng chứng.*

Căn như thế chính là cái gì? Đó là tịnh sắc, là sắc sở tạo bởi bốn đại chủng. Những gì là lưỡi, trong địa ngục,... *cho đến* trung hữu, phi tu sở thành;[673] tất cả những danh hiệu, những từ đồng nghĩa, từ phổ quát của lưỡi, hoặc ấn tượng về lưỡi, khái niệm về lưỡi, ngôn thuyết

---

[670] Ba căn: *tỉ, thiệt* và *thân* chỉ thuộc sinh đắc, do cha mẹ sinh, không có trường hợp do tu sở thành.

[671] Những từ đồng nghĩa v.v... **Skt.** *ghrāṇa*, mũi, cái để ngửi (*jighrati*); *ghrāti*: cái ngửi, sự ngửi...

[672] 舌根. **Pāli:** *jivhindriyaṃ*; **Skt.** *jihvendriya*.

[673] Xem cht. 670.

PHẨM 17: CĂN | 349

về lưỡi; đây là lưỡi, là thiệt xứ, thiệt giới, thiệt căn, cái nếm vị,[674] đạo lộ,... *cho đến* bờ này.

Thiệt căn như vậy thuộc về nội xứ.

5. *Thân căn*

Thân căn[675] là gì?

Thân đã, đang, sẽ biết xúc, và bỉ đồng phần. Gọi là thân căn.

Sự tăng thượng của thân, phát khởi thân thức đã, đang, sẽ biết rõ xúc, và bỉ đồng phần. Gọi là thân căn.

Lại nữa, thân đã, đang, sẽ đối ngại nơi xúc, và bỉ đồng phần. Gọi là thân căn.

Lại nữa, thân đã, đang, sẽ hành nơi xúc, và bỉ đồng phần. Gọi là thân căn.

Như vậy, những gì thuộc về thân quá khứ, vị lai, hiện tại, gọi là thân căn, cũng gọi là sở tri... cho đến sở đẳng chứng.

Căn như thế chính là cái gì? Đó là tịnh sắc, là sắc sở tạo bởi bốn đại chủng. Những gì là thân, trong địa ngục,... *cho đến* trung hữu, phi tu sở thành;[676] tất cả những danh hiệu, những từ đồng nghĩa, từ phổ quát của thân, hoặc ấn tượng về thân, khái niệm về thân, ngôn thuyết về thân; đây là thân, là thân xứ, thân giới, thân căn, cái xúc biết, đạo lộ,... *cho đến* bờ này.

Thân căn như vậy thuộc về nội xứ.

II. Căn sinh dục

6. *Nữ căn*

Nữ căn[677] là gì?

---

[674] Skt. *jihvā*: lưỡi (tượng hình ngọn lửa); *rasana*: cái nếm vị, những từ đồng nghĩa v.v...

[675] 身根. Skt. *kāyendriya*. Pāli: *kāyindriyaṃ*

[676] Xem cht. 670.

[677] 女根. Skt. *strīndriya*. Pāli: *itthindriyaṃ*.

Nữ, thể nữ, tính nữ,[678] thế phần nữ,[679] tác dụng nữ.[680]

Căn này là gì? Phần dưới rốn, trên đầu gối, có thân thịt, gân mạch, thoát nước. Nơi mà cùng giao hội với người nam, phát sanh thọ lạc, lãnh nạp quân bình.[681] Đây gọi là nữ căn.

7. *Nam căn*

Nam căn[682] là gì?

Nam, thể nam, tính nam, thế phần nam, tác dụng nam.

Căn này là gì? Phần tròn dưới rốn, trên đầu gối, có thân thịt, gân mạch lưu trú; nơi mà cùng giao hội với nữ phát sanh thọ lạc, lãnh nạp quân bình; đây gọi là nam căn.

III. Căn sinh mạng

8. *Mạng căn*

Mạng căn[683] là gì?

Cái mà trong các tự hữu tình thế này thế kia, nó duy trì sự sống, tùy hành duy trì sự sống, hoạt động theo sự sống, an trú tuổi thọ khiến cho không dời, không chuyển, không tan rã, không tiêu diệt, không tiêu hủy, không quay ngược, **[499b01]** đó là mạng, là mạng căn. Đây

---

[678] 女體女性. Skt. *Strībhāva*: tự thể là nữ; *strītva*: tính chất nữ, nữ tính, nữ giới.

[679] 女勢分, bộ phận cá biệt nữ giới (bộ phận sinh dục).

[680] *Câu-xá* ii, Phân biệt Căn tụng 2cd, Luận: "Do đặc trưng của người nữ về hình dáng (*ākṛti*), giọng nói (*svara*), cử chỉ (*ceṣṭā*) và chí hướng (*abhiprāyāḥ*), nên gọi là nữ tính (*strībhāva*). *Vibhaṅga*: *yaṃ itthiyā itthiliṅgaṃ itthinimittaṃ itthikuttaṃ itthākappo itthattaṃ itthibhāvo – idaṃ vuccati "itthindriyaṃ"*. Những gì là giới tính nữ, dấu hiệu nữ, hình dáng nữ, cử chỉ nữ, đây gọi là nữ căn. Bản Việt dịch, ĐTKVN, TVT, tập 18; HĐHP, 2022; tr. 179.

[681] 平等領納. Skt. *Samānubhava*: cảm nghiệm hài hòa, sung mãn.

[682] 男根. Skt. *puruṣendriya*. P. *purisindriyaṃ*

[683] 命根. Skt. *jīvitendriya*. P. *jīvitindriyaṃ*

gọi là mạng căn.[684]

IV. Căn tri giác

9. Ý căn

Ý căn[685] là gì?

Ý đã, đang, sẽ biết pháp, và bỉ đồng phần. Gọi là ý căn.

Sự tăng thượng của ý, phát khởi ý thức; đã, đang, sẽ biết rõ pháp, và bỉ đồng phần. Gọi là ý căn.

Lại nữa, ý đã, đang, sẽ ngại nơi pháp, và bỉ đồng phần. Gọi là ý căn.

Lại nữa, ý đã, đang, sẽ hành nơi pháp, và bỉ đồng phần. Gọi là ý căn.

Như vậy, những gì thuộc về ý quá khứ, vị lai, hiện tại, gọi là ý căn, cũng gọi là sở tri... *cho đến* sở đẳng chứng.

Căn như thế chính là cái gì? Đó là tâm-ý-thức. Những gì là ý, trong địa ngục,... *cho đến* trung hữu, tu sở thành;[686] tất cả những danh hiệu, những từ đồng nghĩa, từ phổ quát của ý, hoặc ấn tượng về ý, khái niệm về ý, ngôn thuyết về ý; đây là ý, là ý xứ, ý giới, ý căn, cái nhận biết, đạo lộ,... *cho đến* bờ này.

Ý căn như vậy thuộc về nội xứ.

V. Căn cảm thọ

10. Lạc căn

---

684 *Câu-xá* ii Phân biệt Căn tụng 45ab. Luận: Có một pháp riêng biệt duy trì noãn (*uṣmā*: hơi ấm) và thức (*vijñāna*); pháp ấy được gọi là thọ (*āyur*: tuổi thọ)." Bản Việt dịch, ĐTKVN, TVT, tập 18; HĐHP, 2022; tr. 306. *Vibhaṅga* (PTS.123): có hai loại mạng căn: sắc (*rūpajīvitindriyaṃ*) và vô sắc (*arūpajīvitindriyaṃ*): *yo tesaṃ rūpīnaṃ dhammānaṃ āyu ṭhiti yapanā yāpanā iriyanā vattanā pālanā jīvitaṃ jīvitindriyaṃ – idaṃ vuccati* " *rūpajīvitindriyaṃ* ", "những gì thuộc pháp có sắc: sự lưu tồn của tuổi thọ, tồn hoạt, sinh tồn, oai nghi, chuyển động, thủ hộ, mạng, mạng căn, đây gọi là sắc mạng căn."

685 意根. **Skt.** *mana-indriya*. **Pāli:** *manindriyaṃ*

686 Ý căn thành do định.

Lạc căn[687] là gì?

Thân lạc và tâm lạc được phát sanh từ xúc thuận dẫn lạc,[688] là thọ bình đẳng, được kể trong thọ, gọi là lạc căn.

Lại nữa, khi tu tĩnh lự thứ ba, tâm lạc được sanh từ xúc thuận dẫn lạc,[689] là thọ bình đẳng, được kể trong thọ. Đó gọi là lạc căn.

11. Khổ căn

Khổ căn[690] là gì?

Thân khổ được sanh từ xúc thuận dẫn khổ, là thọ bất bình đẳng,[691] được kể trong thọ, gọi là khổ căn.

---

[687] 樂根. **Skt.** *sukhendriya.* **Pāli:** *sukhindriyaṃ.*

[688] 順樂觸. **Skt.** *sukhavedanīyena sparśena*: bởi xúc, mà xúc này dẫn đến cảm thọ lạc. *Câu-xá* ii, Phân biệt Căn, tụng 7: *duḥkhendriyam aśātā yā kāyikī vedanā sukham/ śātā*: khổ căn, thân không sướng thích; lạc căn: thân sướng thích. Luận: "Được nói là "sướng thích" (*sāta*), nó hàm nghĩa tăng ích. Tức cái mà, trong những cảm thọ thuộc thân, giúp cho tăng ích (*anugrāhika*), nó được gọi là lạc căn." Bản Việt dịch, ĐTKVN, *TVT, tập 18;* HĐHP, 2022; tr. 186. S. 48 *Vibhaṅgasuttam*(2) (PTS.v.210): *katamañca, bhikkhave, sukhindriyaṃ? yaṃ kho, bhikkhave, kāyikaṃ sukhaṃ, kāyikaṃ sātaṃ, kāyasamphassajaṃ sukhaṃ sātaṃ vedayitaṃ – idaṃ vuccati, bhikkhave, sukhindriyaṃ:* lạc căn là gì? Những gì là lạc thuộc thân, thân thư thái, lạc sinh bởi thân xúc được cảm giác là thư thái; lạc này được gọi là lạc căn. Cf. *Trung 58*, kinh 210 "Pháp Lạc tì-kheo-ni", tr. 789b19: 若樂更樂所觸 生身 心樂善覺是覺謂 樂覺也.

[689] Xem đoạn trên, phẩm XI Tĩnh lự thứ ba: "... ly hỷ trụ xả, chánh niệm chánh tri, chứng và trụ tĩnh lự thứ ba, với thân cảm thọ lạc..." *Câu-xá* ii, dẫn trên: "cảm thọ tương ưng với tâm trong định thứ ba, vì nó giúp tăng ích, cũng được gọi là lạc căn. Trong định thứ ba không có cảm thọ thuộc thân, vì ở đây năm thức không tồn tại."

[690] **Skt.** *duḥkhendriya.*

[691] 不平等受. **Skt.** *viṣama-vedanā*: Cảm thọ không quân bình, không hài hòa. *aśātā yā kāyikī vedanā*: cảm thọ không thư thái, không sướng thích thuộc thân.

12. *Hỷ căn*

Hỷ căn⁶⁹² là gì?

Tâm hỷ được phát sanh từ xúc thuận dẫn hỷ, là thọ bình đẳng, được kể trong thọ. Đó gọi là hỷ căn.

Lại nữa, khi tu tĩnh lự thứ nhất và thứ hai, tâm hỷ được sanh từ xúc thuận dẫn hỷ,⁶⁹³ là thọ bình đẳng, được kể trong thọ. Đó gọi là hỷ căn.

13. *Ưu căn*

Ưu căn⁶⁹⁴ là gì?

Tâm ưu được sanh từ xúc thuận dẫn ưu, là thọ bất bình đẳng, được kể trong thọ.⁶⁹⁵ Đó gọi là ưu căn.

14. *Xả căn*

Xả căn⁶⁹⁶ là gì?

Thân xả và tâm xả được sanh từ xúc thuận dẫn xả, là thọ phi bình đẳng phi bất bình đẳng, được kể trong thọ. Đó gọi là xả căn.

---

⁶⁹² Skt. *saumanasyendriya*. Pāli: *somanassindriyaṃ*.

⁶⁹³ Thiền chi hỷ (*prīti*) trong tĩnh lự thứ hai chính là hỷ thọ (*saumanasyendriya*). *Câu-xá* ii, dẫn trên: "Trừ đệ tam thiền, trong ba địa dưới sự sướng thích (thư thái) thuộc tâm được gọi là hỷ căn."

⁶⁹⁴ Skt. *daurmanasyendriya*, Pāli: *domanassindriyaṃ*.

⁶⁹⁵ *Câu-xá* ii, dẫn trên: "Cảm thọ tương ưng với ý thức, gây tổn não, sự không sướng thích (không thư thái) thuộc tâm này được gọi là ưu căn."

⁶⁹⁶ Skt. *upekṣendriya*; Pāli: *upekkhindriyaṃ*. Cũng gọi là cảm thọ xứ trung (*mādhyā*). Nếu là cảm thọ thuộc thân, nói là cảm thọ không khổ không lạc (*aduḥkhāsukha-vedanā*).

Lại nữa, khi tu vị chí định[697], trung gian tĩnh lự,[698] thiền thứ tư[699] và vô sắc định,[700] tâm xả phát sanh từ xúc thuận dẫn cảm thọ không khổ không lạc, là thọ phi bình đẳng phi bất bình đẳng, được kể trong thọ. Đó gọi là xả căn.

VI. Căn tu thiện

15. *Tín căn*

Tín căn[701] là gì?

Đó là các tín được phát khởi bởi thiện pháp phát sinh do y chỉ xuất gia, y chỉ viễn ly: các tín, tín tánh, hiện tiền tín tánh,[702] tùy thuận ấn khả,[703] ái mộ, ái mộ tánh, tâm trừng, tâm tịnh,[704] gọi là tín căn.[705]

Lại nữa, tín của hữu học, tín của vô học và tất cả tín của phi học phi vô học đều gọi là tín căn.

16. *Tinh tấn căn*

Tinh tấn căn[706] là gì?

---

[697] 未至定. Skt. *anāgamya-dhyāna*: trạng thái đã vượt Dục giới nhưng chưa nhập sơ tĩnh lự.

[698] 靜慮中間. Skt. *dhyānānantara*: trạng thái trung gian giữa các tĩnh lự: giữa sơ và nhị thiền v.v...

[699] Tĩnh lự thứ tư: xả và niệm thanh tịnh (*upekṣā-smṛti-pariśuddhi*).

[700] Trong các vô sắc, như tĩnh lự thứ tư: xả và niệm thanh tịnh.

[701] Skt. *śraddhendriya*, Pāli: *saddhindriyaṃ*.

[702] 現前信性. Skt. *abhiprasāda*: tin tưởng một cách sâu sắc, quyết định.

[703] 隨順印可. Ấn chứng phù hợp; Skt. *avakalpanā*: xác quyết, tin tưởng với sự xác nhận.

[704] Xem phẩm 3, Chứng tịnh, cht. 178, và phẩm 11, Tĩnh lự, cht. 452.

[705] *Vibhaṅga* (tr. 124): *yā saddhā saddahanā okappanā abhippasādo saddhā saddhindriyaṃ saddhābalaṃ – idaṃ vuccati "saddhindriyaṃ"*: tín, sự tin tưởng, sự xác tín, tin cậy, tín, tín căn, tín lực – gọi là "tín căn" (*avakalpanā*: quyết tín, ấn khả),

[706] Skt. *vīryendriya*, Pāli: *vīriyindriyaṃ*.

Đó là *căn* được phát khởi bởi thiện pháp phát sinh do y chỉ xuất gia, y chỉ viễn ly: **[499c01]** chuyên cần, tinh tấn, dũng kiện, thế lực, hăng hái không thể cản, khích lệ ý không ngừng, gọi là tinh tấn căn.[707]

Lại nữa, tinh tấn của hữu học, tinh tấn của vô học và tất cả tinh tấn của phi học phi vô học đều gọi là tinh tấn căn.

17. *Niệm căn*

Niệm căn[708] là gì?

Đó là các niệm được phát khởi bởi thiện pháp phát sinh do y chỉ xuất gia, y chỉ viễn ly: các niệm, tùy niệm, chuyên niệm, ức niệm, không quên không mất, không lơ đễnh xao lãng, tính chất của pháp không quên mất, tính chất ghi nhớ sáng tỏ của tâm, đó gọi là niệm căn.[709]

Lại nữa, niệm của hữu học, niệm của vô học và tất cả niệm của phi học, phi vô học đều gọi là niệm căn.

18. *Định căn*

Định căn[710] là gì?

---

[707] *Vibhaṅga* (124): *yo cetasiko vīriyārambho nikkamo parakkamo uyyāmo vāyāmo ussāho ussoḷhī thāmo ṭhiti asithilaparakkamatā anikkhittachandatā anikkhittadhuratā dhurasampaggāho vīriyaṃ vīriyindriyaṃ vīriyabalaṃ – idaṃ vuccati "vīriyindriyaṃ"*: "sự phát khởi nghị lực của tâm, sự nỗ lực, nỗ lực dũng mãnh, chuyên cần, phấn chí (sách lệ), dũng kiện, nhiệt tâm tinh cần, cương nghị (thế lực), kiên trụ, khích lệ ý chí không ngừng, không xả quyết tâm, không xả gánh nặng, kiên trì đảm trách gánh nặng; tinh tấn, tinh tấn căn, tinh tấn lực; đây gọi là tinh tấn căn."

[708] Pāli: *satindriyaṃ*. Skt. *smṛtīndriya*.

[709] *Vibhaṅga: yā sati anussati paṭissati sati saraṇatā dhāraṇatā apilāpanatā asammussanatā sati satindriyaṃ satibalaṃ sammāsati – idaṃ vuccati "satindriyaṃ"*, "Những gì là niệm, tùy niệm (hoài niệm), đối hướng niệm, ức niệm (ký ức), trì niệm (ghi nhớ), không mờ nhạt, không quên lãng, niệm, niệm căn, niệm lực, chánh niệm, đây gọi là niệm căn."

[710] Pāli: *samādhindriyaṃ*. Skt. *samādhīndriya*.

Đó là tâm trụ được phát khởi bởi thiện pháp phát sinh do y chỉ xuất gia, y chỉ viễn ly: trụ, bình đẳng trụ, tiếp cận trụ, an trụ, không tán không loạn, nhiếp trì, chánh đẳng trì, tâm cảnh nhất như, gọi là định căn.[711]

Lại nữa, định của hữu học, định của vô học và tất cả định của phi học, phi vô học đều gọi là định căn.

19. *Tuệ căn*

Tuệ căn[712] là gì?

Đó là sự giản trạch pháp[713] được phát khởi bởi thiện pháp phát sinh do y chỉ xuất gia, y chỉ viễn ly: giản trạch, cực giản trạch, tối cực giản trạch, hiểu rõ, hoàn toàn hiểu rõ, tiếp cận hiểu rõ, tâm cơ nhạy bén, thông suốt, thẩm sát, thông duệ, minh giác, tuệ hành, tì-bát-xá-na, gọi là tuệ căn.

Lại nữa, tuệ của hữu học, tuệ của vô học và tất cả tuệ của phi học, phi vô học đều gọi là tuệ căn.

VII. Căn vô lậu

20. *Vị tri đương tri căn*

Vị tri đương tri căn[714] là gì?

---

[711] *Vibhaṅga* (124): *yā cittassa ṭhiti saṇṭhiti avaṭṭhiti avisāhāro avikkhepo avisāhaṭamānasatā samatho samādhindriyaṃ samādhibalaṃ sammāsamādhi – idaṃ vuccati "samādhindriyaṃ",* "sự đình trú tâm, hiện trụ, an trụ, an định, không tán loạn, ý an định tính, chỉ, định căn, định lực, chánh định, đây gọi là định căn."

[712] **Pāli:** *paññindriyaṃ.* **Skt.** *prajñendriya.*

[713] 法簡擇, **Skt.** *dharmapravicaya;* **Pl.** *dhammavicayo. Câu-xá* i, tụng 3, bản Việt tập I (2017) tr. 87.

[714] 未知當知根. **Pāli:** *anaññātaññassāmītindriyaṃ.* **Skt.** *ājñāsyāmīndriya=* *anājñātam ājñāsyāmīndriyam:* căn để biết (Thánh đế) chưa được biết.

Đó là tuệ, tuệ căn thuộc hữu học của vị đã nhập chánh tánh ly sanh,[715] và tùy tín hành, tùy pháp hành[716] chưa hiện quán bốn thánh đế,[717] vì hiện quán nên các căn chuyển dịch.[718] Đây gọi là vị tri đương tri căn.

21. *Dĩ tri căn*

Dĩ tri căn[719] là gì?

Đó là học tuệ, tuệ căn của vị đã kiến đế và tín thắng giải, kiến chí,[720] thân chứng,[721] đã hiện quán bốn thánh đế; vì đoạn trừ phiền não mà

---

[715] 入正性離生. **Skt.** *samyaktvaniyāmāvakramaṇa*; xem cht. 114.

[716] 隨信隨法行. Hai hạng Dự lưu hướng, sai biệt do căn lợi, độn. *Câu-xá* vi, phẩm Phân biệt Hiền Thánh, tụng 29ab. (a) Tùy tín hành (*śraddhānusārin*), hạng độn căn, tùy theo tín mà hành: "Vì trước đó (khi còn là dị sanh/ phàm phu) bằng vào sự tin tưởng nơi người khác mà truy cầu ý nghĩa (của Thánh đế). (b) Tùy pháp hành (*dharmānusārin*), hạng lợi căn, tùy theo pháp mà hành: "Hạng này trước đó chỉ tự mình bằng các pháp được thuyết trong Khế kinh v.v... mà truy cầu ý nghĩa." Bản Việt dịch, *ĐTKVN, TVT, tập 20;* HĐHP, 2022; cht. 27 – 31.

[717] **Skt.** *satya-abhisamaya*: hiện quán Thánh đế, xem cht. 184 trước. *Câu-xá* vi, Phân biệt Hiền Thánh, "Hiện quán (*abhisamaya*) nghĩa là gì? Là hiện đẳng giác (*abhisaṃbodha*: giác ngộ trực tiếp hiện tiền). Bản Việt dịch, *ĐTKVN, TVT, tập 20;* HĐHP, 2022; tr. 210, cht. 19.

[718] 根轉. **Skt.** *indriyāṇi sañcarati*: chuyển dịch căn, tu luyện căn; chuyển đổi căn chậm lụt (độn căn) thành nhạy bén (lợi căn).

[719] 已知根, **Skt.** *ājñākhya/ ājñendriya*, **Pāli:** *aññindriyaṃ*.

[720] Trong tu đạo (*bhāvanāmārga*), do căn lợi và độn mà có hai hạng: (a) Trong kiến đạo vị độn căn gọi là tùy tín hành, khi vào tu đạo, vị này được gọi là tín thắng giải (*śraddhādhimukta*, cũng dịch là *tín giải/ tín giải thoát*). (b) Trong kiến đạo nếu vị ấy (lợi căn) là tùy pháp hành, thì trong tu đạo, vị ấy được gọi là kiến đáo (*dṛṣṭiprāpta*: cũng dịch là *kiến chí*).

[721] Vị Bất hoàn nếu chứng đắc diệt định, bấy giờ chuyển danh thân chứng (*kāyasākṣī*). *Trung 55, kinh 179,* "Bạt-đà-hòa-lợi"; *Tạp 33, kinh 936,* tr. 240a18: "Thánh đệ tử tuyệt đối tịnh tín bất động nơi Phật, cho đến quyết định trí tuệ, tự thân tác chứng và an trụ tám giải thoát

hiện quán, nên các căn chuyển dịch. Đây gọi là dĩ tri căn.

22. Cụ tri căn

Cụ tri căn[722] là gì?

Đó là tuệ, tuệ căn vô học của vị A-la-hán và tuệ giải thoát, câu giải thoát,[723] đã hiện quán bốn thánh đế; vì đắc hiện pháp lạc trú mà hiện quán, nên các căn chuyển.[724] Đây gọi là cụ tri căn.

---

nhưng chưa bằng huệ mà đoạn tận hữu lậu; đó gọi là Thánh đệ tử không đọa ác thú, cho đến Thân chứng." Pāli, *kāyasakkhin*, M. 70, *Kīṭāgirisuttaṃ* PTS. i.478: *katamo ca, bhikkhave, puggalo kāyasakkhī? idha, bhikkhave, ekacco puggalo ye te santā vimokkhā atikkamma rūpe āruppā te kāyena phusitvā viharati, paññāya cassa disvā ekacce āsavā parikkhīṇā honti*: có một hạng, sau khi chứng tịch tĩnh giải thoát, siêu việt các sắc, bằng tự thân xúc chứng vô sắc và an trụ; bằng huệ kiến mà đoạn tận một phần các lậu. Xem *Câu-xá*, bản Việt dịch, ĐTKVN, TVT, tập 20; HĐHP, 2022; tr. 335, cht. 185.

[722] 具知根. **Skt.** *ājñātāvīndriya*, **Pāli:** *aññātāvindriyaṃ*.

[723] 慧解脫. (**Skt.** *prajñāvimukti*), 俱解脫 (*ubhayato-vimukti*: cũng dịch câu phần giải thoát). *Trung 1*, tr. 422c02. Pāli, D. 6 *Mahālisuttaṃ*, PTS. i. 156: *bhikkhu āsavānaṃ khayā anāsavaṃ cetovimuttiṃ paññāvimuttiṃ diṭṭheva dhamme sayaṃ abhiññā sacchikatvā upasampajja viharati*: tỳ-kheo diệt tận lậu, thành vô lậu tâm giải thoát tuệ giải thoát, trong đời này bằng thắng trí tự thân tác chứng và an trú. Tâm giải thoát (*cetovimukti*) do ly nhiễm tham; tuệ giải thoát (*prajñāvimukti*) do ly nhiễm vô minh. *Câu-xá* vi, Phân biệt Hiền Thánh, tụng 64b, luận: "A-la-hán đắc diệt tận định được gọi là vị Câu (phần) giải thoát, vì bằng lực của tuệ và định mà giải thoát phiền não chướng và giải thoát giải thoát chướng. Ngoài ra, là Tuệ giải thoát, vì bằng lực của tuệ duy chỉ giải thoát phiền não chướng." Bản Việt dịch, ĐTKVN, TVT, tập 20; HĐHP, 2022; tr. 393.

[724] Do căn lợi và độn, quả A-la-hán sai biệt có hai hạng: (a) *Thối pháp*, hạng độn căn, có 5 lớp. (b) *Bất động pháp*, hạng lợi căn, chỉ 1 lớp. Từ căn thấp được hâm nóng (luyện căn, *indriyavivṛddhi*, phát triển quan năng) chuyển lên lớp cao hơn, gọi là chuyển căn (*indriya-sañcara*).

PHẨM 18: XỨ

A. KINH

Một thời, Bạc-già-phạm trụ trong vườn Cấp Cô Độc, rừng Thệ-đa, thành Thất-la-phiệt.

Khi ấy, có Phạm chí tên là Sanh Văn đến chỗ Phật, chắp tay cung kính, vấn an Phật bằng những lời ái ngữ. Phật cũng thăm hỏi Sanh Văn bằng những lời ái ngữ. Thăm hỏi nhau xong, Sanh Văn lui ngồi một bên, cúc cung chắp tay, bạch Phật:

[**500a01**] "Con muốn hỏi điều này, xin đức Kiều-đáp-ma hứa khả, tuyên thuyết cho con.

Thế Tôn nói với Phạm chí kia: "Ông tùy ý hỏi. Như Lai sẽ trả lời."

Phạm chí hỏi: "Tất cả pháp.⁷²⁵ Vậy những gì là tất cả?"

Thế Tôn đáp: "Tất cả pháp. Đó là mười hai xứ.⁷²⁶ Mười hai [xứ] ấy là gì? Nhãn xứ, sắc xứ; nhĩ xứ, thanh xứ; tị xứ, hương xứ; thiệt xứ, vị xứ;

---

⁷²⁵ Skt. *Sarvā dharmāḥ*. Những từ phổ quát: *sarvam = idam*, "tất cả", và "cái này", những từ tập hợp, trong tư tưởng triết học Ấn-độ, chỉ toàn thể sự vật, toàn thể vũ trụ.

⁷²⁶ Skt. (Pāli): *āyatana*: ā√*yat* (M.Williams):(a) *đến, đi vào*; cựu dịch: *nhập*; (b) ā√*yat*=ā√*yam*: trải : *lưu trú, cư trú*, tân dịch: *xứ*. PTS. ā-√*yam* (*āyamati*: trải rộng). *Câu-xá* I, Phân biệt Giới, tụng 20ab, Luận: "Cửa sinh xuất (*āyadvāra*) của tâm và tâm sở, là nghĩa của xứ." *Tì-bà-sa 73*, tr. 379a12: nêu 10 định nghĩa của xứ: *sinh môn, sinh lộ, tàng* (kho), *thương* (lẫm), *kinh* (sợi chỉ), *sát* (giết), *điền* (ruộng), *trì* (ao), *lưu* (chảy), *hải* (biển), *bạch* (trắng), *tịnh* (sạch) *sinh môn*, như thành ấp trong đó vật được sản sinh... *kho tàng*, tích lũy bảo vật; *kho lẫm*, tích

thân xứ, xúc xứ; ý xứ, pháp xứ. Đây là mười hai.

"Nếu có người nào nói, 'Đây chẳng phải là *tất cả. Tất cả* là còn có pháp khác.' Đó chỉ có lời nói, mà không có sự thật. Nếu cật vấn lại, người kia không biết. Sau khi suy xét kỹ, người kia tự cảm thấy mê mờ. Vì *tất cả pháp* không phải là cảnh giới của người kia."

Sau khi nghe Phật nói, Phạm chí hoan hỷ phấn khởi, cung kính ra về.[727]

B. LUẬN

1. Nhãn và sắc

a. Nhãn xứ[728] là gì?

Nên nói tướng ấy như nhãn căn.

b. Sắc xứ[729] là gì?

Sắc được mắt đã, đang, sẽ thấy và bỉ đồng phần. Đây gọi là sắc xứ.

---

lũy thóc gạo... *Vyākhyā*: "Những gì khuếch trương sự xuất hiện, hay sinh khởi, của tâm và tâm sở, đó là xứ." Theo đây, *āyatana*, do động từ phức hợp: *āya+tanoti*, trong đó *āya* (sự hiện đến) = *utpatti* (sự sinh khởi); *tanoti<tan*: dàn trải, khuếch trương. *Câu-xá* i, Việt tập I (2012), tr.127-128, cht. 28, 29.

[727] Tạp 13 kinh 319. Pāli, S. 35.23 *Sabbasuttaṃ*, iv.15: *sabbaṃ vo, bhikkhave, desessāmi. taṃ suṇātha. kiñca, bhikkhave, sabbaṃ? cakkhuñceva rūpā ca, sotañca saddā ca, ghānañca gandhā ca, jivhā ca rasā ca, kāyo ca phoṭṭhabbā ca, mano ca dhammā ca – idaṃ vuccati, bhikkhave, sabbaṃ. yo, bhikkhave, evaṃ vadeyya – 'ahametaṃ sabbaṃ paccakkhāya aññaṃ sabbaṃ paññāpessāmī' ti, tassa vācāvatthukamevassa, vācāvatthudevassa; puṭṭho ca na sampāyeyya, uttariñca vighātaṃ āpajjeyya. taṃ kissa hetu? yathā taṃ, bhikkhave, avisayasmi " nti.*

[728] Pl. *cakkhāyatanaṃ*.

[729] Pl. *rūpāyatanaṃ*.

Lại nữa, sự tăng thượng của mắt phát khởi nhãn thức đã, đang, sẽ biết rõ sắc và bỉ đồng phần. Đây gọi là sắc xứ.

Lại nữa, sắc đã, đang, sẽ đối ngại mắt và bỉ đồng phần. Đây gọi là sắc xứ.

Lại nữa, sắc được mắt đã, đang, sẽ hành và bỉ đồng phần. Đây gọi là sắc xứ.

Như vậy, những gì thuộc về sắc quá khứ, vị lai, hiện tại, gọi là sắc xứ, cũng gọi là sở tri,... *cho đến* sở đẳng chứng.

Sắc này là gì? Đó là sắc được tạo từ bốn đại chủng, gồm có (a) xanh, vàng, đỏ, trắng, mây, khói, bụi, mù; (b) dài, ngắn, vuông, tròn, cao, thấp, ngay, không ngay; (c) bóng, màu nắng, màu sáng, màu tối; (d) hư không, là một hiển sắc; (e) màu pha tạp, hồng, tím, biếc, xanh lục, đen, nâu xám,[730] và những gì được thấy bởi nhãn căn, nhận thức bởi nhãn thức; tất cả những danh hiệu, những từ đồng nghĩa, từ phổ quát của sắc, hoặc ấn tượng về sắc, khái niệm về sắc, ngôn thuyết về sắc;[731] đây là sắc, là sắc giới, sắc xứ, bờ kia.[732]

Sắc xứ như vậy được kể là ngoại xứ.

2. Nhĩ và thanh

a. Nhĩ xứ[733] là gì?

---

[730] *Câu-xá* i Phân biệt Giới, tụng 10a: sắc, tổng thể có hai: hiển sắc và hình sắc; chi tiết có 20. I. Hiển sắc (*varṇa*: sắc màu) có 12, như liệt kê trên đây (a) xanh, vàng, đỏ, trắng, mây, khói, bụi, mù; và (c) bóng râm, màu nắng (ánh sáng mặt trời), màu sáng (ánh sáng mặt trăng), màu tối (bóng đêm). II. Hình sắc (*saṃsthāna*: hình thể), có 8: (b) dài, ngắn, vuông, tròn, cao, thấp, ngay, không ngay. III. loại thứ ba (d), màu sáng và tối (hiển sắc) của không gian, *Câu-xá* i, tụng 28ab: "không giới là lỗ hổng; truyền thuyết nói là màu sáng và tối." Loại IV. những màu hỗn hợp (e) liệt kê trên đây.

[731] 所有名號異語增語想等想施設言說. Xem cht. 664-665 trên.

[732] 彼岸: bờ kia, chỉ ngoại xứ.

[733] Pl. *sotāyatanaṃ*.

Nên nói tướng ấy như nhĩ căn.

b. Thanh xứ[734] là gì?

Tiếng được tai đã, đang, sẽ nghe và bỉ đồng phần. Đây gọi là thanh xứ.

Lại nữa, sự tăng thượng của tai phát khởi nhĩ thức đã, đang, sẽ biết rõ tiếng và bỉ đồng phần. Đây gọi là thanh xứ.

Lại nữa, tiếng đã, đang, sẽ đối ngại tai và bỉ đồng phần. Đây gọi là thanh xứ.

Lại nữa, tiếng được tai đã, đang, sẽ hành và bỉ đồng phần. Đây gọi là thanh xứ.

Như vậy, những gì thuộc về tiếng quá khứ, vị lai, hiện tại, gọi là thanh xứ, cũng gọi là sở tri,... *cho đến sở đẳng chứng.*

Thanh này là gì? Đó là tiếng phát ra từ bốn đại chủng sở tạo: tiếng voi, tiếng ngựa, tiếng xe, tiếng bước chân, tiếng tù và, **[500b01]** tiếng chuông, tiếng trống lớn trống nhỏ, tiếng ca, tiếng vịnh, tiếng khen, tiếng Phạm,[735] và tiếng do bốn đại chủng va chạm nhau, ngôn ngữ âm thanh vào ban ngày, vào ban đêm; và những gì được nghe bởi nhĩ căn, nhận thức bởi nhĩ thức, tất cả những danh hiệu, những từ đồng nghĩa, từ phổ quát của thanh, hoặc ấn tượng về thanh, khái niệm về thanh, ngôn thuyết về thanh; đây là thanh, là thanh giới, thanh xứ, bờ kia.[736]

Thanh xứ như vậy được kể là ngoại xứ.

---

734 Pl. *saddāyatanaṃ.*

735 梵聲, âm thanh như Phạm thiên, hay của Phạm thiên. Skt. *brahmaśabda*, *Trường 5*, kinh 4 Xà-ni-sa, tr.35b 28: Phạm thanh có 5 đặc điểm, chánh trực, hòa nhã, trong vắt, sung mãn, nghe cực xa.

736 *Câu-xá i*, tụng 10b: thanh có 8. Trong đó, tổng thể có 2: (i) từ *đại chủng có chấp thọ* (upātta), âm thanh phát ra từ vật chất có cảm giác; (ii) *từ đại chủng không chấp thọ* (anupātta), âm thanh từ vật chất không cảm giác. (i) và (ii) mỗi loại lại có hai: (a) hữu tình danh (sattvākhya), từ cơ thể sinh vật, (b) phi hữu tình danh (asattvākhya), vật chất vô tri. Từ (a) và (b), mỗi thứ có hai: thanh khả ái, và thanh không khả ái.

3. Tị và hương

a. Tị xứ[737] là gì?

Nên nói tướng ấy như tị căn.

b. Hương xứ[738] là gì?

Hương được mũi đã, đang, sẽ ngửi và bỉ đồng phần. Đây gọi là hương xứ.

Lại nữa, sự tăng thượng của mũi phát khởi tị thức đã, đang, sẽ biết rõ hương và bỉ đồng phần. Đây gọi là hương xứ.

Lại nữa, hương đã, đang, sẽ đối ngại mũi và bỉ đồng phần. Đây gọi là hương xứ.

Lại nữa, hương được mũi đã, đang, sẽ hành và bỉ đồng phần. Đây gọi là hương xứ.

Như vậy, những gì thuộc về hương quá khứ, vị lai, hiện tại, gọi là hương xứ, cũng gọi là sở tri,... *cho đến* sở đẳng chứng.

Hương này là gì? Đó là hương được tạo từ bốn đại chủng: hương rễ, hương thân, hương cành, hương lá, hương hoa, hương quả, hương thơm, hương thối, hương quân bình,[739] và những gì được ngửi bởi tị căn, nhận thức bởi tị thức; tất cả những danh hiệu, những từ đồng nghĩa, từ phổ quát của hương, hoặc ấn tượng về hương, khái niệm về hương, ngôn thuyết về hương; đây là hương, hương giới, hương xứ, bờ kia.

Hương xứ như vậy là thuộc về ngoại xứ.

4. Thiệt và vị

a. Thiệt xứ[740] là gì?

---

737 Pl. *ghānāyatanaṃ.*

738 Pl. *gandhāyatanaṃ.*

739 *Câu-xá* i, tụng 10c: hương có 4, thơm quân bình và thơm không quân bình (gắt); thối quân bình và thối không quân bình.

740 Pl. *jivhāyatanaṃ.*

Nên nói tướng ấy như thiệt căn.

b. Vị xứ⁷⁴¹ là gì?

Vị được lưỡi đã, đang, sẽ nếm và bỉ đồng phần. Đây gọi là vị xứ.

Lại nữa, sự tăng thượng của lưỡi phát khởi thiệt thức đã, đang, sẽ biết rõ vị và bỉ đồng phần. Đây gọi là vị xứ.

Lại nữa, vị đã, đang, sẽ đối ngại lưỡi và bỉ đồng phần. Đây gọi là vị xứ.

Lại nữa, vị được lưỡi đã, đang, sẽ hành và bỉ đồng phần. Đây gọi là vị xứ.

Như vậy, những gì thuộc về vị quá khứ, vị lai, hiện tại, gọi là vị xứ, cũng gọi là sở tri,... *cho đến* sở đẳng chứng.

Vị này là gì? Đó là vị được tạo từ bốn đại chủng: vị rễ, vị thân, vị cành, vị lá, vị hoa, vị quả, vị thức ăn, vị thức uống, vị các loại rượu, vị đắng, vị chua, vị ngọt, vị cay, vị mặn, vị lạt, vị khả ý, vị không khả ý, vị thuận xả xứ,⁷⁴² và những gì mà được nếm bởi thiệt căn, nhận thức bởi thiệt thức; tất cả những danh hiệu, những từ đồng nghĩa, từ phổ quát của vị, hoặc ấn tượng về vị, khái niệm về vị, ngôn thuyết về vị; đây là vị, vị giới, vị xứ, bờ kia.

Vị xứ như vậy là thuộc về ngoại xứ.

5. Thân và xúc

a. Thân xứ⁷⁴³ là gì?

[500c01] Nên nói tướng ấy như thân căn.

b. Xúc xứ⁷⁴⁴ là gì?

Xúc được thân đã, đang, sẽ chạm biết và bỉ đồng phần. Đây gọi là xúc xứ.

---

⁷⁴¹ Pl. *rasāyatanaṃ*.

⁷⁴² 順捨處味.Vị trung dung, không phải khả ý cũng không phải không khả ý.

⁷⁴³ Pl. *kāyāyatanaṃ*.

⁷⁴⁴ Pl. *phoṭṭhabbāyatanaṃ*.

Lại nữa, sự tăng thượng của thân phát khởi thân thức đã, đang, sẽ biết rõ xúc và bỉ đồng phần. Đây gọi là xúc xứ.

Lại nữa, xúc đã, đang, sẽ đối ngại thân và bỉ đồng phần. Đây gọi là xúc xứ.

Lại nữa, xúc được thân đã, đang, sẽ hành và bỉ đồng phần. Đây gọi là xúc xứ.

Như vậy, những gì thuộc về xúc quá khứ, vị lai, hiện tại, gọi là xúc xứ, cũng gọi là sở tri,... *cho đến* sở đẳng chứng.

Xúc này là gì? Đó là bốn đại chủng và xúc được tạo từ bốn đại chủng: tính chất trơn, nhám, nhẹ, nặng, lạnh, nóng, đói, khát, và những gì mà được chạm biết bởi thân căn, nhận thức bởi thân thức;[745] tất cả những danh hiệu, những từ đồng nghĩa, từ phổ quát của xúc, hoặc ấn tượng về xúc, khái niệm về xúc, ngôn thuyết về xúc; đây là xúc, xúc giới, xúc xứ, bỉ ngạn.

Xúc xứ như vậy là thuộc về ngoại xứ.

6. Ý và pháp

a. Ý xứ[746] là gì?

Nên nói tướng ấy như ý căn.

b. Pháp xứ[747] là gì?

Pháp được ý đã, đang, sẽ biết và bỉ đồng phần. Đây gọi là pháp xứ.

Lại nữa, sự tăng thượng của ý phát khởi ý thức đã, đang, sẽ biết rõ pháp và bỉ đồng phần. Đây gọi là pháp xứ.

---

[745] *Câu-xá* i, tụng 10: tự thể của xúc có 11: (a) 4 đại chủng: đất (cứng), nước (ẩm), lửa (nóng), gió (di động); (b) 7 sở tạo của đại chủng, như liệt kê trên; Luận giải thích: *trơn* tức là mềm dịu; *nhám* tức là thô cứng; *nặng* là cái mà do đó vật thể được cân; trái lại là *nhẹ*; *lạnh* là cảm giác muốn ấm; *đói* là cảm giác muốn ăn. Đó là y theo nhân mà lập quả.

[746] Pāli: *manāyatanaṃ*.

[747] Pāli: *dhammāyatanaṃ*.

Lại nữa, pháp đã, đang, sẽ đối ngại ý và bỉ đồng phần. Đây gọi là pháp xứ.

Lại nữa, pháp được ý đã, đang, sẽ hành và bỉ đồng phần. Đây gọi là pháp xứ.

Như vậy, những gì thuộc về pháp quá khứ, vị lai, hiện tại, gọi là pháp xứ, cũng gọi là sở tri,... *cho đến* sở đẳng chứng.

Pháp này là gì? Đó là (a) thọ, tưởng, tư, xúc, tác ý, dục, thắng giải, (b) tín, tinh tấn, niệm, định, tuệ, (c) tầm, tứ, (d) phóng dật, bất phóng dật, (e) thiện căn, bất thiện căn, vô kí căn, (f) tất cả kết phược, tùy miên, tùy phiền não triền; (g) cái thuộc về trí, kiến, hiện quán, đắc vô tưởng định, diệt định, vô tưởng sự, (h) mạng căn, chúng đồng phần, trụ, đắc sự, đắc xứ, đắc sanh, lão, trụ, vô thường, danh thân, cú thân, văn thân, (i) hư không, trạch diệt, phi trạch diệt;[748] và những gì mà được biết bởi ý căn, phân biệt bởi ý thức; tất cả những danh hiệu, những từ đồng nghĩa, từ phổ quát của pháp, hoặc ấn tượng về pháp, khái niệm về pháp, ngôn thuyết về pháp; đây là pháp, pháp giới, pháp xứ, bỉ ngạn.

Pháp xứ như vậy là thuộc về ngoại xứ.

---

[748] Các phạm trù thuộc về pháp: (a) các đại địa pháp, tức các tâm sở phổ biến; (b) các tâm sở thiện; (c) các tâm sở bất định; (d) các đẳng khởi (động cơ) của nghiệp; (e) các đại phiền não địa pháp (các tâm sở bất thiện phổ biến); (f) các căn, đẳng khởi (động cơ) của nghiệp và phiền não; (g) các phiền não và tùy miên; (h) các tâm sở hoạt động trong trí và định; (i) các hành không tương ưng tâm; (j) ba vô vi.

PHẨM 19: UẨN

A. KINH

Một thời, Bạc-già-phạm trụ trong vườn Cấp Cô Độc, rừng Thệ-đa, thành Thất-la-phiệt.

Bấy giờ, Đức Thế Tôn nói với Chúng Bí-sô:

"Có năm uẩn.[749] Năm [uẩn] đó là gì?

"Sắc uẩn, thọ uẩn, tưởng uẩn, hành uẩn, thức uẩn. Đây gọi là năm uẩn."[750]

B. LUẬN

I. Sắc uẩn

[501a01] Sắc uẩn[751] là gì?

Những gì thuộc về sắc, tất cả sắc đó đều là bốn đại chủng và bốn đại chủng sở tạo. Đây gọi là sắc uẩn.

---

[749] Skt. *pañca-skandha*, Pāli: *pañcakkhandha*. *Câu-xá* I, Phân biệt Giới tụng 20ab, Luận: "Tụ hòa hợp của các pháp hữu vi, đó là nghĩa của uẩn. Như Khế kinh nói: 'Những gì là sắc, hoặc quá khứ, hoặc vị lai, hoặc hiện tại, hoặc trong, hoặc ngoài, hoặc thô, hoặc vi tế, hoặc thấp kém, hoặc vi diệu, hoặc xa, hoặc gần, tất cả được họp lại làm một tụ, và gọi đó là sắc uẩn.' Điều đó chứng minh rằng, theo như trong Kinh đó, uẩn có nghĩa là tụ. Skt. *rāśi*, đống, tụ, tích tụ. *Tì-bà-sa* 74, tr. 383c16: "Uẩn có nghĩa là tụ 聚, là hiệp 合, là tích 積, là lược 略." *Câu-xá*, bản Việt dịch, ĐTKVN, TVT, tập 18; HĐHP, 2022; tr. 90, cht. 2, 13.

[750] Tản mác trong nhiều kinh.

[751] Skt. *rūpa-skandha*, Pāli: *rūpakkhandha*.

II. Thọ uẩn

Thọ uẩn[752] là gì?

Các thọ, đẳng thọ, biệt thọ, tánh thọ,[753] được kể trong thọ, gọi là thọ uẩn.

1. *Hai thọ*

i. Lại có hai thọ, gọi là thọ uẩn. Đó là thân thọ và tâm thọ. (a) Thân thọ là gì? Các thọ, *cho đến* được kể trong thọ, thọ tương ưng năm thức thân. Đây gọi là thân thọ. (b) Tâm thọ là gì? Các thọ *cho đến* được kể trong thọ, thọ tương ưng ý thức. Đây gọi là tâm thọ.

ii. Lại có hai thọ, gọi là thọ uẩn. Đó là thọ hữu vị và thọ vô vị. (a) Thọ hữu vị[754] là gì? Các thọ *cho đến* được kể trong thọ, thọ tương ưng tác ý hữu lậu. Đây gọi là thọ hữu vị. (b) Thọ vô vị[755] là gì? Các thọ *cho đến* được kể trong thọ, thọ tương ưng tác ý vô lậu. Đây gọi là thọ vô vị.

Có thuyết cho rằng, thọ tương ưng tác ý trong Dục giới, gọi là thọ hữu vị. Thọ tương ưng tác ý trong Sắc giới, Vô sắc giới, là thọ vô vị. Nay trong nghĩa này, thọ tương ưng tác ý hữu lậu, gọi là thọ hữu vị. Thọ tương ưng tác ý vô lậu, gọi là thọ vô vị.

iii. Như thọ hữu vị, thọ vô vị; thọ đọa, thọ không đọa; thọ y chỉ đam thị (say nghiện),[756] thọ y chỉ xuất ly;[757] thọ thuận dẫn kết,[758] thọ

---

[752] Skt. *vedanā-skandha*, Pāli: *vedanākkhandha*.

[753] 受等受,別受受性. các từ cường điệu của thọ, Skt. *vedanā, saṃvedana, parivedana*. *Câu-xá* i, Phân biệt Giới, tụng 14c: *vedanā 'nubhavaḥ*, thọ, cảm nghiệm tùy xúc. Từ xúc, dẫn sinh ba thọ: xúc tổn hại dẫn sinh khổ thọ; xúc tăng ích dẫn sinh lạc thọ; xúc trung hòa dẫn sinh phi khổ phi lạc thọ.

[754] 有味受. thọ có vị ngọt dẫn sinh tham ái. Xem cht. 346.

[755] 無味受. thọ không có vị ngọt của ái. Xem "phẩm ix Niệm trụ", về thọ niệm trụ, cht. 347.

[756] Xem cht. 620.

[757] Xem "phẩm ix Niệm trụ", về thọ niệm trụ, cht. 350.

[758] Thọ dẫn sinh phiền não, kết.

không thuận dẫn kết; thọ thuận dẫn thủ,⁷⁵⁹ thọ không thuận dẫn thủ; thọ thuận dẫn triền, thọ không thuận dẫn triền; thọ thế gian, thọ xuất thế gian⁷⁶⁰ cũng như vậy.

2. Ba thọ

Lại có ba thọ, gọi là thọ uẩn. Đó là thọ lạc, thọ khổ, thọ bất khổ bất lạc.

i. Thọ lạc là gì? Thân lạc và tâm lạc được phát sanh từ xúc thuận dẫn lạc, là thọ quân bình, được kể trong thọ. Đây gọi là thọ lạc. Khi tu tĩnh lự thứ nhất, thứ hai, thứ ba, tâm lạc được sanh từ xúc thuận dẫn lạc, là thọ quân bình, được kể trong thọ. Đây gọi là thọ lạc.⁷⁶¹

ii. Thọ khổ là gì? Thân khổ và tâm khổ được phát sanh từ xúc thuận dẫn khổ, là thọ không quân bình, được kể trong thọ. Đây gọi là thọ khổ.

iii. Thọ không khổ không lạc là gì? Thân xả và tâm xả được phát sanh từ xúc thuận dẫn không khổ không lạc, là thọ phi bình đẳng phi bất bình đẳng, được kể trong thọ. Đây gọi là thọ không khổ không lạc. Lại nữa, khi tu vị chí định, trung gian tĩnh lự, tĩnh lự thứ tư và vô sắc định,⁷⁶² tâm xả sanh từ xúc thuận bất khổ bất lạc, là thọ phi bình đẳng phi bất bình đẳng, được kể trong thọ. Đó gọi là thọ không khổ không lạc.

3. *Bốn thọ*

Lại có bốn thọ, gọi là thọ uẩn. Đó là thọ dục giới, thọ sắc giới, thọ vô sắc giới, thọ bất hệ.

i. Thọ Dục giới là gì? Các thọ *cho đến* **[501b01]** được kể trong thọ, tương ưng tác ý dục giới, gọi là thọ Dục giới.

ii. Thọ Sắc giới là gì? Các thọ *cho đến* được kể trong thọ, tương ưng tác ý Sắc giới, gọi là thọ Sắc giới.

---

⁷⁵⁹ Thọ dẫn sinh chấp thủ.

⁷⁶⁰ Thọ thế gian, thọ ô nhiễm. Thọ xuất thế gian, không ô nhiễm.

⁷⁶¹ Xem trên, "phẩm xvii, Căn", về lạc căn. Xem cht. 688.

⁷⁶² Vị chí định... vô sắc, xem trên, "phẩm xvii, Căn", xả căn; xem cht. 696.

iii. Thọ Vô sắc giới là gì? Các thọ *cho đến* được kể trong thọ, tương ưng tác ý Vô sắc giới, gọi là thọ Vô sắc giới.

iv. Thọ bất hệ là gì? Các thọ *cho đến* được kể trong thọ, tương ưng tác ý vô lậu, gọi là thọ bất hệ.[763]

4. Năm thọ

Lại có năm thọ, gọi là thọ uẩn. Đó là lạc thọ, khổ thọ, hỷ thọ, ưu thọ, xả thọ. Năm thọ đây, nói rộng như trong phẩm Căn.

5. Sáu thọ

Lại có sáu thọ, gọi là thọ uẩn. Đó là thọ từ nhãn xúc sanh; thọ từ nhĩ, tị, thiệt, thân, ý xúc sanh.

i. Thọ phát sinh từ nhãn xúc là gì? Do duyên đến mắt và các sắc, nhãn thức phát sinh. Ba cái hòa hợp sanh xúc.[764] Xúc làm duyên, sanh thọ. Trong đây, mắt là tăng thượng,[765] sắc là sở duyên,[766] nhãn xúc là nhân, nhãn xúc là đẳng khởi (động cơ), nó là cái thuộc chủng loại của nhãn xúc; là cái được phát sinh bởi nhãn xúc, tương ưng với tác ý được dẫn sinh bởi nhãn xúc; các cảm thọ nơi sắc được liễu biệt bởi nhãn thức; đây gọi là thọ phát sinh từ nhãn xúc.

---

[763] Bất hệ: pháp vô lậu không hệ thuộc giới địa.

[764] Tản mác trong nhiều kinh, Trung 28, tr. 604b2: 緣眼及色生眼識三事共會便有更觸緣更觸便有所覺. Pāli, M. i.159: *cakkhuñca paṭicca rūpe ca uppajjati cakkhuviññāṇaṃ, tiṇṇaṃ saṅgati phasso, phassapaccayā vedanā...*

[765] 增上, đây chỉ tăng thượng duyên (*adhipati-pratyaya*): điều kiện có uy thế chi phối sự phát sinh và tồn tại. Các pháp, ngoại trừ điều kiện chính là nhân (*hetu*), các yếu tố còn lại có thế lực chi phối sự sinh trưởng và tồn tại đều gọi là tăng thượng duyên.

[766] 所緣緣. Skt. *ālambana-pratyaya*; trong Hán dịch, từ *duyên* đầu chỉ sự bám víu, bám chặt. (*ālambana>ālabhate*: nó nắm chặt, bám chặt); từ *duyên* thứ hai chỉ điều kiện quan hệ hỗ tương giữa sự vật này với những sự vật khác. Tất cả thức phát sinh đều cần có *sở duyên duyên*, tức đối tượng để nó bám vào, như người bệnh cần bám vào gậy hay thành giường để đứng dậy.

ii. Thọ phát sinh từ nhĩ, tị, thiệt, thân, và ý xúc, chi tiết cũng như vậy.

Đây gọi là thọ uẩn.

III. Tưởng uẩn

Như thọ uẩn; tưởng uẩn,[767] thức uẩn[768] cũng nên nói rộng như kia.

IV. Hành uẩn

Hành uẩn[769] là gì?

Hành uẩn có hai loại: một là hành uẩn tương ưng tâm, hai là hành uẩn không tương ưng tâm.

1. Hành uẩn tương ưng tâm[770] là gì? Tư, xúc, tác ý, *nói rộng cho đến* pháp có tri, kiến, hiện quán; và bất cứ những pháp nào đồng loại như vậy tương ưng với tâm.

Đây gọi là hành uẩn tương ưng tâm.

---

[767] *Câu-xá* i, tụng 14d: "*Tưởng, nắm bắt tín hiệu* (saṃjñā nimittodgrahaṇātmikā). Sự nắm bắt các tín hiệu (nimitta) xanh, vàng, dài, ngắn, nam, nữ, khổ và phi khổ các thứ, đó là tưởng uẩn." *Câu-xá*, bản Việt dịch, ĐTKVN, TVT, tập 18; HĐHP, 2022; tr. 82.

[768] *Câu-xá* i, dẫn trên: "Sự tri nhận (upalabdhi), sự tiếp thu từng cảnh vực riêng biệt, được nói là thức uẩn."

[769] Skt. *saṃskāra-skandha*; ngoại trừ sáu thức, tất cả các yếu tố tâm lý đều được kể trong hành uẩn.

[770] 心相應行蘊. Skt. *citta-saṃprayukta-saṃskāra-skandha*. Các hành này là những tâm sở hoạt động cùng một sở y, cùng một sở duyên và trong cùng một sát-na với thức. *Câu-xá* phân các tâm sở này thành 5 nhóm: **1.** Đại địa pháp (mahābhūmika), 10 tâm sở có mặt trong các hoạt động nhận thức của thức. **2.** Đại thiện địa pháp (kuśala-mahābhūmika), 10 tâm sở có mặt trong các hoạt động thiện. **3.** Đại phiền não địa pháp (kleśa-mahābhūmika), những pháp luôn có mặt trong tâm ô nhiễm. **4.** Đại bất thiện địa pháp (akuśala-mahābhūmika), hai yếu tố có mặt trong các tâm bất thiện. **5.** Tiểu phiền não địa pháp (parīttakleśa-bhūmika), pháp phiền não thứ cấp. Xem *Câu-xá* phẩm ii Phân biệt Căn.

2. Hành uẩn không tương ưng tâm⁷⁷¹ là gì? Đắc, vô tưởng định,... *nói rộng cho đến* văn thân;⁷⁷² và bất cứ những pháp nào đồng loại như vậy không tương ưng với tâm.

Đây gọi là hành uẩn không tương ưng tâm.

Như vậy, hành uẩn tương ưng tâm, và hành uẩn không tương ưng tâm, gọi chung là hành uẩn.

---

⁷⁷¹ 心不相應行蘊. Skt. *citta-viprayuktā-saṃskāra-skandha*. Các hành này là các pháp hoạt động không cùng sở y, sở duyên với thức. Trong *Câu-xá*, có 14 hành như vậy.

⁷⁷² 文身, Skt. *vyañjana*, các âm tiết hợp thành một từ trong ngôn ngữ đa âm.

PHẨM 20: ĐA GIỚI

A. KINH

Một thời, Bạc-già-phạm trụ trong vườn Cấp Cô Độc, rừng Thệ-đa, thành Thất-la-phiệt.

Khi ấy, A-nan-đà (Khánh Hỷ) một mình trong tĩnh thất, tư duy như vầy: "Những ai khởi lên các điều kinh sợ và tai họa, nhiễu não, đều là ngu phu, chẳng phải là những người trí."

Tư duy vậy rồi, vào phần sau của ngày, A-nan-đà ra khỏi tĩnh thất, đến chỗ Thế Tôn, đảnh lễ hai chân, ngồi qua một bên, trình bày đầy đủ việc mình đã tư duy lên Thế Tôn.

Phật ấn khả: [501c01]

"Thật vậy! Thật vậy! Những ai khởi lên các điều kinh sợ và tai họa, nhiễu não, đều là ngu phu, chẳng phải là những người trí. Như bỏ lửa trên mái nhà cỏ lau khô, lầu, đài, dinh thự đều bị thiêu cháy. Kẻ ngu cũng vậy, vì vô trí nên khởi các điều kinh sợ và tai họa các thứ.

"Khánh Hỷ nên biết, điều kinh sợ, tai họa, nhiễu não, trong quá khứ, vị lai, hiện tại, đều phát sinh nơi kẻ ngu, chẳng phải nơi những người trí. Vì những người trí không khởi những điều đó.

"Khánh Hỷ nên biết, người ngu có kinh sợ, người trí không có kinh sợ. Người ngu có tai họa, người trí không có tai họa. Người ngu có nhiễu não, người trí không có nhiễu não. Vì vậy, Khánh Hỷ nên biết, sau khi biết pháp của người ngu và người trí rồi, nên lìa xa các pháp của người ngu; nên thọ hành đúng đắn pháp của người trí."

A-nan-đà bạch Phật:

"Cho đến mức nào được xem là người ngu?"

Phật đáp:

"Những ai không thiện xảo về giới, xứ, uẩn, và pháp duyên khởi, xứ, phi xứ; cho đến mức này được xem là người ngu."

A-nan-đà bạch Phật:

"Cho đến mức nào được xem là người trí?"

Phật đáp:

"Những ai thiện xảo về giới, xứ, uẩn, và pháp duyên khởi, xứ, phi xứ. Cho đến mức này được xem là người trí."

A-nan-đà bạch Phật:

"Người trí thiện xảo về giới như thế nào?"

Phật đáp:

"Người trí như thật thấy biết mười tám giới là thiện xảo về giới. Nghĩa là như thật thấy biết nhãn giới, sắc giới, nhãn thức giới; nhĩ giới, thanh giới, nhĩ thức giới; tị giới, hương giới, tị thức giới; thiệt giới, vị giới, thiệt thức giới; thân giới, xúc giới, thân thức giới; ý giới, pháp giới, ý thức giới.

"Lại như thật thấy biết sáu giới là thiện xảo về giới, tức như thật thấy biết địa giới, thủy giới, hỏa giới, phong giới, không giới, thức giới.

"Lại như thật thấy biết sáu giới là thiện xảo về giới, tức như thật thấy biết dục giới, sân giới, hại giới, vô dục giới, vô sân giới, vô hại giới.

"Lại như thật thấy biết sáu giới là thiện xảo về giới, tức như thật thấy biết lạc giới, khổ giới, hỷ giới, ưu giới, xả giới, vô minh giới.

"Lại như thật thấy biết bốn giới là thiện xảo về giới, tức như thật thấy biết thọ giới, tưởng giới, hành giới, thức giới.

Lại như thật thấy biết ba giới là thiện xảo về giới, tức như thật thấy biết dục giới, sắc giới, vô sắc giới.

"Lại như thật thấy biết ba giới là thiện xảo về giới, tức như thật thấy biết sắc giới, vô sắc giới và diệt giới.

"Lại như thật thấy biết ba giới là thiện xảo về giới, tức như thật thấy biết quá khứ giới, vị lai giới và hiện tại giới.

"Lại [**502a01**] như thật thấy biết ba giới là thiện xảo về giới, tức như thật thấy biết liệt giới, trung giới, diệu giới.

"Lại như thật thấy biết ba giới là thiện xảo về giới, tức như thật thấy biết thiện giới, bất thiện giới, vô kí giới.

"Lại như thật thấy biết ba giới là thiện xảo về giới, tức như thật thấy biết học giới, vô học giới, phi học phi vô học giới.

"Lại như thật thấy biết hai giới là thiện xảo về giới, tức như thật thấy biết hữu lậu giới, vô lậu giới.

"Lại như thật thấy biết hai giới là thiện xảo về giới, tức như thật thấy biết hữu vi giới, vô vi giới. Đây gọi là người trí thiện xảo về giới.

A-nan-đà bạch Phật:

"Người trí thiện xảo về xứ như thế nào?"

Phật đáp:

"Người trí như thật thấy biết mười hai xứ là thiện xảo về xứ, tức như thật thấy biết nhãn xứ, sắc xứ; nhĩ xứ, thanh xứ; tị xứ, hương xứ; thiệt xứ, vị xứ; thân xứ, xúc xứ; ý xứ, pháp xứ. Đây gọi là người trí thiện xảo về xứ."

A-nan-đà bạch Phật:

"Người trí thiện xảo về uẩn như thế nào?"

Phật đáp:

"Người trí như thật thấy biết năm uẩn là thiện xảo về uẩn, tức như thật thấy biết sắc uẩn, thọ uẩn, tưởng uẩn, hành uẩn, thức uẩn. Đây gọi là người trí thiện xảo về uẩn."

A-nan-đà bạch Phật:

"Người trí thiện xảo về duyên khởi như thế nào?"

Phật đáp:

"Người trí như thật thấy biết mười hai chi duyên khởi thuận nghịch là thiện xảo về duyên khởi, tức như thật thấy biết, trong khi cái này có mặt thì cái kia có mặt; do cái này sanh nên cái kia sanh. Tức vô minh duyên hành, hành duyên thức, , danh sắc duyên sáu xứ, sáu xứ duyên xúc, xúc duyên thọ, thọ duyên ái, ái duyên thủ, thủ duyên hữu, hữu duyên sanh, sanh duyên già-chết, khởi sanh sầu-than-khổ-ưu-nhiễu não. Như vậy là sự tập khởi của khối lớn thuần nhất khổ.

"Và như thật thấy biết, trong khi cái này không có mặt thì cái kia không có mặt; do cái này diệt nên cái kia diệt. Tức vô minh diệt nên hành diệt, hành diệt nên thức diệt, thức diệt nên danh sắc diệt, danh sắc diệt nên sáu xứ diệt, sáu xứ diệt nên xúc diệt, xúc diệt nên thọ diệt, thọ diệt nên ái diệt, ái diệt nên thủ diệt, thủ diệt nên hữu diệt, hữu diệt nên sanh diệt, sanh diệt nên già, chết, sầu, than, khổ, ưu, nhiễu não diệt. Như vậy là khối lớn thuần nhất khổ diệt. Đây gọi là người trí thiện xảo về duyên khởi."

A-nan-đà bạch Phật:

"Người trí thiện xảo về xứ, phi xứ[773] như thế nào?"

Phật đáp:

"Người trí như thật thấy biết xứ, phi xứ là thiện xảo về xứ, phi xứ.

"Tức như thật thấy biết: [502b01] thân-ngữ-ý ác hành, cảm dị thục khả ái, khả lạc, khả hân, khả ý là điều không thể xảy ra. Thân-ngữ-ý ác hành, cảm dị thục không khả ái, không khả lạc, không khả hân, không khả ý là điều có thể xảy ra. Thân-ngữ-ý diệu hành, cảm dị thục không khả ái, không khả lạc, không khả hân, không khả ý là điều không thể có. Thân-ngữ-ý diệu hành, cảm dị thục khả ái, khả lạc, khả hân, khả ý là điều có thể xảy ra.

"Đã hành thân-ngữ-ý ác hành rồi, do nhân duyên này, sau khi thân hoại mạng chung, sanh các cõi lành, là điều không thể xảy ra. Đã hành thân-ngữ-ý ác hành rồi, do nhân duyên này, sau khi thân hoại mạng chung, đọa các cõi xấu, là điều có thể xảy ra. Đã hành thân-ngữ-ý diệu

---

[773] Skt. *sthānāsthānakuśala*, Pāli: *ṭhānāṭṭhānakusalo*; xứ (*sthāna*); trường hợp có thể xảy ra; phi xứ (*asthāna*): trường hợp không thể xảy ra.

hành rồi, do nhân duyên này, sau khi thân hoại mạng chung, đọa các cõi xấu là điều không thể có. Đã hành thân-ngữ-ý diệu hành rồi, do nhân duyên này, sau khi thân hoại mạng chung, sanh các cõi lành là điều có thể xảy ra. Đây là thiện xảo về xứ, phi xứ.

"Lại như thật thấy biết: hai Luân vương, chẳng trước chẳng sau, đồng sanh trong một thế giới, là điều không thể có. Một Luân vương, sanh trong một thế giới, là điều có thể xảy ra. Hai Như Lai, chẳng trước chẳng sau, đồng sanh trong một thế giới, là điều không thể có. Một Như Lai sanh trong một thế giới, là điều có thể xảy ra. Đây là thiện xảo về xứ, phi xứ.

"Lại như thật thấy biết: nữ nhơn làm Luân vương, Đế Thích, Ma vương, Phạm vương, và chứng Độc giác Bồ-đề, hoặc Vô thượng Chánh đẳng Bồ-đề là điều không thể xảy ra. Nam nhơn làm Luân vương, Đế Thích, Ma vương, Phạm vương, và chứng Độc giác Bồ-đề, hoặc Vô thượng Chánh đẳng Bồ-đề là điều có thể xảy ra. Đây là thiện xảo về xứ, phi xứ.

"Lại như thật thấy biết: bậc cụ thánh kiến,[774] cố ý hại mẹ, hại cha, hại A-la-hán, phá hòa hợp Tăng, và khởi ác tâm làm thân Phật chảy máu là điều không thể xảy ra. Phàm phu tạo năm sự vô gián là điều có thể xảy ra.

"Vị cụ thánh kiến, cố ý đoạn mạng chúng sanh, là điều không thể xảy ra. Phàm phu cố ý đoạn mạng chúng sanh, là điều có thể xảy ra. Vị cụ thánh kiến cố ý phá các học xứ, là điều không thể có. Phàm phu cố ý phá các học xứ, là điều có thể xảy ra.

"Vị cụ thánh kiến mà xả bỏ học xứ thù thắng, theo học xứ hạ liệt, hoặc cầu ngoại đạo làm thầy, hoặc cầu ngoại đạo làm phước điền, hoặc chiêm ngưỡng diện môn của bà-la-môn, sa-môn ngoại đạo, hoặc xem bói toán các việc kiết tường cho là thanh tịnh,[775] hoặc thọ sinh hữu thứ

---

774 具聖見. Pāli: diṭṭhisampanno: vị thành tựu Thánh kiến, tức đã kiến đế, chứng nghiệm bốn Thánh đế; đây chỉ vị Dự lưu.

775 *Trung*, dẫn trên: "Trường hợp vị đã kiến đế, do phát sinh cực khổ, không khả ái, không khả lạc, không khả niệm, cho đến khổ gần chết, do vậy

tám,⁷⁷⁶ là điều không thể xảy ra. [502c01] Phàm phu làm những việc như vậy, là điều có thể xảy ra. Đây là thiện xảo về xứ, phi xứ.

"Lại như thật thấy biết: năm triền cái là những thứ làm cho tâm nhiễm ô, khiến tuệ lực suy kém, chướng ngại đạo phẩm, nghịch với Niết-bàn, nếu chưa đoạn, mà tâm khéo an trụ trong bốn niệm trụ, là điều không thể xảy ra. Năm triền cái là những thứ làm cho tâm nhiễm ô, khiến tuệ lực suy kém, chướng ngại đạo phẩm, nghịch với Niết-bàn, nếu đã đoạn, thì tâm khéo an trụ trong bốn niệm trụ, là điều có thể xảy ra.

"Năm triền cái... *nói rộng cho đến* trái nghịch với Niết-bàn, nếu chưa đoạn, tâm chưa khéo an trụ trong bốn niệm trụ, mà tu tập bảy chi đẳng giác, là điều không thể xảy ra. Năm triền cái... *nói rộng cho đến* trái nghịch với Niết-bàn, nếu đã đoạn, tâm đã khéo an trụ trong bốn niệm trụ, mà tu tập bảy chi đẳng giác, là điều có thể xảy ra. Năm triền cái... *nói rộng cho đến* trái nghịch với Niết-bàn, nếu chưa đoạn, tâm đã chưa khéo an trụ trong bốn niệm trụ, mà tu tập bảy chi đẳng giác, chứng đắc Thanh văn, Độc giác, Vô thượng Bồ-đề, là điều không thể xảy ra. Năm triền cái... *nói rộng cho đến* trái nghịch với Niết-bàn, nếu đã đoạn, tâm đã khéo an trụ trong bốn niệm trụ rồi, mà tu tập bảy chi đẳng giác, chứng đắc Thanh văn, Độc giác, Vô thượng Bồ-đề, là điều có thể xảy ra.

"Đây là người trí thiện xảo về xứ, phi xứ."

A-nan-đà bạch Phật: "Pháp môn này gọi là gì? Phụng trì thế nào?"

Phật bảo Khánh Hỷ: "Pháp môn này gọi là Tứ chuyển, cũng gọi là Đại pháp kính, cũng gọi là Cam lồ cổ, cũng gọi là Đa giới. Nên phụng trì như vậy."

---

mà xả ly nội đạo, tìm cầu đến ngoại đạo, hoặc sa-môn, phạm chí, hoặc trì chú một câu, chú hai câu... cho đến trăm nghìn câu, để mong rằng "ta thoát khổ này", do thế mà cầu không khổ tập, khổ diệt, khổ diệt đạo"; trường hợp này không xảy ra.

⁷⁷⁶ Vị Dự lưu thọ sinh tối đa bảy hữu rồi nhập Niết-bàn, không có hữu thứ tám.

Khi ấy, A-nan-đà hoan hỷ kính thọ.[777]

B. LUẬN

I. Mười tám giới[778]

1. Nhãn giới là gì?

Như nhãn căn.

2. Sắc giới là gì?

Như sắc xứ.

3. Nhãn thức giới là gì?

Do duyên đến mắt và các sắc, nhãn thức phát sinh. Trong đây, mắt làm tăng thượng, sắc làm sở duyên; khi mắt biết sắc, phân biệt sắc, phân biệt sắc khác, phân biệt sắc riêng lẽ. Đây gọi là nhãn thức giới.

4. Năm giới còn lại, nói rộng theo sự thích hợp với nó cũng như vậy.

---

[777] *Trung 47,* kinh số 181 "Đa giới"; *Tạp 16* kinh số 451-154, quyển 17 kinh 460-464. Pāli, M. 115 *Bahudhātusuttaṃ,* iii.61.

[778] *Câu-xá* i tụng 20ab: *...gotrārthāḥ ... dhātavaḥ:* "Giới, có nghĩa là chủng tộc." Luận: "Cũng như ở một chỗ trong núi, có nhiều họ của sắt, đồng, vàng, bạc các thứ, được nói là có nhiều giới; cũng vậy, trong một sở y hay trong chuỗi tương tục có mười tám giống tộc họ của các pháp được gọi là mười tám giới. Ở đây, chủng tộc (*gotra*) được hiểu là mỏ khoáng (*ākara*)." Trong đây, Skt. *gotra:* "chuồng bò", từ đó: dòng họ, chủng tộc, tập hợp của những người cùng huyết thống. *ākara,* về ngữ nguyên, do gốc động từ ā√**kṛ**: rải, rắc, phân phối, *ākara:* người phân phối (sung mãn) → hầm mỏ, nguồn gốc từ đó phát sinh miêu duệ một cách sung mãn. Theo nghĩa này, Hán dịch: *sanh bản. Vyākhyā* giải thích: *ākarā iti prakṛtam. ākara* (mỏ khoáng chất), là sản vật nguyên thủy (*prakṛti:* nguyên sinh chất). Mười tám giới được thiết lập theo quan hệ tồn tại và nhận thức giữa các nguyên tố tác thành thân-tâm và thế giới.

II. Sáu giới[779]

1. *Địa giới*

Địa giới là gì?[780]

Địa giới có hai loại: một nội, hai ngoại.

(i) Nội địa giới là gì? Những vật thể cá biệt trong thân này, có tánh chất cứng, đồng loại cứng của những thứ khác nhau của nội thân này, có chấp thủ, có chấp thọ.[781]

---

[779] Sáu nguyên tố hay yếu tố cơ bản gồm tâm và vật tác thành thân và tâm của chúng sinh.

[780] 地界. Địa giới (Skt. *pṛthivī-dhātu*, Pāli: *paṭhavī-dhātu*), cũng là địa đại (Skt. *pṛthivī-mahābhūta*). *Thuận chánh lý 2*, tr. 335c18: "Vì sao gọi là chủng? ... Khi các chủng loại sai biệt của sắc sinh khởi, những sai biệt về phẩm loại cũng sinh khởi; do đó nói là chủng... Hoặc pháp xuất hiện thì được gọi là hữu. Sinh trưởng hữu tính, do đó nói là chủng." Theo định nghĩa này, từ *bhūta* (chủng) do gốc động từ **bhū**: tồn tại, trở thành. *nht.*tr. 335c13: "Vì duyên cớ gì các đại chủng (*mahābhūta*) này được gọi là giới (*dhātu*)? Vì là môi trường xuất sinh hết thảy sắc pháp. Và các đại chủng cũng xuất sinh từ các đại chủng. Trong thế gian, người ta gọi môi trường xuất sinh là giới. Như mỏ vàng được gọi là *giới* (*dhātu*) của vàng." *Câu-xá* i, Phân biệt Giới, tụng 12 định nghĩa chung về 4 đại (a) về chức năng: *đất*, duy trì, nâng đỡ, vật này đỡ vật khác để tạo thành khối lượng vật chất; *nước*, kết hợp, liên kết, cố kết các yếu tố lại với nhau, lực hấp dẫn của vật chất; *lửa*, thành thục, tạo thành sự chín muồi, nhiệt độ của vật chất tạo thành năng lượng hoạt động của vật chất; *gió*, chức năng khiến sự vật di động, do di động mà sự vật có phân tán và phát triển. (b) về tự thể, bản chất *đất* là cứng, *nước* là dính, *lửa* là ấm, *gió* là di động.

[781] 有執有受 *hữu chấp hữu thọ*, (a) Sắc nội giới thuộc sắc thủ uẩn, được chấp thủ (*upādānīya*) bởi thức. Pāli: *upādinna*. (b) Sắc hữu chấp thọ (*upātta*: được tiếp nhận), loại vật chất có khả năng tiếp thu kích thích gây phản ứng cảm giác. Trong cơ thể sinh vật, những gì liên hệ đến căn (*indriya*), gây phản ứng kích thích, cho cảm giác, được gọi là đại chủng *có chấp thọ*.

Đó là những thứ gì? Tức tóc, lông, móng, răng,... *cho đến* phẩn uế.[782]

Lại nữa, ngoài ra những vật thể cá biệt khác trong thân, có tánh chất cứng, đồng loại cứng, có chấp thủ và chấp thọ. Đây gọi là nội địa giới.

(ii) Ngoại địa giới là gì? Tánh chất cứng, đồng loại cứng của những cái bên ngoài, nằm ngoài thân đây, không chấp thủ, không chấp thọ. Đây nghĩa thế nào? Đó là đại địa, núi, đá, **[503a01]** ngói, gạch, sỏi, ngọc trai, vỏ sò, vỏ ốc sên, sừng bò, đồng, sắt, thiếc, hợp kim thiếc và chì, mạt-ni, trân châu, lưu ly, vỏ ốc, san hô, bích ngọc, vàng, bạc, thạch tạng,[783] xử tạng,[784] phả-chi-ca,[785] xích thạch, tuyền châu,[786] cát, đất, cỏ, cây, cành, lá, hoa, quả, hoặc đất trụ nương trên thủy luân.[787]

Lại có cái khác có tánh cứng, đồng loại cứng nằm ngoài thân đây, không chấp thủ, không chấp thọ. Đây gọi là ngoại địa giới.

Nội giới trên và ngoại giới đây, gọi chung là địa giới.

2. Thủy giới

Thủy giới là gì?

Thủy giới có hai loại: một nội, hai ngoại.

(i) Nội thủy giới là gì? Những vật thể cá biệt trong thân này, có tánh chất ẩm ướt, đồng loại ẩm ướt, có chấp thủ, có chấp thọ.

Đó là những thứ gì? Nước mắt, mồ hôi,... *cho đến* nước tiểu.

---

[782] Xem trước, chương Niệm trụ, về quán nội thân.

[783] 石藏. Tên gọi khác của mã não; **Skt.** *aśvagarbha*.

[784] 杵藏. **Skt.** *Vajragarbha*: một loại mã não, cứng như kim cang.

[785] 頗胝迦. **Skt.** *sphaṭika*: thủy tinh.

[786] 赤石旋珠, để bản chép nhầm là 赤珠右旋. *Nhất thiết kinh âm nghĩa 11* ghi 旋 viết là 璿, một loại ngọc phác.

[787] 水輪. **Skt.** *jala-maṇḍala*; vũ trụ vật lý, theo *A-tì-đạt-ma*, được mô tả là ba tầng đài (*maṇḍala*): mặt đất bao gồm núi sông, các lục địa, được đặt trên đài bằng vàng gọi là kim luân (*kañcana-maṇḍala*). Nằm phía dưới nâng đỡ kim luân là đài nước hay thủy luân (*jala-maṇḍala*). Nâng đỡ phía dưới đài nước là đài gió hay phong luân (*vāyu-maṇḍala*). Phong luân y chỉ hư không mà tồn tại.

Lại có những thứ khác có tánh chất ẩm ướt, đồng loại ẩm ướt trong thân này, có chấp, có thọ. Đây gọi là nội thủy giới.

(ii) Ngoại thủy giới là gì? Những cái bên ngoài, nằm ngoài thân đây, có tánh chất ẩm ướt, đồng loại ẩm ướt, không chấp thủ, không chấp thọ.

Đó là những gì? Các loại chất lỏng từ rễ, thân, cành, lá, hoa, quả, sương, rượu, sữa, sữa đặc, bơ, dầu, mật, đường, nước trong mương, ao, hồ, sông Hằng, sông Diêm-mẫu-na, sông Tát-lạt-du, sông Át-thị-la-phiệt-để, sông Mạc-hê[788], nước biển đông, biển tây, biển nam, biển bắc, nước bốn biển lớn, hoặc nước trụ y chỉ phong luân.

Lại có cái khác có tánh ẩm ướt, đồng loại ẩm ướt nằm ngoài thân đây, không chấp thủ, không chấp thọ. Đây gọi là ngoại thủy giới.

Nội giới trên và ngoại giới đây, gọi chung là thủy giới.

3. Hỏa giới

Hỏa giới là gì?

Hỏa giới có hai loại: một nội, hai ngoại.

(i) Nội hỏa giới là gì? Những thứ khác nhau trong thân này, có tánh chất nóng ấm, đồng loại nóng ấm, có chấp thủ, có chấp thọ.

Đó là những thứ gì? Những gì trong thân là hơi nóng, nóng đều, nóng khắp. Do hơi nóng này mà đồ ăn thức uống dễ dàng tiêu hóa. Nếu hơi nóng này tăng thịnh, làm cho thân nóng cháy.

Lại có những thứ khác trong thân này mà có tánh chất nóng ấm, đồng loại nóng ấm, có chấp thủ, có chấp thọ. Đây gọi là nội hỏa giới.

(ii) Ngoại hỏa giới là gì? Những gì bên ngoài, nằm ngoài thân đây, có tánh chất nóng ấm, đồng loại nóng ấm, không chấp thủ, không chấp thọ.

---

[788] 殑伽河 鹽母那河 薩剌渝河 頻氏羅筏底河 莫呬, tên các con sông lớn, Ấn-độ cổ đại, Pāli: *Gangā, Yamunā, Sarabhū* (Skt. *Sarayū), Aciravatī, Mahī.*

Đó là những gì? Hơi ấm của đất, lửa, mặt trời, thuốc mạt-ni, cung điện, tinh tú, hỏa tụ, đèn, đuốc, lửa của thôn, lửa của thành, lửa trên sông, lửa của đồng trống; lửa từ mười, hai mươi, ba mươi, bốn mươi, năm mươi, một trăm, hoặc vô lượng gánh củi cỏ cháy sáng rực rỡ; hoặc lửa trong núi, đầm, sông, ao, sườn núi, hang động, phòng, nhà, cung điện, lầu quán; hơi ấm trong cỏ, cây, rễ, thân, cành, lá, hoa, quả...

Lại có cái khác nằm ngoài đây mà có tánh nóng ấm, đồng loại nóng ấm, không chấp thủ, không chấp thọ. Đây gọi là ngoại hỏa giới.

Nội giới trên và ngoại giới đây, gọi chung là hỏa giới.

4. Phong giới

Phong giới là gì?

Phong giới có hai loại: một nội, hai ngoại. **[503b01]**

(i) Nội phong giới là gì? Những thứ khác nhau trong thân này, có tánh chất động, đồng loại động, có chấp thủ, có chấp thọ.

Đó là những gì? Trong thân này, gió đi lên, gió đi xuống, gió đi ngang, gió hông, gió lưng, gió ngực, gió bụng, gió tim, gió rốn, gió ốt-bát-la,[789] gió tất-bát-la,[790] gió như đao,[791] gió như kiếm, gió kim, gió kết, gió quấn, gió lôi, gió nỗ lực, gió mạnh, gió theo các chi,[792] gió vào ra (hơi thở).

Lại có những thứ khác trong thân này, có tánh di động, đồng loại di động, có chấp, có thọ. Đây gọi là nội phong giới.

---

[789] 嗢鉢羅. **Skt.** *utpala*: hoa sen xanh. **Pāli**, *Vibhaṅga*, PTS. 84. *uppalakavātā*; Sớ giải: gió rứt thịt trái tim (như hoa sen nở? *hadayamaṃsameva uppāṭanakavātā*)

[790] 蓽鉢羅. **Skt.** *pippala*, cây sung thiêng, cây bồ-đề (gió?).

[791] *Vibhaṅga*, *khurakavātā*, Sớ giải: gió như dao cạo xẻ trái tim (*khurena viya hadayaṃ phālanavātā*).

[792] *Vibhaṅga*: *aṅgamaṅgānusārino*. Sớ giải: *dhamanijālānusārena sakalasarīre aṅgamaṅgāni anusaṭā samiñjanapasāraṇādinibbattakā vātā*: gió làm co duỗi các chi thể phân tán khắp trong toàn thân chạy theo mạng lưới tĩnh mạch.

(ii) Ngoại phong giới là gì? Những gì bên ngoài, nằm ngoài thân đây, có tánh chất di động, đồng loại di động, không chấp thủ, không chấp thọ.

Đó là những gì? Gió đông, tây, nam, bắc; gió có bụi, gió không bụi, gió xoáy, gió bão, gió phệ-lam-bà,⁷⁹³ gió nhỏ, gió lớn, gió vô lượng, gió phong luân, gió nương hư không vận hành.

Lại có thứ khác nằm ngoài đây, có tánh di động, đồng loại di động, không chấp thủ, không chấp thọ. Đây gọi là ngoại phong giới.

Nội giới trên và ngoại giới đây, gọi chung là phong giới.

5. *Không giới*

Không giới là gì?⁷⁹⁴

Không giới có hai loại: một nội, hai ngoại.

(i) Nội không giới là gì? Những thứ khác nhau trong thân này, có tánh trống không, đồng loại trống không, có chấp thủ, có chấp thọ.

Đó là những gì? Trong thân này, khoảng không của da, thịt, máu, xương, tủy..., lỗ mắt, lỗ tai, lỗ mũi, các lỗ trên mặt, yết hầu, tim, ruột già, ruột non, bụng... do khoảng trống đây làm cho thông khí và chứa

---

⁷⁹³ 吠嵐婆. Skt. *vairambha*; *Tạp* 34, tr.736c26: 隨嵐 tùy-lam. *Biệt dịch Tạp* 14, tr. 474b11: 旋嵐 tuyền-lam. *Đại trí độ 17*, 188b17: "Đến thời kiếp tận, có ngọn gió tuyền-lam (*vairambha*) thổi tan núi Tu-di như cỏ mục." *Vibhaṅga*: *verambhavātāti yojanato upari vāyanavātā*: gió thổi trên một do-tuần.

⁷⁹⁴ *Câu-xá* I, tụng 28ab: *chidram ākāśadhātvākhyam ālokatamasī kila* không giới là lỗ hổng, truyền thuyết nói là màu sáng và tối. Luận: "Các lỗ hổng bên ngoài và bên trong như cửa, cửa sổ, và mũi, miệng, được nói là không giới. Làm thế nào để nhận biết các lỗ hổng như vậy? Truyền thuyết (*Tì-bà-sa*) nói đó là sáng và tối. Thật vậy, lỗ hổng không được nhận biết nếu không là sáng hay tối. Vì vậy truyền thuyết nói thể tính của không giới là sự sáng và sự tối. Thể tính của sự sáng và sự tối là ngày và đêm. Chính nó được gọi là sắc cận a-già (*agha-sāmantaka*). *Câu-xá*, bản Việt tập I (2017) tr. 146.

đồ ăn thức uống.

Lại có những thứ khác trong thân này, có tánh trống không, đồng loại trống không, có chấp thủ, có chấp thọ. Đây gọi là nội không giới.

(ii) Ngoại không giới là gì? Những cái bên ngoài, nằm ngoài thân đây, có tánh trống không, đồng loại trống không, không chấp thủ, không chấp thọ.

Đó là những gì? Khoảng trống bên ngoài thân,[795] sắc lân-a-già.[796] Đây gọi là ngoại không.

Nội giới trên và ngoại giới đây, gọi chung là không giới.

6. Thức giới

Thức giới là gì?

Năm thức thân và ý thức hữu lậu.[797] Đây gọi là thức giới.[798]

III. Thiện và bất thiện giới

A. Bất thiện giới[799]

1. Dục giới[800]

---

[795] 外空迥.

[796] 隣阿伽色. **Skt.** *agha-sāmantakaṃ rūpam*: sắc cận vô ngại, cực vi tế, gần mức không cản ngại, như hư không.

[797] *Câu-xá* i tụng 28cd: *vijñānadhātur vijñānaṃ sāsravaṃ janmaniśrayāḥ*, "thức giới là thức hữu lậu, là sở y cho sự sống của hữu tình." Luận: "Thức giới, là các thức hữu lậu. Tại sao không kể cả thức vô lậu trong thức giới? Vì sáu giới này được thừa nhận là sở y cho sinh mạng của hữu tình. Thật vậy, các giới này là điểm duy trì thường trực toàn bộ sinh mạng từ tối sơ kết sinh tâm (*pratisaṃdhicitta*) cho đến tử tâm (*cyuticitta*). Các pháp vô lậu thì không như vậy." *Câu-xá*, Việt tập I (2017) tr. 147.

[798] Bản Hán hết quyển 10.

[799] *Trường 8* kinh Chúng tập, tr. 50a26: 三界欲界恚界害界. D. 33 *Saṅgītisuttaṃ*, iii. 215: *tisso akusaladhātuyo – kāmadhātu, byāpādadhātu, vihiṃsādhātu*. Vibhaṅga PTS. 86.

[800] **Skt.** *kāmadhātu*.

[503c07] Dục giới là gì? Các tham nơi cảnh dục,[801] đẳng tham, *cho đến* đồng loại tham, những gì sanh từ tham, gọi chung là dục giới.[802]

Lại nữa, thọ-tưởng-hành-thức cùng với các hành không tương ưng, và thân nghiệp, ngữ nghiệp được đẳng khởi[803] mà tương ưng dục tham; gọi chung là dục giới.

2. Khuể (nhuế) giới[804]

Khuể giới là gì? Muốn gây tổn hại hữu tình, *cho đến* hiện tại gây tai họa cho hữu tình; gọi chung là khuể giới.

Lại nữa, thọ-tưởng-hành-thức, cùng với các hành không tương ưng, và thân nghiệp, ngữ nghiệp được đẳng khởi mà tương ưng sân khuể; gọi chung là khuể giới.

3. Hại giới[805]

Hại giới là gì? Đánh đập hữu tình bằng bất cứ công cụ bạo hành nào: tay, đá, dao, gậy… gây tổn, tổn thương, hại, hãm hại, khởi sân hận, gây các sự khổ; gọi chung là hại giới.

Lại nữa, thọ-tưởng-hành-thức, cùng với các hành không tương ưng, và thân nghiệp, ngữ nghiệp được đẳng khởi mà tương ưng với hại; gọi chung là hại giới.

---

[801] 欲境, **Skt.** *kāma-guṇa*: các đối tượng dục, năm dục cảnh.

[802] *Vibhaṅga: kāmapaṭisaṃyutto takko vitakko saṅkappo appanā byappanā cetaso abhiniropanā micchāsaṅkappo – ayaṃ vuccati kāmadhātu.* Suy đạc, tầm cầu, tư duy, tư khảo, chuyên chú, tâm ý hiện tiền, tà tư duy, những gì tương ưng với dục – đây gọi là dục giới.

[803] 等起. **Skt.** *samutthāna*. Các uẩn còn lại, *sắc* (biểu sắc: thân và ngữ nghiệp), *hành không tương ưng tâm* (đắc, sinh, trụ, dị, diệt …) được phát khởi bởi tâm bất thiện, chúng được gọi là bất thiện do đẳng khởi (*samutthāna-akuśala*).

[804] 恚界. đọc *khuể* hoặc quen đọc là *nhuế*. **Pl.** *byāpādadhātu*.

[805] 害界. **Skt.** *vihiṃsā*: bạo hành.

B. *Thiện giới*[806]

1. *Vô dục giới*

Vô dục giới[807] là gì? Tư duy sự hiểm họa nơi dục giới; dục giới như vậy là pháp bất thiện, là pháp được tín giải thọ trì bởi những kẻ thấp hèn, mà Phật và đệ tử, thiện sĩ hiền quí, thảy đều chê trách; là pháp tự hại, hại người, hại cả hai, diệt trí tuệ, ngăn ngại đồng loại trí tuệ ấy, chướng Niết-bàn; thọ trì pháp này không sanh thông tuệ, không dẫn đến giác ngộ, không chứng Niết-bàn. Tư duy như vậy, phát cần tinh tấn,... *cho đến* khích lệ ý chí không ngừng; đây gọi là vô dục giới.

Lại nữa, vì đoạn trừ dục giới nên tư duy công đức của vô dục giới. Vô dục giới như vậy là thiện pháp, là pháp được tín giải thọ trì bởi hạng cao quý, được Phật và đệ tử, thiện sĩ hiền quí, thảy đều tán thán; là pháp không tự hại, không hại người, không hại cả hai, tăng trưởng trí tuệ, không ngăn ngại đồng loại trí tuệ ấy, không chướng Niết-bàn; thọ trì pháp này phát sanh thông tuệ, dẫn đến giác ngộ, chứng đắc Niết-bàn. Tư duy như vậy, phát cần tinh tấn,... *cho đến* khích lệ ý chí không ngừng. Đây gọi là vô dục giới.

Lại nữa, tư duy dục giới như bệnh, như ung nhọt, như mũi tên, bức não, [504a01] sát hại, vô thường, khổ, không, phi ngã, chuyển động, mệt mỏi, suy kiệt, là pháp hoại diệt, biến chuyển nhậm lẹ không ngừng, mục nát, không còn hoài, không thể tin cậy, là pháp biến hoại. Tư duy như vậy, phát cần tinh tấn. Đây gọi là vô dục giới.

Lại nữa, vì đoạn trừ dục giới nên tư duy diệt của vô dục giới là *diệt*, là *ly*;[808] tư duy đạo của vô dục giới là *đạo*, là *xuất*.[809] Tư duy như vậy,

---

[806] D. 33 *Saṅgītisuttaṃ, tisso kusaladhātuyo – nekkhammadhātu, abyāpādadhātu, avihiṃsādhātu.* Trường 8, kinh Chúng tập: 三界： 出 離界 無恚界 無害界 。

[807] 無欲界. Pāli, dẫn trên, *nekkhamma.* Skt, theo Hán dịch: *naiṣkāmya* (ly dục hay vô dục), nhưng theo giải thích, có thể là *naiṣkramya*: xuất ly. *Trường 8* dẫn trên: xuất ly giới.

[808] Hai trong 4 hành tướng của diệt đế: diệt, tĩnh, diệu, ly.

[809] Hai trong 4 hành tướng của đạo đế: đạo, như, hành, xuất.

phát cần tinh tấn,... *cho đến* khích lệ ý chí không ngừng. Đây gọi là vô dục giới.

Lại nữa, hoặc tư duy xả tâm định và đạo; tư duy vô tưởng định, diệt định, trạch diệt, tương ưng với xả tâm định; tư duy như vậy, phát cần tinh tấn,... *cho đến* khích lệ ý chí không ngừng; đây gọi là vô dục giới.

Lại nữa, thọ-tưởng-hành-thức, cùng với các hành không tương ưng, và thân nghiệp, ngữ nghiệp được đẳng khởi tương ưng với vô dục; gọi chung là vô dục giới.

2. Vô khuể giới

Vô khuể giới là gì? Tư duy sự hiểm họa nơi khuể giới; khuể giới như vậy là pháp bất thiện,... *cho đến* không chứng Niết-bàn. Tư duy như vậy, phát cần tinh tấn,... *cho đến* khích lệ ý chí không ngừng; đây gọi là vô khuể giới.

Lại nữa, vì đoạn trừ khuể giới nên tư duy công đức của vô khuể giới. Vô khuể giới như vậy là thiện pháp,... *cho đến* chứng đắc Niết-bàn. Tư duy như vậy, phát cần tinh tấn,... *cho đến* khích lệ ý chí không ngừng; đây gọi là vô khuể giới.

Lại nữa, tư duy khuể giới như bệnh, như ung nhọt,... *cho đến* là pháp biến hoại. Tư duy như vậy, phát cần tinh tấn; đây gọi là vô khuể giới.

Lại nữa, vì đoạn trừ khuể giới nên tư duy diệt của vô khuể giới là *diệt*, là *ly*; tư duy đạo của vô khuể là *đạo*, là *xuất*. Tư duy như vậy, phát cần tinh tấn,... *cho đến* khích lệ ý chí không ngừng; đây gọi là vô khuể giới.

Lại nữa, hoặc tư duy từ tâm định và đạo tương ưng với từ tâm định; tư duy như vậy, phát cần tinh tấn,... *cho đến* khích lệ ý chí không ngừng; đây gọi là vô khuể giới.

Lại nữa, thọ-tưởng-hành-thức cùng với các hành không tương ưng, và thân nghiệp, ngữ nghiệp được đẳng khởi tương ưng với vô khuể, gọi chung là vô khuể giới.

3. *Vô hại giới*

Vô hại giới là gì? Tư duy sự hiểm họa nơi hại giới; hại giới như vậy là pháp bất thiện,... *cho đến* không chứng Niết-bàn. Tư duy như vậy, phát cần tinh tấn,... *cho đến* khích lệ ý chí không ngừng; đây gọi là vô hại giới.

Lại nữa, vì đoạn trừ hại giới nên tư duy công đức của vô hại giới. Vô hại giới như vậy là thiện pháp,... *cho đến* chứng đắc Niết-bàn. Tư duy như vậy, phát cần tinh tấn,... *cho đến* khích lệ ý chí không ngừng; đây gọi là vô hại giới.

Lại nữa, **[504b01]** tư duy hại giới như bệnh, như ung nhọt,... *cho đến* là pháp biến hoại. Tư duy như vậy, phát cần tinh tấn; đây gọi là vô hại giới.

Lại nữa, vì đoạn trừ hại giới nên tư duy diệt của vô hại giới là *diệt*, là *ly*; tư duy đạo của vô hại là *đạo*, là *xuất*. Tư duy như vậy, phát cần tinh tấn,... *cho đến* khích lệ ý chí không ngừng; đây gọi là vô hại giới.

Lại nữa, hoặc tư duy bi tâm định và đạo tương ưng với bi tâm định. Tư duy như vậy, phát cần tinh tấn,... *cho đến* khích lệ ý chí không ngừng; đây gọi là vô hại giới.

Lại nữa, thọ-tưởng-hành-thức cùng với các hành không tương ưng, và thân nghiệp, ngữ nghiệp được đẳng khởi tương ưng với vô hại; gọi chung là vô hại giới.

IV. Thọ giới[810]

1. *Lạc giới*

Lạc giới[811] là gì? Thân lạc và tâm lạc[812] phát sanh từ xúc thuận lạc, là thọ bình đẳng, được kể trong thọ, gọi là lạc giới.

---

[810] Kinh bao gồm cả vô minh giới trong đây thành một tụ *sáu giới*.

[811] Pāli/Skt. *sukhadhātu*.

[812] *Câu-xá* ii, tụng 7ab: thân thư thái (sướng thích) nói là lạc, tâm thư thái nói là hỷ. Nhưng thọ trong tam thiền thuộc tâm lạc vì trong tĩnh lự này năm thức không tồn tại. Nhưng vì Kinh có nói, trong tĩnh lự thứ ba "thân cảm giác lạc" cho nên các bộ khác không đồng ý với giải

Lại nữa, khi tu tĩnh lự thứ ba, tâm lạc phát khởi từ xúc thuận lạc, là thọ bình đẳng, được kể trong thọ; đó gọi là lạc giới.

2. Khổ giới

Khổ giới là gì? Thân khổ phát sanh từ xúc thuận khổ, là thọ bất bình đẳng,[813] được kể trong thọ, gọi là khổ giới.

3. Hỷ giới

Hỷ giới là gì? Tâm hỷ phát sanh từ xúc thuận hỷ, là thọ bình đẳng, được kể trong thọ. Đó gọi là hỷ giới.

Lại nữa, khi tu tĩnh lự thứ nhất và thứ hai, tâm hỷ được sanh từ xúc thuận hỷ, là thọ bình đẳng, được kể trong thọ. Đó gọi là hỷ giới.

4. Ưu giới

Ưu giới là gì? Tâm ưu phát sanh từ xúc thuận ưu, là thọ bất bình đẳng, được kể trong thọ. Đó gọi là ưu giới.

5. Xả giới

Xả giới là gì? Thân xả và tâm xả[814] phát sanh từ xúc thuận xả, là thọ phi bình đẳng phi bất bình đẳng, được kể trong thọ. Đó gọi là xả giới.

Lại nữa, khi tu vị chí định, trung gian tĩnh lự, thiền thứ tư và vô sắc định, tâm xả sanh từ xúc thuận không khổ không lạc, là thọ phi bình đẳng phi bất bình đẳng, được kể trong thọ. Đó gọi là xả giới.

---

thích của Hữu bộ, mà cho rằng lạc trong tĩnh lự này cũng là thân lạc. *Vibhaṅga* chỉ nói thân lạc (*yaṃ kāyikaṃ sātaṃ kāyikaṃ sukhaṃ...*) chứ không kể tâm lạc trong lạc giới này.

[813] Xem đoạn trước, "phẩm 18, Căn". Xem cht. 340 & 466.

[814] Thân xả, cảm thọ trung hòa bởi thân, phi khổ phi lạc. Tâm xả, cảm thọ trung hòa bởi tâm, phi hỷ phi ưu.

V. *Vô minh giới*

Vô minh giới[815] là gì? Không biết tam giới, gọi là vô minh giới.[816]

---

[815] Pāli: *avijjādhātu*. Tạp 3 kinh 63 tr. 16b24: 有意界法界無明界 無明觸
所觸 愚癡無聞凡夫言有言無言有無言非有非無 言我最勝言我相
似我知我見。Dẫn và giải thích bởi *Tì-bà-sa 197* tr. 983c19. Pāli,
S.22. 47 *Samanupassanāsuttaṃ*, iii.47: *atthi, bhikkhave, mano,
atthi dhammā, atthi avijjādhātu. avijjāsamphassajena, bhikkhave,
vedayitena phuṭṭhassa assutavato puthujjanassa ‘ asmī ’ tipissa hoti;
‘ ayamahamasmī ’ tipissa hoti; ‘ bhavissa ’ ntipissa hoti; ‘ na bhavissa
’ ntipissa hoti; ‘ rūpī bhavissa ’ ntipissa hoti; ‘ arūpī bhavissa ’ ntipissa
hoti; ‘ saññī bhavissa ’ ntipissa hoti; ‘ asaññī bhavissa ’ ntipissa hoti; ‘
nevasaññīnāsaññī bhavissa ’ ntipissa hoti ’* Này các tỳ-kheo, có ý, có
pháp, có vô minh giới. Phàm phu không học chánh pháp, do bị xúc
bởi cảm thọ phát sinh từ vô minh xúc mà nói "tôi đang tồn tại", "tôi là
cái này", "tôi sẽ tồn tại", "tôi sẽ không tồn tại", "tôi sẽ có sắc", "tôi sẽ
không có sắc", "tôi sẽ có tưởng", "tôi sẽ không có tưởng", "tôi sẽ vừa
có tưởng vừa không có tưởng".

[816] *Vibhaṅga* (PTS.87): *yaṃ aññāṇaṃ adassanaṃ anabhisamayo
ananubodho asambodho appaṭivedho asaṅgāhaṇā apariyogāhaṇā
asamapekkhaṇā apaccavekkhaṇā apaccakkhakammaṃ dummejjhaṃ
bālyaṃ asampajaññaṃ moho pamoho sammoho avijjā avijjogho
avijjāyogo avijjānusayo avijjāpariyuṭṭhānaṃ avijjālaṅgī moho
akusalamūlaṃ – ayaṃ vuccati "avijjādhātu".* "Những gì là không
biết, không thấy, không hiện quán, không tùy giác, không chánh giác,
không thông đạt, không nhiếp trì, không thâm nhập lý giải, không
chánh quán sát, không đối quán, không hiện kiến, không minh tịnh,
ngu dại, không chánh tri, ngu si, cực ngu si, chánh ngu si, vô minh, vô
minh bộc lưu, vô minh ách, vô minh tùy miên, vô minh triền, vô minh
chướng, bất thiện căn – đây gọi là vô minh giới."

VI. Uẩn phi sắc

1. Thọ giới[817] là gì?

Sáu thọ thân,[818] tức thọ phát sanh từ nhãn xúc,... *cho đến* thọ phát sanh từ ý xúc. Đây gọi là thọ giới.

2. Tưởng giới[819] là gì?

Sáu tưởng thân,[820] tức tưởng từ nhãn xúc sanh,... *cho đến* tưởng phát sanh từ ý xúc. Đây gọi là tưởng giới.

3. Hành giới[821] là gì?

Sáu tư thân,[822] tức tư phát sanh từ nhãn xúc,... *cho đến* tư phát sanh từ ý xúc. Đây gọi là hành giới.

4. Thức giới[823] là gì?

Sáu thức thân, tức nhãn thức cho đến ý thức. Đây gọi là thức giới.

---

[817] Skt. *vedanā-dhātu.*

[818] 受身; Skt. *vedanākāya*: hợp thể, tập hợp, của thọ, cũng nói là *thọ tụ. Tập dị 15*, tr. 429a26: "Sáu thọ thân... Thế nào là thọ thân phát sinh từ xúc bởi mắt? Mắt và các sắc làm duyên sinh thức mắt. Tổ hợp ba này là xúc. Xúc làm duyên cho nên thọ..." Tham chiếu Pāli, D. 33. *Saṅgīti*, tr. 243: *cha vedanākāyā cakkhusamphassajā vedanā, sotasamphasajā vedanā ghānasamphassajā vedanā jivhāsamphassajā vedanā kāyasamphassajā vedanā manosamphassajā vedanā.*

[819] Skt. *saṃjñā-dhātu.*

[820] 六想身; Skt. *ṣaḍ saṃjñākāya:* cũng như thọ.

[821] Skt. *saṃskāradhātu.*

[822] 思身; Skt. *cetanākāya.* Tư (*cetanā*), tâm sở trong hành uẩn. *Câu-xá I*, tụng 15b, Luận giải thích: "Đó là nói theo sự trọng yếu của nó. Thật vậy, do bản sắc hành động, trong sự tạo tác hành là yếu tố quan trọng. Vì vậy, Thế Tôn cũng có nói: "Nó tác thành hữu vi, do đó nó được gọi là hành thủ uẩn."

[823] Skt. *Vijñādhātu.*

VII. Ba giới hệ

1. *Dục giới*

Dục giới[824] là gì?

Các pháp mà nơi đó dục tham[825] tùy tăng,[826] được gọi là Dục giới. **[504c01]**

Lại nữa, mười tám giới, mười hai xứ, năm uẩn mà hệ thuộc dục giới, gọi là Dục giới.

Lại nữa, dưới từ địa ngục Vô gián lên đến Tha hóa tự tại thiên, sắc-thọ-tưởng-hành-thức trong các xứ này được gọi là Dục giới.

2. *Sắc giới*

Sắc giới[827] là gì?

Các pháp nơi đó sắc tham[828] tùy tăng, gọi là sắc giới.

Lại nữa, mười bốn giới,[829] mười xứ,[830] năm uẩn hệ thuộc sắc giới, gọi là sắc giới.

Lại nữa, từ Phạm chúng thiên lên đến Sắc cứu cánh thiên, sắc-thọ-tưởng-hành-thức trong các xứ này được gọi là sắc giới.

---

[824] Skt. *Kāmadhātu*; cũng nói là *kāmāvacara*: dục hành hay dục hệ, cũng thường dịch là *dục giới*, theo nghĩa môi trường hoạt động của các dục, sở hành của dục; cũng nói là *kāmāpta*: dục hệ, dục giới sở hệ, hệ thuộc các dục.

[825] Dục tham, Skt. *kāmarāga*. Trong 3 tham tùy miên (*rāga-anuśaya*): dục tham, sắc tham, vô sắc tham.

[826] 隨增. Skt. *anuśete*: nó tiềm phục; theo nghĩa nó (tùy miên) tiềm phục nơi nào, nơi đó phiền não lây lan, do đó Hán dịch là *tùy tăng*.

[827] Skt. *rūpadhātu, rūpāvacara*.

[828] 色貪, tức sắc tham tùy miên. Skt. *rūparāga-anuśaya*.

[829] Trong 18 giới, trừ 4 ngoại giới thuộc sắc: sắc, thanh, hương, vị.

[830] Trừ 4 ngoại xứ thuộc sắc: sắc, thanh, hương, vị.

3. *Vô sắc giới*

Vô sắc giới[831] là gì?

Các pháp nơi đó vô sắc tham[832] tùy tăng, gọi là Vô sắc giới.

Lại nữa, ba giới,[833] hai xứ, bốn uẩn[834] hệ thuộc vô sắc giới được gọi là Vô sắc giới.

Lại nữa, Dục giới, Sắc giới, được thiết lập theo vị trí cố định,[835] không tạp loạn lẫn nhau. Vô sắc giới không có việc như vậy, nhưng y vào sự thắng liệt khác nhau phát sanh do bởi định mà định vị cao thấp. Từ Không vô biên xứ lên đến Phi tưởng phi phi tưởng xứ, thọ-tưởng-hành-thức trong các xứ ấy được gọi là Vô sắc giới.

VIII. Ba giới[836]

1. Sắc giới là gì? Dục và Sắc giới, gọi chung là Sắc giới.

2. Vô sắc giới là gì? Bốn vô sắc, gọi là Vô sắc giới.

3. Diệt giới là gì? Trạch diệt, phi trạch diệt; gọi là diệt giới.

Lại nữa, các pháp có sắc, gọi chung là Sắc giới. Trừ trạch diệt và phi trạch diệt, còn lại các pháp không có sắc, gọi là Vô sắc giới. Trạch diệt, phi trạch diệt; gọi là diệt giới.

---

831 Skt. *ārūpya-dhātu.*

832 無色貪: tức vô sắc tham tùy miên, Skt. *ārūpyarāga-anuśaya.*

833 Ba tâm giới: ý giới, ý thức giới và pháp giới.

834 Bốn uẩn: trừ sắc uẩn.

835 處定. 18 tầng Sắc giới được xác định cao thấp theo vị trí không gian cố định. Bốn Vô sắc không định vị theo không gian, mà chỉ là những trạng thái thô tế, thắng hay liệt của tâm nhập định (*samāpatti-citta*) mà phân định.

836 *Tạp 17 kinh 462:* "Có ba giới: giới *có sắc,* giới *không có sắc,* diệt giới."; cũng Tạp 17, kinh 464: "Có ba giải thoát giới: đoạn giới, vô dục giới, diệt giới." *Câu-xá vi, tụng 78,* Skt. *prahāṇadhātu, virāgadhātu, nirodhadhātu.*

IX. Các giới linh tinh

1a. *Quá khứ giới* là gì?

Năm uẩn quá khứ, gọi là quá khứ giới.

1b. *Vị lai giới* là gì?

Năm uẩn vị lai, gọi là vị lai giới.

1c. *Hiện tại giới* là gì?

Năm uẩn hiện tại, gọi là hiện tại giới.

2a. *Liệt giới* là gì?

Pháp bất thiện, hữu phú vô ký, gọi là liệt giới.

2b. *Trung giới* là gì?

Pháp thiện hữu lậu, và pháp vô phú vô ký, gọi là trung giới.

2c. *Diệu giới* là gì?

Pháp thiện vô lậu, gọi là diệu giới.

3a. *Thiện giới* là gì?

Thân, ngữ nghiệp,[837] tâm, tâm sở pháp, bất tương ưng hành thuộc thiện, và trạch diệt,[838] gọi là thiện giới.

3b. Bất thiện giới là gì?

Thân, ngữ nghiệp, tâm, tâm sở pháp,[839] bất tương ưng hành bất thiện, gọi là bất thiện giới.

---

[837] Thân & ngữ nghiệp, các hành không tương ưng như sanh, đắc, diệt định, vô tưởng định v.v...: đẳng khởi thiện (*samutthāneṇakuśalāḥ*), thiện do động cơ, khi được kích phát bởi các thiện căn.

[838] *Trạch diệt*: thắng nghĩa thiện (*paramārthena kuśala*), thiện theo nghĩa tuyệt đối.

[839] Tâm sở pháp khi liên hệ đến các thiện căn, được nói là tương ưng thiện (*saṃprayogeṇa kuśalāḥ*), thiện do liên hệ. Các tâm sở thiện như ba

3c. *Vô kí giới là gì?*

Sắc, tâm, tâm sở pháp, bất tương ưng hành vô ký, và hư không, phi trạch diệt,[840] gọi là vô ký giới.

4a. *Hữu học giới*[841] *là gì?*

Năm uẩn của hữu học, gọi là hữu học giới.

4b. *Vô học giới là gì?*

Năm uẩn của vô học, gọi là vô học giới.

4c. *Phi hữu học phi vô học giới là gì?*

Năm uẩn hữu lậu, và hư không (vô vi), trạch diệt, phi **[505a01]** trạch diệt, gọi là phi hữu học phi vô học giới.

5a. *Hữu lậu giới là gì?*

Năm uẩn hữu lậu, gọi là hữu lậu giới.

5b. *Vô lậu giới là gì?*

Năm uẩn vô lậu, và hư không, trạch diệt, phi trạch diệt; gọi là vô lậu giới.

6a. *Hữu vi giới là gì?*

Năm uẩn, gọi là hữu vi giới.

6b. *Vô vi giới là gì?*

Hư không và hai diệt,[842] gọi là vô vi giới.

---

thiện căn, và tàm, quý, tự bản chất là thiện, được gọi là tự tánh thiện (*svatas kuśala*).

[840] Hư không, và trạch diệt, hai pháp vô vi là thắng nghĩa vô ký (*paramārthena avyākṛta*).

[841] 學界, giới hữu học. Skt. *śaikṣa-dhātu*.

[842] Ba vô vi: hư không vô vi, trạch diệt vô vi, phi trạch diệt vô vi.

Tụng tóm tắt:

> *Giới có sáu mươi hai*
> *Mười tám giới đứng đầu*
> *Ba, sáu, một, bốn loại*
> *Sáu, ba, hai loại hai.*

PHẨM 21: DUYÊN KHỞI

A. KINH

[**505a10**] Một thời, Bạc-già-phạm trụ trong vườn Cấp Cô Độc, rừng Thệ-đa, thành Thất-la-phiệt.

Bấy giờ, Đức Thế Tôn nói với Chúng Bí-sô:

"Như Lai sẽ tuyên thuyết về duyên khởi và pháp duyên dĩ sanh cho các ông. Các ông hãy khéo chú tâm lắng nghe.

"Duyên khởi là gì? Trong khi cái này có mặt thì cái kia có mặt; do cái này sanh nên cái kia sanh. Tức vô minh duyên hành, hành duyên thức, thức duyên danh sắc, danh sắc duyên sáu xứ, sáu xứ duyên xúc, xúc duyên thọ, thọ duyên ái, ái duyên thủ, thủ duyên hữu, hữu duyên sanh, sanh duyên già, chết; khởi sanh sầu, thán, khổ, ưu, nhiễu não. Như vậy là tập khởi thuần nhất đại khổ uẩn.

"Bí-sô nên biết! Sanh duyên già-chết. Dù Phật xuất hiện hay không xuất hiện ở thế gian, pháp duyên khởi như vậy là pháp trụ, pháp giới, tất cả Như Lai tự nhiên thông đạt, giác ngộ hoàn toàn, tuyên thuyết, thi thiết, kiết lập, phân biệt, chỉ bày, khiến cho hữu tình hiểu rõ: sanh duyên già-chết. Như vậy, cho đến vô minh duyên hành, nên biết cũng vậy. Trong đây, những gì là pháp tánh, pháp định, pháp lý, pháp thú, là chân, là thật, là đế, là như, không vọng, không hư, không điên đảo, không biến dị; đó là duyên khởi.

"Pháp duyên dĩ sanh là gì? Vô minh, hành, thức, danh sắc, sáu xứ, xúc, thọ, ái, thủ, hữu, sanh, già-chết. Như vậy gọi là pháp duyên dĩ sanh.

"Bí-sô nên biết! Già-chết là vô thường, là hữu vi, là cái được tạo tác, là đã sanh do duyên, là pháp bị diệt tận, pháp bị tiêu hủy, pháp ly, pháp diệt. Sanh, hữu, thủ, ái, thọ, xúc, sáu xứ, danh sắc, thức, hành, vô minh cũng như vậy.

"Bí-sô nên biết! Các Thánh đệ tử đa văn của Như Lai, bằng chánh tuệ, như thật khéo thấy, khéo biết, khéo hiểu, khéo tư duy, khéo thông đạt pháp duyên khởi, pháp duyên dĩ sanh này, nên không y vào tiền tế mà khởi ngu hoặc: [505b01] 'Trong quá khứ, ta từng có hay không từng có? Ta từng là gì? Ta đã có như thế nào?' Không y vào hậu tế mà khởi ngu hoặc: 'Trong vị lai, ta sẽ có hay sẽ không có? Ta sẽ là gì? Ta sẽ có như thế nào?' Cũng không y nội (năm uẩn hiện tại) mà khởi ngu hoặc: 'Ta là cái gì? Ta đây như thế nào? Ta là ai? Ta sẽ là ai? Nay hữu tình này từ đâu mà đến? Chết ở chỗ này, sẽ sanh về đâu?'

"Người kia do thấy như vậy, biết như vậy, nên có các xu hướng kiến chấp dị biệt về thế gian; đó là những kiến chấp tương ưng ngã luận, tương ưng hữu tình luận, tương ưng mạng giả luận, tương ưng kiết hung luận; chúng được trang sức, phòng hộ, chấp làm của ta, có khổ, có ngại, có tai họa, có nhiệt não.

"Bấy giờ, người kia được đoạn biến tri, như cắt đứt rễ cây và ngọn đa-la, nó không còn sức sống, vĩnh viễn không thể sanh trưởng lại. Vì sao vậy? Vì Thánh đệ tử đa văn của Như Lai, bằng chánh tuệ, như thật khéo thấy, khéo biết, khéo hiểu, khéo tư duy, khéo thông đạt pháp duyên khởi, pháp duyên dĩ sanh đây."

Khi ấy, các Bí-sô hoan hỷ kính thọ.[843]

---

[843] *Tạp 12* kinh 296-298; *Phân biệt duyên khởi sơ thắng pháp môn kinh*, T717. Pāli, S.12.20 (ii.25) *Paccayasuttaṃ*. Vibhaṅga 6 *Paṭiccasamuppādavibhaṅgo*, PTS.135. Cf. *Trường 10*, kinh 13 Đại duyên phương tiện kinh; *Trung 24*, kinh 97 Đại nhân kinh; D. 15 *Mahānidānasuttaṃ*. Skt. text: *Pratītyasamutpādādi Vibhaṅganirdeśa sūtram*, Texts No. 17 *Mahāyāna-sūtra-saṃgrahaḥ* (part 1), edited by P.L. Vaidya (Darbhanga, 1961).

B. LUẬN

I. Duyên khởi – Duyên dĩ sanh

1. *Tứ cú*

Trong đây, duyên khởi và pháp duyên dĩ sanh,[844] thể tuy một nhưng nghĩa có khác: a. Duyên khởi mà không phải pháp duyên dĩ sanh. b. Pháp duyên dĩ sanh mà không phải duyên khởi. c. Duyên khởi cũng là pháp duyên dĩ sanh. d. Không phải duyên khởi cũng không phải pháp duyên dĩ sanh.[845]

a. Trường hợp duyên khởi mà không phải pháp duyên dĩ sanh: không có trường hợp này.

b. Trường hợp pháp duyên dĩ sanh mà không phải duyên khởi: đó là vô minh, hành, thức, danh sắc, lục xứ, xúc, thọ, ái, thủ, hữu, sanh, già-chết.[846]

c. Trường hợp duyên khởi cũng là pháp duyên dĩ sanh: đó là có *sanh* nhất định dẫn đến *già-chết*. Như vậy chi *sanh* quyết định là duyên,[847] là

---

[844] 緣起緣已生. **Skt.** *Pratītyasamutpāda*: *duyên khởi*, hoặc *duyên sanh*, danh từ, chỉ nguyên lý, quy luật, lý tính duyên khởi. **Skt.** *Pratītyasamutpanna*: pháp duyên dĩ sanh, đã sanh từ các duyên; phân từ quá khứ thụ động, được sử dụng như danh từ, chỉ hiện thực của những cái đã xuất hiện và tồn tại.

[845] *Câu-xá* iii, Hán quyển 9 tr.50a3: "Theo truyền thuyết, Tôn giả Vọng Mãn (*Sthavira-Pūrṇaśa*) cho rằng, có trường hợp là duyên sinh nhưng không phải là các pháp duyên dĩ sinh; tác thành bốn phạm trù: (1) các pháp vị lai; (2) các pháp trong giai đoạn tối hậu tâm của vị A-la-hán; (3) các pháp quá khứ và hiện tại còn lại; (4) các pháp vô vi. Bản Việt dịch, ĐTKVN, TVT, tập 18; HĐHP, 2022; tr. 154, cht. 115, 116. Xem thêm, *Thuận chánh lý*.

[846] Mỗi chi là một hiện tượng tồn tại, nên mỗi chi là một pháp duyên dĩ sanh: cái đã xuất hiện và tồn tại do bởi các duyên.

[847] 緣. **Skt.** *pratyaya*, một pháp tồn tại luôn luôn quan hệ với pháp khác, không phải pháp tồn tại độc lập, cá biệt.

duyên khởi tánh, là pháp tánh duyên dĩ sanh.[848] Nên biết các chi *hữu, thủ, ái, thọ, xúc, lục xứ, danh sắc, thức, hành, vô minh* cũng như vậy.

d. Trường hợp không phải duyên khởi cũng không phải pháp duyên dĩ sanh, tức trừ các trường hợp trên.

2. *Quyết định tính của duyên khởi*

Lại nữa, "*sanh* duyên *già-chết:*"[849] chi *sanh* này, tuy *sanh* là một cái khác, và *diệt* là một cái khác, nhưng lý duyên khởi thì hằng thời quyết định. Nếu *sanh* quá khứ mà không phải là duyên cho *già-chết*, thế thì lẽ ra *sanh* vị lai cũng không phải là duyên cho *già-chết*.

Nếu *sanh* vị lai mà không phải là duyên cho *già-chết*, thế thì lẽ ra *sanh* quá khứ cũng không phải là duyên cho *già-chết*.

---

[848] 緣起性/緣已生法性. Một chi (*aṅga*) là một duyên (*pratyaya*), cũng chính là một pháp nên nói nó là *duyên dĩ sanh pháp* (*pratītyasamutpanna*), tức là cái đã sanh hệ thuộc duyên quan hệ. Tính chất tồn tại trong quan hệ các duyên mà được nói là *duyên dĩ sanh pháp tánh* (*pratītyasamutpannatā*), tất cả tính chất tồn tại này đều tuân theo quy luật, lý tánh duyên khởi, nên pháp duyên dĩ sanh cũng là duyên khởi tánh (*pratītyasamutapāda*).

[849] 生緣老死. **Skt.** *jātipratyayaṃ jarāmaraṇam*, trong đây có vấn đề ngữ pháp. (a) Trong hợp từ thứ nhất, *jātipratyayam*, được hiểu là *karmadhārayaḥ* (trì nghiệp thích), theo đó, *duyên* là *sanh*. Hợp từ thứ hai *dvandva* (lân cận thích): *già* **và** *chết*. Hai hợp từ này đồng cách, duyên là sanh, chính duyên này cũng là già và chết. Hiểu theo cách này, cú pháp "sanh duyên già-chết" được giải thích là áp dụng định thức duyên khởi "Trong khi (y chỉ) cái này tồn tại, cái kia tồn tại' (**Skt.** *asmiṃ sati idaṃ bhavati*. **Pāli:** *imasmiṃ sati idaṃ hoti*). (b) Nhưng nếu hiểu hợp từ thứ nhất được hiểu là *bahuvrīhiḥ* (hữu tài thích), bấy giờ quan hệ giữa hai hợp từ sẽ là "già-chết" mà "duyên là sanh" Quan hệ này theo **Pāli:** *jātipaccayā jarāmaraṇaṃ*, trong đó ~*paccayā*, biến cách 5, xuất xứ cách, được hiểu là "từ duyên là sanh mà (có) già-chết"; đây là mệnh đề cấu trúc theo vế thứ hai trong định thức duyên khởi: "từ sự sanh của cái này, cái kia sanh" (**Skt.** *asyotpādād idam utpadyate*; **Pāli:** *imassuppādā idaṃ uppajjati*).

Nếu *sanh* quá khứ không phải là duyên cho *già-chết*, thế thì lẽ ra *sanh* hiện tại cũng không phải là duyên cho *già-chết*.

Nếu *sanh* hiện tại không phải là duyên cho *già-chết*, thế thì lẽ ra *sanh* quá khứ cũng không phải là duyên cho *già-chết*.

Nếu *sanh* vị lai không phải là duyên cho *già-chết*, thế thì lẽ ra *sanh* hiện tại cũng **[505c01]** không phải là duyên cho *già-chết*.

Nếu *sanh của* hiện tại không phải là duyên cho *già-chết*, thế thì lẽ ra *sanh* vị lai cũng không phải là duyên cho *già-chết*.

Nếu khi Phật xuất thế, *sanh* không phải là duyên cho *già-chết*, thế thì lẽ ra khi Phật không xuất thế, *sanh* cũng không phải là duyên cho *già-chết*.

Nếu khi Phật không xuất thế, *sanh* không phải là duyên cho *già-chết*, thế thì lẽ ra khi Phật xuất thế, *sanh* cũng không phải là duyên cho *già-chết*.

Nếu lý duyên khởi có điên đảo, thế thì nó trở thành phân vân, vì không có tính quyết định; nó có thể bị bác bỏ, vì lý tạp loạn. Như vậy, hẳn không thể có khái niệm về duyên khởi, và Phật hẳn cũng không nói rằng "*sanh* duyên *già-chết*." Nhưng điều Phật nói, "*sanh* duyên *già-chết*," nguyên lý này có tính quyết định. Trong các thời quá khứ, hiện tại, vị lai, có Phật hay không Phật, pháp tánh ấy thường hằng là như vậy, không bao giờ đổi khác, không bị che giấu, không bị chìm mất, không nghiêng đổ, không di động. Lý ấy trong suốt một cách tự nhiên, là lối mòn các Thánh trước, Thánh sau đều đi qua; nó là chân là thật, là hiện thực, là như thực, không dối gạt, không trống rỗng, không điên đảo, không đổi khác. Vì thế Phật nói, "*sanh* duyên *già-chết*."

Như chi *sanh*, các chi *hữu, thủ, ái, thọ, xúc, sáu xứ, danh sắc, thức, hành*, và vô *minh* duyên *hành,* cũng như vậy.

II. Ý nghĩa các chi[850]

---

[850] Skt. *avidyāpratyayāḥ saṃskārāḥ, saṃskārapratyayaṃ vijñānam, vijñānapratyayaṃ nāmarūpam, nāmarūpapratyayaṃ ṣaḍāyatanam, ṣaḍāyatanapratyayaḥ sparśaḥ, sparśapratyayā*

1. *Vô minh*

<u>a</u>. *Vô minh*

Lại nữa, *vô minh* duyên *hành*, vậy vô minh[851] là gì?

Không biết tiền tế, không biết hậu tế, không biết tiền hậu tế; không biết bên trong, không biết bên ngoài, không biết trong ngoài; không biết nghiệp, không biết dị thục, không biết nghiệp dị thục; không biết nghiệp thiện đã tạo,[852] không biết nghiệp ác đã tạo, không biết nghiệp thiện ác đã tạo; không biết nhân, không biết pháp sanh bởi nhân; không biết Phật-Pháp-Tăng; không biết Khổ-Tập-Diệt-Đạo; không biết pháp thiện, pháp bất thiện; không biết pháp có tội, pháp vô tội; không biết pháp nên tu, pháp không nên tu; không biết pháp hạ liệt, pháp thắng diệu; không biết pháp đen, pháp trắng; không biết pháp có đối địch, không biết pháp duyên sanh, không biết như thật sáu xúc xứ;[853] không thấy, không biết như vậy, ngu si, hắc ám, không hiện quán, vô minh, mù tối, bị trùm kín trong lưới, ngu ngốc, vẩn đục;[854] chướng cái làm mù, làm không mắt, làm vô trí, làm liệt tuệ, chướng ngại thiện

---

vedanā, vedanāpratyayā tṛṣṇā, tṛṣṇāpratyayamupādānam, upādānapratyayo bhavaḥ, bhavapratyayā jātiḥ, jātipratyayā jarāmaraṇaśokaparidevaduḥkhadaurmanasyopāyāsāḥ sambhavanti.- **Pāli**: avijjāpaccayā saṅkhārā, saṅkhārapaccayā viññāṇaṃ, viññāṇapaccayā nāmarūpaṃ, nāmarūpapaccayā saḷāyatanaṃ, saḷāyatanapaccayā phasso, phassapaccayā vedanā, vedanāpaccayā taṇhā, taṇhāpaccayā upādānaṃ, upādānapaccayā bhavo, bhavapaccayā jāti, jātipaccayā jarāmaraṇaṃ, sokaparidevadukkhadomanassupāyāsā sambhavanti.

[851] 無明. **Skt.** *avidyā*. **Pāli:** *avijjā*.

[852] 作業. **Skt.** *kṛtakarma*, nghiệp *đã* tạo tác, *đã* được thực hiện, nghiệp quá khứ, do đó hàm nghĩa được tích lũy để cho quả, phân biệt với nghiệp *đang* tạo tác.

[853] Trong đây, si (*moha*) đồng nghĩa vô minh (*avidyā*): *Không biết pháp thiện... pháp duyên sanh*: thích từ, xem mục "trạch pháp giác chi", phẩm xv Giác chi".

[854] Trong đây, *si* đồng nghĩa ngu tối.

phẩm, làm cho không được Niết-bàn.[855] Lậu vô minh, bộc lưu vô minh, ách vô minh;[856] rễ độc vô minh, cành độc vô minh, nhánh độc vô minh, lá độc vô minh, hoa độc vô minh, quả độc vô minh; si, ngu si, cuồng si, bướng bỉnh,[857] rất bướng bỉnh, cực kỳ bướng bỉnh, đồng loại si, pháp sanh ra từ si; gọi chung là vô minh.[858]

b. *Vô minh là duyên*

Vô minh duyên hành là gì? Như Thế Tôn nói: "Bí-sô nên biết, vô minh làm nhân, vô minh làm duyên nên tham-sân-si phát khởi. Tánh tham-sân-si này gọi là *vô minh duyên hành.*" **[506a01]**

Lại nữa, như Thế Tôn nói: "Bí-sô nên biết, vô minh dẫn đường, vô minh là cờ hiệu, sanh khởi vô lượng pháp ác bất thiện; đó là vô tàm, vô quí…, do vô tàm, vô quí nên khởi các tà kiến, do tà kiến nên khởi tà tư duy, do tà tư duy khởi tà ngữ, do tà ngữ khởi tà nghiệp, do tà nghiệp khởi tà mạng, do tà mạng khởi tà tinh cần, do tà tinh cần khởi tà niệm, do tà niệm khởi tà định. Tà kiến, tà tư duy, tà ngữ, tà nghiệp, tà mạng, tà tinh cần, tà niệm, tà định này, gọi là *vô minh duyên hành.*"

Lại nữa, như Thế Tôn nói: "Bí-sô nên biết, vô lượng pháp ác bất thiện sanh khởi, tất cả đều lấy vô minh làm gốc, lấy vô minh làm tập khởi, là đồng loại vô minh, sanh từ vô minh. Vì xu theo hướng vô minh, nên không như thật biết pháp thiện bất thiện, pháp có tội vô tội, pháp nên tu không nên tu, pháp hạ liệt thắng diệu, pháp đen trắng, pháp có đối địch, pháp do duyên sanh. Vì không như thật biết các pháp này, nên khởi tà kiến, tà tư duy,…tà niệm, tà định. Đây gọi là *vô minh duyên hành.*"

---

855 *Si, đồng nghĩa với cái* (Pāli: *nīvaraṇa*).

856 Si tức vô minh trong ba lậu (Skt. *traya āsravā*), bốn bộc lưu (Skt. *catvāra oghāḥ*), bốn ách (Skt. *catvāro yogāḥ*). Xem *Câu-xá* , phẩm v, Phân biệt Tùy miên, cht. 14-17, Việt dịch, tập 20, tr. 150.

857 Đại chánh: 欣 *hân*; các bản Tống Nguyên chép 很 *ngận*.

858 *Vibhaṅga: katamā avijjā? dukkhe aññāṇaṃ, dukkhasamudaye aññāṇaṃ, dukkhanirodhe aññāṇaṃ, dukkhanirodhagāminiyā paṭipadāya aññāṇaṃ.* Vô minh: không biết khổ, tập, diệt, đạo.

2. Hành

a. Ba hành

Lại nữa, trong kinh *Ứng dụ*, Phật dạy như vầy: "Vô minh làm duyên tạo phước hành, phi phước hành và bất động hành."[859]

Phước hành[860] là gì? Thân nghiệp, ngữ nghiệp thiện hữu lậu; tâm, tâm sở pháp, bất tương ưng hành thiện hữu lậu; các hành như vậy, thường luôn chiêu cảm các quả dị thục khả ái, khả lạc, khả hân, khả ý. Quả của nó gọi là phước, cũng gọi là quả phước. Do quả dị thục của phước nghiệp, nó được gọi là phước hành.

Phi phước hành là gì? Thân nghiệp, ngữ nghiệp bất thiện; tâm, tâm sở pháp, bất tương ưng hành bất thiện; các hành như vậy, thường luôn chiêu cảm các quả dị thục bất khả ái, bất khả lạc, bất khả hân, bất khả ý. Quả của nó gọi là phi phước, cũng gọi là quả phi phước. Do quả dị thục phi phước nghiệp, nó được gọi là phi phước hành.

Bất động hành[861] là gì? Các thiện hữu lậu trong bốn vô sắc định, gọi là bất động hành.[862]

---

[859] *Tạp 12*, kinh 292, tr. 83b6: "Biết rằng, hành kia mà nhân là vô minh, tập là vô minh, sanh là vô minh, xúc là vô minh; phước hành kia mà duyên là vô minh, phi phước hành kia mà duyên là vô minh, phi phước và bất phước hành (bất động hành) kia cũng do duyên là vô minh." Pāli, S. 12. 51 *Parivīmaṃsanasuttaṃ* (ii. 82): *saṅkhārā avijjānidānā avijjāsamudayā avijjājātikā avijjāpabhavā; avijjāya sati saṅkhārā honti...*" Hành do duyên (đầu mối) là vô minh, tập khởi là vô minh, chủng loại là vô minh, xuất sinh là vô minh..."

[860] 福行. Skt. *puṇyopaga*. Pāli, D 33 *Saṅgītisuttaṃ* (iii.217): *tayo saṅkhārā – puññābhisaṅkhāro, apuññābhisaṅkhāro, āneñjābhisaṅkhāro.* Có ba hành: hành tạo tác dẫn đến phước, phi phước và bất động.

[861] 不動行. Skt. *āneñjya*.

[862] Giải thích này có hơi khác với *Câu-xá iv*, Phân biệt Nghiệp tụng 4ab: *kāmadhātauśubhaṃ karma puṇyamāneñjamūrdhvajam*, Luận: "Có ba loại nghiệp: phước, phi phước, bất động... Trong đó, nghiệp thiện ở Dục giới gọi là *phước*. Nghiệp thiện Sắc giới và Vô sắc giới gọi là *bất động*... Nghiệp sắc giới và vô sắc giới, thuộc một địa nào đó,

b. *Do duyên vô minh*

(i) Do vô minh là duyên, tạo phi phước hành như thế nào? Có hữu tình, do tham-sân-si trói buộc tâm, nên tạo ba loại ác hành bởi thân-ngữ-ý. Ba ác hành này, gọi là phi phước hành. Do nhân duyên này, sau khi thân hoại mạng chung, đọa trong địa ngục; ở đó lại tạo các phi phước hành... Đây gọi là do vô minh là duyên, tạo phi phước hành.

Như nói về địa ngục, nói về bàng sanh, quỉ giới, nên biết, cũng như vậy.

(ii) Do vô minh là duyên, tạo phước hành như thế nào? Có hữu tình, **[506b01]** hệ tâm mong cầu khoái lạc cõi người. Người kia nghĩ: "Mong ta sẽ sanh trong đồng phần⁸⁶³ của loài người, hưởng khoái lạc giống như mọi người." Do sự mong cầu này, nên tạo diệu hành bởi thân-ngữ-ý chiêu cảm cõi người. Ba diệu hành này gọi là phước hành. Do nhân duyên này, sau khi thân hoại mạng chung, sanh trong đồng phần của loài người, hưởng khoái lạc giống như mọi người. Ở đó, người kia lại tạo các phước hành... Đây gọi là do vô minh là duyên tạo phước hành.

Có hữu tình không hệ tâm mong cầu khoái lạc cõi người, chỉ do vô minh che lấp tâm động, nên tạo ba loại diệu hành bởi thân-ngữ-ý. Ba diệu hành này gọi là phước hành. Do nhân duyên này, sau khi thân hoại mạng chung, sanh vào cõi người. Ở đó, người kia lại tạo các phước hành... Đây gọi là do vô minh là duyên tạo phước hành.

Như nói về cõi người, nói về Tứ đại vương chúng thiên, Tam thập tam thiên, Dạ-ma thiên, Đỗ-sử-đa thiên, Lạc biến hoá thiên, Tha hóa tự

---

không bao giờ có khả năng thành dị thục trong địa khác. Do tính chất cố định của dị thục mà nó được gọi là bất động." *Vibhaṅga* (135): *katamo āneñjābhisaṅkhāro? kusalā cetanā arūpāvacarā.* Bất động hành là gì? Tư thiện vô sắc giới.

⁸⁶³ 人趣同分. Skt. *manuṣyasabhāgatā* (*mānuṣya*), nhân đồng phần, hay nhân thú đồng phần, cùng chủng loại, đồng loại với loài người. *Câu-xá* ii tụng 41a *sabhāgatāsattvasāmyaṃ*: đồng phần của các hữu tình; Luận giải thích: "Có thực thể riêng biệt gọi là đồng phần. Đó là tính loại tợ lẫn nhau giữa các hữu tình."

tại thiên, nên biết, cũng như vậy.

Lại có hữu tình hệ tâm cầu sanh Phạm chúng thiên.[864] Người ấy nghĩ: "Mong ta sẽ sanh trong chúng đồng phần[865] của Phạm chúng thiên." Do sự mong cầu như vậy, nên cần tu gia hành, ly dục ác bất thiện pháp, chứng và trú sơ tĩnh lự, có tầm có tứ, hỷ lạc do viễn ly sanh. Các thân luật nghi, ngữ luật nghi,[866] mạng thanh tịnh trong định này, gọi là phước hành. Do nhân duyên này, sau khi thân hoại mạng chung, sanh trong chúng đồng phần của Phạm chúng thiên. Ở đây, người kia lại tạo các phước hành… Đây gọi là do vô minh là duyên tạo phước hành.

Có hữu tình không hệ tâm cầu sanh Phạm chúng thiên, chỉ do vô minh che lấp tâm động, nên cần tu gia hành, ly dục ác bất thiện pháp, chứng và trú sơ tĩnh lự, có tầm có tứ, hỷ lạc do viễn ly sanh. Các thân luật nghi, ngữ luật nghi, mạng thanh tịnh trong định này, gọi là phước hành. Do nhân duyên này, sau khi thân hoại mạng chung, sanh trong chúng đồng phần của Phạm chúng thiên. Ở đây, người kia lại tạo các phước hành… Đây gọi là do vô minh là duyên tạo phước hành.

Như nói về Phạm chúng thiên, nói về Phạm phụ thiên, Đại phạm thiên, Thiểu quang thiên, Vô lượng quang thiên, Cực quang tịnh thiên, Thiểu tịnh thiên, Vô lượng tịnh thiên, Biến tịnh thiên, Vô vân thiên, Phước sanh thiên, Quảng quả thiên, bất kỳ cõi nào cũng nên nói rộng như vậy.

Lại có hữu tình, hệ tâm cầu sanh Vô tưởng thiên.[867] Vị ấy nghĩ: "Mong ta sẽ sanh trong chúng đồng phần của Vô tưởng thiên." Do sự mong cầu như vậy, nên cần tu gia hành, tư duy các tưởng là thô-khổ-chướng,

---

[864] 梵眾天. **Skt.** *Brahmakāyika*, tầng thấp nhất trong 3 tầng thuộc Sơ thiền.

[865] 眾同分. **Skt.** ~*nikāyasabhāgatā* = ~*sabhāgatā*, xem cht. 863 trên

[866] 身律儀語律儀. **Skt.** *kāya-saṃvara, vācā-saṃvara*, phòng hộ thân (nghiệp), phòng hộ ngữ (nghiệp); các tĩnh lự luật nghi (*dhyāna-saṃvara*), khả năng phòng hộ thân và ngữ do lực của tĩnh lự khiến không tạo nghiệp bất thiện; chúng là những vô biểu sắc (*avijñapti-rūpa*) phát sanh khi phát khởi định tâm.

[867] 無想天. **Skt.** *āsaṃjñika, asaṃjñi-sattva*, Vô tưởng thiên, hay Vô tưởng hữu tình.

tư duy vô tưởng là tĩnh-diệu-ly. Do tư duy này, diệt trừ **[506c01]** các tưởng, an trụ vô tưởng. Khi vị kia diệt các tưởng, trụ vô tưởng, gọi là vô tưởng định.[868] Các thân luật nghi, ngữ luật nghi, mạng thanh tịnh phát sanh trong định này, gọi là phước hành. Do nhân duyên này, sau khi thân hoại mạng chung, sanh trong chúng đồng phần của Vô tưởng thiên. Ở đây, người kia cũng tạo ít phước hành... Đây gọi là do vô minh là duyên tạo phước hành.

Có hữu tình không hệ tâm cầu sanh Vô tưởng thiên, chỉ do vô minh che lấp tâm động, nên cần tu gia hành, tư duy các tưởng là thô-khổ-chướng, tư duy vô tưởng là tĩnh-diệu-ly. Do tư duy đây, diệt trừ các tưởng, an trụ vô tưởng. Khi vị kia diệt các tưởng, trụ vô tưởng, gọi là vô tưởng định. Các thân luật nghi, ngữ luật nghi, mạng thanh tịnh phát sanh trong định này, gọi là phước hành. Do nhân duyên này, sau khi thân hoại mạng chung, sanh trong chúng đồng phần của Vô tưởng thiên. Ở đây, người kia cũng tạo ít phước hành... Đây gọi là do vô minh là duyên tạo phước hành.

(iii) Do vô minh là duyên, tạo bất động hành như thế nào?

Có hữu tình hệ tâm cầu sanh Không vô biên xứ thiên. Người ấy nghĩ: "Mong ta sẽ sanh trong chúng đồng phần của Không vô biên xứ thiên." Do sự mong cầu như vậy, nên cần tu gia hành, vượt các sắc tưởng, diệt các đối ngại tưởng, không tư duy các loại tưởng, nhập Không vô biên, chứng và trú Không vô biên xứ. Các tư, đẳng tư, hiện tiền đẳng tư, đã tư, sẽ tư, những gì sanh bởi tư, đồng loại tư,[869] nghiệp tạo bởi tâm ý trong định này, gọi là bất động hành. Do nhân duyên này, sau khi thân hoại mạng chung, sanh trong chúng đồng phần của Không vô biên xứ thiên. Ở đây, người kia lại tạo bất động hành... Đây gọi là do vô minh là duyên tạo bất động hành.

Có hữu tình không hệ tâm cầu sanh Không vô biên xứ thiên, chỉ do vô minh che lấp tâm động, nên cần tu gia hành, vượt các sắc tưởng,

---

868 無想定. **Skt.** *asaṃjñī-samāpatti.*

869 *Tư... đồng loại tư*: tâm sở tư (*cetanā*) và các tùy tùng cùng với chủng loại của nó. Vô sắc giới vì vô sắc nên không có biểu và vô biểu nghiệp của thân và ngữ, mà chỉ có ý nghiệp hoạt động qua tâm sở tư.

diệt các đối ngại tưởng, không tư duy các loại tưởng, nhập Không vô biên, chứng và trú Không vô biên xứ. Các tư, đẳng tư, hiện tiền đẳng tư, dĩ tư, đương tư, phát sanh từ tư, đồng loại tư, nghiệp tạo bởi tâm ý trong định này, gọi là bất động hành. Do nhân duyên này, sau khi thân hoại mạng chung, sanh trong chúng đồng phần của Không vô biên xứ thiên. Ở đây, người kia lại tạo bất động hành... Đây gọi là do vô minh là duyên tạo bất động hành.

Như nói về Không vô biên xứ, nói về Thức vô biên xứ, Vô sở hữu xứ, Phi tưởng phi phi tưởng xứ, nên biết cũng như vậy.

Các hành như vậy, do duyên là vô minh, vô minh là sở y, do vô minh thiết lập, do đó mà khởi, đẳng khởi, sanh, đẳng sanh, tụ tập, xuất hiện, nên gọi là *vô minh duyên hành.*

3. *Thức*

a. Hành duyên thức

[507a01] Hành duyên thức là thế nào?

(i) Có hữu tình, tư câu sanh tham-sân-si làm duyên, nên khởi các thức câu sanh tham-sân-si.[870] Đây gọi là hành duyên thức.

(ii) Lại có hữu tình, tư câu sanh vô tham, vô sân, vô si làm duyên, nên khởi các thức câu sanh vô tham, vô sân, vô si.[871] Đây gọi là hành duyên thức.

(iii) Lại nữa, mắt và sắc làm duyên sanh nhãn thức. Trong đây, mắt là hành hữu vi[872] bên trong, sắc là ngoại duyên, sanh nhãn thức. Đây gọi là hành duyên thức. *Cho đến* ý và pháp làm duyên, sanh ý thức. Trong đây, ý là hành hữu vi bên trong, pháp là ngoại duyên, sanh ý thức. Đây gọi là hành duyên thức.

---

[870] Bất thiện nghiệp, hay phi phước hành, đẳng khởi bởi ba bất thiện căn.

[871] Thiện nghiệp, hay phước hành, đẳng khởi bởi ba thiện căn.

[872] 有為行. Skt. saṃskṛta-saṃskāra. *A-tì-đàm tâm luận 4*, tr. 831a8: "Vì nó tác thành các pháp hữu vi nên nói là hữu vi hành."

b. *Thức ba hữu*

Lại nữa, trong kinh *Ứng dụ*, Phật dạy như vầy: "Tạo phước hành, phi phước hành, bất động hành rồi, thức hệ thuộc phước, phi phước, bất động phát sanh."[873]

(i) "Tạo phi phước hành rồi, thức hệ thuộc phi phước phát sanh" là như thế nào?

Có hữu tình, do tham-sân-si trói buộc tâm, tạo ba ác hành bởi thân ngữ ý. Ba ác hành này, gọi là phi phước hành. Do nhân duyên này, sau khi thân hoại mạng chung, đọa trong địa ngục, thức phát sanh theo cảnh giới đó. Đây gọi là tạo phi phước hành rồi, thức phát sanh theo phi phước.

Như nói về địa ngục, nói về bàng sanh, quỷ giới, nên biết cũng vậy.

(ii) "Tạo phước hành rồi, thức hệ thuộc phước phát sanh" là như thế nào?

Có hữu tình, hệ tâm mong cầu khoái lạc cõi người. Người ấy nghĩ: "Mong ta sẽ sanh trong đồng phần của loài người, hưởng khoái lạc giống như mọi người." Do sự mong cầu này, nên tạo diệu hành bởi thân-ngữ-ý chiêu cảm cõi người. Ba diệu hành này gọi là phước hành. Do nhân duyên đây, sau khi thân hoại mạng chung, sanh trong cõi người, thức phát sanh theo cảnh giới đó. Đây gọi là tạo phước hành rồi, thức phát sanh theo phước.

---

[873] *Tạp 12*, dẫn trên, tr. 83a27: "Biết rằng thức kia nhân có hành là nhân, hành là tập, hành là xuất sanh, hành là xúc, mà tạo các phước hành dẫn sanh thức thiện; tạo tác các phi phước, bất thiện hành, dẫn sanh thức bất thiện; tạo tác hành vô sở hữu (bất động hành) dẫn sanh thức vô sở hữu (bất động thức)." Pāli, S. 12.51 ibid.: *"puññañce saṅkhāraṃ abhisaṅkharoti, puññūpagaṃ hoti viññāṇaṃ. puññañce saṅkhāraṃ abhisaṅkharoti, apuññūpagaṃ hoti viññāṇaṃ. āneñjaṃ ce saṅkhāraṃ abhisaṅkharoti āneñjūpagaṃ hoti viññāṇaṃ*, "Nếu nó tạo tác phước hành, phi phước hành, bất động hành, thì thức hệ thuộc phước, phi phước, hay thức bất động phát sanh."

Có hữu tình, không hệ tâm mong cầu khoái lạc cõi người, chỉ do vô minh che lấp tâm động, nên tạo ba diệu hành bởi thân-ngữ-ý. Ba diệu hành này gọi là phước hành. Do nhân duyên đây, sau khi thân hoại mạng chung, sanh trong cõi người, thức phát sanh theo cảnh giới đó. Đây gọi là tạo phước hành rồi, thức phát sanh theo phước.

Như nói về cõi người, về Tứ đại vương chúng thiên,... *cho đến* Tha hóa tự tại thiên, nên biết cũng vậy.

Lại có hữu tình, hệ tâm mong cầu sanh Phạm chúng thiên. Người ấy nghĩ: "Mong ta sẽ sanh trong chúng đồng phần của Phạm chúng thiên." Do sự mong cầu như vậy, nên cần tu gia hành, ly dục ác bất thiện pháp, chứng và trụ sơ tĩnh lự, có tầm có tứ, hỷ lạc do viễn ly sanh. Các thân luật nghi, ngữ luật nghi, mạng thanh tịnh trong định này, gọi là phước hành. Do nhân duyên này, sau khi thân hoại mạng chung, sanh trong chúng đồng phần của Phạm chúng thiên, khởi thức theo cảnh giới đó. Đây gọi là **[507b01]** tạo phước hành rồi, thức phát sanh theo phước.

Có hữu tình không buộc tâm mong cầu sanh Phạm chúng thiên, chỉ do vô minh che lấp tâm động, nên cần tu gia hành, ly dục ác bất thiện pháp,... *cho đến* mạng thanh tịnh, gọi là phước hành. Do nhân duyên này, sau khi thân hoại mạng chung, sanh trong chúng đồng phần của Phạm chúng thiên, khởi thức theo cảnh giới đó. Đây gọi là tạo phước hành rồi, thức phát sanh theo phước.

Như nói về Phạm chúng thiên, nói về Phạm phụ thiên *cho đến* Vô tưởng thiên, nên biết cũng như vậy.

(iii) "Tạo bất động hành rồi, thức phát sanh theo bất động" là như thế nào?

Có hữu tình hệ tâm cầu sanh Không vô biên xứ thiên. Người ấy nghĩ: "Mong ta sẽ sanh trong chúng đồng phần của Không vô biên xứ thiên." Do sự mong cầu như vậy, nên cần tu gia hành, vượt các sắc tưởng, diệt các đối ngại tưởng, không tư duy các loại tưởng, nhập không vô biên, chứng và trú Không vô biên xứ. Các tư, đẳng tư, hiện tiền đẳng tư, dĩ tư, đương tư, phát sanh từ tư, đồng loại tư, nghiệp tạo bởi tâm ý trong định này, gọi là bất động hành. Do nhân duyên này, sau khi thân hoại mạng chung, sanh trong chúng đồng phần của Không vô biên xứ thiên, thức phát sanh theo cảnh giới đó. Đây gọi là tạo bất động hành rồi, thức phát sanh theo bất động.

Có hữu tình không hệ tâm cầu sanh Không vô biên xứ thiên, chỉ do vô minh che lấp tâm động, nên cần tu gia hành, vượt các sắc tưởng,... *cho đến* nghiệp tạo bởi tâm ý trong định này, gọi là bất động hành. Do nhân duyên này, sau khi thân hoại mạng chung, sanh trong chúng đồng phần của Không vô biên xứ thiên, thức phát sanh theo cảnh giới đó. Đây gọi là tạo bất động hành rồi, thức phát sanh theo bất động.

Như nói về Không vô biên xứ,... *cho đến* Phi tưởng phi phi tưởng xứ, nên biết cũng như vậy.

Các thức như vậy, hành là duyên, hành là sở y, hành là cái thiết lập, nên khởi, đẳng khởi, sanh, đẳng sanh, tụ tập, xuất hiện, đó gọi *hành duyên thức*.

4. *Danh sắc*

Thức duyên danh sắc như thế nào?

(a) *Thức duyên danh sắc*

Có hữu tình, thức câu sanh tham-sân-si làm duyên, nên khởi thân nghiệp, ngữ nghiệp câu sanh tham-sân-si, gọi là *sắc*. Thọ, tưởng, hành, thức từ đó sanh, gọi là *danh*. Đây gọi là thức duyên danh sắc.

Lại có hữu tình, thức câu sanh vô tham, vô sân, vô si làm duyên, nên khởi thân nghiệp, ngữ nghiệp câu sanh vô tham, vô sân, vô si; gọi là *sắc*. Thọ, tưởng, hành, thức từ đó sanh; gọi là *danh*. Đây gọi là thức duyên danh sắc.

(b) *Danh sắc*

(i) Lại nữa, trong kinh *Giáo hối Na-địa-ca*, Phật dạy: "Na-địa-ca, thân hữu yêu thương mà biến dịch, hủy hoại, từ đó phát sanh sầu, thán, khổ, ưu, nhiễu, não."[874] Do thức câu sanh sầu này làm duyên,

---

[874] 教誨那地迦經. Na-địa-ca, đồng nhất với Na-đề-ca, *Tạp* 47 kinh số 1250-51, nhưng không tìm thấy đoạn văn tương đương dẫn trên. Tương đương Pāli, A 5 30 *Nāgitasuttaṃ* (iii.32): *piyānaṃ kho, nāgita, vipariṇāmaññathābhāvā uppajjanti sokaparideva-dukkha-*

phát khởi thân nghiệp, **[507c01]** ngữ nghiệp câu sanh sầu, gọi là *sắc*. Thọ, tưởng, hành, thức từ đó sanh, gọi là *danh*. Đây gọi là thức duyên danh sắc.

(ii) Lại nữa, trong kinh *Giáo hối Phả-lặc-cũ-na*, Phật dạy: "Phả-lặc-cũ-na, thức là thức ăn dẫn sanh hữu đương lai."[875] Thức này là gì? Đó là sự phát triển kiên cố của tâm-ý-thức cho đến tâm tối hậu thành

---

domanassupāyāsā – eso tassa nissando. "Những gì thân yêu mà biến dịch, biến dị, thì từ đó mà phát sinh sầu, ưu, khổ, bi, ảo não – Đây là đẳng lưu của nó."

[875] 教誨頗勒窶那經. *Tạp 15* kinh 372, tr. 102a13: "Phật nói, có bốn loại thức ăn: đoàn thực, tế xúc thực, ý tư thực, thức thực. Bấy giờ Tỳ-kheo Phả-cầu-na hỏi: 'Cái gì ăn thức ăn là thức này?' Phật nói: 'Ta không nói thức có thức ăn. Nếu Ta nói thức có thức ăn thì ông mới nên hỏi như vậy. Nhưng Ta nói, thức là thức ăn. Vậy ông nên hỏi: Do nhân duyên gì mà thức là thức ăn? Như vậy Ta sẽ đáp: Cái mà chiêu cảm đương lai hữu khiến phát sanh tương tục, do có hữu nên có sáu xứ; duyên sáu xứ nên có xúc..." Pāli tương đương, S. 12 12 *Moḷiya-Phaggunasuttaṃ* (ii.13): *evaṃ vutte, āyasmā moḷiyaphagguno bhagavantaṃ etadavoca – " ko nu kho, bhante, viññāṇāhāraṃ āhāretī " ti? " no kallo pañho " ti bhagavā avoca – "' āhāretī ' ti ahaṃ na vadāmi. ' āhāretī ' ti cāhaṃ vadeyyaṃ, tatrassa kallo pañho – ' ko nu kho, bhante, āhāretī ' ti? evañcāhaṃ na vadāmi. evaṃ maṃ avadantaṃ yo evaṃ puccheyya – ' kissa nu kho, bhante, viññāṇāhāro ' ti, esa kallo pañho. tatra kallaṃ veyyākaraṇaṃ – ' viññāṇāhāro āyatiṃ punabbhavābhinibbattiyā paccayo, tasmiṃ bhūte sati saḷāyatanaṃ, saḷāyatanapaccayā phasso '" ti.* "Nghe Phật nói như vậy, Tôn giả *Moḷiyaphagguna* hỏi: "Bạch Đại Đức, cái gì ăn thức ăn là thức?" Phật nói: "Câu hỏi không hợp thức. Ta không nói: 'Nó ăn'. Nếu Ta nói: 'Nó ăn' thì câu hỏi hợp thức sẽ là 'Cái gì ăn thức ăn là thức?' Nhưng Ta không nói như vậy. Giả sử có ai hỏi như vầy: 'Bạch Đại Đức, cái gì có thức ăn là thức?' Câu hỏi này hợp thức, và câu trả lời hợp thức sẽ là: Thức ăn là thức làm duyên cho sự xuất sinh hữu vị lai. Trong khi có cái này, có sáu xứ, do duyên sáu xứ có xúc."

kiền-đạt-phược,[876] mà chưa được đoạn,[877] chưa được biến tri, chưa diệt, chưa hoàn toàn nhả hết, thức này trực tiếp không gián cách, hòa hợp thành tự thể yết-lạt-lam[878] ở trong thai mẹ. Khối hòa hợp tự thể yết-lạt-lam này là *sắc*; thọ, tưởng, hành, thức từ đó sanh, gọi là *danh*. Đây gọi là thức duyên danh sắc.

(iii) Lại nữa, trong kinh *Giáo hối Sa-đế*, Phật dạy: "Hòa hợp ba sự nhập thai tạng mẹ."[879] Ba yếu tố đó là gì? Đó là khi cha mẹ nhiễm tâm hòa hợp, đúng thời của người mẹ, và kiền-đạt-phược. Chính ngay lúc ba yếu tố như vậy hòa hợp, nhập thai tạng mẹ. Trong ấy, sự phát triển kiên cố của tâm-ý-thức cho đến tâm tối hậu thành kiền-đạt-phược, mà chưa bị đoạn, chưa được biến tri, chưa diệt, chưa nhả sạch, thức

---

[876] 健達縛, **Skt.** *gandharva*: hương ấm, *thực hương:* Huyền Trang giải thích, "Vì nó ăn hương để đi đến chỗ thọ sinh". Đây là thức trong sát-na cuối cùng của trung hữu, đi vào sinh hữu, hình thành đời sống mới.

[877] Nếu thức tối hậu này mà bị đoạn, tức thì nhập Niết-bàn, không còn tái sinh.

[878] 羯剌藍. **Skt.** *kalalam*: giai đoạn tối sơ của đời sống mới; thứ nhất trong 5 giai đoạn trong thai mẹ (thai nội ngũ vị): (1) *kalalam, kiết-lặc-lam*, Hán dịch 和合 hòa hiệp, tạp nhiễm, 凝滑 ngưng hoạt (chất nhờn đông): Thai thụ tinh trong tuần thứ nhất. (2) *arbudaḥ*; 頞部曇 át-bộ-đàm; 頞浮陀 át-phù-đà; Hán dịch : *bào* 皰, mụt nhọt: Thai thụ tinh trong tuần thứ hai. (3) *peśī*; 閉尸 bế-thi; 俾尸 tì-thi.肉段 nhục đoạn; Hán dịch 血肉 huyết nhục: Tuần lễ thứ ba, thai tượng hình khối thịt. (4) *ghanaḥ*; 鍵南 kiện-nam; 伽那 già-na; Hán dịch: 堅厚 kiên hậu. 堅肉 kiên nhục, cục thịt: Thai trong tuần thứ tư. (5) *praśākhā*; 鉢羅奢佉 bát-la-xa-khư, 捨佉 xả-khư; Hán dịch: 支節 chi tiết: Thai tượng hình tay chân.

[879] Trung 54, kinh 201 Trà-đế, tr. 769b23. Pāli, M 38 *Mahātaṇhāsaṅkhayasuttaṃ*, i. 266: *tiṇṇam kho pana, bhikkhave, sannipātā gabbhassāvakkanti hoti. Idha mātāpitaro ca sannipatitā honti, mātā ca na utunī hoti, gandhabbo ca na paccupaṭṭhito hoti, neva tāva gabbhassāvakkanti hoti."* Do sự tụ hội của ba yếu tố này mà có sự thác sinh vào thai mẹ. Ở đây, có sự giao hội của cha và mẹ, người mẹ đang ở trong thời kỳ có thai, và kiền-đạt-phược hiện tiền."

này trực tiếp không gián cách nhập thai tạng mẹ. Thai mà thức này gá vào, gọi là *sắc*; thọ, tưởng, hành, thức từ đó sanh, gọi là *danh*. Đây gọi là thức duyên danh sắc.

Lại nữa, trong kinh *Đại nhân duyên*:[880] Tôn giả Khánh Hỷ hỏi Phật: "Danh sắc có duyên không?" Phật đáp: "Có duyên. Duyên này là thức." Phật hỏi Khánh Hỷ: "Nếu thức không nhập thai tạng mẹ, danh sắc có thành yết-lạt-lam không?" A-nan-đà trả lời: "Không, bạch Thế Tôn." – "Nếu thức không nhập thai tạng mẹ, danh sắc được sanh trong giới này không?" – "Không, bạch Thế Tôn." – "Nếu sát-na tối sơ thức bị hoại diệt, sát-na sau danh sắc có phát triển không?"[881] – "Không, bạch Thế Tôn." – "Nếu thức hoàn toàn không có, có thể có khái niệm về danh sắc không?" – "Không, bạch Thế Tôn." – "Vì vậy, Khánh Hỷ, tất cả danh sắc đều có thức là duyên." Đây gọi là thức duyên danh sắc.

Danh sắc như vậy, do thức là duyên; thức là sở y, do thức kiến lập, do đó mà phát khởi, đẳng khởi, sanh, đẳng sanh, tụ tập, xuất hiện, nên gọi thức duyên danh sắc.

c. Danh sắc duyên thức

Danh sắc duyên thức như thế nào?[882]

Mắt, sắc làm duyên sanh nhãn thức. Trong đây, mắt và sắc gọi là *sắc*. Thọ, tưởng, hành, thức từ đó sanh, gọi là *danh*. Trong đó, tác ý

---

[880] *Trường 10*, kinh 13 "Đại duyên phương tiện." *Trung 24* kinh 97 "Đại nhân kinh". Pāli D 15 *Mahānidānasuttaṃ*, ii 63.

[881] *Trung 24* kinh Đại nhân, tr. 579c17: "A-nan, nếu thức không nhập thai mẹ, có danh-sắc để thành thân này không? Đáp: Không. – A-nan, Nếu thức nhập thai rồi tức thì xuất, danh sắc có hội tinh không? Đáp: không. – A-nan, nếu thai nhi mà thức tối sơ bị đoạn, không tồn tại, danh sắc có phát triển không? Đáp: không."

[882] D 15 dẫn trên, ii. 57: *kiṃpaccayā nāmarūpa ' nti iti ce vadeyya, ' viññāṇapaccayā nāmarūpa ' nti ...kiṃpaccayā viññāṇa ' nti iti ce vadeyya, ' nāmarūpapaccayā viññāṇa ' nti, ...* "do duyên là gì mà có danh sắc? Do duyên là thức... do duyên là gì mà có thức? Do duyên danh sắc..."

các thứ[883] trợ sanh nhãn thức. Đây gọi là "danh sắc duyên thức." *Cho đến ý* và pháp làm duyên sanh ý thức. Trong đây, các sắc mà ý thức phân biệt, gọi là *sắc*. Thọ, tưởng, hành, thức từ đó sanh, gọi là *danh*. Trong đó, tác ý các thứ **[508a01]** trợ sanh ý thức. Đây gọi là danh sắc duyên thức.

Lại nữa, trong kinh *Giáo hối Phả-lặc-cũ-na*, Phật dạy: "Phả-lặc-cũ-na, do thức làm thức ăn mà sanh khởi hậu hữu."[884] Thức này là gì? Đó là kiền-đạt-phược,... *nói rộng cho đến* hòa hợp thành tự thể yết-lạt-lam. Khối hòa hợp tự thể yết-lạt-lam này là *sắc*; thọ, tưởng, hành, thức từ đó sanh, gọi là *danh*. Bấy giờ, danh sắc câu sanh tác ý phi lý làm duyên, khởi thức câu sanh. Đây gọi là danh sắc duyên thức.

Lại nữa, trong kinh *Giáo hối Sa-để*, Phật dạy: "Hòa hợp ba sự nhập thai tạng mẹ... *nói rộng cho đến*, thức này trực tiếp không gián cách nhập thai tạng mẹ." Thai mà thức gá vào, gọi là *sắc*; thọ, tưởng, hành, thức từ đó sanh, gọi là *danh*. Bấy giờ, danh sắc câu sanh tác ý phi lý làm duyên, khởi thức câu sanh. Đây gọi là danh sắc duyên thức.

Lại có hữu tình, do tham-sân-si trói buộc tâm, nên tạo ba ác hành bởi thân-ngữ-ý. Trong đây, ác hành bởi thân-ngữ, gọi là *sắc*; ác hành bởi ý gọi là *danh*. Do danh sắc của ác hành đây làm duyên, sau khi thân hoại mạng chung, đọa trong địa ngục, khởi thức theo cảnh giới đó. Đây gọi là danh sắc duyên thức.

Như nói về địa ngục; về bàng sanh, quỉ giới, nên biết, cũng vậy.

Có hữu tình, hệ tâm mong cầu khoái lạc cõi người. Do sự mong cầu này, nên tạo thân-ngữ-ý diệu hành chiêu cảm cõi người. Trong đây, diệu hành bởi thân-ngữ, gọi là *sắc*; diệu hành bởi ý gọi là *danh*. Do danh sắc của diệu hành đây làm duyên, sau khi thân hoại mạng chung, sanh nơi cõi người, khởi thức theo cảnh giới đó. Đây gọi là danh sắc duyên thức.

---

[883] 作意等, các tâm sở trong đại địa pháp biến hành trong tất cả tâm, hỗ trợ các thức hoạt động.

[884] 後有, hậu hữu hay đương lai hữu, Skt. *punarbhava. Tạp 15*, kinh đã dẫn *trước*, cht. 875.

Có hữu tình, không hệ tâm mong cầu khoái lạc cõi người, chỉ do vô minh che lấp tâm động, nên tạo ba diệu hành bởi thân-ngữ-ý. Trong đây, diệu hành bởi thân-ngữ, gọi là *sắc*; diệu hạnh bởi ý gọi là *danh*. Do danh sắc của diệu hành đây làm duyên, sau khi thân hoại mạng chung, sanh nơi cõi người, khởi thức theo cảnh giới đó. Đây gọi là danh sắc duyên thức.

Như nói về cõi người; về Tứ đại vương chúng thiên, *cho đến* Tha hóa tự tại thiên, nên biết cũng vậy.

Lại có hữu tình, hệ tâm mong cầu sanh Phạm chúng thiên. Do sự mong cầu như vậy, nên cần tu gia hành, ly dục ác bất thiện pháp,... *cho đến* chứng và trụ sơ tĩnh lự. Các thân luật nghi, ngữ luật nghi, mạng thanh tịnh phát sanh trong các định này, gọi là *sắc*. Thọ, tưởng, hành, thức từ đó sanh, gọi là *danh*. Do nhân duyên này, sau khi thân hoại mạng chung, sanh trong chúng đồng phần của Phạm chúng thiên, khởi thức theo cảnh giới đó. Đây gọi là danh sắc duyên thức.

Như **[508b01]** nói về Phạm chúng thiên; về Phạm phụ thiên,... *cho đến* Phi tưởng phi phi tưởng xứ, bất cứ cõi nào, nên biết cũng vậy.

Lại nữa, trong kinh *Đại nhân duyên*, Tôn giả Khánh Hỷ hỏi Phật: "Các thức có duyên không?" Phật đáp: "Có duyên. Duyên này là danh sắc." Phật hỏi Khánh Hỷ: "Nếu không có danh sắc, các thức có hoạt động không?" A-nan-đà bạch Phật: "Không, bạch Thế Tôn." – "Nếu không có danh sắc làm chỗ y chỉ, có thể phát sanh thức cho *sanh, già-chết* được thọ nhận trong đời sau?"[885] "Không, bạch Thế Tôn." – "Nếu hoàn toàn không có các danh sắc thì có thể có quan niệm rằng có các thức không?"[886] "Không, bạch Thế Tôn." – "Vì vậy, Khánh Hỷ, các thức

---

[885] *Trường 10*, dẫn trên, tr. 61b14: "A-nan, do duyên là danh sắc mà có thức; điều đó có nghĩa gì? Nếu thức không trụ danh sắc thì thức không có trú xứ; thức không có trú xứ, há có sanh, già, bệnh, chết, ưu, bi, khổ, não chăng?" D 15 dẫn trên, ii. 63: *viññāṇañca hi, ānanda, nāmarūpe patiṭṭhaṃ na labhissatha, api nu kho āyatiṃ jātijarāmaraṇaṃ dukkhasamudayasambhavo paññāyethā'' ti?*

[886] 為可施設有諸識不. D 15 dẫn trên: *āyatiṃ jātijarāmaraṇaṃ ... paññāyethā"ti?* Có thể biết sanh, già, chết trong tương lai?

đều do duyên là danh sắc. Đây gọi là danh sắc duyên thức.

Các thức như vậy, do duyên là danh sắc; danh sắc là sở y, danh sắc kiến lập, do đó mà khởi, đẳng khởi, sanh, đẳng sanh, tụ tập, xuất hiện, nên gọi là danh sắc duyên thức.

5. Sáu xứ[887]

Danh sắc duyên sáu xứ là thế nào?

Có hữu tình bị bức khổ bởi lạnh rét, mong cầu ấm áp; do được sự ấm tốt, nên đại chủng mang hơi ấm trong thân liền khởi. Trong đây, hơi ấm hoặc đại chủng mang hơi ấm gọi là *sắc*; thọ, tưởng, hành, thức từ đó sanh, gọi là *danh*.[888] Do danh sắc này mà mắt, tai, mũi, lưỡi, thân và ý đều được tăng trưởng. Đây gọi là danh sắc duyên sáu xứ.

Người bị bức khổ bởi nóng, mong cầu lạnh mát, nên biết cũng vậy.

Có hữu tình bị bức khổ bởi đói, mong cầu thức ăn; do được ăn no đủ, nên đại chủng mang dưỡng chất trong thân liền khởi. Trong đây, dưỡng chất hoặc đại chủng mang dưỡng chất gọi là *sắc*; thọ, tưởng, hành, thức từ đó sanh, gọi là *danh*. Do danh sắc này, sáu căn đều được tăng trưởng. Đây gọi là danh sắc duyên sáu xứ.

Có hữu tình bị bức khổ bởi khát, mong cầu thức uống; do được uống no đủ, nên đại chủng mang dưỡng chất trong thân liền khởi. Trong đây, dưỡng chất hoặc đại chủng mang dưỡng chất gọi là *sắc*; thọ, tưởng, hành, thức từ đó sanh, gọi là *danh*. Do danh sắc này mà sáu căn đều được tăng trưởng. Đây gọi là danh sắc duyên sáu xứ.

Có hữu tình bị bức khổ bởi kiệt sức, mong cầu nghỉ ngơi; do được xoa bóp, ngủ nghỉ toại ý, nên đại chủng mang tế xúc kia trong thân liền khởi. Trong đây, sự xoa bóp v.v... hoặc đại chủng mang tế xúc kia gọi là

---

[887] Pāli, D 15 dẫn trên, không có chi "sáu xứ" do đó không đề cập "danh sắc duyên sáu xứ (nāmarūpapaccayā saḷāyatanaṃ)."

[888] *Visuddhimagga* 562: danh: ba uẩn thọ, tưởng, hành (*nāmanti vedanādi-kkhandha-ttayaṃ*); sắc, thân tương tục với 4 đại chủng, 6 sự, và mạng căn (*rūpaṃ pana sasantatipariyāpannaṃ niyamato cattāri bhūtāni cha vatthūni jīvitindriyanti*).

sắc; thọ, tưởng, hành, thức từ đó sanh, gọi là danh. Do danh sắc này, sáu căn đều được tăng trưởng. Đây gọi là danh sắc duyên sáu xứ.

Có hữu tình, vào lúc trời nóng nực, bị bức bởi nóng và khát, được nhảy xuống ao nước trong mát, uống và tắm thỏa thích, nên đại chủng mang tế xúc kia trong thân liền khởi. Trong đây, nước mát lạnh hoặc đại chủng mang tế xúc kia gọi **[508c01]** là *sắc*; thọ, tưởng, hành, thức từ đó sanh, gọi là *danh*. Do danh sắc này, sáu căn đều được tăng trưởng. Đây gọi là danh sắc duyên sáu xứ.

Lại nữa, trong kinh *Giáo hối Phả-lặc-cũ-na*, Phật dạy: "Phả-lặc-cũ-na, do thức làm thức ăn mà sanh khởi hậu hữu."[889] Thức này là gì? Đó là kiền-đạt-phược,... *nói rộng cho đến* hòa hợp thành tự thể yết-lạt-lam. Khối hòa hợp tự thể yết-lạt-lam này là *sắc*; thọ, tưởng, hành, thức từ đó sanh, gọi là *danh*. Bấy giờ, danh sắc câu sanh tác ý phi lý làm duyên, sáu căn sanh khởi trong thai tạng mẹ. Đây gọi là danh sắc duyên sáu xứ.

Lại nữa, trong kinh *Giáo hối Sa-để*, Phật dạy: "Hòa hợp ba sự nhập thai tạng mẹ... *nói rộng cho đến*, thức này trực tiếp không gián cách nhập thai tạng mẹ." Thai mà thức gá vào, gọi là *sắc*; thọ, tưởng, hành, thức từ đó sanh, gọi là *danh*. Bấy giờ, danh sắc câu sanh tác ý phi lý làm duyên, sáu căn sanh khởi trong thai tạng mẹ. Đây gọi là danh sắc duyên sáu xứ.

Lại có hữu tình, do tham-sân-si trói buộc tâm, nên tạo ba ác hành bởi thân-ngữ-ý. Trong đây, ác hành bởi thân-ngữ, gọi là *sắc*; ác hành bởi ý gọi là *danh*. Do danh sắc của ác hành đây làm duyên, sau khi thân hoại mạng chung, đọa nơi địa ngục, sáu căn sanh khởi. Đây gọi là danh sắc duyên sáu xứ.

Như nói về địa ngục; về bàng sanh, quỉ giới, nên biết cũng vậy.

Có hữu tình, buộc tâm mong cầu khoái lạc cõi người. Do sự mong cầu này, nên tạo thân-ngữ-ý diệu hành chiêu cảm cõi người. Trong đây, diệu hành bởi thân-ngữ, gọi là *sắc*; diệu hành bởi ý gọi là *danh*. Do danh

---

[889] 後有, hậu hữu hay đương lai hữu, **Skt.** *punarbhava*. Tạp 15, kinh đã dẫn trước, cht. 875.

sắc của diệu hành này làm duyên, sau khi thân hoại mạng chung, sanh nơi cõi người, sáu căn sanh khởi. Đây gọi là danh sắc duyên sáu xứ.

Như nói về cõi người; về Tứ đại vương chúng thiên, *cho đến* Tha hóa tự tại thiên, nên biết cũng vậy.

Lại có hữu tình, tâm mong cầu sanh Phạm chúng thiên. Do sự mong cầu như vậy, nên cần tu gia hành, ly dục ác bất thiện pháp,... *cho đến* chứng và trụ sơ tĩnh lự. Các thân luật nghi, ngữ luật nghi, mạng thanh tịnh trong định này, gọi là *sắc*. Thọ, tưởng, hành, thức từ đó sanh, gọi là *danh*. Do nhân duyên này, sau khi thân hoại mạng chung, sanh trong chúng đồng phần của Phạm chúng thiên, sáu căn sanh khởi. Đây gọi là danh sắc duyên sáu xứ.

Như nói về Phạm chúng thiên, về Phạm phụ thiên,... *cho đến* Phi tưởng phi phi tưởng xứ, bất kỳ cõi nào nên biết cũng như vậy. Đây gọi là danh sắc duyên sáu xứ.

Sáu xứ như vậy, do duyên là danh sắc, danh sắc làm sở y, danh sắc kiến lập, nên khởi, đẳng khởi, sanh, đẳng sanh, tụ tập, xuất hiện, nên gọi là danh sắc duyên sáu xứ.[890]

6. *Xúc*

a. *Danh sắc duyên xúc*[891]

[509a12] Danh sắc duyên xúc là thế nào?

Mắt và sắc làm duyên sanh nhãn thức. Hòa hợp ba sự này sanh xúc.[892] Trong đây, mắt và sắc gọi là *sắc*; thọ, tưởng, hành, thức từ đó sanh, gọi là *danh*. Danh sắc như vậy làm duyên sanh nhãn xúc. Đây gọi là "danh sắc duyên xúc." *Cho đến* ý và pháp làm duyên sanh ý thức. Hòa hợp ba sự này sanh xúc. Trong đây, các sắc mà ý thức phân biệt, gọi là *sắc*; thọ, tưởng, hành, thức từ đó sanh, gọi là *danh*. Danh sắc như vậy làm duyên sanh ý xúc. Đây gọi là danh sắc duyên xúc.

---

890 Bản Hán hết quyển 11.

891 D 15 ibid. 262: *nāmarūpapaccayā phasso*.

892 三和合故生觸. **Pāli:** *tiṇṇaṃ saṅgati phasso*: tổ hợp ba này là xúc.

Lại nữa, trong kinh *Giáo hối Phả-lặc-cũ-na*, Phật dạy: "Phả-lặc-cũ-na, do thức làm thức ăn mà sanh khởi hậu hữu." Thức này là gì? Đó là kiền-đạt-phược,... *chi tiết cho đến* hòa hợp thành tự thể yết-lạt-lam. Khối hòa hợp tự thể yết-lạt-lam này là *sắc*; thọ, tưởng, hành, thức từ đó sanh, gọi là *danh*. Khi ấy, danh sắc câu sanh tác ý phi lý làm duyên, sanh khởi các xúc trong thai tạng mẹ. Đây gọi là danh sắc duyên xúc.

Lại nữa, trong kinh *Giáo hối Sa-đế*, Phật dạy: "Hòa hợp ba sự nhập thai tạng mẹ... *nói rộng cho đến*, thức này trực tiếp không gián cách nhập thai tạng mẹ."⁸⁹³ Chỗ mà thức này vin vào, gọi là *sắc*; thọ, tưởng, hành, thức từ đó sanh, gọi là *danh*. Khi ấy, danh sắc câu sanh tác ý phi lý làm duyên, sanh khởi các xúc trong thai tạng mẹ. Đây gọi là danh sắc duyên xúc.

Lại có hữu tình, do tham-sân-si trói buộc tâm, nên tạo ba ác hành bởi thân-ngữ-ý. Trong đây, [509b01] ác hành bởi thân-ngữ gọi là *sắc*; ác hành bởi ý gọi là *danh*. Do danh sắc ác hành này làm duyên, sau khi thân hoại mạng chung đọa trong địa ngục, các xúc sanh khởi. Đây gọi là danh sắc duyên xúc.

Như nói về địa ngục; về bàng sanh, quỉ giới, nên biết, cũng vậy.

Có hữu tình hệ tâm mong cầu khoái lạc cõi người. Do sự mong cầu này, nên tạo thân-ngữ-ý diệu hành chiêu cảm cõi người. Trong đây, diệu hành bởi thân-ngữ, gọi là *sắc*; diệu hành bởi ý gọi là *danh*. Do danh sắc diệu hành này làm duyên, sau khi thân hoại mạng chung, sanh trong loài người, các xúc sanh khởi. Đây gọi là danh sắc duyên xúc.

Như nói về cõi người; về Tứ đại vương chúng thiên, *cho đến* Tha hóa tự tại thiên, nên biết, cũng vậy.

Lại có hữu tình hệ tâm mong cầu sanh Phạm chúng thiên. Do sự mong cầu như vậy, nên cần tu gia hành, ly dục ác bất thiện pháp,... *cho đến* chứng và trụ sơ tĩnh lự. Các thân luật nghi, ngữ luật nghi, mạng thanh tịnh trong định này, gọi là *sắc*. Thọ, tưởng, hành, thức từ đó sanh, gọi là *danh*. Do nhân duyên này, sau khi thân hoại mạng chung, sanh trong chúng đồng phần của Phạm chúng thiên, các xúc sanh khởi.

---

⁸⁹³ *Trung 54*, xem cht. 879 trước.

Đây gọi là "danh sắc duyên xúc".

Như nói về Phạm chúng thiên; về Phạm phụ thiên,... *cho đến* Phi tưởng phi phi tưởng xứ, bất kỳ cõi nào nên biết, cũng vậy.

Lại nữa, trong kinh *Đại nhân duyên*,[894] tôn giả Khánh Hỷ hỏi Phật: "Các xúc có duyên?" Phật đáp: "Có duyên. Duyên này là danh sắc, *chi tiết cho đến*, y chỉ đặc điểm này mà có quy ước về danh thân[895]; nếu không có đặc điểm này, há có quy ước về tăng ngữ xúc?"[896] "Không, bạch Thế Tôn." - "Y chỉ đặc điểm này mà có quy ước về sắc thân;[897] nếu không có đặc điểm này, có thể có quy ước về hữu đối xúc?"[898]- "Không, bạch Thế Tôn." - "Nếu danh sắc thân[899] hoàn toàn không có, thì có thể quy ước về các hữu đối xúc?" - "Không, bạch Thế Tôn." -"Vì vậy, này

---

[894] *Đại nhân duyên*, xem cht. 880.

[895] Pāli, D. 15, dẫn trên: *yehi, ānanda, ākārehi yehi liṅgehi yehi nimittehi yehi uddesehi nāmakāyassa paññatti hoti*, do bởi các hình thái (hành tướng) nào, hình tướng nào, dấu hiệu nào, mà có quy ước (thi thiết) về danh thân... " Về danh thân (Skt. *nāmakāya*: tập hợp tên gọi chỉ sự vật), *Câu-xá* ii, tụng 47ab, Luận giải thích: "danh (*nāma*) là tác nhân của tưởng (*saṃjñā*)." *Vyākhyā*: "tác tưởng (*saṃjñākaraṇaṃ*: tác nhân của tưởng) đây là ngôn ngữ thông tục, từ đồng nghĩa với danh thuyên/ danh xưng. Như trong thế gian người ta nói: 'Devadatta' là tác thành ý tưởng về người ấy. Nó tác thành tưởng nên nói là tác tưởng. Tưởng là tâm sở pháp. Do bởi danh mà tâm sở pháp là tưởng phát sinh." *Câu-xá*, bản Việt dịch, ĐTKVN, TVT, tập 18; HĐHP, 2022; tr. 332.

[896] 增語觸. *Trường 10* (tr. 61b4): 心觸 tâm xúc; *Trung 24* (tr. 79c10): 增語更樂 tăng ngữ cánh lạc. Pāli/Skt. *adhivacana*: danh hiệu, nhãn hiệu, danh xưng, danh mục; một từ ngữ mà chỉ cho nhiều sự vật cá biệt.

[897] 施設色身. Pāli: *rūpakāyassa paññatti*, quy ước về sắc tụ, về tập hợp của những gì được gọi là sắc theo quy ước thế gian.

[898] 有對觸. Pāli, *paṭighasamphassa*: xúc chạm vật có đối ngại, đề kháng.

[899] D. 15 ibid.: *nāmakāyassa ca rūpakāyassa ca paññatti hoti ... adhivacanasamphasso vā paṭighasamphasso vā...* (do có) khái niệm quy ước về tập hợp danh (*nāmakāya*: danh thân), và tập hợp sắc (*rūpakāya*: sắc thân) ... (mà có) tăng ngữ xúc và hữu đối xúc.

Khánh Hỷ, các xúc đều do duyên là danh sắc, sở y là danh sắc, kiến lập bởi danh sắc, do đó mà khởi, đẳng khởi, sanh, đẳng sanh, tụ tập, xuất hiện." Đó gọi là danh sắc duyên xúc.

b. *Sáu xứ duyên xúc*

Sáu xứ duyên xúc là thế nào? Mắt và sắc làm duyên sanh nhãn thức, hòa hợp ba sự này nên sanh xúc;... *cho đến* ý và pháp làm duyên sanh ý thức, hòa hợp ba sự này nên sanh xúc. Đây gọi là sáu xứ duyên xúc.

Lại nữa, mắt và sắc làm duyên sanh nhãn thức, hòa hợp ba sự này nên sanh xúc. Trong đây, mắt là nội duyên, sắc là ngoại [509c01] duyên, sanh nhãn xúc;... *cho đến* ý và pháp làm duyên sanh ý thức, hòa hợp ba sự này nên sanh xúc. Trong đây, ý là nội duyên, pháp là ngoại duyên, sanh ý xúc. Đây gọi là sáu xứ duyên xúc.

Lại nữa, mắt và sắc làm duyên sanh nhãn thức, hòa hợp ba sự này nên sanh xúc. Trong đây, nhãn xúc lấy mắt, sắc và nhãn thức làm duyên;... *cho đến* ý và pháp làm duyên sanh ý thức, hòa hợp ba sự này nên sanh xúc. Trong đây, ý xúc lấy ý, pháp và ý thức làm duyên. Đây gọi là sáu xứ duyên xúc.

Lại nữa, mắt và sắc làm duyên sanh nhãn thức, hòa hợp ba sự này nên sanh xúc. Trong đây, mắt, sắc và nhãn thức đều không phải là xúc, do hòa hợp ba sự này mà có xúc;... *cho đến* ý và pháp làm duyên sanh ý thức, hòa hợp ba sự này nên sanh xúc. Trong đây, ý, pháp và ý thức đều không phải là xúc, do hòa hợp ba sự này mà có xúc. Đây gọi là sáu xứ duyên xúc.

Các xúc như vậy, lấy sáu xứ làm duyên, lấy sáu xứ làm sở y, kiến lập bởi sáu xứ, nên khởi, đẳng khởi, sanh, đẳng sanh, tụ tập, xuất hiện. Đây gọi là sáu xứ duyên xúc.

7. *Thọ*

Xúc duyên thọ là thế nào? Mắt và sắc làm duyên sanh nhãn thức, hòa hợp ba sự này nên sanh xúc, xúc làm duyên sanh thọ;... *cho đến* ý và pháp làm duyên sanh ý thức, hòa hợp ba sự này nên sanh xúc, xúc làm duyên sanh thọ. Đây gọi là xúc duyên thọ.

Lại nữa, mắt và sắc làm duyên sanh nhãn thức, hòa hợp ba sự này nên sanh xúc, hoặc thọ thuận lạc, hoặc thọ thuận khổ, hoặc thọ thuận không khổ không lạc. Xúc thuận thọ lạc làm duyên sanh thọ lạc, xúc thuận thọ khổ làm duyên sanh thọ khổ, xúc thuận thọ không khổ không lạc làm duyên sanh thọ không khổ không lạc;... *cho đến ý và pháp làm duyên sanh ý thức*, hòa hợp ba sự này nên sanh xúc, hoặc thọ thuận lạc, hoặc thọ thuận khổ, hoặc thọ thuận không khổ không lạc. Xúc thuận thọ lạc làm duyên sanh thọ lạc, xúc thuận thọ khổ làm duyên sanh thọ khổ, xúc thuận không khổ không lạc làm duyên sanh thọ không khổ không lạc. Đây gọi là xúc duyên thọ.

Lại nữa, như khế kinh nói, tôn giả Khánh Hỷ nói với trưởng giả Cù-sử-la:[900] "Tự thể của nhãn giới, sắc giới, nhãn thức giới đều khác nhau. Hai (mắt và sắc) thuận thọ lạc làm duyên sanh nhãn thức. Hòa hợp ba sự này nên sanh xúc, gọi là xúc thuận thọ lạc. Xúc thuận thọ lạc này làm duyên sanh cảm thọ lạc.[901]

"Hai thuận thọ khổ làm duyên sanh nhãn thức. Hòa hợp ba sự này nên sanh xúc, gọi là xúc thuận thọ khổ. Xúc thuận thọ khổ này làm duyên sanh cảm thọ khổ. **[510a01]**

"Hai thuận thọ không khổ không lạc làm duyên sanh nhãn thức. Hòa hợp ba sự này nên sanh xúc, gọi là xúc thuận thọ không khổ không lạc. Xúc thuận thọ không khổ không lạc này làm duyên sanh cảm thọ không khổ không lạc."

Mười lăm giới còn lại[902], nói rộng cũng như vậy. Đây gọi là xúc duyên thọ.

---

[900] 瞿史羅. *Tạp 17* kinh 460: 瞿師羅 Cù-sư-la. **Pāli:** *Ghosita.*

[901] Tạp 17 dẫn trên, tr. 117c24: 云何為種種界. 眼界異、色界異喜 處, 二因緣生識，三事和合生觸，又喜觸因緣生樂受. Pāli, S. 35. 129 *Ghositasuttaṃ*, PTS 114: *saṃvijjati kho, gahapati, cakkhudhātu, rūpā ca manāpā, cakkhuviññāṇañca sukhavedaniyaṃ. phassaṃ paṭicca uppajjati sukhā vedanā.* Có nhãn giới, sắc khả ý, và nhãn thức thuận lạc thọ. (Hòa hợp ba sự là xúc) Duyên xúc sinh lạc thọ.

[902] 餘五三界: trừ mắt, sắc và nhãn thức; 5 căn, cảnh, và năm thức còn lại.

Lại nữa, trong kinh *Đại nhân duyên*, tôn giả Khánh Hỷ hỏi Phật: "'Các thọ có duyên không?" Phật đáp: "Có duyên. Duyên này là xúc." *Chi tiết cho đến*, nếu không có nhãn xúc, há có nhãn xúc làm duyên sanh các cảm thọ bên trong:[903] thọ lạc, thọ khổ, thọ không khổ không lạc?"[904]- "Không, bạch Thế Tôn."... *cho đến* "nếu không có ý xúc, há có ý xúc làm duyên, sanh các cảm thọ bên trong: thọ lạc, thọ khổ, thọ bất khổ bất lạc?" - "Không, bạch Thế Tôn." - "Nếu hoàn toàn không có khái niệm quy ước về xúc, há có các thọ?" - "Không, bạch Thế Tôn." - "Vì vậy, này Khánh Hỷ, không có các thọ nào mà không lấy xúc làm duyên."

Đây gọi là xúc duyên thọ. Các thọ như vậy, lấy xúc làm duyên, lấy xúc làm sở y, kiến lập bởi xúc, nên khởi, đẳng khởi, sanh, đẳng sanh, tụ tập, xuất hiện, nên gọi xúc duyên thọ.

8. *Ái*

Thọ duyên ái[905] là thế nào? Mắt và sắc làm duyên sanh nhãn thức, hòa hợp ba sự này nên sanh xúc; xúc làm duyên sanh thọ; thọ làm duyên nên sanh ái... *cho đến* ý và pháp làm duyên sanh ý thức, hòa hợp ba sự này nên sanh xúc; xúc làm duyên sanh thọ; thọ làm duyên nên sanh ái. Đây gọi là thọ duyên ái.

Lại nữa, cảm thọ vị ngọt nơi mắt[906] làm duyên, thường xuyên an trú tùy thuận theo mắt. Do tùy thuận theo mắt nên thường xuyên khởi tham, đẳng tham, chấp tàng, phòng hộ, dính chặt, ái nhiễm nơi mắt... *cho đến* cảm thọ vị ngọt nơi ý làm duyên, nên thường xuyên an trú tùy thuận theo ý. Do tùy thuận theo ý nên thường xuyên khởi tham, đẳng tham, chấp tàng, phòng hộ, dính chặt, ái nhiễm nơi ý. Đây gọi là thọ duyên ái.

---

[903] 内樂受...

[904] *Trường 10*, dẫn trên, tr. 61a29: 阿難若使一切眾生無有觸者，寧有受不？

[905] **Pāli:** *vedanāpaccayā taṇhā.*

[906] 眼味受. **Pāli:** *cakkhāmisavedanā; āmisa = assāda: mỹ vị = vị ngọt.*

Lại nữa, trong kinh *Thủ uẩn*,[907] Phật dạy như vầy: "Bí-sô nên biết, Ta đã[908] tầm tư tỏ rõ vị ngọt nơi sắc; những vị ngọt nào có nơi sắc, hoặc vị ngọt đã khởi, hoặc vị ngọt đang khởi, Ta đều thấy biết tỏ rõ bằng chánh tuệ.[909] Có người do cảm thọ vị ngọt nơi sắc làm duyên, nên thường xuyên an trú tùy thuận theo sắc. Do an trú tùy thuận theo sắc nên thường xuyên khởi tham, đẳng tham, chấp tàng, phòng hộ, dính chặt, ái nhiễm nơi sắc... *cho đến* Ta đã tầm tư tỏ rõ vị ngọt nơi thức; những vị ngọt nào có nơi thức, hoặc đã khởi, hoặc đang khởi, Ta đều thấy biết tỏ rõ bằng chánh tuệ. Có người do cảm thọ vị ngọt nơi thức làm duyên, nên thường xuyên lưu trú tùy thuận theo thức. Do tùy thuận theo thức nên thường xuyên khởi tham, đẳng tham, chấp tàng, phòng hộ, dính chặt, ái nhiễm nơi thức."[910] Đây gọi là thọ duyên ái. **[510b01]**

Lại nữa, trong kinh *Thủ uẩn*, Thế Tôn lại dạy như vầy: "Bí-sô nên biết, nếu trong các sắc hoàn toàn không có vị ngọt thì hữu tình tất không tham đắm nơi sắc. Vì trong các sắc không phải hoàn toàn không có vị ngọt, cho nên hữu tình tham đắm nơi sắc. Có người do cảm thọ

---

[907] *Tạp 1* kinh 13. Pāli: S.22.26-28 *Assādasutta*.

[908] Pāli, dẫn trên, PTS. iii.28: *pubbeva me, bhikkhave, sambodhā anabhisambuddhassa bodhisattasseva sato etadahosi...* "Này các Tỳ-kheo, Ta trước kia khi còn là Bồ-tát, chưa hiện chứng đẳng giác, đã khởi lên ý nghĩ như vầy..."

[909] Pāli dẫn trên, PTS. iii.29: *rūpassāhaṃ, bhikkhave, assādapariyesanaṃ acariṃ. yo rūpassa assādo tadajjhagamaṃ. yāvatā rūpassa assādo paññāya me so sudiṭṭho.* "Này các Tỳ-kheo, Ta đã từng thực hành sự tầm cầu phổ biến vị ngọt của sắc, và đã đạt được vị ngọt ấy. Cho đến mức, Ta bằng chánh trí thấy rõ vị ngọt của sắc."

[910] *Tạp 1* kinh 13, tr. 2b16: 世尊告諸比丘 若眾生於色不味者 則不染於色以眾生於色味故，則有染著... Pāli, dẫn trên, iii. 30: *no cedaṃ, bhikkhave, rūpassa assādo abhavissa nayidaṃ sattā rūpasmiṃ sārajjeyyuṃ. yasmā ca kho, bhikkhave, atthi rūpassa assādo, tasmā sattā rūpasmiṃ sārajjanti...* " Này các Tỳ-kheo, nếu không có vị ngọt của sắc, các chúng sanh tất không tham đắm nơi sắc; nhưng vì có vị ngọt của sắc nên các chúng sanh tham đắm nơi sắc..."

vị ngọt nơi sắc làm duyên, nên thường xuyên an trú tùy thuận theo sắc. Do tùy thuận theo sắc nên thường xuyên khởi tham, đẳng tham, chấp tàng, phòng hộ, dính chặt, ái nhiễm nơi sắc... *cho đến* nếu trong các thức hoàn toàn không có vị ngọt, thì hữu tình tất không tham đắm nơi thức. Vì trong các thức không phải hoàn toàn không có vị ngọt, cho nên hữu tình tham đắm nơi thức. Có người do cảm thọ vị ngọt của thức làm duyên, nên thường xuyên an trú tùy thuận theo thức. Do tùy thuận theo thức nên thường xuyên khởi tham, đẳng tham, chấp tàng, phòng hộ, dính chặt, ái nhiễm nơi thức." Đây gọi là thọ duyên ái.

Lại nữa, trong kinh *Sáu xứ*,[911] Phật dạy như vầy: "Bí-sô nên biết, Ta đã tầm tư tỏ rõ vị ngọt nơi mắt; những vị ngọt nào có nơi mắt, hoặc vị đã khởi, hoặc vị đang khởi, Ta đều thấy biết tỏ rõ bằng chánh tuệ. Có người do cảm thọ vị ngọt của mắt làm duyên, nên thường xuyên an trú tùy thuận theo mắt. Do tùy thuận theo mắt nên thường xuyên khởi tham, đẳng tham, chấp tàng, phòng hộ, dính chặt, ái nhiễm nơi mắt... *cho đến* Ta đã tầm tư tỏ rõ vị ngọt của ý; những vị ngọt nào có nơi ý, hoặc vị đã khởi, hoặc vị đang khởi, Ta đều thấy biết tỏ rõ bằng chánh tuệ. Có người do cảm thọ vị ngọt của ý làm duyên, nên thường xuyên an trú tùy thuận theo ý. Do tùy thuận theo ý nên thường xuyên khởi tham, đẳng tham, chấp tàng, phòng hộ, dính chặt, ái nhiễm nơi ý."[912]

---

[911] *Tạp* 13 kinh số 305. Pāli, M. 149 *Mahāsaḷāyatanikasuttaṃ*.

[912] *Tạp 13*, dẫn trên, tr. 87b02: 於眼入處不如實知見者 色眼識眼 觸眼觸 因緣生受 內覺若苦若樂不苦不樂不如實知見 不如實知 見故 於眼 染著若色眼識眼觸眼觸因緣生受內覺若苦若樂不苦不 樂皆生染著. M. 149, dẫn trên, PTS. iii.289: *cakkhuṃ ..., rūpe..., cakkhuviññāṇaṃ..., cakkhusamphassaṃ ajānaṃ apassaṃ yathābhūtaṃ, yamidaṃ cakkhusamphassapaccayā uppajjati vedayitaṃ sukhaṃ vā dukkhaṃ vā adukkhamasukhaṃ vā tampi ajānaṃ apassaṃ yathābhūtaṃ, cakkhusmiṃ sārajjati, rūpesu sārajjati, cakkhuviññāṇe sārajjati, cakkhusamphasse sārajjati.* "Không như thật biết, không như thật thấy mắt, các sắc, thức bởi mắt, xúc bởi mắt, thì cũng không như thật biết, như thật thấy do duyên xúc bởi mắt mà phát sanh cảm thọ lạc, hoặc khổ, hoặc không khổ không lạc; do đó nó tham đắm nơi mắt, tham đắm nơi các sắc, thám đắm nơi thức bởi mắt..."

Đây gọi là thọ duyên ái.

Lại nữa, trong kinh *Sáu xứ*, Thế Tôn lại dạy như vầy: "Bí-sô nên biết, nếu trong các mắt hoàn toàn không có vị ngọt, thì hữu tình tất không tham đắm nơi mắt. Vì trong các mắt không phải hoàn toàn không có vị ngọt, cho nên hữu tình tham đắm nơi mắt. Có người do cảm thọ vị ngọt nơi mắt làm duyên, nên thường xuyên an trú tùy thuận theo mắt. Do tùy thuận theo mắt nên thường xuyên khởi tham, đẳng tham, chấp tàng, phòng hộ, dính chặt, ái nhiễm nơi mắt... *cho đến* nếu trong các ý hoàn toàn không có vị ngọt, thì hữu tình tất không tham đắm nơi ý. Vì trong các ý không phải hoàn toàn không có vị ngọt, cho nên hữu tình tham đắm nơi ý. Có người do cảm thọ vị ngọt của ý làm duyên, nên thường xuyên an trú tùy thuận theo ý. Do tùy thuận theo ý nên thường xuyên khởi tham, đẳng tham, chấp tàng, phòng hộ, dính chặt, ái nhiễm nơi ý." Đây gọi là thọ duyên ái.

Lại nữa, trong kinh *Sáu xứ*, Phật dạy như vầy: "Bí-sô nên biết, Như Lai đã tầm tư tỏ rõ vị ngọt nơi sắc; những vị ngọt nào có nơi sắc, hoặc **[510c01]** vị đã khởi, hoặc vị đang khởi, Ta đều thấy biết tỏ rõ bằng chánh tuệ. Có người do cảm thọ vị ngọt của sắc làm duyên, nên thường xuyên an trú tùy thuận theo sắc. Do tùy thuận theo sắc nên thường xuyên khởi tham, đẳng tham, chấp tàng, phòng hộ, dính chặt, ái nhiễm nơi sắc... *cho đến* Ta đã tầm tư tỏ rõ vị ngọt nơi pháp; những vị ngọt nào có nơi pháp, hoặc vị đã khởi, hoặc vị đang khởi, Ta đều thấy biết tỏ rõ bằng chánh tuệ. Có người do cảm thọ vị ngọt của pháp làm duyên, nên thường xuyên an trú tùy thuận theo pháp. Do bám trụ theo pháp nên thường hay khởi tham, đẳng tham, chấp tàng, phòng hộ, dính chặt, ái nhiễm nơi pháp." Đây gọi là thọ duyên ái.

Lại nữa, trong kinh *Sáu xứ*, Thế Tôn lại dạy như vầy: "Bí-sô nên biết, nếu trong các sắc hoàn toàn không có vị ngọt, thì hữu tình tất không tham nhiễm nơi sắc. Vì trong các sắc không phải hoàn toàn không có vị ngọt, cho nên hữu tình tham nhiễm nơi sắc. Có người do cảm thọ vị ngọt của sắc làm duyên, nên thường xuyên an trú tùy thuận theo sắc. Do tùy thuận theo sắc nên thường xuyên khởi tham, đẳng tham, chấp tàng, phòng hộ, dính chặt, ái nhiễm nơi sắc... *cho đến* nếu trong các pháp hoàn toàn không có vị ngọt, thì hữu tình tất không tham nhiễm nơi pháp. Vì trong các pháp không phải hoàn toàn không có vị ngọt, cho nên hữu tình tham nhiễm nơi pháp. Có người do cảm thọ vị ngọt của pháp làm duyên, nên thường xuyên an trú tùy thuận theo pháp. Do tùy thuận theo pháp nên thường xuyên khởi tham, đẳng tham, chấp tàng, phòng hộ, dính chặt, ái nhiễm nơi pháp." Đây gọi là thọ duyên ái.

Lại nữa, Phật nói cho Đại Danh Li-thiếp-tì:[913] "Đại Danh, nên biết, nếu sắc hoàn toàn là khổ, không phải lạc, không có lạc tùy thuộc, không bị thấm nhập bởi cảm thọ hỷ lạc,[914] tất không có hữu tình nào mong cầu lạc, khởi tham, khởi nhiễm nơi các sắc, bị phiền não trói buộc.[915] Đại Danh, vì sắc không phải hoàn toàn khổ, nó cũng có lạc, có lạc tùy thuộc, bị thấm nhập bởi cảm thọ hỷ lạc, nên có hữu tình vì cầu lạc mà khởi tham, khởi nhiễm nơi các sắc, bị phiền não trói buộc. Có người do cảm thọ vị ngọt của sắc làm duyên, nên thường xuyên an trú tùy thuận theo sắc. Do tùy thuận theo sắc nên thường xuyên khởi tham, đẳng tham, chấp tàng, phòng hộ, dính chặt, ái nhiễm nơi sắc... *cho đến* nếu thức hoàn toàn là khổ không phải lạc, không có lạc tùy thuộc, không bị thấm nhập bởi cảm thọ hỷ lạc, tất không có hữu tình nào mong cầu lạc, khởi tham, khởi nhiễm nơi các thức, bị phiền não trói buộc. Đại Danh, vì thức không phải hoàn toàn khổ, nó cũng có lạc, có lạc tùy thuộc, bị thấm nhập bởi cảm thọ hỷ lạc, nên có hữu tình vì cầu lạc mà **[511a01]** khởi tham, khởi nhiễm nơi các thức, bị phiền não trói buộc. Có người do cảm thọ vị ngọt của thức làm duyên, nên thường xuyên an trú tùy thuận theo thức. Do tùy thuận theo thức nên thường xuyên khởi tham, đẳng tham, chấp tàng, phòng hộ, dính chặt, ái nhiễm nơi thức."[916] Đây gọi là thọ duyên ái.

---

[913] 大名離呫毘. *Tạp 3* kinh số 81, Ma-ha-nam, người Li-xa, đồng nhất với Pāli: *Mahāli Licchavi*. Pāli, S.22. 60 *Mahālisuttaṃ*.

[914] 非樂喜受之所纏執. Pāli: *anavakkantaṃ sukhena*.

[915] Pāli, S 22. 60 dẫn trên, PTS iii.69: *tasmā sattā rūpasmiṃ sārajjanti; sārāgā saṃyujjanti; saṃyogā saṅkilissanti...* do đó chúng sanh tham đắm nơi sắc; do tham đắm mà bị hệ phược; do bị hệ phược mà bị ô nhiễm.

[916] *Tạp 3*, dẫn trên, tr. 20c29: (...) 以色非一向是苦是樂隨樂樂所長 養不離樂是故眾生於色染著染著故繫繫故有惱...

Lại nữa, trong kinh *Mãn Nguyệt*,⁹¹⁷ Phật dạy như vầy: "Bí-sô, nên biết, sắc làm duyên khởi lạc, sanh hỷ.⁹¹⁸ Đây gọi là vị ngọt của sắc. Có người do cảm thọ vị ngọt của sắc làm duyên, nên thường xuyên an trú tùy thuận theo sắc. Do thuận theo sắc nên thường xuyên khởi tham, đẳng tham, chấp tàng, phòng hộ, dính chặt, ái nhiễm nơi sắc... *cho đến thức làm duyên nên khởi lạc, sanh hỷ. Đây gọi là vị ngọt của thức. Có người do cảm thọ vị ngọt của thức làm duyên, nên thường xuyên an trú tùy thuận. Do tùy thuận theo thức nên thường xuyên khởi tham, đẳng tham, chấp tàng, phòng hộ, dính chặt, ái nhiễm nơi thức." Đây gọi là thọ duyên ái.

Lại nữa, trong kinh *Đại nhân duyên*, Phật nói với Khánh Hỷ: "Do duyên bởi ái mà có tìm cầu, do duyên tìm cầu mà có lợi đắc, do duyên lợi đắc mà có tích tập, do duyên tích tập mà có tham đắm, do duyên tham đắm mà có tham chấp, do duyên tham chấp mà có keo kiệt, do duyên keo kiệt mà có giữ chặt, do duyên giữ chặt mà có phòng hộ, do duyên phòng hộ nên cầm dao gậy, tranh chấp, cạnh tranh, dối trá, lừa gạt, sanh vô lượng loại pháp ác bất thiện."⁹¹⁹

Phật nói với Khánh Hỷ, "Cầm dao gậy, tranh chấp, cạnh tranh, dối trá, lừa gạt, sanh vô lượng loại pháp ác bất thiện, có những sự việc như vậy đều do nhân phòng hộ, duyên phòng hộ. Nếu không có phòng hộ

---

⁹¹⁷ Pāli S.22.82 *Puṇṇamasuttaṃ. Tạp 2* kinh số 58.

⁹¹⁸ Pāli, dẫn trên. PTS iii. 103: *yaṃ kho, bhikkhu, rūpaṃ paṭicca uppajjati sukhaṃ somanassaṃ – ayaṃ rūpassa assādo. Tạp 2* dẫn trên, tr. 14c20: 緣色生喜樂，是名色味.

⁹¹⁹ Pāli, D 15 *Mahānidānasuttaṃ*, PTS. ii. 58: *taṇhaṃ paṭicca pariyesanā, pariyesanaṃ paṭicca lābho, lābhaṃ paṭicca vinicchayo, vinicchayaṃ paṭicca chandarāgo, chandarāgaṃ paṭicca ajjhosānaṃ, ajjhosānaṃ paṭicca pariggaho, pariggahaṃ paṭicca macchariyaṃ, macchariyaṃ paṭicca ārakkho. ārakkhādhikaraṇaṃ daṇḍādānasatthādānakalahaviggahavivādatuvaṃtuvaṃpesuññamusāvādā aneke pāpakā akusalā dhammā sambhavanti.* Hán, Trường 10, kinh 13 "Đại duyên phương tiện", tr. 60c17:因愛有求因求有利因利 有用因 用有欲因欲有著因著有嫉因嫉有守因守有護阿難由有護故有刀杖諍 訟 作無數惡.

thì có những sự việc ấy không?" A-nan-đà đáp: "Không, bạch Thế Tôn."

"Cho nên những sự việc như cầm dao, gậy v.v... do bởi phòng hộ, nhân bởi phòng hộ, tập khởi bởi phòng hộ, duyên bởi phòng hộ mà được sanh khởi.⁹²⁰ Phòng hộ như vậy, nhân bởi giữ chặt, duyên bởi giữ chặt. Nếu không có sự giữ chặt, có phòng hộ không?" A-nan-đà đáp: "Không, bạch Thế Tôn."

"Cho nên giữ chặt là duyên do của phòng hộ, do giữ chặt là nhân, giữ chặt là tập khởi, giữ chặt là duyên mà phòng hộ sanh khởi... *chi tiết cho đến* như vậy các sự tìm cầu, đều duyên do bởi ái, nhân bởi ái, tập bởi ái, duyên bởi ái; do vậy mà có tìm cầu. Nếu không có ái này, có sự tìm cầu chăng?" A-nan-đà đáp: "Không, bạch Thế Tôn."

"Cho nên trong các sự tìm cầu, do bởi ái là duyên do, ái là nhân, ái là tập khởi, ái là duyên, mà tìm cầu sanh khởi.

"Khánh Hỷ nên biết, ái có hai: một là dục ái, hai là hữu ái.⁹²¹ Hai loại ái này y chỉ thọ mà tồn tại. Nếu không có thọ, hai ái này cũng không." Đây gọi là thọ duyên ái.

Các ái như vậy, do thọ là duyên, thọ là sở y, [511b01] kiến lập bởi thọ, nên khởi, đẳng khởi, sanh, đẳng sanh, tụ tập, xuất hiện, nên gọi thọ duyên ái.

9. *Thủ*

Ái duyên thủ là thế nào? Cái mới sanh kia được gọi là ái. Trong giai đoạn ái tăng trưởng được đổi tên gọi là thủ. Điều này có nghĩa là gì? Như có một người hệ tâm các cảnh giới của dục, mà khởi dục tham

---

⁹²⁰ *Trường 10*, dẫn trên: 由緒因集緣; Pāli: *hetu* (nguyên nhân), *nidāna* (duyên do, đầu mối), *samudaya* (tập khởi), *paccaya* (duyên, điều kiện). *Câu-xá* v tụng 17c, 4 hành tướng của tập: nhân, tập, sinh (nguồn xuất sanh), và duyên, Skt. *hetutaḥ, samudayataḥ, prabhavataḥ, pratyayataś ca.*

⁹²¹ D 15: ba ái: dục ái (*kāmataṇhā*), hữu ái (*bhavataṇhā*), phi hữu ái (*vibhavataṇhā*).

triền.⁹²² Người ấy, từ triền này lại khởi thêm triền khác, càng lúc càng tăng trưởng, càng lúc càng mãnh liệt, càng lúc càng viên mãn; trong đó, triền phát sinh đầu tiên được gọi là ái; triền phát sinh sau chuyển tên gọi là thủ. Đây gọi là ái duyên thủ.

Lại như có một người hệ tâm quán sát các cảnh giới của sắc, hoặc vô sắc, mà khởi tham triền nơi sắc, hoặc tham triền nơi vô sắc. Người ấy, từ triền này lại khởi thêm triền khác, càng lúc càng tăng trưởng, càng lúc càng mãnh liệt, càng lúc càng viên mãn; trong đó, triền phát sinh đầu tiên được gọi là ái; triền phát sinh sau chuyển tên gọi là thủ. Đây gọi là ái duyên thủ.

Lại nữa, trong kinh *Hiểm khanh*,⁹²³ Phật dạy như vầy: "Này các Bí-sô, các pháp uẩn cốt yếu mà Ta đã tuyên thuyết, tuyển trạch⁹²⁴ cho chúng Bí-sô các ông, đó là bốn niệm trụ, bốn chánh cần, bốn thần túc, năm căn, năm lực, bảy chi đẳng giác, tám chi thánh đạo; khi các pháp uẩn cốt yếu được tuyên thuyết, được tuyển trạch như vậy, có hạng người ngu si không an trụ với sự tín ái và cung kính mãnh liệt nơi pháp đã được Ta tuyên thuyết, người đó chậm chứng đắc Vô thượng lậu tận.

"Lại có hạng người thông tuệ, an trụ với sự tín ái và cung kính mãnh liệt nơi pháp đã được Ta tuyên thuyết, người đó nhanh chứng đắc Vô thượng lậu tận.

"Lại có một hạng người chăm chú quán sát⁹²⁵ thấy có ngã trong pháp sắc uẩn được Ta nói đến. Sự quán sát ấy là hành; hành này do cái gì là duyên, bằng cái gì mà tập khởi, là chủng loại của cái gì, từ cái gì sanh?⁹²⁶ Cái đó là ái phát sanh do duyên các thọ mà thọ này phát sanh

---

⁹²² 欲貪纏, **Skt.** *kāmarāgaparyavasthita*, bị quấn chặt bởi dục tham. *Câu-xá* v tụng 47, Luận: Ở đây phiền não (căn bản) cũng là triền. **Skt.** *paryavasthāna*). Vì Kinh nói: "Khổ do duyên là dục tham triền." Cf. *Trung 9*, kinh 19 "Ni-kiền-đà", tr. 445a5.

⁹²³ *Tạp 2*, kinh số 57. Pāli S.22.81 *Parileyya*, PTS. iii.95.

⁹²⁴ **Pāli**, *vicayaso desito*, được tuyên thuyết với sự tuyển trạch.

⁹²⁵ 等隨觀. **Pāli:** *samanupassanā*: chăm chú theo dõi quán sát.

⁹²⁶ S 22. 81 dẫn trên: *sā ... samanupassanā saṅkhāro so. so pana saṅkhāro kiṃnidāno kiṃsamudayo kiṃjātiko kiṃpabhavo?* Sự theo dõi quán sát

bởi xúc vô minh;⁹²⁷ hành được phát sanh bởi ái này, do ái là duyên, bằng ái mà tập khởi, là chủng loại của ái, từ ái mà sanh.

"Cái làm phát sanh ái ấy do cái gì là duyên, bằng cái gì mà tập khởi, là chủng loại của cái gì, từ cái gì sanh? Cái đó là các thọ phát sanh bởi xúc vô minh; ái được phát sanh từ thọ này có thọ là duyên, bằng thọ mà tập khởi, là chủng loại của thọ, từ thọ mà sanh.

"Cái làm phát sanh thọ này, do cái gì là duyên, bằng cái gì mà tập khởi, là chủng loại của cái gì, từ cái gì sanh? Cái đó là vô minh xúc. Thọ phát sanh từ xúc này, có xúc là duyên, bằng xúc mà tập khởi, là chủng loại của xúc, từ xúc mà sanh.

"Cái làm phát sanh xúc ấy, do cái gì là duyên, bằng cái gì mà tập khởi, là chủng loại của cái gì, từ cái gì [511c01] sanh? Cái đó là sáu xứ. Xúc phát sanh từ sáu xứ này, có sáu xứ là duyên, bằng sáu xứ mà tập khởi, là chủng loại của sáu xứ, từ sáu xứ mà sanh. Sáu xứ như vậy là vô thường, hữu vi, là cái được tạo tác, sanh từ các duyên. Hành quán sát xúc, thọ, ái cũng vậy, cũng là vô thường, hữu vi, là cái được tạo tác, sanh từ các duyên.

"Những ai chăm chú theo dõi quán sát thấy ngã trong sắc, đó là triền được hiện khởi bởi hữu thân kiến. Người ấy, từ triền này lại khởi thêm triền khác, càng lúc càng tăng trưởng, càng lúc càng mãnh liệt, càng lúc càng viên mãn. Triền phát khởi đầu tiên được gọi là ái; triền phát khởi sau được đổi tên gọi là thủ. Đây gọi là ái duyên thủ.

ấy là hành. Hành này có duyên là gì, tập là gì, sanh (chúng loại) là gì, xuất (sanh) là gì? *Tạp 2* kinh 57 dẫn trên, tr. 14a13: 若見我者，是名 為行。 彼行何因？ 何集？ 何生？ 何轉？ Nếu thấy có ngã, đó là hành, hành ấy có cái gì là nhân, cái gì là tập, cái gì là sanh, cái gì là chuyển?

⁹²⁷ 無明觸. **Pāli**: *avijjāsamphassa*. *Tì-bà-sa 49*, tr. 761a07: "Thế nào là vô minh xúc? Xúc nhiễm ô; tức xúc mà tương ưng với tất cả phiền não, tùy phiền não."

"Có một hạng không theo dõi quán sát, thấy có ngã trong các sắc, nhưng theo dõi quán sát, thấy ngã là cái có các sắc.⁹²⁸ Có hạng không theo dõi quán sát, thấy ngã là cái có sắc, nhưng quán sát, thấy sắc là sở hữu của ngã.⁹²⁹ Có hạng không theo dõi quán sát, thấy sắc là sở hữu của ngã, nhưng quan sát, thấy ngã ở trong sắc.⁹³⁰

"Có hạng không theo dõi quán sát, thấy ngã ở trong sắc, nhưng theo dõi quán sát, thấy thọ, tưởng, hành, thức là ngã. Có hạng không theo dõi quán sát, thấy thọ, tưởng, hành, thức là ngã, nhưng theo dõi quán sát, thấy ngã là cái có thọ, tưởng, hành, thức. Có hạng không theo dõi quán sát, thấy ngã là cái có thọ, tưởng, hành, thức, nhưng theo dõi quán sát, thấy thọ, tưởng, hành, thức là sở hữu của ngã. Có hạng không theo dõi quán sát, thấy thọ, tưởng, hành, thức là sở hữu của ngã, nhưng theo dõi quán sát, thấy ngã trong thọ, tưởng, hành, thức.

"Có hạng không theo dõi quán sát, thấy ngã trong thọ, tưởng, hành, thức, nhưng khởi nghi hoặc.⁹³¹ Có hạng không khởi nghi hoặc, nhưng

---

928 等隨觀我有諸色. Pāli: *rūpavantaṃ attānaṃ samanupassati*, tùy quán thấy tự ngã là cái có sắc. *Tì-bà-sa 8* tr. 37a29: "Thế nào là đẳng tùy quán ngã là cái có sắc? Trong 4 uẩn (trừ sắc uẩn), chấp bất cứ một uẩn nào như là tự ngã, sau đó chấp ngã là cái có sắc; như người có tài sản, có anh lạc." *Tì-bà-sa 8*, tr. 36a27: Có 15 phạm trù ngã sở kiến, trong 5 uẩn, mỗi uẩn có 3: tùy quán ngã là cái có sắc, sắc là sở hữu của ngã, ngã ở trong sắc.

929 色是我所. Pāli, không thấy. *Tì-bà-sa 8* dẫn trên: "Thế nào là đẳng tùy quán sắc là *sở hữu* của ngã? Trong 4 uẩn, trừ sắc, chấp bất cứ một uẩn nào như là tự ngã, sau đó chấp sắc là sở hữu của ngã; như người có kẻ hầu, có tôi tớ."

930 我在色中. Pāli: *attani rūpaṃ samanupassati*. *Tì-bà-sa*, dẫn trên: "Thế nào là đẳng tùy quán ngã trong sắc? Trong 4 uẩn, trừ sắc, chấp bất cứ một uẩn nào như là tự ngã, sau đó chấp sắc là khí cụ trong đó ta được nuôi sống, sắc như là xứ sở trong đó ta tồn tại. Như dầu trong mè, cáu ghét trong nách, rắn trong hộp."

931 Hán: nghi hoặc; S.22.81: nghi hoặc do dự (Pāli: *kaṅkhīvicikicchī*): *kaṅkhī hoti vicikicchī aniṭṭhaṅgato saddhamme*, "không đạt được cứu cánh trong chánh pháp"; bản Pāli nói *nghi* sau thường kiến và đoạn kiến.

khởi hữu kiến và vô hữu kiến.⁹³² Có hạng không khởi hữu kiến và vô hữu kiến, nhưng không lìa ngã mạn. Do theo dõi quán sát thấy có ngã và ngã sở, mà khởi ngã mạn.⁹³³ Ngã mạn này là hành; hành này do cái gì là duyên, bằng cái gì mà tập khởi, là chủng loại của cái gì, từ cái gì sanh? Cái đó là ái phát sanh do duyên các thọ mà thọ này phát sanh bởi xúc vô minh; hành được phát sanh bởi ái này, do ái là duyên, bằng ái mà tập khởi, là chủng loại của ái, từ ái mà sanh... *chi tiết cho đến* Sáu xứ như vậy là vô thường, hữu vi, là cái được tạo tác, sanh từ các duyên. Cũng vậy, xúc, thọ, ái, ngã mạn, hành cũng là vô thường, hữu vi, là pháp được tạo tác, từ các duyên sanh."⁹³⁴

Ngã mạn như vậy là mạn triền phát khởi bởi hữu thân kiến. Người ấy, từ triền này lại khởi thêm triền khác, càng lúc càng tăng trưởng, càng lúc càng mãnh liệt, càng lúc càng viên mãn. Triền khởi đầu tiên được gọi là ái; triền khởi sau chuyển gọi là thủ. Đây gọi là ái duyên thủ.

Lại nữa, có hữu tình chấp thế gian là thường, hoặc vô thường, hoặc vừa thường vừa vô thường, hoặc phi thường phi vô thường; **[512a01]** chấp thế gian hữu biên hoặc vô biên, hoặc vừa hữu biên vừa vô biên, hoặc phi hữu biên phi vô biên; chấp mạng là thân; chấp mạng khác thân; chấp Như Lai sau khi chết là còn, hoặc không còn, hoặc vừa còn

---

⁹³² Hán: hữu kiến (**Skt.** *bhavadṛṣṭi*); S. 22. 18: thường kiến (*sassatadiṭṭhi*): *so attā so loko, so pecca bhavissāmi nicco dhuvo sassato avipariṇāmadhammo 'ti*, "Đây là ngã, đây là thế gian, sau khi chết tôi sẽ thường hằng, kiên cố, thường trú, là pháp không biến dịch." Hán: vô kiến (**Skt.** *vibhavadṛṣṭi*); S.22.18: đoạn kiến (*ucchedadiṭṭhi*): *no cassaṃ no ca me siyā nābhavissaṃ na me bhavissatī 'ti*, "Nếu ta đã không tồn tại thì không có cái của ta; nếu ta sẽ không tồn tại thì không có cái của ta."

⁹³³ **Skt.** *asmimāna. Câu-xá* iii, Việt, tập 2, thành ngã kiến (*ātma-dṛṣṭi*), và "tôi có vì tôi là" thành ngã mạn (*asmimāna*). Một trong 7 mạn, *Câu-xá* v, Việt tập 4, tr.137, cht.168; Luận: *Ngã mạn*: khi tư duy về năm thủ uẩn với ý tưởng là "ta" hay "của ta".

⁹³⁴ *Tạp 2* và S.22.81 kết thúc tại đây. Từ đây trở xuống là giải thích của Luận; có thể đây là dị bản của Hữu bộ.

vừa không còn, hoặc không còn không phải không còn.⁹³⁵ Đó thảy đều là triền hiện tại được phát khởi bởi biên chấp kiến.⁹³⁶ Vị ấy, từ sự dính chặt này lại khởi sự dính chặt khác, dính chặt lại tăng thêm dính chặt, mãnh liệt lại thêm mãnh liệt, viên mãn lại thêm viên mãn. Sự dính chặt đầu tiên, gọi là ái; sự dính chặt sau này, chuyển gọi là thủ. Đây gọi là ái duyên thủ.

Lại nữa, có hữu tình chấp Thế Tôn không phải là "Như Lai, Ứng chánh đẳng giác... *cho đến* Thầy của trời người;" không cho rằng "Chánh Pháp Phật thiện thuyết, hiện kiến,... *cho đến* trí giả nội chứng"; không cho rằng "Tăng đệ tử Phật cụ túc diệu hành,... *cho đến* tùy pháp hành;"⁹³⁷ hoặc chấp không có khổ, không có tập, không có diệt, không có đạo; hoặc không cho rằng "tất cả hành vô thường, tất cả pháp vô ngã, Niết-bàn tịch tĩnh."⁹³⁸ Tất cả đó đều là triền được phát khởi hiện tại bởi tà kiến.⁹³⁹ Người ấy, từ triền này lại khởi thêm triền khác, càng lúc càng tăng trưởng, càng lúc càng mãnh liệt, càng lúc càng viên mãn. Triền đầu tiên, gọi là ái; triền sau chuyển gọi là thủ. Đây gọi là ái duyên thủ.

Lại nữa, có hữu tình chấp thế gian là thường, chỉ đây là thật, quan điểm khác là mê lầm; hoặc chấp thế gian là vô thường,... *cho đến* Như Lai sau khi chết là không tồn tại, là không phải không tồn tại, chỉ đây là thật, ngoài ra là mê lầm. Tất cả đây đều là triền được phát khởi hiện tại bởi kiến thủ. Người ấy, từ triền này lại khởi thêm triền khác, càng lúc càng tăng trưởng, càng lúc càng mãnh liệt, càng lúc càng viên mãn. Triền đầu tiên, gọi là ái; triền sau chuyển gọi là thủ. Đây gọi là ái duyên thủ.

---

⁹³⁵ 14 vô ký vấn, những câu hỏi không được trả lời một chiều, *Trung 60*, kinh 221, "Tiễn dụ"; Pāli: M.63 (*Cūḷa*) *Māluṅkyasutta*.

⁹³⁶ Skt. *antagrahadṛṣṭi, Câu-xá* v tụng 33a: từ hữu thân kiến phát sinh biên chấp, chấp chặt một cực đoan là tự ngã thường hằng hoặc đoạn diệt.

⁹³⁷ Phủ nhận các phẩm đức của Phật-Pháp-Tăng.

⁹³⁸ Phủ nhận ba pháp ấn.

⁹³⁹ *Câu-xá* v tụng 7a, Luận: Trong khi chân lý về khổ, v.v... là sự thật, mà có quan điểm rằng không phải sự thật; đó gọi là tà kiến. Việt tập 4 tr. 125

Lại nữa, có hữu tình khởi chấp thủ giới, hoặc chấp thủ cấm,⁹⁴⁰ hoặc chấp thủ giới cấm. Tức cho giới này, cấm này, giới cấm này, dẫn đến thanh tịnh, dẫn đến giải thoát, dẫn đến xuất ly, khiến siêu việt khổ lạc, *cho đến* siêu việt khổ lạc xứ. Tất cả đây đều là triền được phát khởi hiện tại bởi giới cấm thủ. Người ấy, từ triền này lại khởi thêm triền khác, càng lúc càng tăng trưởng, càng lúc càng mãnh liệt, càng lúc càng viên mãn. Triền đầu tiên, gọi là ái; triền sau chuyển gọi là thủ. Đây gọi là ái duyên thủ.

Lại nữa, có hữu tình khởi do dự phân vân, không biết Thế Tôn là Như Lai, Ứng cúng, Chánh đẳng giác, hay không phải Như Lai, Ứng cúng, Chánh đẳng giác,... *cho đến* là Thầy của trời người, hay không phải Thầy của trời người; phân vân, không biết Chánh Pháp Phật là thiện thuyết, hiện kiến, hay không phải thiện thuyết, hiện kiến,... *cho đến* là [512b01] trí giả nội chứng hay không phải trí giả nội chứng; phân vân, không biết đệ tử Phật là cụ túc diệu hành, hay không phải cụ túc diệu hành,... *cho đến* là tùy pháp hành, hay không phải tùy pháp hành; phân vân, không biết bốn thánh đế: là khổ hay không phải khổ,... *cho đến* là đạo hay không phải đạo; phân vân, không biết ba pháp ấn: tất cả hành vô thường, hay tất cả hành không vô thường, tất cả pháp vô ngã, hay tất cả pháp không phải vô ngã, Niết-bàn tịch tĩnh, hay Niết-bàn không tịch tĩnh. Tất cả đây đều là triền được phát khởi hiện tại bởi nghi. Người ấy, từ triền này lại khởi thêm triền khác, càng lúc càng tăng trưởng, càng lúc càng mãnh liệt, càng lúc càng viên mãn. Triền đầu tiên, gọi là ái; triền sau chuyển gọi là thủ. Đây gọi là ái duyên thủ.

Lại nữa, tất cả bốn thủ đều do ái là duyên, bằng ái mà tập khởi, là chủng loại của ái, từ ái mà sanh. Bốn thủ này là những gì? a. Dục thủ, b. kiến thủ, c. giới cấm thủ, d. ngã ngữ thủ.⁹⁴¹

---

⁹⁴⁰ *Giới*, Skt. *Śīla*: tập tính, hay phẩm chất đạo đức; như tập tính động vật: ngưu giới, tập tính loài trâu bò; cẩu giới, tập tính loài chó. *Cấm*, hay cấm nguyện, Skt. *vrata*, phát nguyện hay thề không làm điều gì.

⁹⁴¹ Skt. *catvāry upādānāni—kāmopādānam, dṛṣṭyupādānam, śīlavratopādānam, ātmavādopādānam.* Pāli, D. 33. *Saṅgīti*, PTS. iii. 230: *cattāri upādānāni – kāmupādānaṃ, diṭṭhupādānaṃ,*

a. Thế nào là *dục thủ?*[942] Trừ các kiến;[943] còn lại, các kết, phược, tùy miên, tùy phiền não, triền,[944] thuộc dục giới hệ; đây gọi là dục thủ.

b. Thế nào là *kiến thủ?*[945] Hữu thân kiến, biên chấp kiến, tà kiến, kiến thủ. Bốn kiến đây, gọi là kiến thủ.[946]

c. Thế nào là *giới cấm thủ?*[947] Có hữu tình chấp thủ giới, chấp thủ cấm, chấp thủ giới cấm. Tức cho giới này, cấm này, giới cấm này, khiến cho thanh tịnh, khiến cho giải thoát, khiến cho xuất ly, khiến cho siêu việt khổ lạc, cho đến siêu việt khổ lạc xứ.[948] Đây gọi là giới cấm thủ.

---

sīlabbatupādānaṃ, attavādupādānaṃ. Trường 8, tr. 50c05:四受: 欲受 我受戒受見受;Trung 7, tr. 463a07; Tăng nhất 19, tr. 644a15.

[942] 欲取. Skt. *kāma-upādāna*.

[943] 5 kiến (*dṛṣṭi*): hữu thân kiến, biên chấp kiến, kiến thủ kiến, giới cấm thủ kiến, tà kiến.

[944] 9 kết (Skt. *saṃyojana*), 3 phược (*bandhana*), 10 tùy miên căn bản (*mūla-anuśaya*), 20 tùy phiền não (*upakleśa*), 8 triền hoặc 10 triền (*paryavasthāna*).

[945] 見取. Skt. *dṛṣṭi-upādāna, dṛṣṭi-parāmarśa*.

[946] Phân biệt, Skt. về thủ (*upādāna*) trong thủ uẩn (*upādāna-skandha*) hay bốn thủ (*catvāry-upādānāni*), và thủ (*parārmaśa*) trong kiến thủ (*dṛṣṭi-parāmarśa*), giới cấm thủ (*śīlavrata-parāmarśa*). Về ngữ nguyên: **parā**marśa, (a) *Vyākhyā: para* hàm nghĩa tối thắng (*pradhāna*); (b) *āmarśa>ā-**mṛś** (ā-mṛśate)*: sờ mó, phản tỉnh. *Câu-xá* v tụng 7ad. Luận: "Cái hạ liệt (*hīna*) mà cho là thù thắng (*agra*), đây gọi là kiến thủ. Cái gì gọi là hạ liệt? Tất cả pháp hữu lậu đều hạ liệt, vì chúng bị đoạn trừ bởi Thánh nhân. Chấp chặt cái hạ liệt mà cho là thù thắng nên gọi là cố chấp quan điểm (kiến thủ)."

[947] 戒禁取. Skt. *śīlavrataupādāna*.

[948] *Câu-xá*, dẫn trên: "Không phải nhân mà thấy là nhân; phi đạo mà thấy là đạo, đây gọi là giới cấm thủ. Như Đại Tự Tại (*Maheśvara*, Chúa tế Vĩ đại, tức Thiên Chúa), hay Sinh Chủ (*Prajāpati*, Sinh Chủ, Tổ phụ của mọi loài) hay sự thể khác (như thời tính, v.v...) không phải là nhân của các thế gian mà thấy đó là nhân. Những hành vi như nhảy vào lửa, nhảy xuống sông v.v..., không phải là nguyên nhân sinh thiên mà thấy đó là nguyên nhân sinh thiên. Hoặc duy chỉ cấm giới, hay nhận

d. Thế nào là *ngã ngữ thủ?*[949] Trừ các kiến[950]; các kết, phược, tùy miên, tùy phiền não, triền,[951] thuộc Sắc giới, Vô sắc giới hệ. Đây gọi là ngã ngữ thủ.

Lại nữa, trong kinh *Đại nhân duyên*, tôn giả Khánh Hỷ hỏi Phật: "Các thủ có duyên không?" Phật đáp: "Có duyên. Duyên ấy là ái,... *chi tiết cho đến*, nếu hoàn toàn không có ái thì có thể có quy ước về các thủ không?" "Không, bạch Thế Tôn." "Vì vậy Khánh Hỷ, các thủ đều do duyên là ái." Đây gọi là ái duyên thủ.

Các thủ như vậy, do duyên là ái, có sở y là ái, được kiến lập bởi ái, nên khởi, đẳng khởi, sanh, đẳng sanh, tụ tập, xuất hiện, cho nên gọi là ái duyên thủ.

10. *Hữu*

Thế nào là thủ duyên hữu? Do duyên là thủ mà có thi thiết nhiều hữu.[952] Tức Phật nói ba cõi, năm uẩn, gọi là hữu; hoặc nói nghiệp dẫn đến hậu hữu, gọi là hữu; hoặc nói sanh phần ngũ uẩn[953], gọi là hữu.

Nói *"ba cõi, năm uẩn, gọi là hữu"* là thế nào? Như nói ba hữu: dục hữu, sắc hữu, vô sắc hữu.

Nói [512c01] *"nghiệp dẫn đến hậu hữu, gọi là hữu"* là thế nào? Như Thế Tôn nói với A-nan-đà, "Nghiệp chiêu cảm đời sau, gọi là hữu."

---

thức của các phái như Số luận, Du-già, v.v..., không phải là chánh đạo dẫn đến giải thoát mà thấy đó là chánh đạo."

[949] 我語取. **Skt.** *ātmavādopādāna*.

[950] Xem cht. 943.

[951] Xem cht. 944.

[952] 多有. Hoặc ba hữu, hoặc 7 hữu, *Tì-bà-sa 60*, tr. 309b16: (địa ngục hữu, bàng sanh hữu, quỷ giới hữu, thiên hữu, nhân hữu, nghiệp hữu, trung hữu).

[953] 生分五蘊. **Skt.** *aupapattyaṃśika-skandha*, uẩn trong phần vị thọ sanh. *Tì-bà-sa 39*, tr. 203b10): "Các uẩn sanh phần khi đắc, gọi là *sanh*, khi xả gọi là *chết*."

Nói "*sanh phần ngũ uẩn, gọi là hữu*" là thế nào? Như Thế Tôn nói với Phả-lặc-cũ-na, "Do thức là thức ăn, sanh khởi hậu hữu."[954]

Lại nữa, trong kinh *Đại nhân duyên*, tôn giả Khánh Hỷ hỏi Phật: "Các hữu có duyên không?" Phật đáp: "Có duyên. Duyên ấy là thủ. *Chi tiết cho đến*, nếu hoàn toàn không có thủ để thi thiết thì có các hữu không?" "Không, bạch Thế Tôn." "Vì vậy, Khánh Hỷ, các hữu đều do duyên là thủ, đây gọi là thủ duyên hữu.

Các hữu như vậy, do duyên là thủ, có sở y là thủ, được kiến lập bởi thủ, nên khởi, đẳng khởi, sanh, đẳng sanh, tụ tập, xuất hiện, cho nên gọi là thủ duyên hữu.

11. *Sanh*

Thế nào là hữu duyên sanh?

Có một hạng hữu tình do tham-sân-si trói buộc tâm, nên tạo ba ác hành bởi thân-ngữ-ý. Ba ác hành này, gọi là nghiệp hữu.[955] Do nhân duyên này, sau khi thân hoại mạng chung, đọa trong địa ngục. Trong các cõi ấy, các sự sanh, đẳng sanh, tiến vào, xuất hiện, uẩn thành tựu (đắc), giới thành tựu (đắc), xứ thành tựu (đắc), các uẩn phát sanh, mạng căn phát khởi; đây gọi là *sanh*. Sanh này do duyên là hữu nên khởi. Đây gọi là hữu duyên sanh.

Như nói về địa ngục; về bàng sanh, quỉ giới, nên biết cũng vậy.

---

[954] *Tạp 15*, kinh dẫn trên, xem cht. 875. **Pāli**, *viññāṇāhāro āyatiṃ punabbhavābhinibbattiyā paccayo*: thức ăn là *thức* là duyên cho sự dẫn sanh hậu hữu tương lai.

[955] 業有. **Skt.** *karma-bhava*. *Vyākhyā*: chính *hữu* là *nghiệp* nên gọi là nghiệp hữu (*karmabhavaḥ*). Nghĩa là, nghiệp hữu làm phát khởi khuynh hướng tồn tại đời sau, đây chính là nói tùy miên làm căn bản của hữu: nó làm phát sinh nghiệp để dẫn sinh hậu hữu. *Tì-bà-sa 192* tr.960b12: "Nghiệp dẫn đến hậu hữu (đời sau), gọi là nghiệp hữu. Điều này muốn nói là tư (*cetanā*) dẫn đến hậu hữu (*punarbhava*) được gọi là hữu (*bhava*). Như nói, "thủ duyên hữu", điều này muốn nói rằng phần vị năm uẩn gọi là hữu."

Lại có hữu tình, hệ tâm mong cầu khoái lạc cõi người. Người kia nghĩ: "Mong ta sẽ sanh trong đồng phần của loài người, hưởng khoái lạc giống như mọi người." Do sự mong cầu này, mà tạo các diệu hành bởi thân-ngữ-ý chiêu cảm cõi người. Ba diệu hành này gọi là nghiệp hữu. Do nhân duyên đây, sau khi thân hoại mạng chung, sanh trong chúng đồng phần của loài người. Trong đó, các sự sanh, đẳng sanh... *cho đến* mạng căn phát khởi, gọi là *sanh*. Sanh này do duyên là hữu nên khởi. Đây gọi là hữu duyên sanh.

Như nói về cõi người; về Tứ đại vương chúng thiên,... *cho đến* Tha hóa tự tại thiên, nên biết cũng như vậy.

Lại có hữu tình, hệ tâm mong cầu sanh Phạm chúng thiên. Người ấy nghĩ: "Mong ta sẽ sanh trong chúng đồng phần của Phạm chúng thiên." Do sự mong cầu như vậy, mà cần tu gia hành, ly dục, ly ác bất thiện pháp, chứng và trú sơ tĩnh lự, có tầm có tứ, hỷ lạc do viễn ly sanh. Các thân luật nghi, ngữ luật nghi, mạng thanh tịnh, trong các định này, gọi là nghiệp hữu. Do nhân duyên này, sau khi thân hoại mạng chung, sanh trong chúng đồng phần của Phạm chúng thiên. Trong đó, các sự sanh, đẳng sanh... *cho đến* mạng căn phát khởi, gọi là *sanh*. Sanh này do duyên là hữu nên khởi. Đây gọi là hữu duyên sanh.

Như nói về Phạm chúng thiên; về Phạm phụ thiên cho đến Quảng quả thiên, nên biết cũng **[513a01]** như vậy.

Lại có hữu tình, hệ tâm cầu sanh Vô tưởng thiên. Người ấy nghĩ: "Mong ta sẽ sanh trong chúng đồng phần của Vô tưởng thiên." Do sự mong cầu như vậy, mà cần tu gia hành, tư duy các tưởng là thô-khổ-chướng, tư duy vô tưởng là tĩnh-diệu-ly. Do tư duy này, diệt trừ các tưởng, an trụ vô tưởng. Khi người ấy diệt các tưởng, trụ vô tưởng, gọi là vô tưởng định. Các thân luật nghi, ngữ luật nghi, mạng thanh tịnh trong các định này, gọi là nghiệp hữu. Do nhân duyên này, sau khi thân hoại mạng chung, sanh trong chúng đồng phần của Vô tưởng thiên. Trong đó, các sự sanh, đẳng sanh... *cho đến* mạng căn phát khởi, gọi là *sanh*. Sanh này do duyên là hữu nên khởi. Đây gọi là hữu duyên sanh.

Có hữu tình hệ tâm cầu sanh Không vô biên xứ thiên. Người ấy nghĩ: "Mong ta sẽ sanh trong chúng đồng phần của Không vô biên xứ thiên."

Do sự mong cầu như vậy, cần tu gia hành, vượt các tưởng về sắc, diệt tưởng hữu đối, không tư duy các tưởng đa dạng, nhập không vô biên, chứng và trú Không vô biên xứ. Tư trong định này: các tư, đẳng tư, hiện tiền đẳng tư, đã tư, sẽ tư, tư sanh, tư loại, nghiệp tạo bởi tâm ý, gọi là nghiệp hữu. Do nhân duyên này, sau khi thân hoại mạng chung, sanh trong chúng đồng phần của Không vô biên xứ thiên. Trong đó, các sự sanh, đẳng sanh... *cho đến* mạng căn phát khởi, gọi là *sanh*. Sanh này do duyên là hữu nên khởi. Đây gọi là hữu duyên sanh.

Như nói về Không vô biên xứ,... cho *đến* Phi tưởng phi phi tưởng xứ, nên biết cũng như vậy.

Lại như trong kinh *Đại nhân duyên*, tôn giả Khánh Hỷ hỏi Phật: "Các sự sanh có duyên không?" Phật đáp: "Có duyên. Duyên ấy là hữu." *Chi tiết cho đến*, nếu không có nghiệp hữu, thì có các loài cá, chim, rắn, bò cạp, na-già,⁹⁵⁶ dược-xoa, bộ-đa,⁹⁵⁷ thực hương,⁹⁵⁸ chư thiên, người; các loài không chân, hai chân, nhiều chân, hữu tình này hữu tình kia, sanh, đẳng sanh, trong các nhóm này, nhóm kia, có tồn tại (hữu) không?"⁹⁵⁹ "Không, bạch Thế Tôn." "Nếu hoàn toàn không có hữu, thì có thể có khái niệm quy ước về các sự sanh không?" "Không, bạch Thế Tôn." "Vì vậy, Khánh Hỷ, các sự sanh đều lấy hữu làm duyên của nó. Đây gọi là hữu duyên sanh.

---

⁹⁵⁶ 那伽. **Skt.** *nāga*, rắn thần, rồng.

⁹⁵⁷ 部多. **Skt.** *bhūta*, quỷ thần, u linh.

⁹⁵⁸ 食香. **Skt.** *gandharva*, càn-thát-bà, kiền-đạt-phược.

⁹⁵⁹ *Trung 24*, dẫn trên, tr. 578c15: "A-nan, nếu không có hữu (tồn tại), thì cá và chủng loại cá, chim và chủng loại chim, muỗi và chủng loại muỗi, rồng và chủng loại rồng, thần và chủng loại thần, quỷ và chủng loại quỷ, trời và chủng loại trời, người và chủng loại người; này A-nan, các loại chúng sanh như thế này như thế kia ấy theo những xứ sở chỗ này chỗ kia mà không có hữu (tồn tại), mỗi loại mà không có hữu, giả sử tách rời hữu, mà có sanh chăng?" Pāli, D 15, ii 57: *devānaṃ vā devattāya, gandhabbānaṃ vā gandhabbattāya, yakkhānaṃ vā yakkhattāya, bhūtānaṃ vā bhūtattāya, manussānaṃ vā manussattāya, catuppadānaṃ vā catuppadattāya, pakkhīnaṃ vā pakkhittāya, sarīsapānaṃ vā sarīsapattāya...*

Các sự sanh như vậy đều do duyên là hữu, có sở y là hữu, được kiến lập bởi hữu, nên khởi, đẳng khởi, sanh, đẳng sanh, tụ tập, xuất hiện, cho nên gọi là hữu duyên sanh.

12. *Già-chết*

Thế nào là sanh duyên già-chết?

Các loài hữu tình này hữu tình kia, tức trong nhóm hữu tình này hữu tình kia, những gì là sự sanh, xuất sanh, nhập thai, xuất hiện, uẩn thành tựu (đắc), giới thành tựu (đắc), xứ thành tựu (đắc); các uẩn đã sanh, mạng căn đã khởi, gọi là *sanh*.

Tóc bạc, rơi rụng, da chùng, mặt nhăn, thân còng, [513b01] lưng khòm, thở khó gấp gáp, chống gậy mà đi, chi thể nổi chấm đen, suy yếu, ám độn, các căn chín rục, biến hoại, các hành cũ kỹ tàn tạ, hủ bại, suy tổn, gọi là *già*.

Các loại hữu tình thế này thế kia, tức trong tụ của các hữu tình thế này thế kia, mà dời đổi, diệt mất, suy thoái, tan rã; thọ, noãn và thức diệt, mạng căn không hoạt động, các uẩn vỡ tan, mạng căn đứt, lìa đời, gọi là *chết*.

Già-chết như vậy do duyên là *sanh* mà phát sanh; đây gọi là sanh duyên già-chết.

Lại như trong kinh *Đại nhân duyên*, tôn giả Khánh Hỷ hỏi Phật: "Già-chết có duyên không?" Phật đáp: "Có duyên. Duyên ấy là sanh." *Chi tiết cho đến*, nếu không có sanh, thì các loài cá, chim, rắn, bò cạp, na-già, dược-xoa, bộ-đa, thực hương, chư thiên, người; các loài không chân, hai chân, nhiều chân, dị loại, hữu tình này hữu tình kia, trong nhóm này nhóm kia, có già-chết chăng?" "Không, bạch Thế Tôn." "Nếu hoàn toàn không có sanh, thì có thể có quan niệm quy ước về già-chết chăng?" "Không, bạch Thế Tôn." "Vì vậy, Khánh Hỷ, già-chết đều do duyên là sanh." Đây gọi là sanh duyên già-chết.

Già-chết như vậy đều do duyên là sanh, có sở y là sanh, được kiến lập bởi sanh, nên khởi, đẳng khởi, sanh, đẳng sanh, tụ tập, xuất hiện, cho nên gọi là sanh duyên già-chết.

13. *Sầu, thán, khổ, ưu, nhiễu não*

Thế nào là phát sanh sầu, thán, khổ, ưu, nhiễu não?[960]

Có hạng người, do cha mẹ, anh em, chị em, thầy, bạn chết; hoặc do cả thân tộc đều diệt vong hết; hoặc do tất cả tiền tài, địa vị đều tiêu mất, nên tự thân liền phát sanh cảm thọ khổ não đau đớn đến chết, lòng như dao cắt hung hãn mãnh liệt. Người ấy lúc bấy giờ, tâm nóng ran, nóng khắp, nóng bức bên trong, nóng khắp, liền phát sầu, đã sầu, sẽ sầu, tâm bị trúng mũi tên sầu. Đó gọi là *sầu*.

Có hạng người, do cha mẹ, anh em, chị em, thầy, bạn chết; hoặc do cả thân tộc đều diệt vong hết; hoặc do tất cả tiền tài, địa vị đều tiêu mất, nên tự thân liền phát sanh cảm thọ khổ não đau đớn đến chết, lòng như dao cắt hung hãn mãnh liệt. Người ấy lúc bấy giờ, tâm nóng ran, nóng khắp, nóng bức bên trong, nóng khắp, liền phát sầu, đã sầu sẽ sầu, tâm bị trúng mũi tên sầu. Do bởi duyên này mà phát lời than thở đau thương: "Khổ thay! Khổ thay! Cha tôi, mẹ tôi... *nói rộng cho đến* tiền của tôi, địa vị của tôi, sao trong chốc lát ra như thế này!" Trong đây, những lời bi thương, oán trách, các loại ngữ nghiệp như vậy, gọi là *thán*.

Cảm thọ không quân bình tương ưng với năm thức, gọi là *khổ*.

Cảm thọ không quân bình tương ưng với ý thức, gọi là *ưu*.

Các sự não loạn của tâm, đã não loạn, sẽ não loạn, tánh chất não loạn, đồng loại khốn khổ; gọi là *nhiễu não*[961].

Những tình trạng sầu, thán, khổ, ưu, nhiễu não như vậy phát sanh trong phần vị *già-chết*.

---

[960] 愁歎苦憂擾惱. **Skt.** *śoka-parideva-duḥkha-daurmanasyopāyāsā. Pāli: sokehi paridevehi dukkhehi domanassehi upāyāsehi.*

[961] 擾惱. **Pāli/Skt.** *upāyasa:* sự khốn khổ, mê loạn, não loạn, nhiễu loạn, nhiễu não.

14. *Tập khởi khối lớn thuần khổ*

[513c01] Thế nào nói là "như vậy liền tập khởi khối lớn thuần khổ"?[962]

Trong phần vị già-chết như vậy, tích tập thuần một loại khối lớn chỉ là đại tai họa, đại bất hạnh, hiểm họa lớn, các đống thống khổ.

Lại nữa, do duyên là khổ uẩn vô minh, khởi khổ uẩn hành; do duyên là khổ uẩn hành, khởi khổ uẩn thức; do duyên là khổ uẩn thức, khởi khổ uẩn danh sắc; do duyên là khổ uẩn danh sắc, khởi khổ uẩn sáu xứ; do duyên là khổ uẩn sáu xứ, khởi khổ uẩn xúc; do duyên là khổ uẩn xúc, khởi khổ uẩn thọ; do duyên là khổ uẩn thọ, khởi khổ uẩn ái; do duyên là khổ uẩn ái, khởi khổ uẩn thủ; do duyên là khổ uẩn thủ, khởi khổ uẩn hữu; do duyên là khổ uẩn hữu, khởi khổ uẩn sanh; do duyên là khổ uẩn sanh, khởi khổ uẩn già-chết; do già-chết nên phát sanh đủ loại khổ uẩn: sầu, thán, khổ, ưu, nhiễu não. Cho nên tổng thuyết là "như vậy liền tập khởi khối lớn thuần khổ."[963] ✦

---

[962] 如是便集純大苦蘊. **Pāli:** *evametassa kevalassa dukkhakkhandhassa samudayo hoti.* **Skt.** *kevalasya mahato duḥkhaskandhasya samudayo.*

[963] Bản Hán hết quyển 12.

NGỮ VỰNG PHẠN HÁN

abhāvita-citta, 不脩心

abhiprasāda, 現前信性

abhisamaya, 現觀

ācariya/ ācārya, 阿闍梨,軌範

adattādāna, 不與取

adharma-rāga, 非法貪

adhimāna; Skt. abhimāna, 增上慢

adhimukti, 勝解

adhimukti-manaskāra, 勝解作意

adhipati, 眼增上

adhipati-pratyaya, 增上緣

adhivacana 增語

agamyagamanaṃ 不應行

agha-sāmantakaṃ rūpam 隣阿伽色

ahirika/ ahrī, 無慚

āhuneyyo, 應請

ājñātāvīndriya, 具知根

ākaliko, 應時

akṛta, 無造

akriyā, 無作

akuśala-mahābhūmika, 大不善地

ālambana-pratyaya 所緣緣

ālambana-pratyaya, 所緣緣

ālaya 窟宅

ālaya-vijñāna, 阿賴耶識

āloka-saṃjñā/ āloka-saññā, 光明想

amanaskāra 不作意

amara-vitakka不死尋

amata-pada 甘露迹

anāgāmi-phala/ anāgāmiphala, 不還果

anālaya, 無窟

ānantarya-mārga, 無間道

ānantarya-mārga, 無間道

Anāthapiṇḍada/ Anāthapiṇḍika, 給孤獨

anavakkantaṃ sukhena, 非樂喜受之所纏執

anavakkantaṃ sukhena, 非樂喜受之所纏執

anavaññattipaṭisaṃyutto vitakko 陵蔑尋

āneñjya, 不動行

añjalikaraṇīyo, 應恭敬

anottappa, Skt. anapatrāpya, 無愧

antagrāhadṛṣṭi, 邊執見

anuprāpnoti, 隨得

anuśaya, 隨眠

anuśete, 隨增

anusmṛti, 隨念

anutpāda-jñāna, 無生智

anutpattidharma, 不生法

anutpattidharma, 不生法

anuttaraḥ puruṣa, 無上丈夫

arati, 不樂

arhat-pratipannaka/ arahatta-paṭipanna, 阿羅漢向

ariya-sacca, 聖諦

ārūpa-tṛṣṇā, 無色愛

ārūpya-dhātu, 無色界

ārūpyarāga-anuśaya 無色貪

āryakantāni śīlāni 聖所愛戒

arya-śrāvaka/ ariyasāvaka, 聖弟子

asamāhita, 不定心

āsaṃjñika, asaṃjñi-sattva, 無想天, 無想有情

asaṃjñi-samāpatti, 無想定

asaṃskṛta-arhattva, 無為阿羅漢性

āsavānaṃ khayāya/ āsrava-kṣaya, 漏盡

asmimāna, 我慢

Aṣṭaskandha-śāstra 阿毘曇八犍度論

atimāna/ atimāna, 過慢

ātma-dṛṣṭi, 我見

ātmavādopādāna, 我語取

attani rūpaṃ samanupassati, 我於色

atthavedaṃ, dhammavedaṃ 義威勢,法威勢

aupapattyaṃśika-skandha, 生分五蘊

avidyā/ avijjā, 無明

avidyāsravaḥ, 無明漏

avijjādhātu, 無明界

avijjāsamphassa 無明觸

avijjāsamphassa, 無明觸

avijjāsamphassa, 無明觸

avijñapti-rūpa, 無表色

avimukta-citta 不解脫心

avimukta-citta, 不解脫心

aviṣama-vedanā 不平等受

avyupaśānta-citta 不靜心

avyupaśānta-citta, 不靜心

āyu-ūṣmā-vijñāna 壽煖識

bhavadiṭṭhi, 有見

bhāvanā-mārga, 修道

bhavāsravaḥ, 有漏

bhava-tṛṣṇā/ bhava-taṇhā, 有愛

bhikṣusaṅgha/ bhikkhusaṅgha, 苾芻眾

bhūta, 部多

Brahmakāyika, 梵眾天

brahmavihārāḥ/ brahmavihārā, 梵住,梵堂

buddha-vacana, 佛言

buddhe aveccappasādaṃ, 佛證淨

buddhi 覺慧,

byāpādanīvaraṇaṃ, 瞋恚蓋

cakkhāmisavedanā, 眼味受

cetanā, 心所思

cetaso ekodibhāvaṃ/ cittaikāgratā, 心一趣性

cetaso līnatta, 心昧劣

cetovimukti, 解脫心

cittaṃ padahati, 策心

cittaṃ paggaṇhati, 持心

citta-saṃprayukta-saṃskāra-skandha, 行蘊相應心

cittasya ekāgratā, 心一境性

chanda, 欲

chandasamādhi, 欲三摩地

chandasamādhi-padhānasaṅkhāra- samannāgataṃ iddhipādaṃ, 欲三摩地勝行成就神足

dammasārathi/ damyasārathi, 調御士

darśana-mārga, 見道

devapada, 天道

dhammakkhandha, 法蘊

dhammānudhammapaṭipāda, 法隨法行

Dharmaguptaka, 法藏部

Dharmapravicaya 法簡擇

dharmavicaya-saṃbodhyaṅga/ dhammavicayasambojjhaṅgo, 擇法覺支

dhyānānantara 靜慮中間

dhyāna-sāmantaka, 近分定

dhyāna-saṃvara, 靜慮律儀

diṭṭhisampanno, 具聖見

dṛṣṭadharma-jñāna 現法智

dṛṣṭe dharme 現法

dṛṣṭi-upādāna, 見取

duḥkhā pratipat kṣiprābhijñā/ dukkhā paṭipadā khippābhiññā, 苦
速通行

duḥkha-duḥkhatā, 苦苦性

dukkha ariyasacca, 苦聖諦

dukkhā paṭipadā dandhābhiññā, 苦遲通行

dukkha-sacca, 苦諦

dussīla, Skt. duḥśīla, 犯戒

dveṣa/ dosa, 瞋

ehipassiko, 近觀

evaṃ-rūpa, 如是相

gandharva, 健達縛

gandharva, 食香

gardhāśrita, 耽嗜

ghānindriyaṃ, 鼻根

hata/ hanti, 殺

indriyāṇi sañcarati, 根轉

issā, Skt. īrṣyā, 嫉

jala-maṇḍala, 水輪

jātipratyayaṃ jarāmaraṇam, 生緣老死

jivhindriyaṃ , 舌根

Jñānaprasthāna-śāstra, 阿毘達磨發智論

kalalam , 羯剌藍

kalyāṇadharmā 成調善法

kāmacchandanīvaraṇam, 貪欲蓋

kāmadhātu, 欲界

kāma-guṇa, 欲境

kāmarāga, 欲貪

kāma-rāga, 貪欲

kāmarāgaparyavasthita, 欲貪纏

kāmāsravaḥ, 欲漏

kāma-tṛṣṇā, 欲愛

kāma-upādāna, 欲取

kāma-vitarāga, 欲

karma-bhava, 業有

karmaṇyatā 堪任性

karmapatha-prayoga, 加行業道

karuṇā, 悲

kathā, 言, 教門

kāyānupassī, 循身觀

kāya-saṃvara, 身律儀

kleśa-mahābhūmika, 大煩惱地法

kodha/ krodha, 憤

kṛtakarma 作業

kṛtakarma, 作業

Kuhanā, 詭詐

kukkucca, 惡作

kuśala-mahābhūmika, 大善地法

kuśalavat 有善法

lābhena lābhaṃ nijigīsanatā 以利求利

lapanā, 矯妄

līna-citta 沈心

lobha, 貪

macchariya, Skt. mātsarya, 慳
mahābhūmika, 大地法
mahābhūtāny upādāya, 大種所造
mahadgataṃ 大心
maitrīcitta-samādhi, 慈心三昧
makkha/ mrakṣa, 覆
māna, 慢
mānamada 憍
mānātimāna, 慢過慢
manuṣyasabhāgatā, 人趣同分
mātṛkā, 摩窒里迦, 摩呾履迦, 摩得勒迦, 目得迦, 摩 夷
maula-karmapatha, 根本業道
māyā, 諂
micchācārī, 邪行
micchāmāna/ mithyāmāna, 邪慢
middha, 睡眠
mīmāṃsā, 觀
mīmāṃsā, 觀
moha, 癡
muditā, 喜
musāvādī 虛誑語者

nāga, 那伽
nāma, 名
nāmarūpapaccayā saḷāyatanaṃ, 名色緣六處
nānātva-saṃjñā, 種種想
ñāyappaṭipanno, 如理行
nekkhammadhātu, 無欲界
nemittikatā, 現相

Ogha, 瀑流

Opaneyiko, 引導

paccattaṃ veditabbo viññūhi 智者內證

paccattaṃ veditabbo viññūhi, 智者內證

pādaśāstra, 足論

pāhuneyyo, 應屈

palāsa/ pradāśa, 惱

pamāda/ pramāda, 放逸

pañca kāmaguṇāḥ 五妙欲 (境)

pañca kāmaguṇāḥ, 五妙欲

pañca nivaraṇāni/ pañca nīvāraṇāni, 五蓋

pañca-gati, 五趣

pañcupādānakkhandhā, 五取蘊苦

paṇḍaka 半擇迦

Paramārtha 勝義旨

paramārthena kuśala, 勝義善

Paramātman 勝我

paramātman, 勝我

parānuddayatāpaṭisaṃyutto vitakko 假族尋

parisāgato 對大眾

parītta-citta 小心

paṭighasamphassa, 有對觸

paṭighasaññānaṃ, 有對想

paṭipadā 行

pītisambojjhaṅgo, 喜覺支

pītiyā ca virāgā, 離喜

pṛthivī-dhātu/ paṭhavī-dhātu, 地界

pradhāna-saṃskāra/ padhāna-saṅkhāra, 勝行

pragṛhīta-citta 策心

prahāṇadhātu, virāgadhātu, nirodhadhātu, 斷界, 離界, 滅界

prahata/prahanti 害

Prajāpati, 生主

prajñapti, 施設

prajñāvimukti, 慧解脫

prajñāvimukti, 慧解脫

pramādasthāna 放逸處

prāṇa, Pl. pāṇa, 眾生

prāṇa-saṃjñā, 眾生想

prasāda, 心澄

praśrabdhi-saṃbodhyaṅga/ passaddhisambojjhaṅgo, 輕安覺支

prātimokṣa-saṃvara, 別解脫律儀

pratipat sukhā dhandhābhijñā/ sukhāpaṭipadā
　dandhābhiññā, 樂遲通行

pratītyasamutapāda, 緣起性

pratītyasamutpāda/ paṭiccasamuppāda, 緣生

pratītyasamutpanna, 緣已生

prayoga/ payoga, 加行

pūgamajjhagato, 對執理

punarbhava, 後有

puṇyopaga, 福行

puruṣendriya, 男根

puthujana, Skt. pṛthagjana, 異生

phalaprāpti, 果得

rāga-anuśaya, 貪隨眠

rājakulamajjhagato, 對王家

rāśi, 聚

ṛṣi-muni, 仙牟尼

rūpadhātu, rūpāvacara, 色界

rūpakāyassa paññatti, 施設色身

rūparāga-anuśaya, 色貪

rūpa-saṃjñā/ rūpa-saññā, 色想

rūpa-tṛṣṇā, 色愛

ṣaḍ saṃjñākāya, 六想身

śaikṣa-dhātu, 有學界

sakṛdāgāmi-phala/ sakadāgāmiphala, 一來果

sakṛdāgāmiphala-pratipannaka/ sakadāgāmi-magga, 一來向

samādhi, 等持

samādhibhāvanā, 修定

samādhi-saṃbodhyaṅga/ samādhisambojjhaṅgo, 定覺支

samanupassanā, 等隨觀

samanupassanā, 等隨觀

sama-vedanā, 受平等

sāmīcippaṭipanno, 和敬行

sāmisaṃ sukhaṃ vedanaṃ 樂有味受

saṃkāropekṣā, 行捨

saṃkṣipta-citta, 聚心

sammaggata, 正至

sammapaṭipanna, 正行

sammappadhāna, 正勝

sammāsambuddha/ samyaksambuddha, 正等覺

saṃskāra-duḥkhatā, 行苦性

saṃskāra-skandha, 行蘊

saṃskṛta-arhattva, 有為阿羅漢性

saṃskṛta-saṃskāra, 有為行

samutthāna, 等起

samutthāna, 等起

saṃvara, 律儀

samyaktvaniyāmāvakrānti, 入正性離生

sandiṭṭhiko, 現見

sappabhāsaṃ cittaṃ bhāveti, 修照俱心

sappabhāsaṃ cittaṃ bhāveti, 修照俱心

sarāga, 有貪

Śāriputrābhidharmaśāstra, 舍利弗阿毗曇論

śarīraśāstra, 身論

Sarvāstivāda, 說一切有部

sāṭheyya/ śāṭhya, 誑

satisampajaññāya, 勝分別慧

satkāyadṛṣṭi, 有身見

satpuruṣa, 善士

satyadarśana, 見諦

sāvajja, 有罪

savitakkaṃ savicāraṃ, 有尋有伺

śikṣāpada/ sikkhāpada, 學處

sīlavant, 持戒

sīlavant, 持戒

śīlavrataupādāna, 戒禁取

skandha, 塞建陀

smṛtisaṃbodhyaṅga/ satisambojjhaṅgo, 念覺支

śramaṇaphala, 沙門果

srota-āpatti-phala/ sotāpatti-phala, 預流果

srotāpattyaṅga/ sotāpattiyaṅga; 預流支

Sthavira, 上座部

strīndriya, 女根

suppaṭipanno, 妙行

svākkhāto, 善說

tat-sabhāga 彼同分

tathāgata, 如來

Tāvatiṃsa, 三十三天

tiṇṇaṃ saṅgati phasso, 三和合故生觸

tiṇṇaṃ saṅgati phasso, 三和合故生觸

thīna, 惛沈

thinami ddhanīvaraṇaṃ, 惛沈睡眠蓋

triduḥkhatā, 三苦性

ubhayato-vimukti 俱解脫

uddāna, 嗢拕南

uddhacca, 掉舉

uddhaccakukkuccanīvaraṇaṃ, 掉舉惡⬚

ujuppaṭipanno, 質直行

upādāna-skandha, 取蘊

upādānīya/ upādinna, 執取

upadhi/upādi, 所依

upādhyāya, 鄔波柁耶

upajjhāya, Skt. upādhyāya, 親教

upanāha, 恨

upāsaka, 鄔波索迦, 優婆塞

upasampajja, 具足

upāyāsa, 擾惱

upekkhāsatipārisuddhiṃ, 捨念清淨

upekṣā/ upekkhā, 捨

vāci-saṃvara, 語律儀

vairambha, 吠嵐婆

vedanāpaccayā taṇhā, 受緣愛

vicikicchānīvaraṇaṃ, 疑蓋

vihārati, 住

vihiṃsā, 害界

vijjācaraṇasampanno/ vidyācaraṇasampanna, 明行足

vikṣipta-citta/ vikkhittaṃ cittaṃ, 散心

vikṣobhya, saṃkṣobhya, 憤發

vimukti-mārga, 解脫道

vipariṇāma-duḥkhatā, 壞苦性

vīriyasambojjhaṅgo, 精進覺支

viṣama-vedanā, 不平等受

visaṃyoga, 離繫

viṣṣama-vedanā, 不平等受

vivekajaṃ pītisukhaṃ, 離生喜樂
vivicceva kāmehi, 離欲
vūpasammati, 寂靜
vyañjana, 文身
vyāpāda, 瞋恚

yoniso manasikāra, 如理作意

SÁCH DẪN

GIÁO HỘI PHẬT GIÁO VIỆT NAM THỐNG NHẤT
HỘI ĐỒNG HOẰNG PHÁP*

CHỨNG MINH:
Trưởng lão HT Thích Thắng Hoan   (Hoa Kỳ),
Trưởng lão HT Thích Huyền Tôn   (Úc châu),
HT Thích Bảo Lạc   (Úc châu),
HT Thích Tuệ Sỹ   (Việt Nam)

CỐ VẤN CHỈ ĐẠO:
HT Thích Tuệ Sỹ   (Việt Nam)

CHÁNH THƯ KÝ:
HT Thích Như Điển   (Đức)

PHÓ THƯ KÝ:
HT Thích Nguyên Siêu   (Hoa Kỳ),
HT Thích Bổn Đạt   (Canada)

THÀNH VIÊN:
Âu châu: HT Thích Quảng Hiền (Thụy Sĩ), HT Thích Minh Giác (Hòa Lan), TT Thích Thông Trí (Hòa Lan), TT Thích Nguyên Lộc (Pháp)
Úc châu: HT Thích Minh Hiếu, TT Thích Tâm Minh
Hoa Kỳ: HT Thích Nhật Huệ, TT Thích Từ Lực

* Cập nhật ngày 08.05.2022.

Liên lạc HỘI ĐỒNG HOẰNG PHÁP

Hòa thượng Thích Như Điển, Chánh Thư Ký, HĐHP
Chùa Viên Giác. Karlsruher Str. 6, 30519 Hannover, Germany
Website: www.hoangphap.org; Email: hdhp.ctk@gmail.com;
Tel: + 49 511 879 630

Thượng tọa Thích Nguyên Tạng, Trưởng ban Báo Chí & Xuất Bản, HĐHP
Tu Viện Quảng Đức, 105 Lynch Road, Fawkner, Vic.3060 Australia
Website: www.hoangphap.org; Email: hdhp.bbc@gmail.com;
Tel: +61 481 169 631

Thượng tọa Thích Tâm Hòa, Trưởng ban Bảo Trợ, HĐHP
Trung Tâm Văn Hóa Phật Giáo Pháp Vân, Ontario, Canada
420 Traders Blvd E, Mississauga, ON L4Z 1W7, Canada
Website: www.phapvan.ca; Email: thichtamhoa@gmail.com
Tel: +1 905-712-8809

Liên lạc thỉnh ĐẠI TẠNG KINH

Ni Sư Thích Nữ Quảng Trạm - Tổ Đình Khánh Anh (Bagneux)
14 Avenue Henri Barbusse, 92220 Bagneux- France
Tel.: +33 609 09 01 19 - Email: hdhp.inan@gmail.com